മാർക്സിസം
ഒരു പാഠപുസ്തകം

marxisam: oru patapusthakam

•

e m s

•

reprinted in
october 2009

•

reprinted in
november 2012

•

reprinted in
february 2014

•

typesetting and published
chintha publishers, thiruvananthapuram

•

printed at
Repro India Ltd, Mumbai.

•

cover
vinod

•

price
rupees one hundred and sixty only

വിതരണം

ദേശാഭിമാനി ബുക്ക് ഹൗസ്

H O തിരുവനന്തപുരം–695 035
phone: 0471-2303026, 6063026
www.chinthapublishers.com
chinthapublishers@gmail.com

ബ്രാഞ്ചുകൾ

ഹെഡ്ഡാഫീസ് ബ്രാഞ്ച് കുന്നുകുഴി • ഓവർബ്രിഡ്ജ് തിരുവനന്തപുരം • സ്റ്റാച്യു തിരുവനന്തപുരം • കെ എസ് ആർ ടി സി ബസ് സ്റ്റേഷൻ ആലപ്പുഴ • കെ എസ് ആർ ടി സി ബസ് സ്റ്റേഷൻ എറണാകുളം • മച്ചിങ്ങൽ ലെയ്ൻ തൃശൂർ • ഐ ജി റോഡ് കോഴിക്കോട് • മാവൂർ റോഡ് കോഴിക്കോട് • എൻ ജി ഒ യൂണിയൻ ബിൽഡിങ് കണ്ണൂർ • സെൻട്രൽ ബസ് ടെർമിനൽ കോംപ്ലക്സ് താവക്കര കണ്ണൂർ

CR - 1344 / 3397

മാർക്സിസം
ഒരു പാഠപുസ്തകം

ഇ എം എസ്

ചിന്ത പബ്ലിഷേഴ്സ്
തിരുവനന്തപുരം-695 035
വില : ₹ 160

ഉള്ളടക്കം

മാർക്സിസത്തിന്റെ
മൗലികവീക്ഷണം

ഒന്ന്
സോഷ്യലിസം മാർക്സിനു മുമ്പും പിമ്പും

ഇന്ത്യയിൽ ഇന്ന് സോഷ്യലിസം സാർവത്രികമായ ഒരു ആശയമായിത്തീർന്നിട്ടുണ്ട്. അതിൽ വിശ്വസിക്കുന്നു എന്നു പറയാത്ത രാഷ്ട്രീയപ്പാർട്ടികളോ സംഘടനകളോ ഇല്ലെന്നു പറയുന്നത് അതിശയോക്തിയായിരിക്കില്ല.

എന്നാൽ, സോഷ്യലിസമെന്ന പദത്തിന്റെ അർഥമെന്താണെന്നു ചോദിച്ചാൽ അതിന് ഓരോരുത്തരും നൽകുന്ന മറുപടി ഓരോന്നാണ്. അവരിൽ അധികംപേരും ഒരു കാര്യത്തിൽ യോജിക്കുന്നുണ്ട്–തങ്ങൾ അംഗീകരിക്കുന്ന സോഷ്യലിസത്തിന് മാർക്സിസവുമായി യാതൊരു പൊരുത്തവുമില്ല. മാർക്സിസത്തിന്റെ അഥവാ കമ്യൂണിസത്തിന്റെ ബദ്ധശത്രുക്കളാണ് തങ്ങളെന്നു പറയാൻ അവരിൽ പലർക്കും യാതൊരു മടിയുമില്ല.

കൂടാതെ, ബ്രിട്ടീഷ് ലേബർ പാർട്ടിയടക്കം പടിഞ്ഞാറൻ രാജ്യങ്ങളിലെ സോഷ്യലിസ്റ്റ് പാർട്ടികൾ താന്താങ്ങളുടെ അടിസ്ഥാനപ്രമാണമായി അംഗീകരിച്ചിട്ടുള്ള സോഷ്യലിസ്റ്റ് തത്വം – "ഉൽപ്പാദനം, വിതരണം, കൈമാറ്റം എന്നിവയ്ക്കുള്ള എല്ലാ ഉപാധികളും പൊതുഉടമയിൻകീഴിൽ കൊണ്ടുവരിക" എന്ന തത്വം–തങ്ങൾ അംഗീകരിക്കുന്നില്ലെന്നും അവർ വ്യക്തമാക്കുന്നു. പൊതുഉടമയും സ്വകാര്യഉടമയും കൂടിച്ചേർന്നു കിടക്കുന്ന ഒരു സാമൂഹ്യവ്യവസ്ഥയ്ക്കാണ് തങ്ങൾ സോഷ്യലിസമെന്നു പേർ നൽകിയിട്ടുള്ളതെന്നും ആ വ്യവസ്ഥയ്ക്ക് സമ്മിശ്രസാമ്പത്തിക വ്യവസ്ഥയെന്ന് പേർ വിളിക്കാമെന്നും അവർ കൂട്ടിച്ചേർക്കുന്നു.

ഇത്തരത്തിലുള്ള വ്യാഖ്യാനങ്ങളോടെ സോഷ്യലിസ്റ്റ് ആദർശം

അംഗീകരിച്ചിട്ടുള്ളവരുടെ മുൻപന്തിയിലാണ് ഇവിടത്തെ ഭരണകക്ഷിയായ കോൺഗ്രസ് നിൽക്കുന്നത്. ഔദ്യോഗികവും അർധ ഔദ്യോഗികവുമായ എല്ലാ പ്രചാരണോപാധികളിലുംകൂടി കോൺഗ്രസ് അഴിച്ചുവിട്ടിട്ടുള്ള ആശയപരമായ ഒരു കടന്നാക്രമണത്തിന്റെ ഇരയാണ് മാർക്സിസം എന്നു വന്നിരിക്കുന്നു. മാർക്സിസത്തിന്റെ അടിസ്ഥാനതത്വങ്ങളിൽ ഉറച്ചുനിൽക്കുന്നവരെ "കാലഹരണപ്പെട്ട ഒരു സിദ്ധാന്തത്തിന്റെ പ്രവാചകന്മാർ" എന്നും "പ്രായോഗികബുദ്ധി ഇല്ലാത്ത മുരട്ടുവാദക്കാർ" എന്നും മറ്റും പറഞ്ഞ് ആക്ഷേപിക്കുന്നത് കോൺഗ്രസുകാരുടെ പതിവായിരിക്കുന്നു.

ഈ സ്ഥിതിയിൽ മാർക്സിസം എന്താണെന്നും, സോഷ്യലിസ്റ്റ് പ്രസ്ഥാനത്തിന്റെ വളർച്ചയിൽ അത് വഹിച്ച പങ്കെന്താണെന്നും വ്യക്തമായി മനസിലാക്കുക എന്നത് ആവശ്യമായിരിക്കുന്നു.

മാർക്സും എംഗൽസും തങ്ങളുടെ ചരിത്രപ്രധാനമായ ഗവേഷണങ്ങൾ തുടങ്ങുന്നതിനു മുമ്പുതന്നെ യൂറോപ്യൻ രാജ്യങ്ങളിൽ പലേടത്തും സോഷ്യലിസ്റ്റ് ചിന്താഗതിക്ക് പ്രചാരം സിദ്ധിച്ചു കഴിഞ്ഞിരുന്നു. യഥാർഥം പറയുകയാണെങ്കിൽ അനീതിയും അക്രമങ്ങളും മർദനചൂഷണങ്ങളുമില്ലാത്ത-മനുഷ്യൻ മനുഷ്യനെ ഉപദ്രവിക്കാതെ പൂർണമായ സമഭാവനയോടെ പ്രവർത്തിക്കുന്ന-ഒരു ഭാവിലോകത്തെക്കുറിച്ച് സ്വപ്നം കാണുന്ന ചിന്തകന്മാരും പ്രവാചകന്മാരും എത്രയോ നൂറ്റാണ്ടുകളിലായി തങ്ങളുടെ ആശയങ്ങളും ആഗ്രഹങ്ങളും പ്രചരിപ്പിച്ചു പോന്നിട്ടുണ്ട്. ബുദ്ധഭഗവാൻ, ക്രിസ്തുദേവൻ, മുഹമ്മദ് നബി മുതലായ പ്രവാചകന്മാരും അവരുടെ ശിഷ്യഗണങ്ങളുമെല്ലാം മനുഷ്യസ്നേഹപരമായ ഈ ആശയങ്ങൾ പ്രചരിപ്പിക്കുകയും അവയ്ക്കൊത്തു ജീവിക്കാൻ തങ്ങളുടെ അനുയായികളെ പഠിപ്പിക്കുകയും ചെയ്തുപോന്നിട്ടുണ്ട്. ഇതുകൊണ്ടൊന്നും സമൂഹത്തിനകത്തുള്ള അനീതികൾക്കും അക്രമങ്ങൾക്കും മർദനചൂഷണങ്ങൾക്കും യാതൊരു പരിഹാരവും ഉണ്ടായിട്ടില്ലെന്നേയുള്ളൂ.

മതപ്രവാചകന്മാർക്കു പുറമേ രാഷ്ട്രീയ-സാമ്പത്തികപ്രശ്നങ്ങൾ കൈകാര്യം ചെയ്യുന്ന ചിന്തകന്മാരും പൊതുപ്രവർത്തകന്മാരും ഇതേ ആശയങ്ങളും ആദർശങ്ങളും പ്രചരിപ്പിക്കാനും പ്രവൃത്തിയിൽ വരുത്താനും ശ്രമിച്ചിട്ടുണ്ട്. പ്രാചീനകാലത്തെ ഗ്രീക്കുതത്വചിന്തകനായിരുന്ന പ്ലേറ്റോവിന്റെ *റിപ്പബ്ലിക്,* മധ്യകാലത്തെ ഇംഗ്ലീഷ് ചിന്തകനായിരുന്ന തോമസ്മൂറിന്റെ *യുട്ടോപ്യ* മുതലായവ ഇതിന് ഉദാഹരണങ്ങളാണ്. മാർക്സിന്റെയും എംഗൽസിന്റെയും കാലത്തിനു തൊട്ടുമുമ്പാകട്ടെ സെയ്ന്റ് സൈമൺ, റോബർട്ട് ഓവൻ, ഫ്യൂറിയേ മുതലായ പലരും തങ്ങളുടെ ശ്രദ്ധയിൽപ്പെട്ട സാമൂഹ്യദൂഷ്യങ്ങൾ ഇല്ലാതാക്കി ഐശ്വര്യവും സമത്വവും നിറഞ്ഞ പുതിയൊരു ലോകം കെട്ടിപ്പടുക്കാനുള്ള പദ്ധതികൾ തയാറാക്കിയിരുന്നു.

എന്നാൽ, പ്രവാചകന്മാരുടെയും ചിന്തകന്മാരുടെയും ഭാവന

യിൽനിന്നു പുറത്തുവന്ന സോഷ്യലിസവും മാർക്സിസവും തമ്മിൽ അജഗജാന്തരമുണ്ട്. ഈ അന്തരം വ്യക്തമാക്കുന്നതിന് അവയ്ക്ക് രണ്ടിനും പ്രത്യേകം പേരുകൾ നൽകപ്പെട്ടിട്ടുണ്ട്-സാങ്കൽപ്പിക സോഷ്യലിസവും ശാസ്ത്രീയ സോഷ്യലിസവും. ഈ വ്യത്യാസം വിശദീകരിക്കുന്നതിനാണ് എംഗൽസ് *സോഷ്യലിസം-സാങ്കൽപ്പികവും ശാസ്ത്രീയവും* എന്ന ഒരു ലഘുഗ്രന്ഥം എഴുതിയിട്ടുള്ളത് (*ദ്യൂറിങ്ങിനുനേരെ* എന്ന ഒരു വലിയ ഗ്രന്ഥത്തിന്റെ മൂന്ന് അധ്യായങ്ങളാണിത്).

ആദർശശാലികളും പ്രതിഭാസമ്പന്നരുമായ ചില വ്യക്തികൾ-പ്രവാചകന്മാർ, പണ്ഡിതന്മാർ, രാഷ്ട്രീയനേതാക്കന്മാർ ഭരണമേധാവികൾ മുതലായവർ-തങ്ങളുടെ അപാരമായ ബുദ്ധിശക്തി ഉപയോഗിച്ചു മനുഷ്യനെ നന്നാക്കാൻ വേണ്ട നല്ല നല്ല പദ്ധതികൾ തയാറാക്കുക; അവ നല്ല പദ്ധതികളാണെന്ന് പ്രചാരവേല മുഖേന കൂടുതൽ കൂടുതലാളുകൾ അംഗീകരിക്കുക; അവസാനം ഭരണാധികാരികൾ തന്നെ അത് അംഗീകരിച്ച് നടപ്പിൽ വരുത്തുക-ഇതാണ് സോഷ്യലിസ്റ്റ് സമുദായം സ്ഥാപിക്കുന്നതിനുള്ള മാർഗമായി സാങ്കൽപ്പിക സോഷ്യലിസത്തിന്റെ പ്രണേതാക്കൾ വിഭാവനം ചെയ്യുന്നത്. തന്റെ പുതിയ പദ്ധതി അംഗീകരിക്കാൻ കാന്റർബറി ആർച്ച് ബിഷപ്പിനോടും വിക്ടോറിയറാണിയോടും മറ്റും അഭ്യർഥിക്കാൻ റോബർട്ട് ഓവന് യാതൊരു മടിയും ഉണ്ടായില്ല. തങ്ങൾ നിർദേശിക്കുന്ന പദ്ധതി നല്ലതാണെന്നിരിക്കെ അത് അംഗീകരിക്കുന്നതിന് ഭരണമേധാവികൾ മടിക്കേണ്ട യാതൊരു കാര്യവുമില്ലല്ലോ എന്നാണവർ കരുതിയത്.

ഇതേ സമീപനം നമ്മുടെ നാട്ടിലെ ചില രാഷ്ട്രീയചിന്തകന്മാരിലും കാണാം. ഉദാഹരണത്തിന് മഹാത്മാഗാന്ധിയുടെ ശിഷ്യവർഗങ്ങളിൽവച്ച് അദ്ദേഹത്തോടേറ്റവും അധികം അടുപ്പമുള്ള ദേഹമെന്ന് അംഗീകരിക്കപ്പെടുന്ന വിനോബ ഭാവെയും അദ്ദേഹത്തിന്റെ നേതൃത്വത്തിലുള്ള സർവോദയപ്രസ്ഥാനവും ഈ സമീപനമാണ് അംഗീകരിക്കുന്നത്. വിനോബ ഭാവെ തുടങ്ങിവെച്ച ഭൂദാനപ്രസ്ഥാനവും അതിന്റെ വളർന്ന രൂപമായ ഗ്രാമദാനപ്രസ്ഥാനവും ഇന്നത്തെ ഇന്ത്യയിലെ സാങ്കൽപ്പിക സോഷ്യലിസത്തിന്റെ പ്രായോഗികരൂപമാണെന്നു പറയാം. സർവോദയപ്രസ്ഥാനമെന്നുവെച്ചാൽ ബലപ്രയോഗമില്ലാത്ത കമ്യൂണിസമാണെന്ന വിനോബ ഭാവെയുടെ അവകാശവാദവും ശ്രദ്ധേയമാണ്.

ഇതിൽനിന്നു തികച്ചും വ്യത്യസ്തമായ ഒരു സമീപനമാണ് മാർക്സിസത്തിനുള്ളത്. പ്രചാരവേലകൊണ്ട് മനുഷ്യന്റെ സ്വഭാവം നന്നാക്കിയെടുത്ത് സമത്വപൂർണമായ ഒരു സമൂഹം ഉണ്ടാക്കാമെന്നു മാർക്സിസം കരുതുന്നില്ല. സമുദായത്തിൽ നിലവിലുള്ള അനീതികൾക്കും അക്രമങ്ങൾക്കും മർദനചൂഷണങ്ങൾക്കുമെല്ലാം വസ്തുനിഷ്ഠമായ ചില കാരണങ്ങളുണ്ടെന്നാണ് മാർക്സിസം കരുതുന്നത്. ഈ കാരണങ്ങൾ ഉള്ളതുകൊണ്ടാണ്, ഏതാനും വ്യക്തികളുടെ ദുർവാസനകൾകൊണ്ടല്ല, അനീതിയും അക്രമവും മർദനചൂഷണങ്ങളും രൂപംകൊ

ള്ളുന്നതും നിലനിന്നു വരുന്നതും. വസ്തുനിഷ്ഠമായ ഈ സാഹചര്യങ്ങൾ ഇല്ലാതാക്കാതെ ഐശ്വര്യവും സമത്വവും നിറഞ്ഞ ഒരു പുതിയ സമൂഹം കെട്ടിപ്പടുക്കാൻ കഴിയില്ല. ആ സാഹചര്യം ഇല്ലാതാക്കണമെങ്കിലോ, ഇന്നത്തെ സാമൂഹ്യവ്യവസ്ഥയുടെ പശ്ചാത്തലമാകെ പരിശോധിക്കുകയും വേണം. ഇങ്ങനെ ശാസ്ത്രീയമായ പരിശോധനയിലൂടെ സാഹചര്യം മനസിലാക്കി അതിൽ മാറ്റം വരുത്താനുള്ള വഴികൾ കണ്ടുപിടിക്കാനാണ് മാർക്സും എംഗൽസും ശ്രമിച്ചത്.

അതുകൊണ്ട്, മാർക്സും എംഗൽസും അംഗീകരിച്ച സമീപനത്തിനും അതനുസരിച്ചു രൂപംകൊണ്ട ആശയത്തിനും ശാസ്ത്രീയസോഷ്യലിസമെന്നു പേർ വന്നു. പ്രകൃതിയുടെ ബാഹ്യരൂപങ്ങളിലോരോന്നിനെയും തന്റെ ഗവേഷണശാലയിൽവെച്ച് അപഗ്രഥിച്ച് അവയുടെ സ്വഭാവങ്ങൾ മനസിലാക്കാനും അതനുസരിച്ച് പ്രകൃതിയെ മനുഷ്യന് ആവശ്യമായ രീതിയിലേക്ക് നയിക്കാനും ശ്രമിക്കുന്ന ശാസ്ത്രകാരന്മാരെപ്പോലെ മനുഷ്യസമൂഹത്തെ–വിശേഷിച്ചും മുതലാളിത്തസമൂഹത്തെ–ശാസ്ത്രീയമായി അപഗ്രഥിച്ച് അതിന്റെ സ്വഭാവങ്ങൾ മനസിലാക്കാനും, അതിൽ മാറ്റങ്ങൾ വരുത്തിത്തീർക്കാനും ശ്രമിക്കുകയാണ് മാർക്സും എംഗൽസും ചെയ്തത്.

ഇത് സോഷ്യലിസ്റ്റ് ആശയങ്ങളുടെ വളർച്ചയുടെ ചരിത്രത്തിൽ–എന്തിന് മനുഷ്യവിജ്ഞാനത്തിന്റെ തന്നെ വളർച്ചയിൽ–ഒരു പുതിയ നാഴികക്കല്ലായിരുന്നു. അതുകൊണ്ടാണ് സാങ്കൽപ്പിക സോഷ്യലിസക്കാരുടെ പ്രചാരവേലയ്ക്ക് ഭാഗികവും താൽക്കാലികവുമായി മാത്രം ഫലമുണ്ടായപ്പോൾ മാർക്സിന്റെയും എംഗൽസിന്റെയും ശാസ്ത്രീയ സോഷ്യലിസ്റ്റ് ചിന്താഗതി ഒരു ശതാബ്ദത്തിലധികം കാലമായി അപ്രതിഹതമാംവിധം ലോകത്തിലെങ്ങും മുന്നേറി വരുന്നത്.

ശാസ്ത്രീയസോഷ്യലിസത്തിന് മറ്റൊരു സവിശേഷത കൂടിയുണ്ട്. സാങ്കൽപ്പികസോഷ്യലിസക്കാരെപ്പോലെ തങ്ങൾ പറയുന്നത് നല്ല കാര്യമാകയാൽ എല്ലാ നല്ലയാളുകളും ഇത് അംഗീകരിക്കുമെന്ന ശുഭപ്രതീക്ഷ മാർക്സിനോ എംഗൽസിനോ അവരുടെ അനുയായികൾക്കോ ഇല്ല. നിരന്തരമായ പ്രചരണവും സംഘടിത പ്രവർത്തനവുംകൊണ്ട് ബഹുഭൂരിപക്ഷം പേർ ഇത് അംഗീകരിക്കുമെന്ന് അവർക്ക് പൂർണവിശ്വാസമുണ്ട്. എന്നാൽ, സർവശക്തികളും ഉപയോഗിച്ച് ഇതിനെ എതിർക്കുന്ന ഒരു ന്യൂനപക്ഷമുണ്ടെന്നും, അവരുടെ കയ്യിലാണ് പ്രചരണോപാധികളും അധികാരശക്തിയുമെല്ലാമുള്ളതെന്നും അവർക്കറിയാം. അതുകൊണ്ട് മുതലാളിത്തസമൂഹം അവസാനിപ്പിച്ച് സോഷ്യലിസ്റ്റ് സമൂഹം സ്ഥാപിക്കുകയെന്നത് സുദീർഘവും ദുഷ്കരവുമായ ഒരു സമരത്തിലൂടെ മാത്രം നടത്താനുള്ള ജോലിയാണെന്നവർ മനസിലാക്കി എന്നാൽ, ഈ സമരത്തിൽ വിജയം വരിക്കുന്നത് അധികാരശക്തിയോ സാമ്പത്തികശക്തിയോ പ്രചാരണോപാധികളോ കൈവശമില്ലാത്തവരെങ്കിലും സാമൂഹ്യവളർച്ചക്ക് അടിസ്ഥാനമായ അധ്വാനശക്തി ഉപയോഗിച്ച് സ്വത്തുൽപ്പാ

ദനം നടത്തുന്ന ഭൂരിപക്ഷം ജനങ്ങളാണ്. എന്തുകൊണ്ടെന്നാൽ, അവരാണ് സമൂഹത്തിലെ വളർന്നുവരുന്ന ശക്തി-ഇതാണ് തങ്ങളുടെ ശാസ്ത്രീയ ഗവേഷണംകൊണ്ട് മാർക്സും എംഗൽസും മനസിലാക്കിയത്.

ചുരുക്കത്തിൽ, മാർക്സിസത്തെ സാങ്കൽപ്പികസോഷ്യലിസത്തിൽനിന്ന് വേർതിരിക്കുന്നത് അതിന്റെ ശാസ്ത്രീയസമീപനവും അധ്വാനിക്കുന്ന ബഹുജനങ്ങളിലുള്ള വിശ്വാസവുമാണ്: സ്വത്തുടമകളായ ഒരു ചെറുന്യൂനപക്ഷവും അധ്വാനിച്ച് സ്വത്തുൽപ്പാദിപ്പിക്കുന്ന ബഹുഭൂരിപക്ഷം ജനങ്ങളും തമ്മിലുള്ള വൈരുധ്യമാണ് സാമൂഹ്യപുരോഗതിയുടെ അടിസ്ഥാനമെന്ന യാഥാർഥ്യം താത്ത്വികമായി സ്ഥാപിക്കുന്ന ശാസ്ത്രവും പ്രായോഗികമായി ഉപയോഗിക്കുന്ന പ്രസ്ഥാനവുമാണ് ശാസ്ത്രീയസോഷ്യലിസം. സാങ്കൽപ്പികസോഷ്യലിസമാകട്ടെ ഏതാനും മനുഷ്യസ്നേഹികളുടെ സ്വപ്നമാണ്.

രണ്ട്

മാർക്സിസത്തിന്റെ സംഭാവന

നിരവധി നൂറ്റാണ്ടുകളായി മനുഷ്യൻ സ്വപ്നം കണ്ടുപോന്ന പുതിയ ഒരു സോഷ്യലിസ്റ്റ് ലോകം യാഥാർഥ്യമാക്കിത്തീർക്കാൻ വേണ്ട സാഹചര്യങ്ങളുണ്ടെന്നും അത് ഉപയോഗിക്കാൻ ഇന്ന മാർഗത്തിലൂടെ മുന്നോട്ടുപോകണമെന്നും തെളിയിക്കുകയാണല്ലോ ശാസ്ത്രീയസോഷ്യലിസം ചെയ്യുന്നത്.

ഇതിനുവേണ്ടി ശാസ്ത്രീയസോഷ്യലിസത്തിന്റെ പ്രണേതാക്കളായ മാർക്സും എംഗൽസും തങ്ങളുടെ കാലത്തുണ്ടായിരുന്ന ശാസ്ത്രവിജ്ഞാനത്തെ മുഴുവൻ ഉപയോഗിക്കുകയുണ്ടായി. അങ്ങനെ സോഷ്യലിസ്റ്റ് സമൂഹം കെട്ടിപ്പടുക്കാനുള്ള പ്രസ്ഥാനത്തെ ശാസ്ത്രവിജ്ഞാനവുമായി കൂട്ടിയിണക്കുന്നതിന് അവർ നടത്തിയ പരിശ്രമത്തിൽനിന്ന് സോഷ്യലിസ്റ്റ് പ്രസ്ഥാനത്തിന് ചരിത്രപ്രധാനമായ പല നേട്ടവും കിട്ടിയെങ്കിൽ അത് സ്വാഭാവികം മാത്രമായിരിക്കുമല്ലോ. പക്ഷേ, മാർക്സിന്റെയും എംഗൽസിന്റെയും പ്രവർത്തനത്തിന്റെ പ്രാധാന്യം ഇവിടംകൊണ്ട് അവസാനിക്കുന്നില്ല. ശാസ്ത്രവിജ്ഞാനത്തിൽനിന്ന് സോഷ്യലിസ്റ്റ് പ്രസ്ഥാനത്തിനെന്നപോലെ സോഷ്യലിസ്റ്റ് പ്രസ്ഥാനത്തിൽനിന്ന് ശാസ്ത്രവിജ്ഞാനത്തിനും നിരവധി നേട്ടങ്ങൾ കിട്ടി; ഇനിയും നിരവധി കിട്ടാൻ പോകുന്നു. ഈ അടിസ്ഥാനത്തിൽ ശാസ്ത്രലോകത്തിൽത്തന്നെ വമ്പിച്ച വിപ്ലവം വരുത്താൻ ആവശ്യമായ പുതിയ ഒരു സമീപനമാണ് ശാസ്ത്രീയസോഷ്യലിസം.

ശാസ്ത്രവിജ്ഞാനത്തിന്റെ എല്ലാ ശാഖകളിലും വമ്പിച്ച പുരോഗതി ഉണ്ടായിക്കൊണ്ടിരിക്കുന്ന ഒരു കാലഘട്ടത്തിലാണ് മാർക്സും എംഗൽസും ജനിച്ചത്. അവർ ഇരുവരുംകൂടി ചേർന്ന് എഴുതിയ *കമ്യൂണിസ്റ്റ് മാനിഫെസ്റ്റോ*വിൽ ചൂണ്ടിക്കാണിച്ചതുപോലെ, കഴിഞ്ഞ ഒരു നൂറ്റാ

ണ്ടുകാലത്ത് ശാസ്ത്രവിജ്ഞാനത്തിലും സാങ്കേതികമാർഗങ്ങളിലും വന്ന വിപ്ലവകരമായ മാറ്റവുമായി താരതമ്യപ്പെടുത്തുമ്പോൾ അതിനുമുമ്പ് മനുഷ്യസമൂഹത്തിന്റെ ചരിത്രത്തിലാകെ ഉണ്ടായ മാറ്റങ്ങൾ നിസ്സാരമായി ത്തോന്നും. പ്രകൃതിശാസ്ത്രശാഖകൾ മുഴുവൻ അതിവേഗം വളർന്നു വരികയായിരുന്നു. അതേവരെ ഇല്ലാതിരുന്ന പുതിയ പല ശാഖകളും രൂപം പ്രാപിക്കുകയായിരുന്നു. പോരെങ്കിൽ ശാസ്ത്രവിജ്ഞാനത്തിന്റെ പരിധിയിൽ പെടാത്തതെന്ന് അതേവരെ കരുതപ്പെട്ടിരുന്ന സാമൂഹ്യജീവിതത്തിന്റെ വിവിധ രംഗങ്ങളും ശാസ്ത്രീയമായ അപഗ്രഥനത്തിനും ഗവേഷണത്തിനും വിധേയമാകാൻ തുടങ്ങിയിരുന്നു. അങ്ങനെ സാമൂഹ്യശാസ്ത്രങ്ങൾ എന്ന പൊതു പേരിലറിയപ്പെടുന്ന പല പുതിയ ശാസ്ത്രവിജ്ഞാനശാഖകളും ഉയർന്നുവരാൻ തുടങ്ങുകയായിരുന്നു.

ഇതിന്റെയെല്ലാം അനുഭവം ഉൾക്കൊണ്ടുകൊണ്ടാണ് മാർക്സും എംഗൽസും തങ്ങളുടെ പുതിയ സിദ്ധാന്തത്തിന് രൂപം നൽകിയത്. അതുകൊണ്ട് സ്വാഭാവികമായി ശാസ്ത്രീയജ്ഞാനത്തിന്റെ മുദ്ര അവരുടെ സോഷ്യലിസ്റ്റ് ചിന്താഗതിയിൽ മായാൻ വയ്യാത്തവിധം പതിഞ്ഞു. അതുപോലെ തന്നെ സോഷ്യലിസത്തിന്റെ മുദ്ര പതിഞ്ഞുകിടക്കുന്ന ഒരു സമീപനം ശാസ്ത്രവിജ്ഞാനത്തിന്റെ രംഗത്തിലും ഉണ്ടാകേണ്ടിയിരിക്കുന്നു; എങ്കിൽ മാത്രമേ ശാസ്ത്രവിജ്ഞാനത്തിന് പൂർണമായ വളർച്ച കിട്ടുകയും സത്യം കണ്ടുപിടിക്കുവാൻ കഴിയുകയും ചെയ്യുകയുള്ളൂ.

പ്രകൃതിശാസ്ത്രത്തിന്റെ ശാഖകളിലോരോന്നിലും പ്രത്യേകം പ്രത്യേകമായി ഗവേഷണം നടത്തുകയോ അവയ്ക്ക് പുതിയ മുതൽക്കൂട്ടുണ്ടാക്കുകയോ ചെയ്യാൻ മാർക്സോ എംഗൽസോ ശ്രമിച്ചിട്ടില്ല. എന്നാൽ, പ്രകൃതിശാസ്ത്രത്തിനാകെ നിയാമകമായി നിൽക്കുന്ന–അഥവാ പ്രകൃതിശാസ്ത്രമാകെ മനുഷ്യനു നൽകുന്ന വിജ്ഞാനത്തിന്റെ പൊതുരൂപമെന്നു വിളിക്കാവുന്ന–ഒരു പൊതു പ്രപഞ്ചവീക്ഷണമുണ്ട്. അതിനാണ് “ദർശനം” എന്നു പറയുന്നത്. അത് സംബന്ധിച്ച് പുതുതും വിപ്ലവപരവുമായ ഒരു സമീപനം അവർ അംഗീകരിച്ചു. അതിന്റെ പേരാണ് “വൈരുധ്യാത്മക ഭൗതികവാദം.”

അക്കാലത്ത് ദർശനം ഏറ്റവുമധികം വളർന്നുനിന്നിരുന്ന രാജ്യമാണ് ജർമനി. അവിടത്തെ ഒരു പ്രശസ്ത കലാശാലയിലെ ദാർശനികവിദ്യാർഥിയും പിന്നീട് ബിരുദധാരിയുമെന്ന നിലയ്ക്കാണ് “ഡോ. കാൾമാർക്സ്” തന്റെ സാഹിത്യപരമായ പ്രവർത്തനം തുടങ്ങിയത്.

അന്ന് നിലവിലുള്ള ദർശനത്തിൽ വിപ്ലവകരമായ രണ്ടു പ്രവണതകളുണ്ടായിരുന്നു. അതിലൊന്ന് *ഭൗതികവാദ*ത്തിന്റേതാണ്. പ്രപഞ്ചവും അതിലടങ്ങിയിട്ടുള്ള വിവിധ ഭൗതികപദാർഥങ്ങളും യഥാർഥമാണെന്ന് മാത്രമല്ല, ആത്മീയജീവിതമെന്നറിയപ്പെടുന്ന എല്ലാറ്റിന്റെയും ഉറവിടമാണ് ഈ ഭൗതികലോകമെന്നുകൂടി ഈ ചിന്താഗതിക്കാർ ചൂണ്ടിക്കാണിക്കുന്നു (ഇവരെ എതിർക്കുന്ന *ആത്മീയവാദി*കളാവട്ടെ, ഭൗതികപ്രപഞ്ചം ആത്മീയപ്രപഞ്ചത്തിന്റെ പ്രതിഫലനം മാത്രമാണെന്നാണ് വാദിച്ചത്).

അന്ന് ദർശനത്തിലുണ്ടായിരുന്ന രണ്ടാമത്തെ വിപ്ലവപ്രവണത വൈരുധ്യവാദത്തിന്റേതാണ്. വിരുദ്ധശക്തികളുടെ അന്യോന്യസംഘട്ടനത്തിൽനിന്നാണ് പുരോഗതിയുണ്ടാകുന്നതെന്നും അതുകൊണ്ട് വൈരുധ്യവും സംഘട്ടനവും സജീവശക്തികളായി ലോകത്തെ മുമ്പോട്ടു കൊണ്ടുപോകുന്നുവെന്നും ഈ ദർശനത്തിന്റെ പ്രണേതാക്കൾ ചൂണ്ടിക്കാണിച്ചു. ഇവർക്കെതിരായിരുന്നു കേവലവാദം (മെറ്റാഫിസിക്സ്) എന്ന പേരിലറിയപ്പെടുന്ന മറ്റൊരു ചിന്താഗതി ഉൾക്കൊണ്ടിരുന്നവർ. ഇവരുടെ സമീപനത്തിന്റെ ഉള്ളടക്കമിതാണ്: നിശ്ചിത നിയമങ്ങളനുസരിച്ച് പ്രവർത്തിച്ചുകൊണ്ടിരിക്കുന്ന പ്രപഞ്ചത്തിന് മൗലികമായി യാതൊരു മാറ്റവുമില്ല; അതിനകത്തുള്ള യാതൊരു പദാർഥത്തിലും ബാഹ്യരൂപങ്ങളിലും വൈരുധ്യങ്ങളോ സംഘട്ടനങ്ങളോ ഇല്ല.

*ഭൗതികവാദവും വൈരുധ്യവാദ*വും രണ്ടും നിലവിലുണ്ടായിരുന്നുവെങ്കിലും വിപ്ലവകരമായ ഈ രണ്ടു പ്രവണതകളെയും ഒരേ സമയത്ത് ഉൾക്കൊള്ളുന്ന ദാർശനികന്മാർ ഇല്ലായിരുന്നു. ഭൗതികവാദത്തിന്റെ ചേരിപിടിച്ചു വാദിച്ചിരുന്നവരുടെയെല്ലാം സമീപനം കേവലവാദപരം ആയിരുന്നു. അവരുടെ ഭൗതികവാദത്തിനു "കേവല ഭൗതികവാദ"മെന്നു പേർ പറയാം. താക്കോൽ കൊടുത്താൽ നടക്കാൻ തുടങ്ങുന്ന വാച്ചും, ആവി ഉപയോഗിച്ചു പ്രവർത്തിക്കുന്ന യന്ത്രങ്ങളും മറ്റുംപോലെ സദാ പ്രവർത്തിച്ചുകൊണ്ടിരിക്കുന്ന കോടാനുകോടി പദാർഥങ്ങളുടെ ആകത്തുകയാണ് ഭൗതികപ്രപഞ്ചമെന്നാണ് അവർ വിശ്വസിച്ചിരുന്നത്. നേരെമറിച്ച്, വൈരുധ്യവാദികളാവട്ടെ; ആത്മീയവാദത്തിന്റെ പ്രപഞ്ചവീക്ഷണം ഉൾക്കൊള്ളുന്നവരായിരുന്നു.

അങ്ങനെ, ഒരു വശത്ത് കേവല ഭൗതികവാദവും ആത്മീയവാദവും തമ്മിൽ; മറുവശത്ത് വൈരുധ്യാത്മകമായ ആത്മീയവാദവും ഭൗതികവാദവും തമ്മിൽ–ഈ രണ്ടു സമരങ്ങൾ നടന്നുകൊണ്ടിരുന്ന ഒരു കാലഘട്ടത്തിലാണ് മാർക്സും എംഗൽസും തങ്ങളുടെ ബുദ്ധിപരമായ പ്രവർത്തനം തുടങ്ങിയത്. ഇത് രണ്ടിനെയും വിമർശിച്ച് തള്ളിക്കളയുകയാണ് അവർ ചെയ്തത്. അങ്ങനെ കേവല സമീപനപരമായ ഭൗതികവാദത്തിലോ ആത്മീയാധിഷ്ഠിതമായ വൈരുധ്യവാദത്തിലോ ഒതുങ്ങിനിൽക്കാത്ത പുതിയൊരു ദർശനം നിലവിൽ വന്നു–ഭൗതികവാദത്തിന്റെയും വൈരുധ്യവാദത്തിന്റെയും സമീപനം ഉൾക്കൊള്ളുകയും കൂട്ടിയിണക്കുകയും ചെയ്യുന്ന ഒരു സമഗ്ര ദർശനം. ഇതിന്റെ പേരാണ് "വൈരുധ്യാത്മക ഭൗതികവാദം."

പെട്ടെന്നല്ലെങ്കിൽ കാലക്രമേണയെങ്കിലും ശാസ്ത്രവിജ്ഞാനത്തിന്റെ എല്ലാ ശാഖകളിലും സ്വാധീനം ചെലുത്താൻ കഴിയുന്ന ഒരു നൂതനദാർശനിക സമീപനമാണിത്. ലോകത്തിന്റെ മൂന്നിലൊന്ന് ഭാഗത്ത്–സോഷ്യലിസ്റ്റ് സമൂഹം സ്ഥാപിച്ചു കഴിഞ്ഞാൽ രാജ്യങ്ങളിൽ–ഔദ്യോഗികമായി എല്ലാ ശാസ്ത്രവിജ്ഞാനശാഖകളിലും ഈ സമീപനമാണിന്ന് അംഗീകരിക്കുന്നത്. സോഷ്യലിസ്റ്റ് സമൂഹം സ്ഥാപിച്ചുകഴി

ഞ്ഞിട്ടില്ലാത്ത മറ്റു രാജ്യങ്ങളിലും അനൗദ്യോഗികമായി ഇതിന്റെ സ്വാധീനശക്തി വളർന്നുവരികയാണ്. വിശ്വവിഖ്യാതരായ നിരവധി ശാസ്ത്രകാരന്മാർ ഈ സമീപനം അംഗീകരിച്ചു നടത്തിയ ഗവേഷണപ്രവർത്തനങ്ങളുടെ ഫലം മുതലാളിത്തലോകം പോലും ഇന്ന് അനുഭവിച്ചുവരുന്നുണ്ട്.

എന്നാൽ, മാർക്സിന്റെയും എംഗൽസിന്റെയും ഏറ്റവും വലിയ സംഭാവന സാമൂഹ്യശാസ്ത്രത്തിന്റെ ശാഖകളിലാണ്-ചരിത്രം അർഥശാസ്ത്രം, രാഷ്ട്രവിജ്ഞാനം, സമൂഹ്യജീവിതവിജ്ഞാനം-മുതലായവയിലാണ്. ഈ എല്ലാ ശാഖകൾക്കും വെവ്വേറെയായും, അവയ്ക്കെല്ലാംകൂടി സമഗ്രമായും അവർ നൽകിയ സംഭാവന മഹത്തായതാണ്. അവയിൽ ചിലതിനെയെങ്കിലും കുറിച്ചു സംക്ഷിപ്തമായ വിവരം ഇതിനുശേഷം വരുന്ന അധ്യായങ്ങൾ നൽകുന്നുണ്ട്. അതിനുള്ള മുഖവുര എന്ന നിലയ്ക്ക് ഒരു കാര്യം മാത്രമിവിടെ പറഞ്ഞുവയ്ക്കട്ടെ.

പ്രകൃതിശാസ്ത്രത്തിന്റെ ശാഖകളിലെന്നപോലെ സാമൂഹ്യശാസ്ത്രത്തിന്റെ ശാഖകളിലും, വൈരുധ്യാത്മകമായ ഭൗതികവാദം പ്രവർത്തിക്കുന്നുണ്ട്. പ്രകൃതിയിലെന്നപോലെ തന്നെ സാമൂഹ്യജീവിതത്തിലും വിരുദ്ധശക്തികൾ പ്രവർത്തിക്കുന്നു; അവ തമ്മിൽ ഏറ്റുമുട്ടുന്നു-ഈ ഏറ്റുമുട്ടലിലൂടെ സദാ പുരോഗമനം നടന്നുകൊണ്ടിരിക്കുന്നു, അതുപോലെ തന്നെ ഭൗതികപദാർഥങ്ങളാണ്, ആശയങ്ങളല്ല, പ്രാഥമികമായി നിലനിൽക്കുന്നതെന്ന യാഥാർഥ്യം പ്രകൃതിയിലെന്നപോലെ സാമൂഹ്യജീവിതത്തിലും പ്രവർത്തിക്കുന്നു. ചുരുക്കത്തിൽ ആഭ്യന്തര വൈരുധ്യങ്ങളിലൂടെ പുരോഗമിച്ചുകൊണ്ടിരിക്കുന്ന ഭൗതികപദാർഥങ്ങളുടെയും അവയിൽ നിന്ന് ഉടലെടുക്കുന്ന ആത്മീയപ്രതിഭാസങ്ങളുടെയും ആകത്തുകയാണ് പ്രപഞ്ചമെന്ന തത്ത്വമാണ് പ്രകൃതിശാസ്ത്രത്തിലെന്നപോലെ സാമൂഹ്യശാസ്ത്രങ്ങളിലും പ്രവർത്തിക്കുന്നത്.

ഇതാണ് മാർക്സിസത്തിന്റെ കാഴ്ചപ്പാട്. അതുകൊണ്ട് ഈ കാഴ്ചപ്പാടിന് "ചരിത്രപരമായ ഭൗതികവാദ"മെന്ന പേർ കൊടുത്തിരിക്കുന്നു. ഇതാകട്ടെ, വൈരുധ്യാത്മകമായ ഭൗതികവാദത്തിന്റെ ഒരു സവിശേഷരൂപം-സാമൂഹ്യജീവിതത്തിൽ പ്രയോഗിക്കുമ്പോഴുണ്ടാകുന്ന രൂപം-മാത്രമാണുതാനും.

"ചരിത്രപരമായ ഭൗതികവാദ"മാകട്ടെ, വെറുമൊരു തത്ത്വശാസ്ത്രമായി നിൽക്കുന്നില്ല. വിപ്ലവകരമായി മുന്നേറിക്കൊണ്ടിരിക്കുന്ന മനുഷ്യസമൂഹത്തെ പുരോഗമിപ്പിക്കുന്നതിനും പ്രകൃതിയുടെ മേൽ മനുഷ്യനുള്ള നിയന്ത്രണം കൂടുതൽ ഉറപ്പിക്കുന്നതിനും വേണ്ട പ്രവർ ത്തനപരിപാടികൾക്ക് രൂപംനൽകുന്ന ഒരു പ്രായോഗികസമീപനം കൂടി ഇതിൽ ഉൾപ്പെടുന്നു. മാർക്സ് തന്നെ വ്യക്തമാക്കിയതുപോലെ "ഇതേവരെ ദാർശനികർ പ്രപഞ്ചത്തെ വ്യാഖ്യാനിക്കുക മാത്രമാണ് ചെയ്തിട്ടുള്ളത്. നമുക്കാവശ്യം പ്രപഞ്ചത്തെ മാറ്റിത്തീർക്കുകയാണ്." ഇതാണ് "ചരിത്രപരമായ ഭൗതികവാദ"ത്തിന്റെ കാതലായ വശം.

ഇങ്ങനെ 'പ്രപഞ്ചം മാറ്റിത്തീർക്കു'ന്നതിൽ നിർണായകമായ പങ്കു

വഹിക്കുന്നത് മനുഷ്യന്റെ അധ്വാനമാണ്; അതുകൊണ്ട് ചരിത്രത്തിന്റെ ഗതി നിർണയിക്കുന്നത് അധ്വാനിച്ച് പ്രകൃതിയെ നിയന്ത്രിക്കുകയും സമ്പത്ത് ഉൽപ്പാദിപ്പിക്കുകയും ചെയ്യുന്ന ബഹുജനങ്ങളാണ്; അവരുടെമേൽ ആധിപത്യം വഹിക്കുന്ന ഭരണാധികാരവർഗങ്ങളല്ല.

മനുഷ്യസമൂഹത്തിന്റെ ചരിത്രത്തിൽ അസാമാന്യമായ പ്രതിഭയും അമാനുഷികമായ കഴിവുമുള്ള വീരപുരുഷന്മാർക്കുണ്ടെന്നു കരുതപ്പെട്ടിരുന്ന പ്രാധാന്യം എടുത്തുമാറ്റി, സാധാരണക്കാർക്കുള്ള പങ്ക് ചൂണ്ടിക്കാണിച്ച ആദ്യത്തെ ശാസ്ത്രീയചരിത്രവീക്ഷണമാണ് മാർക്സിസത്തിന്റെ സംഭാവനയായ "ചരിത്രപരമായ ഭൗതികവാദം."

മൂന്ന്
ഭൗതികവാദത്തിന്റെ പ്രപഞ്ചവീക്ഷണം

നാം അധിവസിക്കുന്ന ഈ പ്രപഞ്ചം യഥാർഥത്തിൽ ഉള്ളതാണോ? അതോ അതുണ്ടെന്ന് നമുക്ക് തോന്നുകയാണോ?

അസംബന്ധമെന്നു തോന്നാവുന്ന ഒരു ചോദ്യമാണിത്. എന്നാൽ ഇത്തരം ചോദ്യങ്ങളോടുകൂടിയാണ് മനുഷ്യന്റെ തത്ത്വചിന്ത തുടങ്ങിയത്.

തനിക്കുചുറ്റുമുള്ള–തന്റെ നിത്യജീവിതത്തെ പ്രത്യക്ഷമായി ബാധിക്കുന്ന–സൂര്യൻ, ചന്ദ്രൻ, ഇടിയും മഴയും കടലും നദികളും മുതലായവയെല്ലാം കണ്ട് അമ്പരന്നു നിൽക്കുകയും അവയെയെല്ലാം ഭയബഹുമാനങ്ങളോടെ സമീപിക്കുകയുമായിരുന്നു മനുഷ്യന്റെ ആദ്യകാലസമ്പ്രദായം. അതിനെത്തുടർന്ന് ക്രമേണ മനുഷ്യൻ പ്രകൃതിയെക്കുറിച്ചു ചിന്തിക്കാൻ തുടങ്ങി. അന്ന് അയാളുടെ മനസിലുദിച്ച സംശയമാണ് മുകളിൽ സൂചിപ്പിച്ചത്.

ആദ്യകാലത്തെല്ലാം ഈ ചോദ്യത്തിന് മനുഷ്യൻ നൽകിയ മറുപടി "ഈ പ്രപഞ്ചമാകെ മായയാണ്, മിഥ്യയാണ്" എന്നത്രെ. ഈ ധാരണയ്ക്ക് യുക്തിയുടെ രൂപംനൽകാൻ ലോകത്തെല്ലായിടത്തുമുള്ള പുരാതനകാലത്തെ തത്ത്വചിന്തകന്മാർ ശ്രമിച്ചിട്ടുണ്ട്. നമ്മുടെ ഇന്ത്യയിലും പുരാതന ഹൈന്ദവദാർശനികർ അതിനാണ് ശ്രമിച്ചത്.

ലോകത്തിലെങ്ങുമുള്ള തത്ത്വചിന്തകന്മാരിൽ ബഹുഭൂരിപക്ഷവും ഈ വഴിക്കു ചിന്തിച്ചിരുന്നു. അക്കാലത്തുതന്നെ ഈ നിലപാടിനെ ശക്തിയായെതിർത്തുകൊണ്ട് നമുക്കു ചുറ്റുമുള്ള ബാഹ്യപ്രപഞ്ചം യഥാർഥമാണെന്ന് വാദിച്ച മറ്റൊരു വിഭാഗം തത്ത്വചിന്തകന്മാർ എല്ലാ രാജ്യത്തും ഉണ്ടായിട്ടുണ്ട്. ആത്മീയവാദത്തിന്റെ കേന്ദ്രമെന്ന് പ്രകീർത്തിക്കപ്പെടുന്ന ഇന്ത്യയിൽത്തന്നെ പുരാതന ഹൈന്ദവതത്ത്വചിന്തകരുടെ കൂട്ടത്തിൽ "ലോകായതന്മാർ" എന്ന പേരിൽ അറിയപ്പെടുന്ന ഒരു വിഭാഗക്കാർ ഉണ്ടായിരുന്നതിനു തെളിവുകളുണ്ട്.

രണ്ടുതരത്തിലുള്ള ഈ പ്രപഞ്ചവീക്ഷണങ്ങൾക്കാണ് ആത്മീയവാദമെന്നും ഭൗതികവാദമെന്നും പറയുന്നത്. പുരാതന–മധ്യയുഗങ്ങളിൽ ആത്മീയവാദത്തിനാണ് കൂടുതൽ സ്വാധീനം ചെലുത്താൻ കഴിഞ്ഞിരു

ന്നതെങ്കിൽ ഇന്ന് ഭൗതികവാദത്തിന്റെ ശക്തി കൂടിക്കൂടി വരികയാണ്. എന്നാൽ അന്നെന്നപോലെ ഇന്നും ഈ രണ്ടു പ്രപഞ്ചവീക്ഷണങ്ങളും തമ്മിൽ മത്സരം നടന്നുകൊണ്ടിരിക്കുന്നുണ്ട്. ആത്മീയവാദത്തിന് കൂടുതൽ സ്വാധീനമുണ്ടായിരുന്ന പുരാതന-മധ്യയുഗങ്ങളിൽ ഭൗതികവാദവും നിലനിന്നിരുന്നു. അതുപോലെ ഭൗതികവാദം മുന്നേറിക്കൊണ്ടിരിക്കുന്ന ഇന്നും ആത്മീയവാദത്തിന് ഗണ്യമായ സ്വാധീനശക്തി ചെലുത്താൻകഴിയുന്നുണ്ട്. അതിനെ ഉറച്ച്എതിർത്തുതോൽപ്പിക്കാൻ ശ്രമിച്ചാലല്ലാതെ ശാസ്ത്രീയമായ ഒരു പ്രപഞ്ചവീക്ഷണം വളർന്നു രൂപം കൊള്ളുകയില്ല.

എന്തുകൊണ്ടാണ് ആത്മീയവാദത്തിന്റെ സ്വാധീനശക്തി കാലക്രമേണ കുറഞ്ഞുപോയത്? എന്തുകൊണ്ടാണ് അതിനിന്നും കുറെയെല്ലാം സ്വാധീനം ചെലുത്താൻ കഴിയുന്നത്?

ആത്മീയവാദത്തിന്റെ പൂർണമായ രൂപം മായാവാദമാണല്ലോ-നമ്മുടെ ചുറ്റും ഉണ്ടെന്നു തോന്നുന്ന പ്രകൃതിപദാർഥങ്ങൾ യഥാർഥത്തിൽ ഇല്ല; ഉണ്ടെന്നു തോന്നുകയാണ് എന്ന ധാരണ. ഇതിനുള്ള ഫലപ്രദമായ മറുപടി മനുഷ്യന്റെ ദൈനംദിന ജീവിതാനുഭവം തന്നെയാണ്. നമ്മുടെ മനസിലും ഭാവനയിലും രൂപംകൊള്ളുന്ന പല പദാർഥങ്ങളുമുണ്ട്. എന്നാൽ അവയിൽ ചിലതിന് പ്രായോഗികജീവിതത്തിൽ രൂപംകൊടുക്കുവാൻ നാം എത്ര ശ്രമിച്ചാലും കഴിയുന്നില്ല, നേരെമറിച്ച്, വേറെ ചിലതു നാം ആശിക്കുകയോ പ്രതീക്ഷിക്കുകയോ ചെയ്യാതെതന്നെ രൂപംകൊള്ളുന്നു.

ഒരു ചക്കക്കുരു എടുത്തു കുഴിച്ചിട്ടാൽ അതിൽനിന്നു പ്ലാവിൻതൈ മാത്രമേ മുളയ്ക്കുകയുള്ളൂ. "ഇതൊരു മാവിൻതൈ ആകണ"മെന്നു പ്രാർഥിച്ചതുകൊണ്ടൊന്നും അതൊരു മാവിൻതൈ ആകില്ല. "ഞാനൊരു ധനികനായി തീരണമേ" എന്നു പ്രാർഥിക്കുന്നവർ മുഴുവൻ ധനികരാകുമെങ്കിൽ ലോകത്തു ദരിദ്രർ എന്നൊരു വിഭാഗമേ ഉണ്ടാവില്ല.

ഇങ്ങനെ നിരവധി നിത്യജീവിതാനുഭവങ്ങൾ എടുത്തു പരിശോധിച്ചാൽ അവയിൽ നിന്നെല്ലാം ഒരു വാസ്തവം നാം കണ്ടെത്തുന്നു. നമ്മുടെയെല്ലാം ഭാവനയ്ക്കും വിചാരവികാരങ്ങൾക്കും അതീതമായി ചില ബാഹ്യയാഥാർഥ്യങ്ങൾ നിലവിലുണ്ട്. അവയിൽ ചിലവ വേറെ ചിലവയ്ക്ക് കാരണവും ഇനിയും ചിലവയുടെ ഫലവുമായിട്ടാണ് പ്രത്യക്ഷപ്പെടുന്നത്. ഇതെല്ലാം കണ്ടുമനസിലാക്കിയ മനുഷ്യൻ അവയിൽനിന്നുള്ള അനുഭവം ഉൾക്കൊണ്ടുകൊണ്ട് പല ഭൗതികപദാർഥങ്ങളും തന്റെ പ്രായോഗികപ്രവർത്തനത്തിനു വിഷയമാക്കാൻ തുടങ്ങി. അതിന്റെ ഫലമായി അവയ്ക്ക് രൂപഭേദം വന്നു. ചില ബാഹ്യപദാർഥങ്ങളില്ലാതായി. ഇതേവരെ ഇല്ലാതിരുന്ന വേറെ ചിലവ പുതിയതായി രൂപംപ്രാപിച്ചു.

ഇങ്ങനെ നിലവിലുള്ള പലതിനും രൂപഭേദം വരുത്താനും വേറെ ചിലതിനെ നശിപ്പിക്കാനും ഇല്ലാത്ത ചിലവ ഉണ്ടാക്കുവാനും മനുഷ്യനു കഴിയുമെങ്കിൽ ഈ പ്രപഞ്ചം വെറും മായയും മിഥ്യയുമാണെന്നെങ്ങനെ പറയാൻ കഴിയും?

എന്നാൽ, അനുഭവത്തിലൂടെ പ്രപഞ്ചയാഥാർഥ്യം മനസിലാക്കാനും ഭൗതികപദാർഥങ്ങളെ എടുത്തുപെരുമാറാനും മനുഷ്യനുള്ള കഴിവ് പരിമിതമാണ്. വിവിധ ശാസ്ത്രശാഖകൾ എത്ര പുരോഗമിച്ചാലും അവയിലൂടെ മനുഷ്യൻ നേടുന്ന ജ്ഞാനത്തിനു വ്യക്തമായ പരിമിതികളുണ്ട്. തനിക്കു മനസിലാക്കാൻ കഴിയുന്നതിനെക്കാൾ എത്രയോ കൂടുതൽ കാര്യങ്ങൾ ഇനിയും മനസിലാകാതെയുണ്ട്. ബഹിരാകാശത്തേക്കു പറന്നുചെല്ലുവാനും മറ്റു ഗോളങ്ങളിലും ഗ്രഹങ്ങളിലും നടക്കുന്നതെന്തെന്നു മനസിലാക്കാനും മറ്റും മനുഷ്യനുള്ള കഴിവ് അന്യാദൃശമായി വളർന്നു കഴിഞ്ഞ ഈ അധുനാതനയുഗത്തിൽപോലും മനുഷ്യന്റെ വിജ്ഞാനത്തിന്റെ പരിധിക്കപ്പുറം വിശാലമായൊരു അജ്ഞാതലോകം പരന്നുകിടക്കുന്നുണ്ട്.

ഈ സാഹചര്യത്തിലാണ് പഴയ ആത്മീയവാദം തന്നെ പുതിയ രൂപങ്ങളിൽ പ്രത്യക്ഷപ്പെടുന്നത്. പ്രപഞ്ചം മായയാണെന്നോ ഭാവനാനിർമിതമാണെന്നോ ഉള്ള പ്രാകൃതരൂപത്തിൽ ആത്മീയവാദം പ്രത്യക്ഷപ്പെടുന്നില്ല. ശാസ്ത്രീയജ്ഞാനം നൽകുന്ന അറിവ് യഥാർഥവും സത്യസന്ധവും ആണെന്നുപോലും അതു സമ്മതിച്ചുതരും. പക്ഷേ, ശാസ്ത്രവിജ്ഞാനത്തിനു പരിധി ഇല്ലേ.......? അതിനപ്പുറമെന്ത്.......? ഇതാണ് ഇന്ന് ആത്മീയവാദം ചോദിക്കുന്നത്.

അങ്ങനെ ശാസ്ത്രവിജ്ഞാനത്തിന്റെ പരിധിക്കുള്ളിൽ ഭൗതികവാദത്തിന് ധാരാളം പ്രസക്തി ഉണ്ടെങ്കിലും അതിനപ്പുറത്ത് ആത്മീയവാദത്തിനാണ് പ്രസക്തി ഉള്ളതെന്ന് വിശ്വവിഖ്യാതരായ ശാസ്ത്രകാരന്മാരിൽ ചിലർ പോലും പറയുന്നു. ഇന്നത്തെ ശാസ്ത്രകാരലോകം പരിശോധിച്ചാൽ വ്യക്തമായി കാണാവുന്ന ഒരു പരമാർഥമാണ് അവരിൽ ഗണ്യമായ ഒരു വിഭാഗത്തിന്റെ ഇരട്ടസ്വഭാവം. അവരുടെ സവിശേഷ പ്രവർത്തനരംഗമായ ശാസ്ത്രശാഖയിലൊതുങ്ങിനിൽക്കുന്ന സമയത്ത് മുഴുവൻ അവർ ഭൗതികവാദികളെപ്പോലെ ചിന്തിക്കുകയും പ്രവർത്തിക്കുകയും ചെയ്യുന്നു. അതിന്റെ പരിധിവിട്ട് പൊതുപ്രപഞ്ചവീക്ഷണത്തിന്റെ പരിധിയിലെത്തിയാലുടൻ അവർ ആത്മീയവാദികളാകുന്നു.

അതുകൊണ്ട്, മനുഷ്യവിജ്ഞാനത്തിന് അപ്രാപ്യമായ യാതൊരു ലോകവുമില്ലാത്ത സ്ഥിതി വരുമ്പോൾ മാത്രമേ ആത്മീയവാദം ഇല്ലാതാവുകയുള്ളൂ എന്ന് പറയാമോ? അങ്ങനെ കരുതുന്നത് അസംബന്ധം ആയിരിക്കും. എന്തുകൊണ്ടെന്നാൽ മനുഷ്യവിജ്ഞാനം എത്ര വളർന്നു കഴിഞ്ഞാലും ആ വളർന്ന വിജ്ഞാനത്തിന്റെയും പരിധിക്കപ്പുറത്ത് അതിന് അപ്രാപ്യമായ ഒരു ലോകം പിന്നെയും ബാക്കിയുണ്ടാകും. നൂറ്റാണ്ടുകൾക്ക് മുമ്പ്, ദശാബ്ദങ്ങൾക്കുപോലും മുമ്പ്, അജ്ഞാതമായിരുന്ന പല രംഗങ്ങളിലും ഇന്ന് ശാസ്ത്രം പ്രവർത്തിക്കുന്നു എങ്കിൽ, ഇന്ന് അജ്ഞാതമായ പലതിലും ഒരു ദശാബ്ദത്തിന് ശേഷം അത് പ്രവർത്തിക്കുന്നതായിരിക്കും. ഇങ്ങനെ നിരവധി ദശാബ്ദങ്ങളും ശതാബ്ദങ്ങളും കടന്നുപോയി കഴിയുമ്പോൾ അജ്ഞാതലോകത്തിന്റെ പരിധി ചുരുങ്ങു

കയും വിജ്ഞാനപരിധി വികസിക്കുകയും ചെയ്യുമെങ്കിലും അജ്ഞാത ലോകം പിന്നെയും ബാക്കി നിൽക്കും.

അതുകൊണ്ട് അജ്ഞാതലോകം ഇല്ലാതാകുന്ന ഒരു കാലഘട്ട ത്തെപ്പറ്റി സ്വപ്നം കാണുകയല്ല, യഥാർഥ ശാസ്ത്രജ്ഞന്മാർ ചെയ്യേ ണ്ടത്. പിന്നെയോ? അജ്ഞാതലോകം ചുരുങ്ങിവന്നതിന്റെയും വിജ്ഞാ നപരിധി വിപുലമായതിന്റെയും ഇതേവരത്തെ അനുഭവത്തിൽനിന്ന് ഇന്നും ബാക്കിനിൽക്കുന്ന അജ്ഞാതലോകത്തിന്റെ സ്വഭാവത്തെക്കുറിച്ച് ശരിയായ ധാരണയുണ്ടാക്കുകയാണ്. ഇതാണ് മാർക്സും എംഗൽസും ചെയ്തത്.

മറ്റെല്ലാ ഭൗതികവാദികളെയും പോലെ മാർക്സും എംഗൽസും ബാഹ്യപ്രപഞ്ചം യഥാർഥമെന്ന ധാരണയിൽ അടിയുറച്ചുനിന്നു. മാത്ര മല്ല, ഭാവനയും വികാരങ്ങളും വിചാരങ്ങളുമെല്ലാം ഭൗതികപ്രപഞ്ച ത്തിന്റെ വളർച്ചയിൽനിന്ന് രൂപംകൊണ്ടുവന്നവയാണെന്ന് കൂടി അവർ വ്യക്തമാക്കി. ഭാവനയിൽനിന്നും വികാരവിചാരങ്ങളിൽനിന്നും ഭൗതിക പദാർഥങ്ങൾ രൂപംകൊള്ളുകയില്ല. നേരെമറിച്ച്, ഭൗതികപദാർഥങ്ങ ളിൽനിന്ന് ഭാവനയും വികാരവിചാരങ്ങളും ജന്മമെടുക്കുകയാണ് എന്ന് അവർ ചൂണ്ടിക്കാണിച്ചു. ഇന്ന് അജ്ഞാതമായിക്കിടക്കുന്ന പരിധിക ളിൽപോലും വിജ്ഞാനത്തിനു കടന്നുചെല്ലാനും ആധിപത്യം നേടാനും കഴിയുമെന്നു മാത്രമല്ല, ഇന്ന് അജ്ഞാതമായികിടക്കുന്ന അവിടങ്ങ ളിൽപോലും ഭൗതികപദാർഥങ്ങളാണ് പ്രാഥമികമായി നിലനിന്ന് പ്രവർത്തിക്കുന്നതെന്നുംകൂടി അവർ ഉറപ്പിച്ചു പറഞ്ഞു.

അതോടൊപ്പം അതേവരെ നിലവിലിരുന്ന ഭൗതികവാദത്തിലെ ഒരു പ്രധാന ദൗർബല്യം പരിഹരിക്കാൻകൂടി അവർ ശ്രമിച്ചു. ഇതാണ് തത്ത്വ ജ്ഞാനത്തിന്റെ പരിധിയിൽ മാർക്സും എംഗൽസും നൽകിയ സംഭാവന.

മാർക്സും എംഗൽസും ജീവിച്ചിരുന്ന കാലത്തും അതിന് മുൻപും നിലവിലിരുന്ന ഭൗതികവാദം പ്രപഞ്ചത്തിലെ ചില മുഖ്യമായ യാഥാർഥ്യ ങ്ങളുടെ മുമ്പിൽ നിസ്സഹായമായിരുന്നു. മനുഷ്യന്റെ ഭാവനയ്ക്കും വികാ രവിചാരങ്ങൾക്കും അടിസ്ഥാനമായി നിൽക്കുന്നത് ഭൗതികപദാർഥങ്ങ ളാണെന്ന സത്യത്തിൽ ഊന്നിനിന്നിരുന്ന അവർക്ക് ഭൗതികപദാർഥങ്ങ ളിൽനിന്ന് ഈ ഭൗതികേതരപ്രപഞ്ചം എങ്ങനെ ഉളവായി എന്ന് വ്യക്തവും യുക്തവുമായി വിശദീകരിക്കാൻ കഴിഞ്ഞില്ല.

മനുഷ്യന്റെ ദേഹം ഭൗതികപദാർഥങ്ങളുടെ ഒരു സംഘടിതരൂപ മാണ്. പക്ഷേ, കുറെ ഭൗതികപദാർഥങ്ങളുടെ സംഘടിതരൂപങ്ങളിൽനിന്ന് വിവിധ രൂപത്തിലുള്ള ഭൗതികേതരയാഥാർഥ്യങ്ങൾ എങ്ങനെയുണ്ടാ കുന്നു? ഒരു വ്യക്തിയിൽ പ്രതിഭ കൂടുതലും മറ്റൊരാളിൽ കുറവും; വേറൊ രാളുടേതിൽ നേരെ മറിച്ചും — ഇതെല്ലാം എങ്ങനെ വരുന്നു? വ്യക്തി യുടെ ഭൗതികഘടനയുടെ കാര്യത്തിൽ പറയത്തക്ക യാതൊരു വ്യത്യാ സവുമില്ലാത്ത ആൾ ഒരു മഹാപുരുഷനാകുകയും അയാളുടെ സമകാ ലീനന്മാർ മുഴുവൻ താഴെക്കിടയിൽ നിൽക്കുകയും ചെയ്യുന്നതെന്തു

കൊണ്ട്? ഇതിനൊന്നും യാതൊരു മറുപടിയും നൽകാൻ പഴയ ഭൗതികവാദത്തിന് കഴിഞ്ഞിരുന്നില്ല.

അന്നത്തെ ഭൗതികവാദത്തിനുണ്ടായിരുന്ന ഈ പഴുതിലൂടെയാണ് ആത്മീയവാദം കടന്നുവന്നത്. ഭൗതികേതരയാഥാർഥ്യങ്ങൾ — മനസ്സ്, ബുദ്ധിശക്തി, അതിന്റെ പ്രവർത്തനത്തിൽനിന്നുണ്ടാകുന്ന സാമൂഹ്യജീവിതം, അതിനെ പ്രതിഫലിപ്പിക്കുന്ന കലാ-സാംസ്കാരിക ജീവിതങ്ങൾ എന്നിവ — ഭൗതികപദാർഥങ്ങളെപ്പോലെ യഥാർഥമല്ല. അവയെല്ലാം മായയോ മിഥ്യയോ ആണ് എന്നു പറയാൻ ശ്രമിക്കുന്ന ഭൗതികവാദികൾ — അങ്ങനെ ഒരു വിഭാഗമുണ്ടെങ്കിൽ — ഭൗതികപ്രപഞ്ചം മായയോ മിഥ്യയോ ആണെന്ന് പറയുന്ന ആത്മീയവാദികളെപ്പോലെതന്നെ അസംബന്ധം ആയ ഒരു നിലപാടാണ് എടുക്കുന്നത്. അതുകൊണ്ട് ഭൗതികവാദത്തിന് അതിന്റെ നിലയുറപ്പിക്കാൻ കഴിയണമെങ്കിൽ ഈ ഭൗതികേതരയാഥാർഥ്യങ്ങളുടെ ഉത്ഭവസ്ഥാനമായ ഭൗതികപ്രപഞ്ചം എങ്ങനെ വളരുന്നു എന്നും ആ വളർച്ച എങ്ങനെ ഭൗതികേതര പ്രപഞ്ചത്തിന് രൂപം നൽകുന്നു എന്നും യുക്തിസഹമായി വിശദീകരിക്കാൻ കഴിയണം.

ഇത് ചെയ്യാൻ പഴയ ഭൗതികവാദത്തിന് കഴിഞ്ഞിരുന്നില്ല. അതുകൊണ്ട് ഭൗതികേതരയാഥാർഥ്യങ്ങൾ ചൂണ്ടിക്കാണിച്ചുകൊണ്ട് ഭൗതികവാദത്തിന്റെ അപര്യാപ്തത തുറന്നുകാണിക്കുവാൻ ആത്മീയവാദത്തിന് കഴിഞ്ഞു.

ഭൗതികവാദത്തിനുള്ള ഈ ദൗർബല്യം പരിഹരിച്ച് ഭൗതികപ്രപഞ്ചവും ഭൗതികേതര പ്രപഞ്ചവും തമ്മിലുള്ള പരസ്പരബന്ധം തികച്ചും ശാസ്ത്രീയമായ രീതിയിൽ വിശദീകരിച്ചു എന്നുള്ളതാണ് മാർക്സിസത്തിന്റെ മഹത്തായ സംഭാവന. അതിനാകട്ടെ, ഇതിനുമുമ്പു സൂചിപ്പിച്ചതുപോലെ ഭൗതികവാദത്തിന് പ്രപഞ്ചവീക്ഷണത്തെ വൈരുധ്യാധിഷ്ഠിതമായ പരിശോധനാമാർഗവുമായി ഇണക്കിച്ചേർക്കുകയെന്ന ജോലി അവർക്ക് ചെയ്യേണ്ടിയിരുന്നു. വൈരുധ്യവാദത്തിന്റെ പരിശോധനാമാർഗമനുസരിച്ച് ഭൗതിക പ്രപഞ്ചത്തിലെ ചലനവും അതിൽ വന്നുകൊണ്ടിരിക്കുന്ന പരിവർത്തനങ്ങളും പരിശോധിച്ചാൽ മാത്രമേ ഭൗതികപദാർഥമെന്ന പ്രാഥമിക യാഥാർഥ്യത്തിൽ നിന്ന് ഭൗതികേതരമായ വസ്തുതകളും സ്ഥാപനങ്ങളും സംഘടനകളും മറ്റും രൂപംകൊള്ളുന്നതിന്റെ യഥാർഥവും പൂർണവുമായ ചിത്രം കിട്ടുകയുള്ളൂ.

ഈ പരിശോധനാമാർഗം അംഗീകരിക്കുന്നതിനുപകരം കേവലവാദത്തിന്റെ സമീപനം അംഗീകരിച്ചതാണ് പഴയ ഭൗതികവാദത്തിന്റെ ദൗർബല്യം. ഇതു പരിഹരിച്ച് വൈരുധ്യാത്മകമായ ഭൗതികവാദം രൂപംകൊണ്ടതെങ്ങനെയാണെന്ന് നമുക്ക് ഇനി പരിശോധിക്കാം.

നാല്
വൈരുധ്യവാദത്തിന്റെ പരിശോധനാമാർഗം

ഭൗതികവാദമെന്നപോലെ വൈരുധ്യവാദവും മാർക്സിസത്തിന്

മുമ്പുള്ളതുതന്നെയാണ്. വൈരുധ്യവാദം വളർത്തിയെടുക്കുന്നതിൽ ഏറ്റവും വലിയ പങ്കുവഹിച്ച ഹെഗൽ ഊന്നിപ്പറഞ്ഞ വൈരുധ്യവാദതത്ത്വങ്ങളിൽ യാതൊന്നും കൂട്ടിച്ചേർക്കാൻ മാർക്സിനോ എംഗൽസിനോ ഉണ്ടായിരുന്നില്ല. ഒന്നുമാത്രം: ഹെഗലിന്റെ വൈരുധ്യവാദം ആത്മീയവാദാടിസ്ഥാനത്തിലുള്ള പ്രപഞ്ചവീക്ഷണത്തിനുള്ള ഒരു ഉപാധിയായിരുന്നു. അത് മാറ്റി അതിനെ ഭൗതികവാദവീക്ഷണത്തിന്റെ ഉപാധിയായി ഉപയോഗിക്കുക മാത്രമാണവർ ചെയ്തത്. മറ്റൊരു വിധത്തിൽ പറയുകയാണെങ്കിൽ, തലകുത്തി നിന്നിരുന്ന ഹെഗലിന്റെ ഡയലക്റ്റിക്സിനെ തലനേരെയാക്കി നിർത്തുക മാത്രമാണു മാർക്സിസം ചെയ്തത്.

ശാസ്ത്രീയമായ പരിശോധനയ്ക്ക് വിഷയമായി മൂന്ന് മുഖ്യരംഗങ്ങളാണ്: *ഒന്ന്,* ബാഹ്യപ്രപഞ്ചത്തിലെ ഭൗതികപദാർഥങ്ങൾ; *രണ്ട്,* ചേതനയും ബുദ്ധിശക്തിയുമുള്ള മനുഷ്യന്റെ സൃഷ്ടിയായ സാമൂഹ്യജീവിതം; *മൂന്ന്,* മനുഷ്യന്റെ ചിന്താശക്തിയും ഭാവനാശക്തിയും പ്രവർത്തിക്കുന്നതിന്റെ ഫലമായുണ്ടാകുന്ന ആശയങ്ങളും വികാരങ്ങളും.

ഈ മൂന്നു രംഗത്തും ഒരുപോലെ പ്രവർത്തിക്കുന്ന നിയമങ്ങൾ ഉൾക്കൊള്ളുന്നതാണ് വൈരുധ്യവാദം. ഇങ്ങനെ മൂന്നുരംഗത്തും പ്രവർത്തിക്കുന്ന വൈരുധ്യവാദത്തിന്റെ നിയമങ്ങളനുസരിച്ച് പ്രവർത്തിക്കുകയും വളരുകയും ചെയ്തുകൊണ്ടിരിക്കുന്ന ബാഹ്യപ്രപഞ്ചമാണ്, അതിലെ ഭൗതികപദാർഥങ്ങളാണ്, സാമൂഹ്യജീവിതത്തിനും ആശയവികാരങ്ങൾക്കും രൂപംനൽകുന്നത്.

ഇതാണ് മാർക്സിസത്തിന്റെ — വൈരുധ്യാത്മകഭൗതികവാദത്തിന്റെ — മൗലികസമീപനം. ആത്മീയവാദപരമായ വൈരുധ്യവാദമാകട്ടെ, മിക്കവാറും ആശയരംഗത്തുമാത്രം പ്രവർത്തിക്കുന്നവയാണ് വൈരുധ്യവാദനിയമങ്ങളെന്ന് കരുതുന്നു; പോരെങ്കിൽ ആശയങ്ങളും അവയ്ക്കടിസ്ഥാനമായി നിൽക്കുന്ന സാമൂഹ്യജീവിതവും ഭൗതികപദാർഥങ്ങളുടെ വളർച്ചയിൽനിന്ന് രൂപംകൊള്ളുന്നതാണെന്ന് അംഗീകരിക്കുന്നില്ല.

വൈരുധ്യാത്മകമായ ഭൗതികവാദത്തിന്റെ കാഴ്ചപ്പാടനുസരിച്ച് ആശയങ്ങളുടെയും സാമൂഹ്യജീവിതത്തിന്റെയും വളർച്ചക്ക് അടിസ്ഥാനമായ നിയമങ്ങൾ കണ്ടുപിടിക്കാൻ മാർക്സിനും എംഗൽസിനും എങ്ങനെ കഴിഞ്ഞു എന്ന് ഇതിനുശേഷം വിവരിക്കുന്നുണ്ട്. അതിനുമുമ്പ് വൈരുധ്യവാദമെന്താണെന്നും അതിന്റെ പരിശോധനാമാർഗത്തിൽ എന്തെല്ലാം ഘടകങ്ങൾ അടങ്ങിയിട്ടുണ്ടെന്നും സംക്ഷിപ്തമായി വിവരിക്കാം.

ഒറ്റപ്പെട്ടുനിൽക്കുന്ന യാതൊന്നും ഈ ലോകത്തിലില്ലെന്നതാണ് വൈരുധ്യവാദത്തിന്റെ ഒന്നാമത്തെ തത്ത്വം. ബാഹ്യപ്രപഞ്ചത്തിലെ ഭൗതികപദാർഥങ്ങളായാലും, ഭൗതികേതരലോകത്തിലെ ആശയവികാരങ്ങളായാലും മനുഷ്യന്റെ സൃഷ്ടിയായ സാമൂഹ്യസ്ഥാപനങ്ങളും സംഘടനകളുമായാലും, അവയെല്ലാം പരസ്പരം ബന്ധപ്പെട്ടാണ് കിടക്കുന്നത്. മറ്റു ഭൗതികപദാർഥങ്ങളുമായി ബന്ധപ്പെട്ടു നിൽക്കാത്ത ഒരു ഭൗതികപദാർഥവുമില്ല. ആശയങ്ങളാകട്ടെ, പരസ്പരം ബന്ധപ്പെട്ടു നിൽക്കുകമാത്ര

മല്ല, ഭൗതികപദാർഥങ്ങളായും സാമൂഹ്യസ്ഥാപനങ്ങൾ, സംഘടനകൾ എന്നിവയുമായും ബന്ധപ്പെട്ടു നിൽക്കുകകൂടി ചെയ്യുന്നു.

ആശയങ്ങളും സാമൂഹ്യസ്ഥാപനങ്ങളും ഭൗതികപദാർഥങ്ങളിൽനിന്ന് രൂപംപ്രാപിക്കുകയും അവയെ പ്രതിഫലിപ്പിക്കുകയും ചെയ്യുന്നു. അതേ അവസരത്തിൽ ഭൗതികപദാർഥങ്ങളിൽ രൂപഭേദം വരുത്താനും അവ സഹായിക്കുന്നു. ഒരു ഭൗതികപദാർഥം മറ്റു നിരവധി ഭൗതികപദാർഥങ്ങളുടെയും ആശയങ്ങളുടെയും സാമൂഹ്യസ്ഥാപനങ്ങളുടെയും കാരണമായി പ്രവർത്തിക്കുന്നു. അതേസമയം ആശയങ്ങളും സാമൂഹ്യസ്ഥാപനങ്ങളും ഭൗതികപദാർഥങ്ങളുടെ പുരോഗതിക്കും പരിവർത്തനത്തിനും കാരണമായിത്തീർന്നു. ഇങ്ങനെ കാര്യകാരണബന്ധത്തിന്റെയും മറ്റു ബന്ധങ്ങളുടെയും രൂപത്തിൽ അന്യോന്യം കെട്ടിപ്പിണഞ്ഞു കിടക്കുന്ന കോടാനുകോടി ഭൗതികപദാർഥങ്ങളുടെയും ആശയങ്ങളുടെയും സാമൂഹ്യസ്ഥാപനങ്ങളുടെയും കൂമ്പാരമാണ് പ്രപഞ്ചം.

എന്നാൽ, അന്യോന്യം ബന്ധപ്പെട്ടുകിടക്കുക മാത്രമല്ല, പ്രപഞ്ചത്തിന്റെ ഭാഗമായ ഭൗതികപദാർഥങ്ങളും ആശയങ്ങളും സാമൂഹ്യസ്ഥാപനങ്ങളും ചെയ്യുന്നത്. പിന്നെയോ? അവയോരോന്നും ചലിച്ചുകൊണ്ടിരിക്കുന്നു, സദാ മാറിക്കൊണ്ടിരിക്കുന്നു. ചലനമില്ലാത്ത, മാറ്റമില്ലാത്ത, യാതൊന്നും (ഭൗതികപദാർഥമോ ആശയമോ സാമൂഹ്യസ്ഥാപനമോ) പ്രപഞ്ചത്തിലില്ല. ഇതാണ് വൈരുധ്യവാദത്തിന്റെ രണ്ടാമത്തെ തത്ത്വം.

ഉദാഹരണത്തിന് എഴുപതോ എൺപതോ കൊല്ലം ജീവിച്ച ഒരു മനുഷ്യനെ എടുക്കുക. അയാളുടെ ജനനവും മരണവും അയാളുടെ ദേഹത്തിൽ വരുന്ന മൗലികമാറ്റങ്ങളാണ്. ഇതാരും നിഷേധിക്കുന്നില്ല, അതുപോലെതന്നെ ബാല്യകാലത്തുനിന്ന് യൗവനത്തിലേക്ക് കാലുകുത്തുന്നതുവരെ അയാളിൽ പല മാറ്റങ്ങളും വന്നുകൊണ്ടിരിക്കുന്നു എന്നതും അനിഷേധ്യമാണ്. എന്നാൽ അയാൾ ജീവിക്കുന്ന എഴുപതോ എൺപതോ കൊല്ലത്തിന്റെ ഓരോ ദിവസവും ഓരോ മണിക്കൂറും ഓരോ നിമിഷവും അയാളുടെ ദേഹത്തിൽനിന്ന് ചില അംശങ്ങൾ പോവുകയും വേറെ ചിലവ പുതുതായി രൂപംകൊള്ളുകയും ചെയ്യുന്നുണ്ടെന്ന് നമുക്കു പറയാൻ കഴിയുമോ?

യഥാർഥത്തിൽ അതാണ് നടക്കുന്നതെന്ന് ശാസ്ത്രീയമായി തെളിഞ്ഞു കഴിഞ്ഞിട്ടുണ്ട്. ഓരോ തവണത്തെയും ശ്വാസോച്ഛ്വാസത്തിലും ഓരോ ഹൃദയസ്പന്ദനത്തിലും മനുഷ്യദേഹത്തിന്റെ ചില ഘടകങ്ങൾ ഇല്ലാതാവുകയും വേറെ ചിലവ പുതുതായി രൂപം കൊള്ളുകയും ചെയ്യുന്നുണ്ട്.

മനുഷ്യദേഹത്തിലെന്നപോലെ ബാഹ്യപ്രപഞ്ചത്തിലെ എല്ലാ ഭൗതിക പദാർഥങ്ങൾക്കും ഇത് ബാധകമാണ്. "യാതൊരു മാറ്റവുമില്ലാതെ നിൽക്കുന്നതായിട്ട് എന്തെങ്കിലും ഉണ്ടെങ്കിൽ അതു ചരാചരങ്ങളാകെ സദാ മാറിക്കൊണ്ടിരിക്കുന്നു എന്ന യാഥാർഥ്യം മാത്രമാണ്."

സദാ നടന്നുകൊണ്ടിരിക്കുന്ന ഈ മാറ്റത്തിനടിസ്ഥാനമായ ശക്തി

കൾ ഓരോ ഭൗതികപദാർഥത്തിലും ആശയത്തിലും സാമൂഹ്യസ്ഥാപനത്തിലുമുണ്ട്. ക്രിയാത്മകവും നിഷേധാത്മകവുമായ രണ്ടു വിരുദ്ധശക്തികൾ ഓരോന്നിനകത്തും സ്വാഭാവികമായി പ്രവർത്തിച്ചുകൊണ്ടിരിക്കുന്നുണ്ട്. അവ തമ്മിൽ വൈരുധ്യമുണ്ടെന്നതുപോലെതന്നെ പരസ്പരം കെട്ടിപ്പിണഞ്ഞുകിടക്കുന്ന സ്ഥിതിയുമുണ്ട്. ഇതിനാണ് "വിരുദ്ധശക്തികളുടെ ഐക്യവും സംഘട്ടനവും" എന്ന പേർ വൈരുധ്യവാദ തത്ത്വചിന്തകർ വിളിക്കുന്നത്. വൈരുധ്യവാദത്തിന്റെ മൂന്നാമത്തെ തത്ത്വമാണിത്.

ഉദാഹരണത്തിന്, വിദ്യുച്ഛക്തിയിൽ പോസിറ്റീവ്, നെഗറ്റീവ് എന്നു രണ്ടു ഘടകങ്ങളുണ്ട്. അതിൽ ഒന്നില്ലാതെ മറ്റൊന്നിന് നിലനിൽപ്പില്ല. അതേസമയത്ത് അവയിലോരോന്നിന്റെയും നിലനിൽപ്പ് മറ്റേതിന്റെ നിലനിൽപ്പിനെ ചോദ്യം ചെയ്യുന്നുണ്ട്.

സാമൂഹ്യലോകത്തിലാകട്ടെ, മുതലാളിയില്ലാതെ തൊഴിലാളിയോ തൊഴിലാളിയില്ലാതെ മുതലാളിയോ ഇല്ല. എന്നാൽ തൊഴിലാളിയുടെ നിലനിൽപ്പ് മുതലാളിയുടെ ലാഭത്തിനും, മുതലാളിയുടെ നിലനിൽപ്പ് തൊഴിലാളിയുടെ ജീവിതത്തിനും ആപൽക്കരമായിത്തീരുന്നുമുണ്ട്.

ഈ വിരുദ്ധശക്തികളുടെ സംഘട്ടനമാണ് പ്രപഞ്ചത്തിന്റെ പുരോഗതിക്ക് കാരണം. അതാണ് വൈരുധ്യാത്മകമായ ഭൗതികവാദത്തിന്റെ കാതലായി നിലകൊള്ളുന്നതും.

വിരുദ്ധശക്തികളുടെ പ്രവർത്തനത്തിന്റെ ഫലമായി വരുന്ന മാറ്റങ്ങൾ രണ്ടു തരത്തിലുണ്ടെന്നതാണ് വൈരുധ്യവാദത്തിന്റെ അടുത്ത തത്ത്വം. ഏതെങ്കിലും ഒരു വസ്തുവിന്റെ–ഭൗതികപദാർഥത്തിന്റെ, അല്ലെങ്കിൽ ആശയത്തിന്റെ, അതുമല്ലെങ്കിൽ സാമൂഹ്യസ്ഥാപനത്തിന്റെ–ഘടകത്തിൽ വരുന്ന ഏറ്റക്കുറച്ചിൽ മാറ്റത്തിന്റെ ഒരു സ്വഭാവമാണ്.

ഉദാഹരണത്തിന്, വെള്ളം അടുപ്പത്തു വയ്ക്കുമ്പോൾ അതിലടങ്ങിയ താപത്തിന്റെ തുക കൂടുന്നു. അത്യധികം തണുപ്പുള്ളിടത്തു വെച്ചാൽ ഈ തുക കുറയുന്നു. ഇതു രണ്ടും തുകയിൽ (എണ്ണത്തിൽ, അളവിൽ) വരുന്ന മാറ്റമാണ്.

എന്നാൽ ഈ മാറ്റങ്ങളിലൊന്ന് (താപത്തിൽ വരുന്ന വളർച്ച) വെള്ളത്തിന്റെ വെള്ളമെന്ന രൂപമില്ലാതാക്കി ആവിയെ സൃഷ്ടിക്കുന്നു. നേരെമറിച്ച് താപത്തിൽ വരുന്ന കുറവ് ഒരു ഘട്ടമെത്തിയാൽ വെള്ളം മഞ്ഞുകട്ടിയായി മാറുന്നു. ഇതു രണ്ടും സ്വഭാവത്തിലുള്ള മാറ്റമാണ്.

ഈ രണ്ടുതരം മാറ്റങ്ങളും — തുകയിൽ അഥവാ എണ്ണത്തിൽ ഉള്ള മാറ്റവും, സ്വഭാവത്തിൽ ഉള്ള മാറ്റവും — ഓരോ പദാർഥത്തിലും ആശയത്തിലും സാമൂഹ്യസ്ഥാപനത്തിലും വന്നുകൊണ്ടിരിക്കുന്നുണ്ട്.

തുകയിൽ അഥവാ എണ്ണത്തിൽ വരുന്ന മാറ്റം സ്വഭാവത്തിലുള്ള മാറ്റമായിത്തീരുന്ന ദശാഘട്ടത്തിന് ദാർശനികന്മാർ "എടുത്തുചാട്ടം" എന്ന പേര് നൽകിയിരിക്കുന്നു. എടുത്തുചാട്ടഘട്ടം വരെ വന്നുകൊണ്ടിരിക്കുന്ന മാറ്റം താരതമ്യേന മെല്ലെമെല്ലെയായിരിക്കും; എടുത്തുചാട്ടഘട്ടത്തോടുകൂടിയാണ് അത് ത്വരിതവും പെട്ടെന്നുള്ളതുമായിത്തീരുന്നത്. ഒരെടുത്തു

ചാട്ടം കഴിഞ്ഞാൽപ്പിന്നെ വീണ്ടും മന്ദഗതിയിലായിത്തീരുന്നു.

ഇത്തരത്തിൽ താരതമ്യേന മന്ദഗതിയിലുള്ളതും താരതമ്യേന ദീർഘകാലം നിലനിൽക്കുന്നതും താരതമ്യേന സമാധാനപരമെന്ന് വിളിക്കാവുന്നതുമായ പുരോഗതിയെ തുടർന്ന് ഈ ദീർഘകാലത്തെ പരിവർത്തനത്തെയെല്ലാം കവച്ചുവയ്ക്കുന്ന മൗലികമായ മാറ്റം ചുരുക്കം സമയത്തിനുള്ളിൽ പെട്ടെന്ന് നടക്കുന്നതിനെയാണ് എടുത്തുചാട്ടം എന്നു വിളിക്കുന്നത്.

ഇതിനെ തന്നെയാണ് ദീർഘകാലം നീണ്ടുനിൽക്കുന്ന സമാധാനപരമായ പരിവർത്തനത്തെത്തുടർന്ന് നടക്കുന്ന വിപ്ലവമെന്ന് സാമൂഹ്യശാസ്ത്രകാരന്മാരും പറയുന്നത്. "ദശാബ്ദങ്ങളോളം നീണ്ടുനിൽക്കുന്ന സമാധാനപരമായ പരിവർത്തനത്തെ തുടർന്ന് വിപ്ലവം നടക്കുന്നു. ഈ വിപ്ലവകാലഘട്ടത്തിലാകട്ടെ, മുമ്പ് നിരവധി വർഷങ്ങൾകൊണ്ട് മാത്രം നടന്ന മാറ്റങ്ങൾ ഏതാനും ദിവസങ്ങളിൽ ഒതുങ്ങിനിൽക്കുന്നു" എന്നിങ്ങനെയാണ് മാർക്സ് ഈ രണ്ടു ഘട്ടങ്ങളും തമ്മിലുള്ള ബന്ധം വിവരിച്ചിട്ടുള്ളത്.

ഇങ്ങനെ സദാ നടന്നുകൊണ്ടിരിക്കുന്ന — സമാധാനപരമായ പരിവർത്തനത്തിലൂടെയും വിപ്ലവത്തിലൂടെയും നടന്നുകൊണ്ടിരിക്കുന്ന — മാറ്റം പ്രപഞ്ചത്തിലെ സർവവസ്തുക്കളെയും (ഭൗതികപദാർഥങ്ങൾ, ആശയങ്ങൾ, സാമൂഹ്യസ്ഥാപനങ്ങൾ മുതലായവയെ എല്ലാം) പടിപടിയായി കൂടുതൽ കൂടുതൽ ഉയർന്ന രൂപത്തിൽ നയിച്ചുകൊണ്ടിരുന്നു. പ്രാകൃതമായവ സംസ്കരിക്കപ്പെടുന്നു. ലളിതമായവ കൂടുതൽ സങ്കീർണമാവുന്നു. മനുഷ്യന് അജ്ഞാതമായവ അയാളുടെ വിജ്ഞാനപരിധിയിൽപ്പെടുന്നു. നിയന്ത്രണാതീതമായവ നിയന്ത്രണാധീനമാകുന്നു. അങ്ങനെ മനുഷ്യൻ അപൂർണമായതിൽനിന്ന് പൂർണതയിലേക്ക് വളരുന്നു. ഇതാണ് വൈരുധ്യവാദത്തിന്റെ മറ്റൊരു തത്ത്വം.

എന്നാൽ, പൂർണതയിലേക്കുള്ള ഓരോ നീക്കവും പൂർണതയുടെ ലോകത്തെ കുറെക്കൂടി വിദൂരതയിലേക്കു നീക്കുന്നുണ്ടോ എന്നയാൾക്ക് സംശയം ജനിക്കുന്നു. അങ്ങനെ പ്രപഞ്ചത്തിന്റെ അപാരതയും വൈപുല്യവും മനസിലാക്കുന്ന മനുഷ്യൻ, അപാരവും വിശാലവുമായ ലോകത്തെ മനസിലാക്കുകയും നിയന്ത്രിക്കുകയും ചെയ്യാൻ തനിക്കുള്ള കഴിവ് വർധിപ്പിക്കുന്ന മനുഷ്യൻ, ആ കഴിവിന്റെ പരിധിയെപ്പോലെതന്നെ വിശാലമായിക്കൊണ്ടിരിക്കുന്നതാണ് ലോകമെന്ന് മനസിലാക്കുന്നു. മനുഷ്യനിൽ വരുന്ന ഈ വളർച്ചതന്നെ പ്രകൃതിയിലും പ്രതിഫലിക്കുകയും പ്രകൃതിയുടെ ഘടകങ്ങളായ ഭൗതികപദാർഥങ്ങളിലോരോന്നും കൂടുതൽ കൂടുതൽ ഉയർന്ന രൂപം കൈക്കൊള്ളുകയും ചെയ്യുന്നു.

വൈരുധ്യാത്മകമായ ഭൗതികവാദത്തിന്റെ ഈ നിയമങ്ങൾ ആശയങ്ങളുടെ രംഗത്ത് എങ്ങനെ പ്രവർത്തിക്കുന്നു എന്ന് നമുക്ക് ഇനി പരിശോധിക്കാം.

അഞ്ച്
അറിവിന്റെ ഉത്ഭവവും വളർച്ചയും

തലച്ചോറ്, അതിനെ മറ്റവയവങ്ങളുമായി ഘടിപ്പിക്കുന്ന ഞരമ്പുകൾ മുതലായ ചില ഭൗതികപദാർഥങ്ങൾ ദേഹത്തിന്റെ ഭാഗമായി പ്രവർത്തിക്കുന്നുണ്ടെന്നതിന് സംശയമില്ല. അതും മാനസികപ്രവർത്തനങ്ങളും തമ്മിൽ ബന്ധമുണ്ടെന്നതും നിർവിവാദമത്രെ.

എന്നാൽ, ദേഹത്തിന്റെ ഭാഗമായ ഈ ഭൗതികപദാർഥങ്ങൾക്കെല്ലാം പുറമെ, അവയ്ക്കെല്ലാം മീതെ നിൽക്കുന്ന ഒരു ഭൗതികേതരവസ്തു ഉണ്ടെന്നും അതാണ് മാനസികപ്രവർത്തനങ്ങളുടെ കേന്ദ്രമെന്നും പറയുന്നതു ശരിയാണോ? ആത്മീയവാദവും ഭൗതികവാദവും തമ്മിലും വൈരുധ്യവാദപരമായതും അല്ലാത്തതുമായ ഭൗതികവാദങ്ങൾ തമ്മിലും അഭിപ്രായവ്യത്യാസമുള്ള ഒരു ചോദ്യമാണിത്.

ആത്മീയവാദത്തിന്റെ അഭിപ്രായത്തിൽ ഞരമ്പുകൾ, തലച്ചോറ് എന്നിവയ്ക്കെല്ലാം പുറമെ അവയെയും നിയന്ത്രിക്കുന്ന ഒരു ആത്മീയ ശക്തിയുണ്ട്. അതാണ് മനസ്സ്, അല്ലെങ്കിൽ ബുദ്ധി. അതിന് കീഴ്പ്പെട്ടു കൊണ്ടാണ് ഞരമ്പുകളും തലച്ചോറും മറ്റെല്ലാ അവയവങ്ങളും പ്രവർത്തിക്കുന്നത്.

വൈരുധ്യവാദപരമല്ലാത്ത ഭൗതികവാദത്തിനാകട്ടെ, ഈ ചോദ്യത്തിന് വ്യക്തമായ ഒരു മറുപടിയും പറയാൻ കഴിയുന്നില്ല. അതംഗീകരിക്കുന്ന പ്രപഞ്ചവീക്ഷണമനുസരിച്ചാണെങ്കിൽ ഞരമ്പുകളും തലച്ചോറുമല്ലാതെ മറ്റൊന്നും നിലവിലില്ല. പക്ഷേ, ഞരമ്പുകളും തലച്ചോറും മാത്രമുള്ള മനുഷ്യൻ അതിന്റെയെല്ലാം കാര്യത്തിൽ മൗലികമായി യാതൊരു വ്യത്യാസവുമില്ലാത്ത മൃഗങ്ങളിൽനിന്ന് വ്യത്യസ്തപ്പെട്ടു നിൽക്കുന്നു. മൃഗങ്ങളിൽത്തന്നെ ചിലവയ്ക്ക് (പട്ടി, കുരങ്ങ് മുതലായവയ്ക്ക്) മറ്റു പലവയെക്കാളും കൂടുതൽ ബുദ്ധിശക്തിയും കഴിവുകളുമുണ്ട്. ഭൗതികപദാർഥങ്ങളുടെ കാര്യത്തിൽ പറയത്തക്ക യാതൊരു വ്യത്യാസവുമില്ലാത്ത പ്രാചീനകാലമനുഷ്യനും ഇന്നത്തെ മനുഷ്യനും തമ്മിൽത്തന്നെ ബുദ്ധിശക്തിയുടെ കാര്യത്തിൽ വലിയ അന്തരമുണ്ട്. ഈ വ്യത്യാസങ്ങളെല്ലാം എങ്ങനെ വന്നു എന്ന ചോദ്യത്തിന് മാർക്സിസത്തിനു മുമ്പുള്ള ഭൗതികവാദികൾക്ക് ന്യായമായ സമാധാനമുണ്ടായിരുന്നില്ല.

ഭൗതികവാദത്തെ വൈരുധ്യവാദത്തിൽ ഉറപ്പിച്ചുനിർത്തി വൈരുധ്യാത്മകമായ ഭൗതികവാദമെന്ന പ്രപഞ്ചവീക്ഷണമുണ്ടായപ്പോഴാകട്ടെ, ഈ ചോദ്യത്തിന് യുക്തിസഹമായ ഉത്തരം കാണാൻ കഴിഞ്ഞു. അറിവിന്റെ ഉത്ഭവത്തെയും വളർച്ചയെയും സംബന്ധിച്ച് പുതിയൊരു സിദ്ധാന്തംതന്നെ രൂപം പ്രാപിച്ചു. അതിന്റെ സംക്ഷിപ്തരൂപമാണ് താഴെ കൊടുക്കുന്നത്.

ബാഹ്യപ്രപഞ്ചത്തിലെ ഭൗതികപദാർഥങ്ങളോരോന്നും പരസ്പരം ബന്ധപ്പെട്ടാണ് കിടക്കുന്നതെന്ന് പറഞ്ഞുവല്ലോ. അവയിലൊന്ന് മറ്റു ചില

വയുടെമേൽ സ്വാധീനം ചെലുത്തുകയും അവയുടെ രൂപത്തിൽ മാറ്റം വരുത്തുകപോലും ചെയ്യുന്നു എന്ന അർഥത്തിൽ അവ തമ്മിൽ കാര്യകാരണ ബന്ധമുണ്ട്. ഈ പ്രക്രിയയുടെ ഭാഗമായിട്ടാണ് മനസ്സ്, അല്ലെങ്കിൽ ബുദ്ധിശക്തി, വളർന്നുവരുന്നത്. അതുകൊണ്ടാണ് "വളർന്നുകൊണ്ടിരിക്കുന്ന ഭൗതികപദാർഥങ്ങളുടെ ഒരു പ്രവർത്തനരൂപമാണ് മനസ്സ്" എന്ന് മാർക്സ് പറഞ്ഞത്.

ഞരമ്പുകളും തലച്ചോറുമുള്ള ജീവജാലങ്ങൾ മുഴുവൻ തങ്ങൾക്കു ചുറ്റുമുള്ള പ്രകൃതിയുടെ പ്രവർത്തനത്തിന് വിഷയമായിട്ടാണ് പ്രവർത്തിക്കുന്നത്. പ്രകൃതിയിൽ നടക്കുന്ന ഓരോ ചലനവും ഈ ജീവജാലങ്ങളിൽ ചില പ്രതികരണമുണ്ടാക്കുന്നു. ആ പ്രതികരണത്തിനൊത്ത് അവയുടെ ഞരമ്പുകളും മറ്റു ചില അവയവങ്ങളും ചില പ്രത്യേക രീതിയിൽ ചലിക്കുന്നു. ഉദാഹരണത്തിന്, ഉറങ്ങിക്കിടക്കുന്ന ഒരാളുടെ മുഖത്തേക്ക് ടോർച്ച് ലൈറ്റ് അടിച്ചാൽ അയാളുടെ കണ്ണിലും ചിലപ്പോൾ മറ്റു ചില അവയവങ്ങളിലും പ്രതികരണമുണ്ടാകുന്നു, ഇതയാൾ അറിയുന്നില്ലായിരിക്കാം. പക്ഷേ, അയാളുടെ ദേഹത്തിലുള്ള ഞരമ്പുകളും അവ വഴി തലച്ചോറും അറിയുന്നുണ്ട്. ഇതോ ഇതിലും കുറഞ്ഞതരത്തിലുള്ളതോ ആയ നിരവധി പ്രതികരണങ്ങൾ ഓരോ മനുഷ്യന്റെയും മൃഗ-പക്ഷിവർഗങ്ങളിൽ ഓരോന്നിന്റെയും ജീവിതത്തിൽ ഓരോ നിമിഷവും നടന്നുകൊണ്ടിരിക്കുന്നുണ്ട്. ഇവയെല്ലാം പ്രകൃതിയും അതിന്റെ ചുറ്റുപാടും ജീവിക്കുന്ന ജീവിവർഗങ്ങളും തമ്മിലുള്ള ബന്ധത്തിന്റെ രൂപഭേദങ്ങളാണ്.

ഈ ജീവജാലങ്ങളിൽത്തന്നെ ചിലവയുടെ അവയവങ്ങൾ കുറെക്കൂടി വളർച്ച പ്രാപിച്ചവയാണ്. മുകളിൽ ചൂണ്ടിക്കാണിച്ചതുപോലെയുള്ള സ്വാഭാവികപ്രതികരണം മാത്രമല്ല കുറെക്കൂടി ബോധപൂർവം ബാഹ്യസാഹചര്യങ്ങളുമായി പൊരുത്തപ്പെടാനും അതിനാവശ്യമായ ചില നടപടികൾ സ്വയം എടുക്കാനും അവയ്ക്ക് കഴിയുന്നുണ്ട്. ഉദാഹരണത്തിന് ചില മൃഗങ്ങൾക്കും പക്ഷികൾക്കും മനുഷ്യനിൽനിന്നോ മറ്റ് പക്ഷിമൃഗാദികളിൽനിന്നോ ആപത്ത് വരാൻ പോകുന്നതിന്റെ സൂചന ഏതാനും സമയംമുമ്പ് തന്നെ കിട്ടുകയും അതിൽനിന്ന് രക്ഷപ്രാപിക്കാൻ വേണ്ട നടപടികൾ എടുക്കാൻ കഴിയുകയും ചെയ്യുന്നു. തനിക്ക് ആപൽക്കാരിയാണെന്ന് തോന്നുന്ന ജന്തുവിനെയോ മനുഷ്യനെയോ ശത്രുവായി കണക്കാക്കി എതിർക്കുവാനും അവയിൽ ചിലവയ്ക്ക് കഴിയുന്നു. ഇതും മുകളിൽ സൂചിപ്പിച്ചതുപോലെ പ്രകൃതിയുമായി പൊരുത്തപ്പെടാനുള്ള ശ്രമമാണ്. മുമ്പ് സൂചിപ്പിച്ചതുപോലെ സ്വാഭാവികമായിട്ടല്ല, ബോധപൂർവമായിട്ടാണെന്നതിനാൽ ഈ ശ്രമം നടത്തുന്ന ജീവജാലങ്ങൾക്ക് — അവയുടെ അവയവങ്ങൾക്ക് — കൂടുതൽ വളർച്ച വന്നിരിക്കുന്നു.

ഈ കൂട്ടത്തിൽ പ്രകൃതിയുമായി പൊരുത്തപ്പെടാൻ കാര്യമായി ശ്രമിക്കുകയും അതിൽ കുറെയൊക്കെ വിജയിക്കുകയും ചെയ്ത നിരവധി പക്ഷിമൃഗാദികളുണ്ട്. അവയിൽവെച്ചേറ്റവുമധികം വിജയിച്ച ജീവി

യാണ് മനുഷ്യൻ. അയാൾക്ക് പക്ഷിമൃഗാദികളിൽ ചിലവയുടെ പ്രതികരണങ്ങളെത്തന്നെ രൂപപ്പെടുത്താനും വളർത്താനും കഴിഞ്ഞിട്ടുണ്ട്. കിളികളെക്കൊണ്ട് മനഷ്യനെപ്പോലെ സംസാരിപ്പിക്കുക, കന്നുകാലികളെ കൃഷിപ്പണിക്കും ഭാരംവലിക്കുന്നതിനും മറ്റും ഉപയോഗിക്കുക, സാധാരണ പട്ടികളെ കാവൽനായ്ക്കളായി വളർത്തുക, വന്യമൃഗങ്ങളെപ്പോലും ഇണക്കി സർക്കസും മറ്റും സംഘടിപ്പിക്കുക — ഇതെല്ലാം ചെയ്യാൻ കഴിഞ്ഞിട്ടുണ്ട്.

ഇതെല്ലാം നടക്കുന്നതെങ്ങനെ? അതെന്തുകൊണ്ട് മറ്റു ജീവജാലങ്ങൾക്കുണ്ടായില്ല? മറ്റു ചില ജീവജാലങ്ങൾക്കില്ലാത്ത ഒരു സവിശേഷ ശക്തി മനുഷ്യന് അയാളുടെ വളർച്ചയുടെ ഘട്ടത്തിൽ ഉണ്ടായി എന്നാണ് മാർക്സിസത്തിന്റെ മറുപടി. അതായത്, പ്രകൃതിയിലുണ്ടാകുന്ന ചലനങ്ങൾക്ക് സ്വാഭാവികമോ ബോധപൂർവമോ ആയ പ്രതികരണമുണ്ടാവുന്നത് കാണാൻ മാത്രമല്ല, പ്രകൃതിയിൽ ചില ചലനങ്ങൾ ഉണ്ടാക്കാൻപോലും മനുഷ്യന് കഴിവുണ്ടെന്ന സ്ഥിതി അയാളുടെ വളർച്ചയുടെ ഒരു ഘട്ടത്തിലുണ്ടായി.

സ്വന്തം ജീവിതത്തിനുവേണ്ടി പ്രകൃതിയിലുള്ള പദാർഥങ്ങൾ എടുത്തുപയോഗിക്കാനുള്ള കഴിവ് മാത്രമാണ് മറ്റു ജീവജാലങ്ങൾക്കുള്ളത്. മനുഷ്യനാകട്ടെ, അയാളുടെ വളർച്ചയുടെ ഒരു ഘട്ടത്തിൽ തനിക്കാവശ്യമായ ചിലത് ഉണ്ടാക്കാൻകൂടി തുടങ്ങിക്കഴിഞ്ഞു. ഇതിന് അയാളെ ആദ്യം സഹായിച്ചത് അയാളുടെ രണ്ടുകൈകളാണ്. ഒരു കാലത്ത് മനുഷ്യൻ കുരങ്ങുകളിൽനിന്ന് വ്യത്യാസപ്പെടാതെ തന്നെ നിന്നിരുന്നു; അവയെപ്പോലെ അയാളും നാലുകാൽ കുത്തിനടക്കുകയാണ് ചെയ്തിരുന്നത്. ക്രമേണ രണ്ട് കാലുകൊണ്ടു മാത്രം നടക്കാമെന്ന നില വന്നപ്പോൾ മുൻഭാഗത്തെ രണ്ട് കാലുകളും കൈകളായി മാറി. അവ ഉപയോഗിച്ച് ബാഹ്യപ്രപഞ്ചത്തിനുനേരെ പല പ്രയോഗങ്ങളും നടത്താമെന്നുവന്നു. ഇതയാളുടെ ജീവിതരീതിയിലും പ്രകൃതിയുടെ നേരെ നടക്കുന്ന ചലനങ്ങളുടെ നേരെയുള്ള പ്രതികരണത്തിലും വമ്പിച്ച മാറ്റം വരുത്തി. ഇവിടം മുതൽക്കാണ് മനുഷ്യന്റെ മനുഷ്യത്വം തുടങ്ങുന്നതെന്നു പറയാം.

ഇതു മുതൽക്ക് അതിവേഗത്തിൽ മനുഷ്യൻ പുരോഗമിക്കാൻ തുടങ്ങി. തനിക്ക് കിട്ടിയ കഴിവ് ഉപയോഗിച്ച് പ്രകൃതിയിൽ പല പ്രയോഗങ്ങളും നടത്താൻ തുടങ്ങിയപ്പോൾ അതിന്റെയെല്ലാം പ്രതികരണം അയാളുടെ തലച്ചോറിൽ പ്രതിഫലിക്കാൻ തുടങ്ങി. ഈ പ്രതികരണമോരോന്നും പ്രകൃതിയിൽ ചലനങ്ങളുണ്ടാക്കാൻ അയാൾക്കുള്ള കഴിവ് വർധിപ്പിച്ചു. ഇങ്ങനെ പ്രകൃതിയിലുണ്ടാകുന്ന ഓരോ ചലനവും അയാളുടെ തലച്ചോറിൽ വീണ്ടും പ്രതിഫലിച്ചു.

ഇങ്ങനെ നിരന്തരം നടക്കുന്ന അന്യോന്യ പ്രതികരണങ്ങളുടെ ഫലമായി ബാഹ്യപ്രപഞ്ചത്തിൽ പ്രതികരണങ്ങളുണ്ടാക്കാൻ അയാളുടെ കൈകൾക്കുള്ള കഴിവും പ്രകൃതിയിലുണ്ടാകുന്ന ചലനങ്ങൾ പ്രതിഫലിക്കുന്ന തലച്ചോറിന് അവ ഉൾക്കൊള്ളാനുള്ള കഴിവും രണ്ടും പടിപ

ടിയായി വർധിച്ചു. ചുരുക്കത്തിൽ കൈ അടക്കമുള്ള കർമേന്ദ്രിയങ്ങളുടെയും തലച്ചോറും ഞരമ്പുകളും അടക്കമുള്ള ജ്ഞാനേന്ദ്രിയങ്ങളുടെയും പ്രവർത്തനഫലമായി അവയെല്ലാം നിരന്തരം വളർന്നുവന്നു. ഭൗതികാവയവങ്ങളുടെ വളർച്ചയിലൂടെയല്ലാതെ മനസിനും ബുദ്ധിശക്തിക്കും വളരാൻ കഴിയുകയില്ലെന്നർഥം.

ഇവിടെ മറ്റൊരു കാര്യംകൂടി പറഞ്ഞുവയ്ക്കേണ്ടതുണ്ട്. മനുഷ്യനെന്ന് പറയുന്നത് ഒറ്റപ്പെട്ട വ്യക്തിയായ മനുഷ്യനല്ല. അയാൾ ജീവിക്കുന്നതൊരു സമൂഹമായിട്ടാണ്. പ്രകൃതിയുമായി പൊരുത്തപ്പെടാനും അതിനെ തന്റെ നിയന്ത്രണത്തിന് അധീനമാക്കാനും മനുഷ്യൻ ശ്രമിക്കുന്നത് ഒറ്റയ്ക്കൊറ്റയ്ക്കല്ല. മഴ, കൊടുങ്കാറ്റ്, വെള്ളപ്പൊക്കം, തീപിടുത്തം മുതലായവയൊക്കെ കണ്ട് മനസിലാക്കുകയും അവയിൽനിന്ന് രക്ഷ നേടാൻ ശ്രമിക്കുകയും ചെയ്ത ആദിമ മനുഷ്യൻ മുതൽ ബഹിരാകാശം കീഴടക്കാൻ ശ്രമിക്കുന്ന ഇന്നത്തെ ശാസ്ത്രകാരൻ വരെ സർവ മനുഷ്യരും തങ്ങളുടെ സമകാലീനരായ മനുഷ്യരുമായി സഹകരിച്ചാണ് ജീവിക്കുന്നതും പ്രവർത്തിക്കുന്നതും. ഇതിനവരെ സഹായിക്കാനാകട്ടെ, അവരുടെ മുൻതലമുറകളിലുള്ളവർ ചെയ്ത പ്രവൃത്തിയുടെയും ശേഖരിച്ച അറിവിന്റെയും മഹത്തായ ഒരു ഭണ്ഡാരം കിടക്കുന്നുണ്ടുതാനും. അതായത് പ്രകൃതിയിലുള്ള മറ്റു ബാഹ്യപദാർഥങ്ങളുമായിട്ട് മാത്രമല്ല, മനുഷ്യവർഗത്തിൽപെട്ട മുൻതലമുറകളും സമകാലീനരുമായിട്ടു കൂടിയുള്ള ബന്ധത്തിലൂടെയാണ് മനുഷ്യന്റെ പ്രവർത്തനശക്തിയും ബുദ്ധിശക്തിയും വളർന്നുവരുന്നത്.

ഇങ്ങനെ സാമൂഹ്യമായി വളർന്നുവരുന്ന മനുഷ്യന്റെ പ്രവർത്തനശേഷിയും ബുദ്ധിശക്തിയും ഏതേത് നിയമങ്ങളനുസരിച്ചാണ് പുരോഗമിക്കുന്നതെന്ന് ഇനി പരിശോധിക്കുന്നുണ്ട്. അതിനുമുമ്പ് ഇവിടത്തന്നെ ആവർത്തിച്ചു ചൂണ്ടിക്കാണിക്കുവാനുള്ളത് ഒന്നുമാത്രമാണ്: തലച്ചോറ്, ഞരമ്പുകൾ മുതലായ ബാഹ്യാവയവങ്ങൾ ബാഹ്യപ്രപഞ്ചത്തിലെ ഭൗതികപദാർഥങ്ങളുമായി ബന്ധപ്പെടുമ്പോഴുണ്ടാകുന്ന സ്വാഭാവിക പ്രതികരണങ്ങളുടെ വളർച്ചയെത്തിയ രൂപമാണ് മനസ്സ് അല്ലെങ്കിൽ ബുദ്ധിശക്തി. ഈ ബാഹ്യാവയവങ്ങൾ, അവയ്ക്കു ചുറ്റും അവയുടെമേൽ പ്രവർത്തിച്ചുകൊണ്ടിരിക്കുന്ന ബാഹ്യപ്രപഞ്ചം എന്നിവയില്ലാതെ മനസോ ബുദ്ധിശക്തിയോ ഉണ്ടാവുകയില്ല. മനസ്സ്, ബുദ്ധിശക്തി എന്നെല്ലാം പറയുന്നത് ഭൗതികപദാർഥങ്ങളുടെ സൃഷ്ടിയാണെന്നർഥം.

ആറ്
ചരിത്രത്തിന്റെ ദർശനം

സാമൂഹ്യശാസ്ത്രങ്ങളുടെ രംഗത്തിന്ന് മാർക്സിസം നൽകിയ ഏറ്റവും വലിയ സംഭാവനയാണ് ശാസ്ത്രീയമായ ഒരു ചരിത്രവീക്ഷണമെന്ന് ഇതിന് മുമ്പ് സൂചിപ്പിച്ചുകഴിഞ്ഞു — ചരിത്രം, അർഥശാസ്ത്രം, രാഷ്ട്രവിജ്ഞാനം സാംസ്കാരികപുരോഗതിയുടെ നിയമങ്ങൾ മുതലാ

യതിന്റെയെല്ലാം കാര്യത്തിൽ അതേവരെത്തേതിൽനിന്ന് തികച്ചും വ്യത്യസ്തവും വിപ്ലവപരവുമായ ഒരു കാഴ്ചപ്പാടാണ് മാർക്സും എംഗൽസുംകൂടി സൃഷ്ടിച്ചത്.

മനുഷ്യസമൂഹത്തിന്റെ ചരിത്രത്തെ നിയന്ത്രിക്കുന്ന എന്തെങ്കിലും നിയമങ്ങളുണ്ടെന്നുപോലും അതേവരെ ആരും അംഗീകരിച്ചിരുന്നില്ല. യാദൃച്ഛികമായി നടക്കുന്ന സംഭവപരമ്പരകളുടെ ഒരു ചങ്ങല മാത്രമാണ് ചരിത്രമെന്നാണ് കരുതപ്പെട്ടിരുന്നത്. അതുകൊണ്ട് ചരിത്രത്തിൽ നടന്നതെന്തെന്ന് വിവരിക്കാനല്ലാതെ നടക്കാനുള്ള കാരണം വിശദീകരിക്കാൻ ചരിത്രകാരന്മാർക്ക് കഴിഞ്ഞിരുന്നില്ല.

ഇതിന് ശ്രമിച്ചിരുന്ന ചിലരാകട്ടെ, ദയനീയമായി പരാജയപ്പെടുകയും ചെയ്തു. ഉദാഹരണത്തിന് ഭൂമിശാസ്ത്രപരമായ കിടപ്പും ശീതോഷ്ണാവസ്ഥയുംപോലുള്ള ഭൗതികസാഹചര്യങ്ങളാണ് ഒരു രാജ്യത്തെ ജനതയ്ക്ക് സവിശേഷങ്ങളായ ചില സ്വഭാവങ്ങളുണ്ടാക്കുന്നതെന്നും ഈ സവിശേഷ സ്വഭാവങ്ങളാണ് ചരിത്രത്തെ നിയന്ത്രിക്കുന്നതെന്നും ചിലർ വാദിച്ചു. ഇതു ശരിയാണെങ്കിൽ ഭൂമിശാസ്ത്രപരമായ കലാവസ്ഥ സംബന്ധിച്ച് പറയത്തക്ക മാറ്റങ്ങളൊന്നും നടക്കാത്ത ഒരു രാജ്യത്തിന്റെ പുരോഗതിയിൽ മൗലികമായ യാതൊരു മാറ്റവും ഉണ്ടാകാൻ വയ്യ. പ്രാചീന ശിലായുഗത്തിൽനിന്ന് നവീന ശിലായുഗത്തിലേക്കും അവിടെനിന്ന് ലോഹയുഗത്തിലേക്കും മറ്റുമുള്ള വളർച്ച, പ്രാകൃതകമ്യൂണിസത്തിൽനിന്ന് അടിമത്തത്തിലേക്കും അതിൽനിന്ന് ഫ്യൂഡലിസത്തിലേക്കും മറ്റുമുള്ള മാറ്റങ്ങൾ, വ്യാവസായിക വിപ്ലവവും അതിനെ തുടർന്ന് രൂപംപ്രാപിച്ച വിദ്യുച്ഛക്തിയുഗവും അതിൽനിന്ന് മുമ്പോട്ട് പോയാൽ അണുയുഗവും പോലുള്ള യുഗപരിവർത്തനങ്ങൾ — ഇതെല്ലാം ചരിത്രത്തിൽ നടന്നിട്ടുണ്ട്. ഇതെല്ലാം നടക്കുമ്പോഴാകട്ടെ, ഭൂമിശാസ്ത്രത്തിലോ കാലാവസ്ഥയിലോ മറ്റു ഭൗതികസാഹചര്യങ്ങളിലോ പറയത്തക്ക മാറ്റമുണ്ടായിട്ടില്ല.

അതുകൊണ്ട് ഭൂമിശാസ്ത്രത്തെയും കാലാവസ്ഥയെയും പോലുള്ള ഭൗതികസാഹചര്യങ്ങളെ ചരിത്രത്തിന്റെ നിയാമകശക്തിയായി കാണുന്നത് അസംബന്ധമായിരിക്കും. അവയ്ക്ക് മനുഷ്യസമൂഹത്തിന്റെ ചരിത്രത്തിലുള്ള സ്ഥാനം താരതമ്യേന നിസ്സാരമാണ്. അവയെയെല്ലാം കവച്ചുവയ്ക്കുന്ന ചില ഘടകങ്ങളാണ് ചരിത്രത്തെ നിയന്ത്രിക്കുന്നത്. അതെന്തെന്ന് കണ്ടുപിടിക്കാൻ മാർക്സ് നടത്തുന്ന ശ്രമത്തിൽനിന്നാണ് "ചരിത്രപരമായ ഭൗതികവാദ"മെന്നറിയപ്പെടുന്ന ഒരു സിദ്ധാന്തം ഉടലെടുത്തത്.

അതിന്റെ ആദ്യത്തെ രൂപമാണ് 1844-ൽ എഴുതിയ മാർക്സിന്റെ ഒരു ലേഖനം. ഏതാണ്ട് അതേകാലത്തുതന്നെ എംഗൽസും (അന്നവർ തമ്മിൽ പരിചയപ്പെട്ടുകഴിഞ്ഞിരുന്നില്ല) ഏതാണ്ടതേ ആശയങ്ങളടങ്ങിയ ഒരു ലേഖനമെഴുതി. ഇതിനെത്തുടർന്ന് അവർ സഹകരിച്ച് പ്രവർത്തിച്ചതിന്റെ ഫലമാണ് 1848-ൽ പ്രസിദ്ധീകരിക്കപ്പെട്ട *കമ്യൂണിസ്റ്റ് മാനി*

ഫെസ്റ്റോ, ഈ ആദ്യകാലകൃതികളിൽ അടങ്ങിയ ആശയം തന്നെ പതിന്മടങ്ങു വിപുലീകൃതമായ രീതിയിൽ വിശദീകരിക്കുന്നതിനാണ് മാർക്സ് തന്റെ സുപ്രസിദ്ധമായ *മൂലധനം* എഴുതിയത്. അതിനാകട്ടെ, തന്റെ ജീവിതകാലം മുഴുവൻ അദ്ദേഹം ചെലവഴിക്കുകയും ചെയ്തു.

മാർക്സും എംഗൽസുംകൂടി ആവിഷ്കരിച്ച ഈ പുതിയ ചരിത്രസിദ്ധാന്തത്തിന്റെ തുടക്കം ഇതാണ്. മറ്റു മൃഗങ്ങളെ അപേക്ഷിച്ച് മനുഷ്യന് ചില സവിശേഷസ്വഭാവങ്ങളുണ്ട്. അതായത് മറ്റുമൃഗങ്ങൾ തങ്ങൾക്കു ചുറ്റുപാടുമുള്ള ബാഹ്യസാഹചര്യവുമായി പൊരുത്തപ്പെടാൻ ശ്രമിക്കുന്നതേയുള്ളു; തങ്ങൾക്ക് ചുറ്റുമുണ്ടാകുന്ന ചലനങ്ങൾക്കൊത്ത് തങ്ങളുടെ അവയവങ്ങൾ ചലിപ്പിക്കുന്നുവെന്നേയുള്ളൂ. മനുഷ്യനാകട്ടെ, തന്റെ വളർച്ചയുടെ ഒരു ഘട്ടത്തിൽ തന്റെ ഇച്ഛക്കൊത്ത് പ്രകൃതിയിൽ പ്രത്യേകതരം ചലനങ്ങൾ ഉണ്ടാക്കുകകൂടി ചെയ്യുന്നു.

പ്രാങ് ചരിത്രകാലത്തുള്ള ഒരു പ്രാകൃതമനുഷ്യൻ തന്നെ മറ്റേതു മൃഗത്തേയുംകാൾ ഫലപ്രദമായി പ്രകൃതിയോട് നേരിട്ടിരുന്നു. ഈ പ്രക്രിയയിലൂടെയാണ് അയാളുടെ ഞരമ്പുകളും തലച്ചോറും മറ്റു ജ്ഞാനേന്ദ്രിയങ്ങളും വളരുന്നതെന്ന് ഇതിനുമുമ്പ് സൂചിപ്പിച്ചുകഴിഞ്ഞു. ജ്ഞാനേന്ദ്രിയങ്ങളുടെ ഈ വളർച്ചക്കുതന്നെ അടിസ്ഥാനമായി നിൽക്കുന്നത്; കൈ, കാൽ മുതലായ കർമേന്ദ്രിയങ്ങളുടെ പ്രയോഗവും വളർച്ചയും ആണെന്ന് നാം കണ്ടു. പക്ഷേ, കർമേന്ദ്രിയങ്ങൾ പ്രവർത്തിക്കുകയും വളർത്തുകയും മാത്രമല്ല മനുഷ്യൻ ചെയ്യുന്നത്. അവയുടെ പ്രവർത്തനത്തിന് സഹായകരമാകുന്ന പലതരം പണിയായുധങ്ങളും ഉപകരണങ്ങളും കണ്ടുപിടിക്കുകകൂടി അയാൾ ചെയ്യുന്നു. അതിപ്രാചീനമായ പുരാതനകാലത്തെ ശിലാനിർമിതമായ ആയുധങ്ങൾ മുതൽ ഇന്നത്തെ കമ്പ്യൂട്ടർപോലെയുള്ള സങ്കീർണോപകരണങ്ങൾവരെ പലതും മനുഷ്യൻ കണ്ടുപിടിച്ചിട്ടുണ്ട്. അതുകൊണ്ടാണ് "പണിയായുധങ്ങളുണ്ടാക്കുന്ന ഒരു മൃഗം" (Tool Making Animal) എന്ന പേർ മനുഷ്യന് കിട്ടിയിട്ടുള്ളത്.

ക്രമേണ ക്രമേണ തലമുറതലമുറയായി ശതാബ്ദങ്ങളും സഹസ്രാബ്ദങ്ങളും പിന്നിട്ടതിനുശേഷം മാത്രമാണ് പണിയായുധങ്ങളും ഉപകരണങ്ങളും നിർമിക്കുന്നതിന് ഇന്നുള്ള വൈദഗ്ധ്യം മനുഷ്യൻ നേടിയിട്ടുള്ളത്. പടിപടിയായി വന്ന ഈ പുരോഗതിയാണ് ചരിത്രത്തിന്റെ അടിത്തറ എന്നു പറയാം.

പണിയായുധങ്ങളും ഉപകരണങ്ങളും ഉണ്ടാക്കിയാൽ മാത്രം പോരാ അവയോരോന്നും ഉപയോഗിക്കേണ്ടുന്ന രീതിയിൽ ഉപയോഗിക്കാൻ വേണ്ട ജനങ്ങൾ കൂടിയുണ്ടാവണം, അവർക്ക് അത് ഉപയോഗിക്കാൻ വേണ്ട വൈദഗ്ധ്യം ഉണ്ടാവണം, അതെല്ലാം ഉപയോഗിച്ച് പ്രവർത്തിക്കാൻ വേണ്ട സാഹചര്യം ഉണ്ടാവണം, ഇതെല്ലാം പരസ്പരം ബന്ധപ്പെട്ടാണ് കിടക്കുന്നത്. അവയെല്ലാം പരസ്പരം കൂടിച്ചേർന്നാൽ മനുഷ്യസമൂഹത്തിന്റെ ഉൽപ്പാദനശക്തികളായി.

ഈ ഉൽപ്പാദനശക്തികൾ കൈവശംവയ്ക്കുന്ന മനുഷ്യൻ, അവയെ

വേണ്ടമാതിരി പ്രയോഗിക്കാൻ കഴിയുന്ന മനുഷ്യൻ, മൃഗങ്ങളെപ്പോലെ നിസ്സഹായനല്ല. പ്രകൃതിയിലുണ്ടാകുന്ന ചലനങ്ങൾക്കും മാറ്റങ്ങൾക്കും മറ്റും യാതൊരു ഗതിയുമില്ലാത്തതിനാൽ കീഴടങ്ങേണ്ടിയിരിക്കുന്ന സ്ഥിതി അയാൾക്കില്ല. മഴ വരുമ്പോൾ ഒന്നുകിൽ അത് നിന്ന് കൊള്ളുക, അല്ലെങ്കിൽ മഴവെള്ളം വീഴാത്ത സ്ഥലത്തേക്ക് ഓടിപ്പോവുക-ഇതേ മൃഗങ്ങൾക്ക് ചെയ്യാൻ കഴിയൂ. മനുഷ്യനാകട്ടെ, മഴയുടെ ശല്യമില്ലാത്ത നിലയ്ക്ക് രക്ഷപ്പെട്ടുനിൽക്കാനുള്ള വീട് കെട്ടുന്നു. ഇതുപോലെതന്നെ വെള്ളപ്പൊക്കം തടയാൻ അണകെട്ടുക, തീകെടുത്താൻ വെള്ളമൊഴിക്കുക, വെള്ളത്തിലിറങ്ങാതെ പുഴ കടക്കാൻ പാലം കെട്ടുക, വെള്ളം കെട്ടിനിർത്തി ആവശ്യമുള്ളിടത്തേക്കു തിരിച്ചുവിടാൻ അണകെട്ടുക മുതലായ നിരവധി വിദ്യകൾ അതിപ്രാചീനകാലത്തുതന്നെ മനുഷ്യൻ പഠിച്ചിട്ടുണ്ട്.

ഇതിന്റെയെല്ലാം പതിന്മടങ്ങു വളർച്ച പ്രാപിച്ച രൂപമാണ് ഇന്നത്തെ ബഹിരാകാശസഞ്ചാരം. മനുഷ്യസഹായമില്ലാതെ (അഥവാ അവഗണിക്കാവുന്നിടത്തോളം നിസ്സാരമായ മനുഷ്യസഹായത്തോടുകൂടി മാത്രം) പ്രവർത്തിക്കുന്ന യന്ത്രങ്ങൾ (Automation), കൃത്രിമമായി സാധനങ്ങൾ വൻതോതിൽ നിർമിക്കാൻ കഴിയുന്ന രസതന്ത്രത്തിന്റെ വളർച്ച-ഇതെല്ലാം.

ചുരുക്കത്തിൽ മനുഷ്യനിർമിതവും മനുഷ്യന്റെ ഉപയോഗത്തിന് വശപ്പെടുന്നതുമായ ഉൽപ്പാദനശക്തികളുടെ വളർച്ചയാണ് മനുഷ്യസമൂഹത്തിന്റെ വളർച്ച.

പക്ഷേ, ഉൽപ്പാദനശക്തികൾ നിലനിൽക്കുന്നതും വളരുന്നതും ഒറ്റപ്പെട്ട നിലയിലല്ല. ഈ ഉൽപ്പാദനശക്തികൾ നിർമിക്കുന്നതിനും ഉപയോഗിക്കുന്നതിനും മനുഷ്യൻ കൂട്ടായാണ് പ്രവർത്തിക്കുന്നത്. മഴ, വെള്ളപ്പൊക്കം, കാട്ടുതീ മുതലായ പ്രകൃതികോപങ്ങളിൽ നിന്ന് രക്ഷപ്പെടാനായാലും വന്യമൃഗങ്ങളുടെ ആക്രമണങ്ങളെ തടഞ്ഞുനിർത്താനായാലും അണകെട്ടി വെള്ളം നിർത്തിയിട്ടും മറ്റും കൃഷി ചെയ്യാനായാലും മനുഷ്യൻ ഒറ്റയ്ക്ക് നിന്നാൽ പറ്റില്ല. കൂട്ടുകാരുമൊത്ത് എല്ലാപേരും ചേർന്ന് സഹകരിച്ച് ഇന്നയാൾ ഇന്ന പണി ചെയ്യുകയെന്ന തൊഴിൽവിഭജനത്തിന്റെ അടിസ്ഥാനത്തിൽ, കൂട്ടായി പ്രവർത്തിച്ചാൽ മാത്രമേ ഈ കാര്യങ്ങളെല്ലാം നടക്കുകയുള്ളൂ. ഇങ്ങനെ ഉൽപ്പാദനശക്തികളുണ്ടാക്കുകയും ഉപയോഗിക്കുകയും ചെയ്യുന്നതിൽ മനുഷ്യനുണ്ടാകുന്ന അന്യോന്യബന്ധങ്ങളുടെ പേരാണ് ഉൽപ്പാദനബന്ധങ്ങൾ.

ഉൽപ്പാദനബന്ധങ്ങളിൽ വന്ന മാറ്റത്തിന്റെ അടിസ്ഥാനത്തിൽ മനുഷ്യസമൂഹചരിത്രത്തെ അഞ്ച് മുഖ്യദശാഘട്ടങ്ങളായി വിഭജിച്ചിട്ടുണ്ട്- പ്രാകൃത കമ്യൂണിസം, അടിമത്തം, ഫ്യൂഡലിസം, മുതലാളിത്തം, സോഷ്യലിസം. ഈ ഓരോ ഘട്ടത്തിന്റെയും ഉത്ഭവം, വളർച്ച, അധഃപതനം, നാശം എന്നിവയ്ക്കെല്ലാം അടിസ്ഥാനമായി ഉൽപ്പാദനശക്തികളിൽ ഇന്നയിന്ന മാറ്റങ്ങൾ വന്നിട്ടുണ്ടെന്നും അവർ ചുരുക്കത്തിൽ സൂചി

പ്പിക്കുന്നു. ഇവയിൽ വെച്ചേറ്റവും പ്രധാനവും അവസാനത്തേതുമായ രണ്ടു ഘട്ടങ്ങളുടെ-മുതലാളിത്തത്തിന്റെയും സോഷ്യലിസത്തിന്റെയും-ചരിത്രത്തെ നിയന്ത്രിക്കുന്ന നിയമങ്ങൾ കണ്ടുപിടിച്ച് സവിസ്തരം വിവരിക്കാനാണ് അവർ ശ്രമിച്ചത്.

ഉൽപ്പാദനബന്ധങ്ങളുടെ കൂട്ടത്തിൽ പ്രത്യേകമായെടുത്തു പറയേണ്ട ബന്ധമാണ് ചൂഷക-ചൂഷിതവർഗങ്ങൾ തമ്മിലുള്ള ബന്ധം. ഇത് പ്രാചീനകമ്യൂണിസത്തിന്റെ കാലഘട്ടത്തിലില്ല. സോഷ്യലിസം പരിപൂർണമായി വിജയിച്ചു കഴിഞ്ഞാൽ പിന്നീട് ഉണ്ടാവുകയുമില്ല. ഇതിനുള്ള കാരണം മാർക്സും എംഗൽസും വ്യക്തമാക്കിയിട്ടുണ്ട്.

പ്രാചീനകമ്യൂണിസത്തിന്റെ കാലത്ത് സമൂഹത്തിലെ എല്ലാ അംഗങ്ങളും താന്താങ്ങളുടെ കഴിവു മുഴുവൻ ഉപയോഗിച്ചാൽ മാത്രമേ അവർക്കോരോരുത്തർക്കും ചുരുങ്ങിയ തോതിൽ ജീവിക്കാൻ വേണ്ട സമ്പത്തുണ്ടാവുകയുള്ളൂ, അതുകൊണ്ട് ഒരാൾ മറ്റൊരാളെ ചൂഷണം ചെയ്യുകയെന്ന പ്രശ്നം അന്ന് ഉദിച്ചിരുന്നില്ല.

ചൂഷിതരായ ഒരു ജനവിഭാഗത്തെക്കൊണ്ട് (ഭൂരിപക്ഷത്തെക്കൊണ്ട്) പണിയെടുപ്പിച്ചാൽ ചൂഷകവിഭാഗത്തിന് (ന്യൂനപക്ഷത്തിന്) കൂടുതൽ നന്നായി ജീവിക്കാൻവേണ്ട സമ്പത്തുണ്ടാകുമെന്ന് വന്നപ്പോഴാണ് ചൂഷക-ചൂഷിതവർഗങ്ങളുടെ ആദ്യരൂപമായ യജമാനനും അടിമയും ഉണ്ടായത്. ഈ ഘട്ടത്തിൽ യജമാനന്റെ കൈവശം അയാൾക്കിഷ്ടം പോലെ എടുത്ത് ഉപയോഗിക്കാവുന്ന ഒരു ഉൽപ്പാദനോപകരണം മാത്രമാണ് അടിമ. കന്നുകാലികളെക്കൊണ്ടെന്നപോലെ പണിയെടുപ്പിക്കുക, അവയെ എന്നപോലെ തീറ്റുകയും തല്ലുകയും ചെയ്യുക, വേണ്ടിവന്നാൽ കൊല്ലുകപോലും ചെയ്യുക-ഇതെല്ലാം ചെയ്യാൻ യജമാനന് അധികാരമുണ്ടായിരുന്നു.

ക്രമേണ ഉൽപ്പാദനോപകരണങ്ങൾ കൂടുതൽ വളർന്നു, അവ ഉപയോഗിക്കുവാൻ കൂടുതൽ വൈദഗ്ധ്യവും ബുദ്ധിശക്തിയുമുള്ള മനുഷ്യർ വേണമെന്നു വന്നു. മൃഗങ്ങളെപ്പോലെ പണിയെടുപ്പിക്കുന്നത് ഉൽപ്പാദനശക്തികളുടെ കാര്യക്ഷമമായ ഉപയോഗത്തിന് സഹായകരമല്ലെന്നു വന്നു. ഈ ഘട്ടത്തിലാണ് തമ്പുരാൻ-അടിയാളബന്ധം (ഫ്യൂഡലിസം) രൂപംപ്രാപിച്ചത്. അടിമയെപ്പോലെ കൊല്ലാനുള്ള അധികാരം തമ്പുരാന് അടിയാളന്റെ മേലില്ല.

പോരെങ്കിൽ തമ്പുരാന്റെ ഭൂമിയിൽ ചെയ്യേണ്ടതെന്ന് നിശ്ചയിച്ചുകഴിഞ്ഞിട്ടുള്ള ജോലി ചെയ്തുകഴിഞ്ഞ് ബാക്കിയുള്ള സമയം തന്റെ ഭൂമിയിൽ തന്റെ ഇഷ്ടമനുസരിച്ച് പ്രവർത്തിക്കാനുള്ള അധികാരം അടിയാളന് കിട്ടുകയും ചെയ്തു.

ഈ രീതിയിൽപ്പോലും കാര്യക്ഷമമായ ഉൽപ്പാദനം നടക്കാൻ ഇടയില്ലെന്ന തരത്തിൽ ഉൽപ്പാദനശക്തികൾ പിന്നെയും വളർന്നു. അപ്പോഴാണ് തമ്പുരാൻ-അടിയാളബന്ധം പോലുമില്ലാതാക്കി നിയമദൃഷ്ട്യാ പൂർണസമത്വമുള്ള മുതലാളി-തൊഴിലാളി ബന്ധം വളർന്നത്. ഈ ബന്ധത്തിൻ

കീഴിൽ ഉൽപ്പാദനശക്തികൾ അഭൂതപൂർവമാംവിധം വളർന്നു. *കമ്യൂണിസ്റ്റ് മാനിഫെസ്റ്റോ*വിന്റെ ഭാഷയിൽ പറയുകയാണെങ്കിൽ "ഇതിന് മുമ്പുണ്ടായിരുന്ന എല്ലാ തലമുറകളുംകൂടി നിർമിച്ചതിനേക്കാൾ വലുതും ഗംഭീരവുമായ ഉൽപ്പാദനശക്തികളെ ഈ കഴിഞ്ഞ നൂറു കൊല്ലത്തിൽ കുറഞ്ഞ കാലംകൊണ്ട് ബൂർഷ്വാസി സൃഷ്ടിച്ചിട്ടുണ്ട്."

ഈ വരികൾ എഴുതിക്കഴിഞ്ഞ് പിന്നീടുള്ള ഒരു നൂറ്റാണ്ടിലധികം കാലംകൊണ്ട് ഉൽപ്പാദനശക്തികൾ പിന്നെയും വളർന്നു. അതിന്റെ ഫലമായി ഭൂരിപക്ഷ–ന്യൂനപക്ഷ വ്യത്യാസമില്ലാതെ സമൂഹത്തിലെ ഓരോ വ്യക്തിക്കും താന്താങ്ങളുടെ ആവശ്യങ്ങൾ മുഴുവൻ പരിഷ്കൃതയന്ത്രയുഗത്തിൽ ഒരാൾക്ക് ആഗ്രഹിക്കാവുന്നത്ര വിപുലമായ ഉപയോഗസാമഗ്രികൾ മുഴുവൻ ഉണ്ടാക്കാൻ കഴിയുമെന്ന് വന്നിരിക്കുന്നു എന്നർഥം. ഈ സാഹചര്യത്തിൽ ചൂഷക–ചൂഷിത വർഗങ്ങൾ തമ്മിലുള്ള വിഭജനത്തിന്റെ ആവശ്യമില്ലാതായിരിക്കുന്നു. ഓരോ വ്യക്തിക്കും അയാൾക്കിഷ്ടമുള്ള ഉപയോഗസാമഗ്രികൾ മുഴുവൻ കിട്ടാറാകത്തക്ക നിലയ്ക്ക് ഉപയോഗസാമഗ്രികളുടെ ബാഹുല്യമുണ്ടാകുന്നു.

മനുഷ്യസമൂഹത്തിലാകെ ഉൽപ്പാദനശക്തികളും അവയെതുടർന്ന് ഉൽപ്പാദനബന്ധങ്ങളും വളരുന്നതിന്റെ ഒരു പൊതുരൂപം മാത്രമാണിത്. ഇതുതന്നെ ഓരോ രാജ്യത്തേക്കും ഓരോ കാലഘട്ടത്തേക്കും ബാധകമാക്കുന്നതിന് അതതു രാജ്യത്തിന്റെയും കാലഘട്ടത്തിന്റെയും ചരിത്രം സംബന്ധിച്ച വസ്തുതകൾ ശാസ്ത്രീയമായി പരിശോധിക്കേണ്ടിയിരിക്കുന്നു. അതെങ്ങനെ ചെയ്യാമെന്നതിന്റെ ചില ഉദാഹരണങ്ങൾ മാർക്സും എംഗൽസും തന്നെ നമുക്ക് കാണിച്ചു തന്നിട്ടുണ്ട്. അതിന്റെ വിശദവിവരങ്ങളിലേക്ക് നമുക്ക് ഇപ്പോൾ പ്രവേശിക്കാൻ വയ്യ. എന്നാൽ ഉൽപ്പാദനശക്തികളും ഉൽപ്പാദനബന്ധങ്ങളും തമ്മിലുള്ള പൊരുത്തം സംബന്ധിച്ച് ഇവിടെ പറഞ്ഞത് ഒരു പൂർണമായ ചരിത്രശാസ്ത്രമാകണമെങ്കിൽ വേറെ ചില സംഗതികൾ കൂടി കണക്കിലെടുക്കേണ്ടതുണ്ട്.

ഉൽപ്പാദനബന്ധങ്ങളുടെ കൂട്ടത്തിൽ പെടുത്താൻ വയ്യാത്ത പല ബന്ധങ്ങളും സമൂഹത്തിലുണ്ട്. അവയ്ക്ക് രൂപംനൽകുന്നതിൽ ഉൽപ്പാദനശക്തികൾക്കും സ്ഥാനമുണ്ടെന്നത് ശരിയാണ്. എന്നാൽ ഉൽപ്പാദനബന്ധങ്ങൾ മനസിലാക്കുന്നതുകൊണ്ട് മാത്രം ഇവയെ മനസിലാക്കാൻ കഴിയുകയില്ല.

ഇക്കൂട്ടത്തിൽ പ്രധാനമായ ഇനത്തിൽപ്പെട്ടതു രാഷ്ട്രീയബന്ധങ്ങളാണ്–ഭരണാധികാരികളും ഭരണീയരും തമ്മിലും, ഭരണീയരിൽത്തന്നെ വിവിധ വിഭാഗങ്ങൾ തമ്മിൽതമ്മിലും ഉള്ള ബന്ധങ്ങളാണ്.

ഇതുപോലെ ഉൽപ്പാദനബന്ധങ്ങളെന്ന് പറയാവുന്ന ചിലവ പലേടത്തും പല രൂപങ്ങളിലുമാണ് പ്രകടമാകുന്നത്. ഉദാഹരണത്തിന്, യൂറോപ്യൻ രാജ്യങ്ങളിൽ യജമാനനും അടിമയും തമ്മിലും, ജന്മിയും കുടിയാനും തമ്മിലും ഉണ്ടായിരുന്ന ബന്ധത്തിന്റെ സ്ഥാനത്ത് ഇന്ത്യയിൽ മേൽജാതികളും കീഴ്ജാതികളും തമ്മിലുള്ള ബന്ധമാണുണ്ടായിരുന്നത്.

അവസാനവിശകലനത്തിൽ, ഉൽപ്പാദനബന്ധങ്ങളിൽ ചെന്നെത്താൻ ഇടയുണ്ടെങ്കിലും പ്രത്യക്ഷത്തിൽ ഉൽപ്പാദനബന്ധങ്ങളിൽ പെടുത്താൻ വയ്യാത്ത ചില സാമൂഹ്യബന്ധങ്ങളാണ് മതപരമായ സംഘടനകളിലും കുടുംബവ്യവസ്ഥയിലും മറ്റും കാണുന്നത്.

എല്ലാറ്റിലും മീതെ കലാസാഹിത്യാദി മാനസികപ്രവർത്തനങ്ങളിലും ഉൽപ്പാദനബന്ധങ്ങളുടെ പ്രത്യക്ഷമായ പ്രതിഫലനം കാണാൻ കഴിയുകയില്ല.

ഈ ബന്ധങ്ങളിൽ ഓരോന്നിനേയും ഉൽപ്പാദനബന്ധങ്ങളിൽനിന്നും ഉൽപ്പാദനശക്തികളിൽനിന്നും അടർത്തി എടുത്ത് അവയെ സ്വതന്ത്രശക്തികളായി കാണിക്കാനാണ് ആത്മീയവാദത്തിന്റെ വീക്ഷണമുള്ളവർ ശ്രമിക്കുക. നേരെമറിച്ച്, കേവലവാദത്തിന്റെ പരിശോധനാമാർഗത്തോടുകൂടി, ഭൗതികവാദം സ്വീകരിച്ചിട്ടുള്ളവർക്കാകട്ടെ, ഈ ബന്ധങ്ങളെക്കുറിച്ച് യുക്തിസഹമായി യാതൊന്നും പറയാൻ കഴിയുകയില്ല. അവയും ഉൽപ്പാദനബന്ധങ്ങളും തമ്മിലുള്ള ബന്ധമെന്തെന്ന് വിശദീകരിക്കാൻ കഴിയുകയില്ല. ഇവിടെയാണ് മാർക്സിന്റെയും എംഗൽസിന്റെയും സംഭാവനയുടെ മഹത്വം വ്യക്തമായി കാണുന്നത്.

സാമൂഹ്യഘടനക്ക് സാമ്പത്തികമായ ഒരടിത്തറയും സാമ്പത്തികേതരമായ ഒരു മേൽപ്പുരയും ഉണ്ടെന്നാണ് "ചരിത്രപരമായ ഭൗതികവാദം" പറയുന്നത്. ഉൽപ്പാദനശക്തികളും ഉൽപ്പാദനബന്ധങ്ങളും ചേർന്നുണ്ടാകുന്ന ഉൽപ്പാദനവ്യവസ്ഥയാണ് സാമ്പത്തികമായ അടിത്തറ. അതിന്റെ മീതെ ഉയർന്നുവരുന്ന മേൽപ്പുരയാണു ഭരണം നടത്താൻ വേണ്ട നിയമങ്ങൾ ഉണ്ടാക്കുന്ന നിയമസഭകളെപ്പോലുള്ള രാഷ്ട്രീയസ്ഥാപനങ്ങൾ, വിജ്ഞാനതൃഷ്ണക്കും സൗന്ദര്യബോധത്തിനും രൂപം നൽകുന്ന സാംസ്കാരിക കൃതികളും സ്ഥാപനങ്ങളും എന്നിവ.

സാമ്പത്തികേതരമായ മേൽപ്പുര ഉണ്ടാവണമെങ്കിൽ അതിനെ താങ്ങി നിർത്തുന്ന സാമ്പത്തികമായ അടിത്തറ ഉണ്ടായേ കഴിയൂ. അതുകൊണ്ടുതന്നെ അടിത്തറ മാറുമ്പോൾ മേൽപ്പുരയിൽ മാറ്റം വരാതെ നിവൃത്തിയില്ല. ഈ അർഥത്തിൽ ചരിത്രത്തിന്റെ നിയമശക്തി ഉൽപ്പാദനവ്യവസ്ഥയിൽ വരുന്ന മാറ്റമാണ്. അതുകൊണ്ട് ചരിത്രം പഠിക്കുന്നതിൽ ശ്രദ്ധിക്കേണ്ട ഏറ്റവും മുഖ്യമായ ഘടകം ഉൽപ്പാദനശക്തികളിലും ഉൽപ്പാദനബന്ധങ്ങളിലും വരുന്ന മാറ്റമാണ് ഉൽപ്പാദനവ്യവസ്ഥയിൽ, അല്ലെങ്കിൽ സാമ്പത്തികവ്യവസ്ഥയിൽ വരുന്ന മാറ്റമാണ്.

പക്ഷേ, സാമ്പത്തികവ്യവസ്ഥയെ വെറുതെ പ്രതിഫലിപ്പിക്കുക മാത്രം ചെയ്യുന്ന ഒന്നല്ല അതിന്റെ മീതെ പടുത്തുയർത്തപ്പെട്ടിട്ടുള്ള മേൽപ്പുര. അത് ഉയർന്നുകഴിഞ്ഞാൽ താരതമ്യേന സ്വതന്ത്രമായ ഒരു പദവി താൽക്കാലികമായിട്ടെങ്കിലും അതിനു കൈവരുന്നു. അതുകൊണ്ടുതന്നെ ഒരു പ്രത്യേക സാമ്പത്തികവ്യവസ്ഥയിൽനിന്നുയർന്നുവന്ന ഭരണവ്യവസ്ഥക്ക്, അല്ലെങ്കിൽ ഒരു സാമൂഹ്യസംഘടനാരീതിക്ക്, ആ പ്രത്യേക സാമ്പത്തികവ്യവസ്ഥയെ നിലനിർത്തുന്ന കാര്യത്തിലും

സജീവമായ ഒരു പങ്കുവഹിക്കാൻ കഴിയും. ആ വ്യവസ്ഥ കാലഹരണപ്പെടത്തക്കവിധം ഉൽപ്പാദനശക്തികളിൽ മാറ്റംവന്നു കഴിഞ്ഞാൽപ്പോലും ആ മാറ്റം ഉൽപ്പാദനബന്ധങ്ങളിൽ പ്രതിഫലിക്കാൻ ഇടയാകാതെ നോക്കാൻ കുറച്ചുകാലത്തേക്കുകഴിയും.

ഇതാണ് യഥാർഥത്തിൽ ഫാസിസത്തിന്റെ ഉദയത്തോടുകൂടി മുതലാളിത്തത്തിൽ വന്നത്. മുതലാളിത്തത്തിന്റേതായ സാമ്പത്തികവ്യവസ്ഥ എന്ന അടിത്തറമേൽ പടുത്തുയർത്തപ്പെട്ട രാഷ്ട്രീയ മേൽപ്പുരയാണ് ബൂർഷ്വാജനാധിപത്യവ്യവസ്ഥ. ജനാധിപത്യത്തിന്റെ മറയ്ക്കു പിന്നിൽ ബൂർഷ്വാസർവാധിപത്യമെന്നതാണ് അതിന്റെ ഉള്ളടക്കം. ഈ ഭരണവ്യവസ്ഥയുടെ ജനാധിപത്യവശം നിലനിർത്തിയാൽ മുതലാളിത്തവ്യവസ്ഥ തകരും, സോഷ്യലിസ്റ്റ് വ്യവസ്ഥ നിലവിൽ വരും. അതായത്, സാമ്പത്തികമായ അടിത്തറ സോഷ്യലിസത്തിന്റേതാവാൻ തുടങ്ങിക്കഴിഞ്ഞിരിക്കുന്നു. ഈ സന്ദർഭത്തിലാണ് ബൂർഷ്വാജനാധിപത്യം അതിന്റെ ജനാധിപത്യമറ നീക്കി ഫാസിസമായി രൂപാന്തരം പ്രാപിച്ചത്. ഈ രൂപമാറ്റത്തോടുകൂടി സോഷ്യലിസ്റ്റ് പരിവർത്തനത്തെ താൽക്കാലികമായി തടഞ്ഞുവയ്ക്കാൻ മുതലാളിത്തത്തിനു കഴിഞ്ഞു.

ഇതുപോലെതന്നെ നമ്മുടെ നാട്ടിലെ ജാതിവ്യവസ്ഥയും ഗ്രാമീണ ജനാധിപത്യവ്യവസ്ഥയും പ്രാചീനകാലത്തെ ഇന്ത്യൻ സാമ്പത്തികവ്യവസ്ഥയാകുന്ന അടിത്തറമേൽ പടുത്തുയർത്തപ്പെട്ട ഒരു സാമൂഹ്യ മേൽപ്പുരയാണ്. പക്ഷേ, ആ മേൽപ്പുര ഉയർന്നുകഴിഞ്ഞതിൽ പിന്നീട് അതിനും ഒരു പരിധിവരെ സ്വതന്ത്രമായി നിലനിൽക്കാൻ കഴിഞ്ഞു. ആ സാമ്പത്തികമായ അടിത്തറ ഇളകാൻ തുടങ്ങിയിട്ടു കാലം ഒട്ടേറെയായി. മുതലാളിത്തത്തിന്റെ രംഗപ്രവേശത്തോടുകൂടി അതിന്റെ വേരറ്റു എന്നുപോലും പറയാം. എന്നാൽ മുതലാളിത്തത്തിന്റെ വളർച്ചയെതന്നെ ഒരതിർത്തിവരെ തടഞ്ഞുവയ്ക്കാൻ അതിന് കഴിഞ്ഞിരിക്കുന്നു.

ഉൽപ്പാദനശക്തികളുടെയും ഉൽപ്പാദനബന്ധങ്ങളുടെയും സ്വാഭാവികമായ വളർച്ച തടയാൻ രാഷ്ട്രീയവും മറ്റുമായ മേൽപ്പുരയ്ക്ക് കഴിയുമെന്നതിന്റെ രണ്ട് ഉദാഹരണങ്ങളാണിവ. ഇതുപോലെതന്നെ ഉൽപ്പാദനബന്ധങ്ങളിലും ഉൽപ്പാദനശക്തികളിലും വന്നുകൊണ്ടിരിക്കുന്ന മാറ്റം ത്വരിതപ്പെടുത്താനും ചിലപ്പോൾ മേൽപ്പുരക്കു കഴിയും. ഉദാഹരണത്തിന് 1917–ൽ റഷ്യയിലോ 1949–ൽ ചൈനയിലോ സോഷ്യലിസ്റ്റ് പരിവർത്തനത്തിനുവേണ്ട സാഹചര്യങ്ങൾ തികഞ്ഞുവന്നിരുന്നില്ല. എങ്കിലും സംഘടിതമായ കമ്യൂണിസ്റ്റ് പാർട്ടിയുടെ നേതൃത്വത്തിൽ രാഷ്ട്രീയവിപ്ലവം നടന്നതോടുകൂടി പഴയമേൽപ്പുര അടിച്ചുതകർത്തു സോഷ്യലിസത്തിന്റേതായ പുതിയ മേൽപ്പുര പടുത്തതോടുകൂടി ഉൽപ്പാദനവ്യവസ്ഥയിൽ വരുത്തേണ്ട മാറ്റംതന്നെ കൂടുതൽ ത്വരിതഗതിയിലായി.

യഥാർഥം പറയുകയാണെങ്കിൽ, 1917–ൽ വിപ്ലവം നടന്ന റഷ്യയും 1918–ൽ വിപ്ലവം നടന്ന ജർമനിയും തമ്മിൽ താരതമ്യപ്പെടുത്തിയാൽ സോഷ്യലിസ്റ്റ് പരിവർത്തനങ്ങൾക്ക് കൂടുതൽ അനുകൂലമായ പരിതഃ

സ്ഥിതി 1918–ലെ ജർമനിയിൽ ആയിരുന്നു. എങ്കിലും റഷ്യൻ വിപ്ലവം ജയിച്ചു. ജർമൻ വിപ്ലവം അടിച്ചമർത്തപ്പെട്ടു. എന്തുകൊണ്ടെന്നാൽ, റഷ്യയിൽ ലെനിന്റെ നേതൃത്വത്തിൽ വളർന്നുവന്ന ബോൾഷെവിക്പാർട്ടി തൊഴിലാളിവർഗത്തിന്റെ ആശയപരവും രാഷ്ട്രീയവുമായ ഐക്യത്തിലൂടെ സുസംഘടിതമായ ഒരു വിപ്ലവശക്തിയെ പടുത്തുയർത്തി. അതിനു ശത്രുവർഗത്തിന്റെ ഭരണപരമായ മേൽപ്പുര അടിച്ചുതകർക്കാൻ കഴിഞ്ഞു. ജർമനിയിലാകട്ടെ, സോഷ്യൽ ഡെമോക്രാറ്റിക് നേതൃത്വത്തിൽ നിരായുധീകരിക്കപ്പെട്ട ഒരു തൊഴിലാളിവർഗമാണ് ഉണ്ടായിരുന്നത്.

ചുരുക്കത്തിൽ, സാമൂഹ്യവളർച്ചയിൽ വിപ്ലവകരമായ ആശയങ്ങൾക്കും സ്ഥാപനങ്ങൾക്കും സംഘടനകൾക്കും മഹത്തായ സ്ഥാനമുണ്ടെന്ന് "ചരിത്രപരമായ ഭൗതികവാദം" മനസിലാക്കുന്നു. വിപ്ലവങ്ങളുടെ രൂപവും ഗതിവേഗവും ഫലങ്ങളും എല്ലാം നിർണയിക്കുന്നതിൽ ഈ സാമ്പത്തികേതരഘടകങ്ങൾക്ക് അതിപ്രധാനമായ സ്ഥാനമുണ്ട്. ഈ യാഥാർഥ്യം നിഷേധിക്കാൻ മാർക്സിന്റെയും എംഗൽസിന്റെയും ശിഷ്യന്മാരെന്ന് അഭിമാനിച്ചിരുന്ന ചിലർ ശ്രമിച്ചിരുന്നു. അവർക്കു മറുപടിയായി എംഗൽസ് ഒരു കത്തിൽ ഇങ്ങനെ പറഞ്ഞു:

> സാമ്പത്തികസ്ഥിതിയാണ് അടിത്തറ. പക്ഷേ, അതിനുമീതെയുള്ള മേൽപ്പുരക്ക് പല ഘടകങ്ങളുമുണ്ട്–വർഗസമരത്തിന്റെരാഷ്ട്രീയ രൂപങ്ങൾ. അവയുടെ ഫലങ്ങളായ ഭരണഘടന (ഇതു വിപ്ലവത്തിൽ വിജയംവരിക്കുന്ന വർഗത്തിന്റെ സൃഷ്ടിയാണ്); വർഗസമരത്തിന് നൽകപ്പെടുന്ന നിയമപരമായ രൂപങ്ങൾ, ഇവയെല്ലാം ജനങ്ങളുടെ തലച്ചോറിൽ പ്രതിഫലിച്ച് രൂപം പ്രാപിക്കുന്ന ആശയങ്ങളും അഭിപ്രായങ്ങളും, അവ വളർന്നുവന്ന് രാഷ്ട്രീയവും നിയമപരവും ദാർശനികവുമായ സിദ്ധാന്തങ്ങളായിത്തീരുന്നത്–ഇവയെല്ലാം ചരിത്രപരമായ സമരങ്ങളുടെ ഗതിയിൽ സ്വാധീനം ചെലുത്തുന്നു. അവയുടെ രൂപം നിർണയിക്കുന്നതിൽ പ്രധാന സ്ഥാനം പോലും ചിലപ്പോൾ വഹിക്കുന്നു. ഈ ഘടകങ്ങളോരോന്നും അതതിന്റെ സ്വാധീനശക്തി മറ്റേതിന്റെമേൽ ചെലുത്തുന്നു. ഇവയുടെയെല്ലാം പരസ്പരസംഘട്ടനമാകട്ടെ, വെറും യാദൃച്ഛികസംഭവങ്ങളുടെ സ്വഭാവം തോന്നിക്കത്തക്കവിധം പരോക്ഷമായി മാത്രം ബന്ധപ്പെടുന്നവയാണ്. ഇങ്ങനെ സാമ്പത്തികേതരമായ പല ഘടകങ്ങളുടെയും പരസ്പരബന്ധങ്ങൾക്കിടയ്ക്ക് അവസാനവിശകലനത്തിൽ നിർണായകശക്തിയായി രൂപംപ്രാപിക്കുന്നത് സാമ്പത്തികപുരോഗതിയാണ്. സങ്കീർണങ്ങളായ ഈ പരസ്പരബന്ധങ്ങൾ മനസിലാക്കാതെ ചരിത്രപരമായ ഭൗതികവാദസിദ്ധാന്തത്തെ ചരിത്രത്തിലെ ഏതെങ്കിലുമൊരു കാലഘട്ടം മനസിലാക്കുന്നതിനായി പ്രയോഗിക്കുന്നപക്ഷം അത് ബീജഗണിതത്തിലെ ഏറ്റവും ലളിതമായ പ്രശ്നത്തിന് പരിഹാരം കാണുന്നതിനേക്കാൾ ലളിതമായിരിക്കും.

മാർക്സിന്റെ മരണശേഷമാണ് എംഗൽസ് ഈ കത്തെഴുതിയത്. പക്ഷേ, മാർക്സ് ജീവിച്ചിരുന്നുവെങ്കിൽ ഇതുതന്നെ പറയുമായിരുന്നെന്ന് അദ്ദേഹത്തിന് ഉറപ്പുണ്ട്. എന്തുകൊണ്ടെന്നാൽ, "അവസാന വിശകലനത്തിൽ ചരിത്രത്തിന്റെ ഗതി നിർണയിക്കുന്നത് യഥാർഥ ജീവിതത്തിലെ ഉൽപ്പാദനവും പുനരുൽപ്പാദനവുമാണെന്ന് മാത്രമാണ് ചരിത്രപരമായ ഭൗതികവാദം പറയുന്നത്. അതിൽ കൂടുതലായൊന്നും മാർക്സോ ഞാനോ പറഞ്ഞിട്ടില്ല. ഇതിനെ വളച്ചൊടിച്ച് സാമ്പത്തികഘടകം മാത്രമാണ് ചരിത്രത്തെ നിയന്ത്രിക്കുന്നതെന്ന് ആരെങ്കിലും പറയുകയാണെങ്കിൽ അയാൾ നിരർഥകവും നിർജീവവും അസംബന്ധവുമായ ഒരു വാക്കുച്ചരിക്കുക മാത്രമായിരിക്കും ചെയ്യുന്നത്."

അതേ കത്തിൽ അദ്ദേഹം തുടർന്നു: "ചില ചെറുപ്പക്കാർ സാമ്പത്തിക ഘടകത്തിന് അനർഹമായ പ്രാധാന്യം കൊടുക്കാൻ തുടങ്ങിയിട്ടുള്ളതിന്റെ ഭാഗികമായ ഉത്തരവാദിത്വം, മാർക്സിനും എനിക്കും തന്നെയാണ്. സാമ്പത്തിക ഘടകത്തിന്റെ പ്രാധാന്യമെന്ന തത്ത്വംതന്നെ നിഷേധിക്കുന്ന എതിരാളികൾക്ക് മറുപടി പറയുമ്പോൾ ആ തത്ത്വത്തിന് ഊന്നൽ കൊടുക്കുന്നത് ആവശ്യമായിരുന്നു. അതിനുള്ള ധൃതിയിൽ സാമ്പത്തികേതര ഘടകങ്ങൾ പ്രവർത്തിക്കുന്നതെങ്ങനെയെന്ന് ചൂണ്ടിക്കാണിക്കാൻ ഞങ്ങൾക്ക് സമയമുണ്ടായിരുന്നില്ല."

എന്നാൽ ഏതെങ്കിലും ഒരു ചരിത്രഘട്ടം പരിശോധിക്കുന്ന ഏത് കൃതിയിലും എല്ലാ ഘടകങ്ങൾക്കും അതതിന്റെ അർഹമായ സ്ഥാനം നൽകാൻ മാർക്സും താനും ശ്രമിച്ചിട്ടുള്ളതിന്റെ നിരവധി ഉദാഹരണങ്ങൾ ഏംഗൽസ് ചൂണ്ടിക്കാണിച്ചു. അതായത്, ചരിത്രപരമായ വസ്തുതകൾ സത്യസന്ധമായി പഠിക്കുന്നതിനുള്ള ഒരു വഴികാട്ടി മാത്രമാണ് ചരിത്രപരമായ ഭൗതികവാദം. ആ വസ്തുതകൾ പഠിക്കാൻ മിനക്കെടാതെ ചരിത്രപരമായ ഭൗതികവാദത്തിന്റെ തത്വങ്ങൾ മന്ത്രംപോലെ ഉരുവിടുകയോ ഉൽപ്പാദനശക്തികളെയും ഉൽപ്പാദനബന്ധങ്ങളെയും മറ്റ് ചരിത്രഘടകങ്ങളിൽ നിന്ന് അടർത്തിയെടുത്ത് കൃത്രിമമായ ഒരു ചരിത്രസിദ്ധാന്തം കണ്ടുപിടിക്കാൻ ശ്രമിക്കുകയോ ചെയ്യുന്നത് മാർക്സിസമാവുകയില്ല.

ചരിത്രപരമായ ഭൗതികവാദത്തിന്റെ ഏറ്റവും വലിയ പ്രാധാന്യം കിടക്കുന്നത് അധ്വാനിക്കുന്ന ജനവിഭാഗങ്ങളുടെ വിപ്ലവസമരങ്ങൾക്കുള്ള ഒരു വഴികാട്ടിയാണ് അതെന്ന നിലയ്ക്കാണ്. ചൂഷണവ്യവസ്ഥയുടെ വേരറ്റുകഴിഞ്ഞുവെന്നും, ചൂഷണരഹിതമായ ഒരു പുതിയ സാമൂഹ്യവ്യവസ്ഥ രൂപംകൊള്ളുകയാണെന്നുമുള്ള ആത്മവിശ്വാസം അത് അവരിൽ ഉളവാക്കുന്നു. അതേസമയത്ത് സാമൂഹ്യവ്യവസ്ഥയിൽ അനിവാര്യമായി വരാൻപോകുന്ന ഈ മാറ്റത്തിന്റെ ഗതിവേഗം വർധിപ്പിക്കുന്നതിലും, ആ മാറ്റത്തെ തടഞ്ഞുവയ്ക്കാൻ ശ്രമിക്കുന്ന ശത്രുക്കളെ എതിർത്തു തോൽപ്പിക്കുന്നതിലും തങ്ങൾക്കുള്ള പങ്ക് അത് അവരെ ധരിപ്പിക്കുന്നു. അങ്ങനെ അധ്വാനിക്കുന്ന ജനവിഭാഗങ്ങളെ ആശയപരമായി ആയുധമ

ണിയിച്ച് വിപ്ലവത്തെ കൂടുതൽ ത്വരിതവും, ഫലപ്രദവുമാക്കാൻ അത് സഹായിക്കുന്നു.

ഇതവസാനിപ്പിക്കുന്നതിനുമുമ്പ് ചരിത്രത്തിന്റെ പുരോഗതിയിൽ മഹാന്മാരായ വ്യക്തികൾക്കുള്ള സ്ഥാനത്തെക്കുറിച്ചും ഒരു വാക്ക് — സാധാരണക്കാരെക്കാൾ പ്രതിഭാശാലികളായ വ്യക്തികളില്ലെന്ന് മാർക്സിസം പറയുന്നില്ല. അത്തരം ആളുകളുണ്ട്, അവർക്ക് ചരിത്രത്തിന്റെ അസാധാരണഗതിയിലുള്ള പോക്ക് ത്വരിതപ്പെടുത്താനോ താൽക്കാലികമായി തടയാനോ കഴിയും. പക്ഷേ, ഇത്തരം വ്യക്തികൾതന്നെ സാഹചര്യങ്ങളുടെ സന്തതികളാണ്. അവരുടെ പ്രതിഭയും കഴിവുകളും പ്രയോജനപ്പെടണമെങ്കിൽ അതിനും പ്രത്യേകമായ ചില സാഹചര്യങ്ങളുണ്ടാവണം. എംഗൽസിന്റെ ഭാഷയിൽ "ഇന്നയാൾ ഇന്ന രാജ്യത്ത് നിർണായകമായ പങ്കുവഹിച്ചു എന്നതു യാദൃച്ഛിക സംഭവമാണ്. ആ പ്രത്യേകവ്യക്തി ജനിച്ചില്ലെന്നു കരുതുക എന്നാലും അയാൾക്കുപകരം ഒരാൾ ഉണ്ടാകേണ്ടിവരും. ഏതെങ്കിലും തരത്തിൽ അങ്ങനെ ഒരാൾ ഉണ്ടാകുകയും ചെയ്യും. നെപ്പോളിയനെന്ന കോഴ്സിക്കക്കാരനായ ഒരു പ്രത്യേക വ്യക്തി യുദ്ധംകൊണ്ട് തളർന്നുകഴിഞ്ഞ ഫ്രാൻസിന്റെ സർവാധിപതിയായി വളർന്നുവന്നത് ഒരു യാദൃച്ഛിക സംഭവമാണ്. എന്നാൽ, നെപ്പോളിയൻ ജനിച്ചില്ലായിരുന്നുവെങ്കിൽ ആ സ്ഥാനത്ത് മറ്റൊരാൾ വരുമായിരുന്നു എന്നതിനുള്ള തെളിവ് ഇതാണ്: ഏതാണ്ടിതിനോട് സാദൃശ്യമുള്ള സാഹചര്യത്തിൽ സീസറും അഗസ്റ്റസും ക്രോംവെല്ലും മറ്റും ജനിച്ചു. ചരിത്രപരമായ ഭൗതികവാദം ആവിഷ്കരിച്ച വ്യക്തി മാർക്സായിരുന്നു. എന്നാൽ ആ വഴിക്കാണ് കാര്യങ്ങൾ നീങ്ങിക്കൊണ്ടിരിക്കുന്നതെന്ന് തയേർസ്, ഗിസോട്ട് എന്നിവരും 1850 വരെയുള്ള ഇംഗ്ലീഷ് ചരിത്രകാരന്മാരും തെളിയിക്കുന്നു. ഇതേ ആശയം തന്നെയാണ് മോർഗനും കണ്ടുപിടിച്ചിട്ടുള്ളതെന്നതിൽ നിന്നു ചരിത്രപരമായ ഭൗതികവാദം അനിവാര്യമായിക്കഴിഞ്ഞിരുന്നു എന്നു വ്യക്തമാവുന്നു."

അതായത് പ്രത്യേക കഴിവുകളുള്ള വ്യക്തികൾ അവരുടെ പ്രവർത്തനങ്ങൾ എന്നിവയടക്കമുള്ള എല്ലാ ഘടകങ്ങളും കണക്കിലെടുക്കുകയും അക്കൂട്ടത്തിൽ ഉൽപ്പാദനവ്യവസ്ഥക്ക് സർവപ്രധാനമായ സ്ഥാനം നൽകുകയും ചെയ്യുന്ന സമീപനമാണ് ചരിത്രപരമായ ഭൗതികവാദം. അതുകൊണ്ടാണ് അത് ചരിത്രത്തിന്റെ ദർശനമായത്.

മാർക്സിസം ഒരു പഠനം

ഈ ഒരൊറ്റ ക്ലാസുകൊണ്ട് മാർക്സിസം-ലെനിനിസത്തിന്റെ സിദ്ധാന്തങ്ങളോ അവ പ്രയോഗത്തിൽ വരുത്തുമ്പോൾ അംഗീകരിക്കേണ്ട തന്ത്രവും അടവുകളുമോ വ്യക്തമാക്കാൻ കഴിയുകയില്ല. അതിന് ഇതിനേക്കാൾ വിശദവും സവിസ്തരവുമായ ക്ലാസുകൾ വേണം. ദർശനം; അർഥശാസ്ത്രം, രാജ്യതന്ത്രം മുതലായ വിവിധ വിഷയങ്ങൾ ഓരോന്നിനേയും സംബന്ധിച്ച് നിരവധി ക്ലാസുകൾ കൂടാതെ മാർക്സിസം-ലെനിനിസം പഠിക്കാനാഗ്രഹിക്കുന്നവർ സ്വന്തമായി തന്നെ നിരവധി ഗ്രന്ഥങ്ങൾ പഠിച്ചു മനസിലാക്കുകയും അവയുടെ ഉള്ളടക്കത്തെ സംബന്ധിച്ച് പരസ്പരം ആശയവിനിമയം നടത്തുകയും വേണം. പാർട്ടികേന്ദ്രം സംഘടിതമായി പ്രവർത്തിക്കാൻ തുടങ്ങിയാൽ ഇതു സംബന്ധിച്ചുണ്ടാകുന്ന സംശയങ്ങൾ തീർക്കുന്നതിന് പാർട്ടിപത്രങ്ങളുടെ പംക്തികളും മറ്റു ഉപാധികളും ഉപയോഗിക്കുകയും ചെയ്യും, എല്ലാറ്റിനും മീതെ പ്രായോഗിക രാഷ്ട്രീയത്തിൽ പാർട്ടിക്കുണ്ടാകുന്ന അനുഭവങ്ങളോരോന്നും അപ്പപ്പോൾ പരിശോധിച്ച് വിലയിരുത്തുകയും അവയെ ക്രോഡീകരിച്ച് പൊതുതത്ത്വങ്ങൾ ആവിഷ്കരിക്കുകയും ചെയ്യണം. ഈ മാർഗങ്ങളെല്ലാം ഉപയോഗിച്ചുകൊണ്ടു മാർക്സിസം-ലെനിനിസത്തിൽ അടിയുറച്ചു ജ്ഞാനം സമ്പാദിക്കുന്നതിനുള്ള സംരംഭത്തിന്റെ ഒരു തുടക്കം മാത്രമാണ് ഈ ലേഖനം.

ദർശനം എന്തിന്?

മാർക്സിസം-ലെനിനിസത്തിന് അതിന്റേതായ, അതിന്റേത് മാത്രമായ, ഒരു ദർശനമുണ്ട്. "വൈരുധ്യാത്മകവും ചരിത്രപരവുമായ ഭൗതികവാദ"മെന്നാണ് ഇതിന്റെ പേര്. ഈ ദർശനത്തിന്റെ ഉള്ളടക്കമെന്താണെന്ന് മനസിലാക്കുകയും അതു പ്രായോഗികജീവിതത്തിൽ ഉപയോ

ഗിക്കുകയും ചെയ്യാൻ ശ്രമിക്കുന്നത് ഓരോ കമ്യൂണിസ്റ്റുകാരന്റേയും കടമയാണ്. പാർട്ടിയുടെ ഭരണഘടനയിൽ ഓരോ പാർട്ടിമെമ്പറുടെയും കടമകൾ എന്താണെന്നു നിർവചിക്കുന്ന കൂട്ടത്തിൽ "മാർക്സിസം–ലെനിനിസം പഠിക്കുകയും അതു സംബന്ധിച്ച വിജ്ഞാനത്തിന്റെ നിലവാരം ഉയർത്തുകയും" ചെയ്യുന്നതുകൂടി ഉൾപ്പെടുത്തിയിട്ടുണ്ട് (*12–ാം വകുപ്പ് 1–ാം ഉപവകുപ്പ് ബി*).

ഒരു ചോദ്യത്തിന് ആദ്യം തന്നെ സമാധാനം പറയണം. എന്താണ് ഈ ദർശനമെന്നാൽ? അതും നമ്മുടെ പ്രായോഗികപ്രവർത്തനവും തമ്മിൽ വല്ല ബന്ധവുമുണ്ടോ?

ദർശനത്തെപ്പറ്റി സാധാരണയായുള്ള ഒരു ധാരണ അതു പ്രായോഗിക ജീവിതത്തിൽനിന്ന് തികച്ചും ഒറ്റപ്പെട്ടു നിൽക്കുന്ന ഒരു ചിന്താഗതിയാണെന്നാണ് നമ്മുടെ നാട്ടിലെ ഹൈന്ദവദാർശനികന്മാരെക്കുറിച്ചു പറയാറുള്ളത്. ഇവർ ഐഹികജീവിതത്തിൽ നിന്നെല്ലാം അകന്ന് പർവതപ്രാന്തങ്ങളിലുള്ള ഗുഹകളിൽ വസിച്ച് ഇഹലോകവുമായി ബന്ധമില്ലാത്ത പാരത്രിക ജീവിതത്തെക്കുറിച്ചു പഠിക്കുകയും ചിന്തിക്കുകയും ചെയ്യുന്നു എന്നാണ്. ദർശനവും പ്രായോഗിക ജീവിതവും തമ്മിലുള്ള ഈ വിടവിന്റെ സൂചന എന്നോണം പ്രായോഗിക ജീവിതവുമായി ബന്ധമില്ലാതെ കേവലതത്ത്വങ്ങൾ പ്രസംഗിക്കുന്നവരെ "വേദാന്തം പ്രസംഗിക്കുന്നവർ" എന്നു പറയാറുണ്ട്.

മാർക്സിസത്തിന്റെ ജീവൻ

ഈ അർഥത്തിലുള്ള യാതൊരു ദർശനവും മാർക്സിസം–ലെനിനിസത്തിനില്ല. തത്ത്വവും പ്രയോഗവും തമ്മിലുള്ള വിടവല്ല പൊരുത്തമാണ് മാർക്സിസത്തിന്റെ ജീവൻ. മാർക്സിസ്റ്റ് ആചാര്യന്മാർ ആവർത്തിച്ചാവർത്തിച്ച് പറഞ്ഞിട്ടുള്ളതുപോലെ "സിദ്ധാന്തം പ്രവർത്തനത്തിനുള്ള വഴികാട്ടിയാണ്! ദാർശനികമായ വിജ്ഞാനത്തിന്റെ മുഴുവൻ ഉറവിടവും മാനദണ്ഡവും പ്രായോഗിക പ്രവർത്തനമാണ്." മാർക്സിന്റെ സുപ്രസിദ്ധമായ ഒരു വാക്യം സൂചിപ്പിക്കുന്നതുപോലെ "ഇതേവരെ ജീവിച്ച ദാർശനികന്മാർ മുഴുവൻ പ്രപഞ്ചത്തെ പല വിധത്തിൽ വ്യാഖ്യാനിക്കുകയാണ് ചെയ്തിട്ടുള്ളത്. നമുക്കാവശ്യമുള്ളതോ പ്രപഞ്ചത്തെ മാറ്റിത്തീർക്കലാണ്."

യഥാർഥം പറയുകയാണെങ്കിൽ നാം ഓരോരുത്തരും പ്രായോഗികജീവിതത്തിൽ ഓരോ പ്രവൃത്തി ചെയ്യുമ്പോഴും നാം അറിയാതെ തന്നെ ഏതെങ്കിലുമൊരു ദർശനത്തിനു വിധേയരാണ്. ദർശനത്തിലെന്നല്ല, യാതൊരു വിജ്ഞാനശാഖയിലും പാണ്ഡിത്യമില്ലാത്ത പാമരന്മാർപോലും ഇടിവെട്ടിന്റെ ശബ്ദം കേൾക്കുകയോ മഹാരോഗങ്ങൾ വന്നു പിടിപെടുകയോ ചെയ്താൽ ഉടൻ ദൈവത്തെ വിളിക്കും. അതായത്, തന്റെ സ്വന്തം ദേഹത്തിന് അപകടം വരികയെന്ന പ്രായോഗികാനുഭവം വന്നാലുടൻ അതിനെ ദൈവവിശ്വാസത്തിൽ അധിഷ്ഠിതമായ ഒരു ദർശനവുമായി

അവർ ബന്ധപ്പെടുത്തും. അതുപോലെ, രാജ്യതന്ത്രസംബന്ധമായ യാതൊരു പഠനവും നടത്തിയിട്ടില്ലാത്ത സാധാരണക്കാരിൽ പലരും കമ്യൂണിസ്റ്റുകാരെന്നു കേട്ടാലുടൻ അവർ "കൊലയാളി"കളും "കുഴപ്പക്കാരു"മാണെന്ന് വിശ്വസിക്കും. ഈ രണ്ടു ഉദാഹരണങ്ങളും കാണിക്കുന്നതെന്താണ്? ദാർശനികമായ യാതൊരു പഠനവും നടത്തിയിട്ടില്ലാത്തവരുടെ ഇടയിൽപ്പോലും ആത്മീയവാദത്തിന്റെ ദർശനവും കമ്യൂണിസ്റ്റ് വിരോധത്തിന്റെ രാജ്യതന്ത്രവും ബലമായി വേരൂന്നിയിട്ടുണ്ട് എന്നല്ലേ? ഇതുപോലെ അരിവില വർധനവ് മുതലായി സാമ്പത്തിക ജീവിതത്തിൽ പല അനുഭവങ്ങളുമുണ്ടാകുമ്പോൾ, സ്വയം പഠിച്ചു പ്രാവീണ്യം നേടിയിട്ടില്ലാത്ത പല സാമ്പത്തിക സിദ്ധാന്തങ്ങളേയും അടിസ്ഥാനപ്പെടുത്തി ചിന്തിക്കുകയും സംസാരിക്കുകയും ചെയ്യുന്നത് സാധാരണക്കാരുടെപോലും പതിവാണ്. ഇങ്ങനെ പ്രായോഗികാനുഭവങ്ങളെ ഏതെങ്കിലും ചില പൊതുതത്ത്വങ്ങളുമായി, ഏതെങ്കിലും ഒരു പ്രപഞ്ചവീക്ഷണവുമായി ബന്ധപ്പെടുത്തുന്നതിനാണ് 'ദാർശനികമായ സമീപന'മെന്നു പറയുന്നത്.

മേധാവിവർഗത്തിന്റെ ദർശനം

ഓരോ ആൾക്കും ഓരോ പ്രശ്നത്തേയും സംബന്ധിച്ച് ഓരോ ദാർശനിക സമീപനമുണ്ടാകും. ഇത് സാധാരണഗതിയിൽ നിലവിലുള്ള ഒരു സാമൂഹ്യവ്യവസ്ഥയിൽ മേധാവികളായി വിലസുന്നവരുടെ താൽപ്പര്യസംരക്ഷണത്തിനായി അവർ ആവിഷ്കരിച്ചിട്ടുള്ള ദാർശനിക സമീപനമായിരിക്കുംതാനും. ഉദാഹരണത്തിന്, പാവപ്പെട്ട തൊഴിലാളി അല്ലെങ്കിൽ കൃഷിക്കാരൻ, അതുമല്ലെങ്കിൽ അധ്വാനിക്കുന്ന മറ്റേതെങ്കിലും ഒരാൾ തന്റെ വളരെ പരിമിതമായ ആവശ്യം നേടുന്നതിനുവേണ്ടി സമരം ചെയ്യുമ്പോൾ ഏതെങ്കിലും ചെറിയ ഒരു ബലപ്രയോഗം നടന്നാൽ അത് അക്രമമായി, അരാജകത്വമായി, കുഴപ്പം സൃഷ്ടിക്കലായി. നേരെ മറിച്ച് ഇതേ സമരം അടിച്ചമർത്തുന്നതിന് ഡസൻകണക്കിനാളുകളെ വെടിവെച്ചുകൊന്നാൽ അതു അക്രമമല്ല, നിയമസമാധാനപാലനമാണ്!! ഈ ചിന്താഗതിയുടെ പിന്നിൽ വ്യക്തമായ ഒരു ദർശനമുണ്ട്–ചൂഷണത്തിനിരയാകുന്ന പാവപ്പെട്ടവൻ ആ ചൂഷണം യാതൊരു എതിർപ്പുമില്ലാതെ സഹിച്ചുകൊള്ളണമെന്ന ദർശനം.

മനുഷ്യന്റെ ദാർശനികസമീപനത്തിൽ അനുക്രമമായ മാറ്റങ്ങൾ പലതും വന്നിട്ടുണ്ട്. ഒരു കാലത്ത് ബഹുഭാര്യാത്വം സർവസാധാരണമായിരുന്നു. അന്നതിൽ യാതൊരു മര്യാദകേടും ഒരാളും കണ്ടിരുന്നില്ല. "ഭർത്താവിന്റെ മറ്റു ഭാര്യമാരെ സഹോദരിമാരെപ്പോലെ കാണണം" എന്ന ഉപദേശമാണ് കണ്വമഹർഷിയെകൊണ്ട് ശകുന്തളക്ക് മഹാകവി കാളിദാസൻ കൊടുപ്പിക്കുന്നത്. മഹാകവി ഇന്നാണ് ജീവിച്ചിരുന്നതെങ്കിൽ അങ്ങനെയൊരു ഉപദേശം കൊടുപ്പിക്കുകയില്ലെന്നു വ്യക്തമല്ലേ? നമ്മുടെയെല്ലാം ജീവിതകാലത്തുതന്നെ സാമൂഹ്യജീവിതത്തിലും അതിനാ

ധാരമായ ജീവിത നിയമങ്ങളിലുമെല്ലാം എന്തെന്ത് മാറ്റങ്ങൾ വന്നുകഴിഞ്ഞിരിക്കുന്നു; ഇതെല്ലാം സൂചിപ്പിച്ചിട്ടാണല്ലോ മഹാകവി കുമാരനാശാൻ.

"ഇന്നലെച്ചെയ്തോരബദ്ധം മൂഢർ-
ക്കിന്നത്തെയാചാരമാവാം
നാളത്തെശാസ്ത്രമതാവാം..."
എന്നു പാടിയത്.

സമീപനത്തിലെ രണ്ടു മുഖ്യഘടകങ്ങൾ

ഓരോ വ്യക്തിയിലുമുള്ള താത്ത്വിക സമീപനത്തിന് രണ്ടു മുഖ്യഘടകങ്ങളുണ്ട്. ഒന്നാമത്, അന്നന്നു നിലവിലിരിക്കുന്ന സാമൂഹ്യവ്യവസ്ഥയും അതിൽ മേധാവിത്വം വഹിക്കുന്ന ജനവിഭാഗങ്ങളുമായി ബന്ധപ്പെട്ട ഒരു സമീപനമാണത്. രണ്ടാമത്, ആ സാമൂഹ്യവ്യവസ്ഥയിലും അതിന്മേൽ മേധാവിത്വം വഹിക്കുന്നവരുടെ സ്ഥാനത്തിലും വരുന്ന മാറ്റത്തിന് തുടർന്ന് ഈ താത്ത്വികസമീപനത്തിലും മാറ്റം വരുന്നു.

സാധാരണക്കാർ ഇതൊന്നും ബോധപൂർവം മനസിലാക്കുന്നില്ല അങ്ങനെ ബോധപൂർവം മനസിലാക്കാത്തവരെ വഴി തെറ്റിക്കാൻ നിക്ഷിപ്തതാൽപ്പര്യക്കാരുടെ പ്രതിനിധികൾ ബോധപൂർവം ശ്രമിക്കുന്നു. ഇതിനുപകരം ചൂഷിതവിഭാഗത്തിൽപ്പെട്ട ബഹുജനങ്ങൾക്ക് അവരുടേതായ താത്ത്വിക സമീപനവും പ്രവർത്തനവും ബോധപൂർവം സൃഷ്ടിക്കാൻ കഴിയണം. എങ്കിൽ മാത്രമേ, സാമ്പത്തികവും രാഷ്ട്രീയവുമായ തുറകളിലെന്നപോലെ താത്വിക സമീപനത്തിന്റെ തുറയിലും മേധാവിവർഗങ്ങളുടെ സംരംഭങ്ങളെ എതിർത്തുതോൽപ്പിക്കാൻ കഴിയുകയുള്ളൂ. അതിനുള്ള ബോധപൂർവമായ ശ്രമമാണ് മാർക്സും എംഗൽസും തുടങ്ങിവെച്ചത്.

രണ്ടു താത്ത്വിക സമീപനങ്ങൾ

വളരെകാലമായി – ദർശനം ഒരു ശാസ്ത്രമെന്ന നിലയ്ക്ക് വളർന്നുവരാൻ തുടങ്ങുന്നതിനു എത്രയോ മുമ്പു തന്നെ – മനുഷ്യൻ തനിക്ക് ചുറ്റുമുള്ള പ്രപഞ്ചത്തെക്കുറിച്ച് രണ്ടു തരത്തിൽ ചിന്തിക്കുകയുണ്ടായിട്ടുണ്ട്. അങ്ങനെ ഇന്നു നിലവിലുള്ള രണ്ട് താത്ത്വികസമീപനങ്ങൾക്ക്, അല്ലെങ്കിൽ പ്രപഞ്ചവീക്ഷണങ്ങൾക്ക് നിരവധി നൂറ്റാണ്ടുകളുടെ പഴക്കമുണ്ട്.

ഈ രണ്ടു താത്ത്വിക സമീപനങ്ങളിൽ, അല്ലെങ്കിൽ പ്രപഞ്ചവീക്ഷണങ്ങളിൽ, ഒന്ന് "ഭൗതികവാദ"മാണ്. അതിന്റെ കാഴ്ചപ്പാടനുസരിച്ച് നമുക്കു ചുറ്റുപാടും നാം നിത്യേന കാണുന്ന, നാം സദാ ഇടപഴകുന്ന; പ്രപഞ്ചം യഥാർഥമാണ്.

രണ്ടാമത്തെ താത്ത്വിക സമീപനം, അല്ലെങ്കിൽ പ്രപഞ്ചവീക്ഷണം, ഈ യാഥാർഥ്യം അംഗീകരിക്കുന്നില്ല. നമുക്കുചുറ്റുമുള്ള പ്രപഞ്ചം യഥാർഥത്തിൽ ഇല്ലാത്തതാണ്. ഉണ്ടെന്ന് നമുക്കു തോന്നുകയാണ്.

എന്നുവെച്ചാൽ നാം നിത്യേന കാണുന്ന ഓരോന്നും നമ്മുടെ സ്വന്തം മനസിന്റെ അല്ലെങ്കിൽ ഭാവനയുടെ സൃഷ്ടിയാണ്. ഇതാണു ആ വാദം. അതുകൊണ്ട് ഈ താത്ത്വികസമീപനത്തിന് "ആശയവാദ"മെന്ന് പറയുന്നു. പ്രപഞ്ചമെല്ലാം 'മായ'യാണ് എന്നാണ് ഈ സിദ്ധാന്തത്തിന്റെ സത്ത എന്നതിനാൽ അതിന് 'മായാവാദ'മെന്നു പറയാം.

ഈ രണ്ടു താത്ത്വികസമീപനങ്ങളും തമ്മിലുള്ള സംഘട്ടനത്തിന് നിരവധി നൂറ്റാണ്ടുകളുടെ പഴക്കമുണ്ടെന്നു പറഞ്ഞുവല്ലോ. എന്നാൽ, ഈ കാലത്തൊക്കെ ഈ രണ്ടു സമീപനങ്ങളും പഴയപടി തന്നെ നില നിൽക്കുകയല്ല ഉണ്ടായിട്ടുള്ളത്, രണ്ടിലും നിരവധി മാറ്റങ്ങളുണ്ടായിട്ടുണ്ട്. ഈ മാറ്റങ്ങൾ ഓരോന്നും ഭൗതികവാദത്തെ ശക്തിപ്പെടുത്തുകയും ആശയവാദത്തെ ക്ഷീണിപ്പിക്കുകയും ചെയ്തു. പ്രകൃതിയെക്കുറിച്ച് താരതമ്യേന യാതൊന്നും തന്നെ അറിയാതിരുന്ന ഒരു സ്ഥിതിയിൽ നിന്ന് മനുഷ്യന്റെ വിജ്ഞാനവും പ്രകൃതിയെ മാറ്റിത്തീർക്കാനുള്ള കഴിവും പടിപടിയായി വളർന്നുവന്നതോടെ ആശയവാദത്തിന്റെ ശക്തി കുറയുകയും ഭൗതികവാദത്തിന്റേത് കൂടുകയും ചെയ്യുന്നത് സ്വാഭാവികമാണല്ലോ. ഇന്നത്തെ അണുയുഗത്തിൽ പ്രപഞ്ചം 'മിഥ്യ'യും 'മായ'യും ആണെന്നു പറയാൻ ഒരു ആശയവാദിക്കും ധൈര്യമുണ്ടാവുകയില്ല. ആധുനിക സയൻസിൽ വരുന്ന അനുക്രമമെങ്കിലും ത്വരിതമായ പുരോഗതി ഭൗതികവാദത്തെ ശക്തിപ്പെടുത്തി വരികയാണ്. എന്നിരുന്നാലും, ആശയവാദവും സയൻസിന്റെ ഈ പുരോഗതി ഒപ്പിച്ച് പുതിയ പുതിയ രൂപം കൈക്കൊള്ളുകയാണ്. ഇക്കാണുന്ന പ്രപഞ്ചമെല്ലാം ഉണ്ടായതിന്റെ പിന്നിൽ സയൻസിനും അതീതമായ ഏതോ ഒരു ദിവ്യശക്തി പ്രവർത്തിക്കുന്നുണ്ടെന്നാണ് ഇന്നത്തെ രൂപത്തിലുള്ള ആശയവാദം പറയുന്നത്.

ഭൗതികവാദം ഇന്ത്യയിൽ

"ഭൗതികവാദവും ആശയവാദവും തമ്മിലുള്ള ഈ സംഘട്ടനം" മറ്റു രാജ്യങ്ങളിലെന്നപോലെ ഇന്ത്യയിലും നടന്നിട്ടുണ്ട്. ഇന്ത്യയിൽ ആശയവാദമെ ഉള്ളൂ, ഭൗതികവാദമില്ല എന്ന വാദം അർഥശൂന്യമാണെന്ന് അടുത്ത കാലത്തെ ഗവേഷണങ്ങൾ തെളിയിച്ചിട്ടുണ്ട്. എണ്ണത്തിൽ കുറവാണെങ്കിലും "ലോകായതന്മാർ," "സാംഖ്യന്മാർ" മുതലായ പല പേരുകളിലും ആശയവാദചിന്താഗതിയെ ശക്തിയായി എതിർത്തുപോന്ന ദാർശനികന്മാർ ഹിന്ദുക്കളുടെ ഇടയിലുണ്ടായിരുന്നു.

അതേയവസരത്തിൽ; സയൻസിന് മേധാവിത്വം സ്ഥാപിക്കാൻ കഴിഞ്ഞിട്ടുള്ള ഈ അണുയുഗത്തിൽപ്പോലും, ആ സയൻസിന്റെ രംഗത്ത് വിജയകരമായി പ്രവർത്തിക്കുന്ന ശാസ്ത്രകാരന്മാരുടെ ഇടയിൽത്തന്നെ, ആശയവാദികൾ ധാരാളമുണ്ടെന്നു നമുക്കു കാണാൻ കഴിയും. ശാസ്ത്രകാരന്മാരെന്നനിലയ്ക്ക് തങ്ങൾ നിരന്തരം നടത്തുന്ന നിരീക്ഷണങ്ങളിലും പരീക്ഷണങ്ങളിലുമെല്ലാം തികഞ്ഞ ഭൗതികവാദം; ഇതിൽനിന്ന്

വിട്ട് പൊതു ജീവിതപ്രശ്നങ്ങൾ ചർച്ചചെയ്യുമ്പോൾ തികഞ്ഞ ആശയവാദി. ഈ ഇരട്ട സ്വഭാവമുള്ള നിരവധി പണ്ഡിതന്മാരെ സയൻസിന്റെ ലോകത്ത് നമുക്ക് കാണാം. ഗ്രഹാന്തരങ്ങളിലേക്കുപോലും മനുഷ്യനെ കയറ്റി അയയ്ക്കുന്ന റോക്കറ്റുകൾ നിർമിക്കാനും പ്രവർത്തിപ്പിക്കുവാനുമുള്ള കഴിവ്; അതിന്റെയെല്ലാം നിർമാണചടങ്ങുകളോടനുബന്ധിച്ച് പൂജാദികർമങ്ങൾ നിറവേറ്റാനുള്ള മനോഭാവം – ഇത് രണ്ടും ഇടകലർന്നിട്ടുള്ള മനുഷ്യരെ നമുക്ക് കാണാം.

എന്നുവെച്ചാൽ, സയൻസിന്റെ ബാല്യദശയിൽപ്പോലും ഭൗതികവാദപരമായ താത്ത്വികസമീപനം രൂപംപ്രാപിക്കാൻ തുടങ്ങിയിരുന്നു. ആശയവാദത്തിന്റെ താത്ത്വികസമീപനത്തെ അത് വെല്ലുവിളിച്ചുകൊണ്ടിരുന്നു. നേരെമറിച്ച്, സയൻസിന്റെ വെന്നിക്കൊടി ചന്ദ്രഗ്രഹത്തിൽപ്പോലും പാറിക്കളിക്കാൻ തുടങ്ങിയിട്ടുള്ള ഇന്നത്തെ അണുയുഗത്തിൽ പോലും ആശയവാദം തുടർന്നു നിലനിൽക്കുന്നുണ്ട്. ഇന്നത്തെ സാഹചര്യത്തിൽ ചെയ്യാൻ കഴിയുന്നത്ര ശക്തിയോടെ ഭൗതികവാദത്തെ വെല്ലുവിളിക്കുന്നുണ്ട്.

മാർക്സിയൻ ഭൗതികവാദത്തിന്റെ സവിശേഷതകൾ

ഭൗതികവാദവും ആശയവാദവും തമ്മിലുള്ള ഈ ഏറ്റുമുട്ടലിൽ ഭൗതികവാദത്തിന്റെ ചേരിയിലാണ് മാർക്സും എംഗൽസും നിലയുറപ്പിച്ചത്. അവർ കറകളഞ്ഞ ഭൗതികവാദികളായിരുന്നു.

എന്നാൽ, പദാർഥങ്ങളെ മാത്രം യഥാർഥമായി അംഗീകരിക്കുന്ന ഒരു താത്വികസമീപനമല്ല ഭൗതികവാദമെന്ന് അവർ വ്യക്തമാക്കി. ഭൗതികപ്രപഞ്ചം യഥാർഥമല്ല. മായയാണ് എന്നു പറയുന്നതുപോലെ തന്നെ അസംബന്ധമാണ്, പദാർഥങ്ങൾ മാത്രമേ യഥാർഥമായിട്ടുള്ളൂ എന്ന വാദവും അവർ ചൂണ്ടിക്കാണിച്ചു. പദാർഥങ്ങൾ, അവയിൽ നിന്നുണ്ടാകുന്ന ഭൗതികേതര ശക്തികൾ – ഇതു രണ്ടും യഥാർഥമാണ്. ഇതിൽ രണ്ടാമത്തേതിനെ നിഷേധിക്കലല്ല യഥാർഥ ഭൗതികവാദമെന്ന് അവർ ചൂണ്ടിക്കാണിച്ചു. ഭൗതികേതര ശക്തികളെല്ലാം തന്നെ ഉണ്ടാകുന്നത് പദാർഥങ്ങളിൽ നിന്നാണ്. എന്നുവെച്ചാൽ, ഭൗതികേതര ശക്തികൾ പദാർഥങ്ങളുടെ സൃഷ്ടിയാണ്. ഇതാണ് തങ്ങളുടെ ഭൗതികവാദപരമായ നിലപാടിന് അർഥമെന്ന് അവർ വ്യക്തമാക്കി.

മാർക്സിന്റെയും എംഗൽസിന്റെയും കാലം വരെയുള്ള ഭൗതികവാദത്തിൽ നിന്ന് വ്യത്യസ്തമാണ് ഈ നിലപാട്. എന്തുകൊണ്ടെന്നാൽ അതേവരെത്തെ ഭൗതികവാദം ഭൗതികേതരമായ ഏതെങ്കിലുമൊരു ശക്തി ഉണ്ടെന്നുപോലും അംഗീകരിച്ചിരുന്നില്ല. ചില പ്രത്യേക പദാർഥങ്ങൾ തമ്മിൽ പ്രത്യേകതരത്തിലുള്ള ബന്ധമുണ്ടാക്കിയാൽ അതിൽനിന്ന് ഒരു പ്രത്യേകതരം ശക്തി താൽക്കാലികമായി ഉണ്ടാകുമെന്നു മാത്രമാണ് അവർ അംഗീകരിച്ചത്.

ഉദാഹരണത്തിന്, കുറെ ഉപകരണങ്ങൾ ഒന്നിച്ചു ചേർത്താൽ ഒരു

വാച്ചായി; ആ വാച്ചിന് സമയം കാണിക്കാനുള്ള ശക്തിയുണ്ട്. പക്ഷേ, അത് ആ ഉപകരണങ്ങളുടെ സവിശേഷബന്ധം നിലനിൽക്കുന്ന കാലത്തോളം മാത്രമേയുള്ളൂ. ഈ അർഥത്തിൽ അതും ഒരു ഭൗതികശക്തി തന്നെയാണ്. അതിൽ ഭൗതികേതരമായി യാതൊന്നുമില്ല. അങ്ങനെ വാച്ച് മുതലായ പല യന്ത്രങ്ങളുമുള്ളതുപോലെ ഒരു യന്ത്രമാണ് മനുഷ്യനടക്കമുള്ള ജീവിവർഗങ്ങളെന്നും, അവയുടെ ഓരോന്നിന്റെയും വികാരങ്ങളും വിചാരങ്ങളുമെല്ലാം ഈ യന്ത്രങ്ങളുടെ ചലനങ്ങൾ പോലെയാണെന്നുംകൂടി അവർ വാദിച്ചു. അതുകൊണ്ടവരെ "യാന്ത്രിക ഭൗതികവാദികൾ" എന്നു വിളിക്കാം.

ഭൗതികേതരശക്തി

ഈ സമീപനത്തോട് മാർക്സും എംഗൽസും യോജിച്ചില്ല. ഹൃദയം, തലച്ചോറ്, ഞരമ്പുകൾ മുതലായ ഓരോന്നും പദാർഥങ്ങളാണെന്നത് നേരു തന്നെ; ഒരർഥത്തിൽ വികാരവിചാരങ്ങൾ മുഴുവൻ പദാർഥങ്ങളുടെ സൃഷ്ടിയാണ്. എന്നാൽ വാച്ചിന്റെയും മറ്റു യന്ത്രോപകരണങ്ങളുടെയും ചലനത്തിൽ നിന്നു വ്യത്യസ്തമായ ഒരു പങ്ക് ജീവിവർഗങ്ങളുടെ –വിശേഷിച്ച് മനുഷ്യന്റെ–വികാരവിചാരങ്ങൾക്കുണ്ട്.

പദാർഥങ്ങളുടെ ഒരു സവിശേഷസങ്കലനത്തിൽനിന്നുളവാകുന്ന ഈ വികാരവിചാരങ്ങൾക്ക് (അല്ലെങ്കിൽ ഭൗതികേതര ശക്തികൾക്ക്) ഒരതിർത്തിവരെ ഈ പദാർഥങ്ങളിൽ മാറ്റംവരുത്താനുള്ള കഴിവുകൂടി ഉണ്ടാകുന്നു. ഈ അർഥത്തിൽ ഭൗതികപദാർഥങ്ങളിൽ നിന്ന് രൂപം പ്രാപിച്ചു കഴിഞ്ഞാൽ പിന്നീട് താരതമ്യേന കൂടുതൽ സ്വതന്ത്രമായ ഒരു പദവി ഈ ഭൗതികേതര ശക്തികൾക്ക് ലഭിക്കുന്നു.

പദാർഥങ്ങളുടെ സവിശേഷസങ്കലനങ്ങളിൽനിന്നുളവാകുന്ന ജീവനും അതിന്റെ സ്വഭാവങ്ങളായ വിചാരവികാരാദികളും (സൂക്ഷ്മപദാർഥങ്ങളുടെ ഗുണങ്ങളുടെ കൂട്ടായ ഭാവങ്ങൾ) ഒരതിർത്തിവരെ പദാർഥപ്രപഞ്ചത്തെ മാറ്റിത്തീർക്കുവാൻ തക്കവണ്ണം ശക്തമാണ്, സ്ഥൂലപദാർഥങ്ങളുടെ യാന്ത്രികചലനത്തിന്റെ അടിസ്ഥാനത്തിൽ ഇതിനെ വിശദീകരിക്കാൻ പറ്റുകയില്ലെന്നു മാത്രം. കേവല ഭൗതികവാദത്തിൽ നിന്നെന്നപോലെ ആശയവാദത്തിൽനിന്നും വ്യത്യസ്തമായ ഒരു നിലപാടാണിത്. എന്തുകൊണ്ടെന്നാൽ, ഉത്ഭവത്തിനുശേഷം സ്വതന്ത്രമെന്നു തോന്നിക്കുന്ന ഒരു നിലപാടെടുക്കാൻ കഴിയുമെങ്കിലും ജീവിവർഗങ്ങളുടെ (വിശേഷിച്ച് മനുഷ്യന്റെ) വികാരവിചാരങ്ങൾ രൂപം കൊണ്ടിട്ടുള്ളത് പദാർഥങ്ങളിൽ നിന്നാണ്. പോരെങ്കിൽ ആ പദാർഥങ്ങളിൽ മാറ്റംവരുത്താനുള്ള മനുഷ്യന്റെ കഴിവും പരിമിതമാണ്. പദാർഥങ്ങളുടെ ഘടനയും പരിവർത്തനം സംബന്ധിച്ച നിയമങ്ങളും മനസിലാക്കിക്കൊണ്ട് മനുഷ്യർ നടത്തുന്ന പരിശ്രമങ്ങൾ മാത്രമേ വിജയിക്കുകയുള്ളൂ.

മാർക്സിയൻ ഭൗതികവാദത്തിന്റെ മേന്മ

തലമുറ തലമുറയായി മനുഷ്യന് നേടാൻ കഴിഞ്ഞ ശാസ്ത്രവിജ്ഞാനവും സാങ്കേതികപ്രവർത്തനത്തിനുള്ള കഴിവും മനസിലാക്കാൻ മാർക്സിയൻ ഭൗതികവാദത്തിനു മാത്രമെ കഴിയുകയുള്ളൂ. അതിൽ ആത്മീയവാദവും കേവലഭൗതികവാദവും ഒരുപോലെ പരാജയപ്പെട്ടിരിക്കുകയാണ് എന്നുകൂടി ഇവിടെ എടുത്തു പറയേണ്ടതുണ്ട്.

ഭൗതികപദാർഥങ്ങളിൽ മനുഷ്യൻ ബോധപൂർവമായും ബുദ്ധിശക്തി ഉപയോഗിച്ചും നടത്തുന്ന പ്രവർത്തനവും അവയിൽ അയാൾ വരുത്തുന്ന മാറ്റങ്ങളുമാണ് സയൻസിന്റെ അടിസ്ഥാനം. ആ സ്ഥിതിക്കു വാച്ച് മുതലായ യന്ത്രങ്ങളെപ്പോലെ ഒരു യന്ത്രം മാത്രമാണ് മനുഷ്യനെന്ന വാദം സയൻസിന്റെ വളർച്ചയോടെ പൊളിഞ്ഞുപോയി. അതുപോലെതന്നെ, മനുഷ്യന്റെ ഈ പ്രവർത്തനത്തിനു മുഴുവൻ ആസ്പദമായിനിൽക്കുന്നത് ഭൗതികപ്രപഞ്ചമാണെന്ന യാഥാർഥ്യം ആത്മീയവാദത്തിന്റെ അടിയും തകർത്തിരിക്കുന്നു.

ഏറ്റവും പ്രഗത്ഭരായ ശാസ്ത്രകാരന്മാരുടെ പ്രാഗത്ഭ്യംപോലും ഭൗതികപദാർഥങ്ങളുടെ സവിശേഷഘടനയിൽനിന്നും പരിവർത്തനപരമ്പരകളിൽനിന്നും ഉത്ഭവിച്ചിട്ടുള്ളതാണ്. എന്നാൽ, ഉത്ഭവത്തിനുശേഷം തനിക്ക് ജന്മം നൽകിയ ഭൗതികപദാർഥങ്ങളെത്തന്നെ ഒരതിർത്തിവരെ തന്നിഷ്ടത്തിനൊത്ത് മാറ്റിമറിക്കാനുള്ള കഴിവ് ആ ശാസ്ത്രകാരന് ഉണ്ടായി എന്നതിലാണ് അയാളുടെ പ്രാഗത്ഭ്യം കിടക്കുന്നത്. എന്നാൽ ഈ ഘട്ടത്തിലും അയാളുടെ ഏറ്റവും വലിയ കഴിവ് കിടക്കുന്നത് തന്റെ നിരീക്ഷണപരീക്ഷണങ്ങൾക്ക് വിധേയമായ പദാർഥങ്ങളുടെ യഥാർഥ സ്വഭാവവും പരിവർത്തനനിയമങ്ങളും മനസിലാക്കുന്നതിലാണ്.

എന്നുവെച്ചാൽ ഏറ്റവും മഹാനായ വ്യക്തിപോലും തന്റെ സാഹചര്യത്തിനു വിധേയമായിക്കൊണ്ടും ആ സാഹചര്യത്തിന്റെ സവിശേഷതകൾ മനസിലാക്കിക്കൊണ്ടും അതിൽ മാറ്റംവരുത്താൻ ശ്രമിക്കുന്നു. വാച്ചിനോ മറ്റ് യന്ത്രങ്ങൾക്കോ ഇല്ലാത്ത ഒരു സവിശേഷസ്വഭാവമാണിത്. ഇതു കണ്ടുപിടിച്ച് ഭൗതികവും ഭൗതികേതരവുമായ ശക്തികൾ തമ്മിലുള്ള അന്യോന്യാശ്രയ സ്വഭാവം വെളിപ്പെടുത്തി എന്നതിലാണ് മാർക്സിസത്തിന്റെ നേട്ടം കിടക്കുന്നത്.

മാർക്സും എംഗൽസുംകൂടി ആവിഷ്കരിച്ചതും ഭൗതികപദാർഥങ്ങൾക്ക് ആത്മീയശക്തികളുമായുള്ള ബന്ധം വിശദമായി വിവരിക്കുന്നതുമായ ഈ താത്ത്വികസമീപനത്തിന് മുഖ്യമായി രണ്ട് ഉറവിടങ്ങളുണ്ട്. അത് രണ്ടും മനുഷ്യൻ ഒരു സവിശേഷജീവിയായി വളരാൻ തുടങ്ങിയകാലം മുതൽക്ക് നിലനിന്നുപോന്നിട്ടുണ്ട്.

ഇതിൽ ആദ്യത്തേത് തനിക്ക് ചുറ്റുപാടുമുള്ള പ്രകൃതിയുടെ വിവിധ ഘടകങ്ങൾ കണ്ട് മനസിലാക്കാൻ മാത്രമല്ല, അവയുടെമേൽ തന്റെ ശക്തി പ്രയോഗിച്ച് അവയെ തന്റെ ആവശ്യങ്ങൾക്കായി ഉപയോഗിക്കാൻകൂടി മനുഷ്യനുള്ള കഴിവാണ്. ജീവവർഗങ്ങളിൽവെച്ച് ഏറ്റവും

വളർച്ചയെത്തിയ കുരങ്ങുവർഗങ്ങളിൽ നിന്നും ഉയർന്ന ഒരു ജീവിയായി മനുഷ്യൻ രൂപംപ്രാപിച്ചതുമുതൽ അവൻ "പഞ്ചഭൂത"ങ്ങളെന്ന് പുരാതനഹൈന്ദവശാസ്ത്രകാരന്മാർ വിളിച്ചിരുന്ന പ്രകൃതിഘടകങ്ങളിലോരോന്നും തന്റെ ആവശ്യത്തിന് ഉപയോഗിക്കാൻ തുടങ്ങി. ജീവിതാവശ്യമായ വെള്ളം കുടിക്കുക മാത്രമല്ല, അത് ഇല്ലാത്തയിടത്ത് ഉണ്ടാക്കുക, ഉള്ളയിടത്തുനിന്ന് അതു മറ്റിടങ്ങളിലേക്ക് തിരിച്ചുവിടുക മുതലായവ ചെയ്യാനുള്ള വഴികൾ അവൻ കണ്ടുപിടിച്ചു. അതുപോലെ തീ കത്തുന്നിടത്ത് അതു കെടുത്താനും ഇല്ലാത്തിടത്ത് അതു പിടിപ്പിക്കാനും അവൻ പഠിച്ചു. ഇതിനെല്ലാമുള്ള കഴിവ് വളർന്നുവന്നതിന്റെ ചരിത്രമാണ് മനുഷ്യന്റെ ചരിത്രം.

ഇതിനെല്ലാം വേണ്ടി അയാൾ നടത്തുന്ന പരിശ്രമത്തിലൂടെ വിവിധ വിജ്ഞാനശാഖകൾ വളർന്നുവന്നു. അതിന്റെ ഉയർന്ന രൂപമാണ് 16, 17 നൂറ്റാണ്ടുകളിൽ തുടങ്ങി 18, 19 നൂറ്റാണ്ടുകളിൽ പൂർണരൂപമെത്തിയ യൂറോപ്പിന്റെ വ്യാവസായിക-ശാസ്ത്രീയവിപ്ലവം. ഈ വിപ്ലവത്തിന്റെ ഫലമായി മുനുഷ്യന്റെ ചരിത്രത്തിൽ ഒരു നൂറ്റാണ്ടു കാലത്തു വന്ന പരിവർത്തനങ്ങൾ അതിന് മുമ്പത്തെ ചരിത്രകാലത്തു മുഴുവനും ഉണ്ടായതിനെക്കാൾ വലുതാണെന്നാണ് മാർക്സും എംഗൽസും 1848-ൽ *കമ്യൂണിസ്റ്റ് മാനിഫെസ്റ്റോ*വിൽ പ്രസ്താവിച്ചത്.

ചിന്തിക്കാനുള്ള പ്രവണത വളരുന്നു

പ്രകൃതിയുടെ വിവിധ ഘടകങ്ങൾ തന്റെ ആവശ്യത്തിനായി ഉപയോഗിക്കാനുള്ള കഴിവിനോടൊപ്പംതന്നെ അവയുടെ അർഥം എന്താണെന്നു ചിന്തിക്കാനുള്ള പ്രവണതയും മനുഷ്യനിൽ വളർന്നുവന്നു. "പഞ്ചഭൂത"ങ്ങൾ തന്റെ ജീവിതത്തിന് സഹായകരമായ നിലയ്ക്ക് ഉപയോഗിക്കാനുള്ള കായികപരിശ്രമത്തോടൊപ്പംതന്നെ ഇവ ഓരോന്നും എങ്ങനെയുണ്ടായി, എങ്ങനെ പ്രവർത്തിക്കുന്നു, അവ തമ്മിൽ തമ്മിലും അവയും മനുഷ്യനും തമ്മിലും എന്തെന്തു ബന്ധങ്ങളാണുള്ളത് എന്നെല്ലാം മനുഷ്യൻ ചിന്തിക്കാൻ തുടങ്ങി. ഈ ചിന്തയാകട്ടെ, തന്റെ പ്രത്യക്ഷാനുഭവങ്ങളുടെ പരിധിക്കപ്പുറത്തുള്ള യാഥാർഥ്യങ്ങളെക്കുറിച്ചാണ്. ആ സ്ഥിതിക്ക് ഇതെല്ലാം സംബന്ധിച്ച ആദ്യകാലത്തെ ധാരണകൾ ഭാവനാനിർമിതങ്ങളായിരിക്കാനേ വഴിയുള്ളൂ.

ഇങ്ങനെ ഭാവനാനിർമിതങ്ങളായ ചിന്തകളും ധാരണകളും വളർന്നുവരാൻ തുടങ്ങിയപ്പോഴാണ് ഇതിനുമുമ്പ് സൂചിപ്പിച്ച രണ്ട് പ്രപഞ്ചവീക്ഷണങ്ങൾ രൂപംകൊണ്ടത്. നമുക്കു ചുറ്റുപാടുമുള്ള പ്രപഞ്ചം യഥാർഥമാണോ അല്ലയോ? യഥാർഥമാണെങ്കിൽത്തന്നെ, അതിൽ ഏതാണ് ആദ്യമുണ്ടായത്? രണ്ടും തുടർച്ചയായി നിലനിൽക്കുന്നുണ്ടെങ്കിൽ അവയിൽ ഏതിനാണ് പ്രാഥമ്യവും പ്രാധാന്യവുമുള്ളത്-ഇതായിരുന്നു പ്രശ്നങ്ങൾ. ഇവയ്ക്ക് ഉത്തരം കാണാനായിരുന്നു ആദ്യകാലത്തെ പരിശ്രമം. ഈ പരിശ്രമത്തിൽ വിവിധരൂപത്തിലുള്ള ആത്മീയവാദം വളർന്നുവന്നു

(വിവിധ പ്രകൃതിഘടകങ്ങളെ തന്റെ ആവശ്യത്തിന് ഉപയോഗിക്കുന്നതിനുള്ള മനുഷ്യന്റെ പരിശ്രമത്തിൽനിന്ന് വിവിധ വിജ്ഞാനശാഖകൾ അല്ലെങ്കിൽ ശാസ്ത്രങ്ങൾ വളർന്നുവന്നതുപോലെ).

വൈരുധ്യവാദം

പ്രകൃതിയുടെ സ്വഭാവത്തേയും ഉത്ഭവം, പുരോഗതി മുതലായവയെയും കുറിച്ചുള്ള മനുഷ്യന്റെ ഈ ചിന്തയിൽക്കൂടി വളർന്നുവന്നതാണ് "വൈരുധ്യവാദം"- പ്രത്യക്ഷത്തിൽ പരസ്പരവിരുദ്ധമായ രണ്ട് ന്യായവാദങ്ങൾ തമ്മിലുള്ള സംഘട്ടനത്തിൽ നിന്നാണ് സത്യം പുറത്തുവരുന്നതെന്ന സിദ്ധാന്തം പണ്ടത്തെ ഹൈന്ദവ തർക്കശാസ്ത്രകാരന്മാരടക്കം ലോകത്തിലെങ്ങുമുള്ള ദാർശനികചിന്തകന്മാർ മുഴുവൻ ഒരു രൂപത്തിലല്ലെങ്കിൽ മറ്റൊരു രൂപത്തിൽ അംഗീകരിച്ച ഒരു താർക്കിക സമീപനമാണ്. ഒരാൾ ഒരു ന്യായം പറയുക, രണ്ടാമത്തെയാൾ അതിനെ ഖണ്ഡിക്കുക, ഈ ഖണ്ഡനമണ്ഡനങ്ങളിൽനിന്ന് പുതുതായ ഒരു ന്യായം ഉയർന്നുവരിക. ഈ പുതിയ ന്യായം തന്നെ വീണ്ടും ഖണ്ഡിക്കപ്പെടുക, ഈ പുതിയ ഖണ്ഡനങ്ങളിൽനിന്ന് കൂടുതൽ ശരിയായ ഒരു പുതിയ ന്യായം രൂപംകൊള്ളുക-ഈ രീതിയിലാണ് മനുഷ്യന്റെ ചിന്തയും ജ്ഞാനവും വളർന്നുവരുന്നതെന്നാണ് വൈരുധ്യവാദം ചൂണ്ടിക്കാണിക്കുന്നത്.

ഈ വൈരുധ്യവാദത്തിന്റെ ചില അംശങ്ങൾ എല്ലാ രാജ്യങ്ങളിലെയും പ്രാചീന-മധ്യകാല ദാർശനികന്മാരുടെ ഇടയിൽ നിലനിൽക്കുകയും വളരുകയും ചെയ്തിട്ടുണ്ട്. എന്നാൽ അത് ഏറ്റവും ഉയർന്ന രൂപത്തിലെത്തിയത് ഹെഗൽ എന്ന ജർമൻ ദാർശനികന്റെ സിദ്ധാന്തങ്ങളിലാണ്. ഹെഗലിയൻ സിദ്ധാന്തമാകട്ടെ ആധുനികസയൻസിന്റെ ഉത്ഭവത്തിന്ന് സമാന്തരമായിട്ടാണ് രൂപംകൊണ്ടത്.

ഹെഗലിയൻ സിദ്ധാന്തത്തിന്റെ ദൗർബല്യം

മാർക്സും എംഗൽസും തങ്ങളുടെ വിദ്യാഭ്യാസം തുടങ്ങി പൂർത്തിയാക്കിയത് ഹെഗലിന്റെ ശിഷ്യന്മാരെന്ന നിലയ്ക്കാണ്. തങ്ങളുടെ അന്ത്യം വരെ ഹെഗലിനെയും അദ്ദേഹത്തിന്റെ സിദ്ധാന്തങ്ങളെയും അവർ ബഹുമാനിക്കുകയും ചെയ്തിരുന്നു. എന്നാൽ ഹെഗലിയൻ സിദ്ധാന്തത്തിൽ മുഖ്യമായ ഒരു ദൗർബല്യമുള്ളത് മാർക്സിന്റെയും എംഗൽസിന്റെയും ദൃഷ്ടിയിൽപ്പെട്ടു. അദ്ദേഹത്തിന്റെ വൈരുധ്യവാദം ചിന്താലോകത്തിൽ മാത്രമായി ഒതുങ്ങിനിന്നു വിവിധന്യായങ്ങളുടെ സംഘട്ടനത്തിലൂടെ പുതിയ ന്യായങ്ങൾ രൂപം പ്രാപിക്കുകയും ഈ പുതിയ ന്യായങ്ങൾതന്നെ പുതിയ സംഘട്ടനത്തിനു വഴിവയ്ക്കുകയും ചെയ്യുകയെന്ന പ്രക്രിയ നിരന്തരമായും അവസാനമില്ലാതെയും നടക്കുന്നു എന്ന് ഹെഗൽ പറയുമ്പോൾ അദ്ദേഹം സൂചിപ്പിക്കുന്നത് പ്രകൃതിയിൽനിന്ന് ഒറ്റപ്പെട്ടുനിൽക്കുന്ന ചിന്താലോകത്തെയാണ്. ഈ ചിന്തതന്നെ എങ്ങനെ

യുണ്ടായി. വിവിധ ന്യായവാദങ്ങൾ എങ്ങനെ ഉയർന്നുവന്നു, അവ തമ്മിൽ എന്തുകൊണ്ട് ഏറ്റുമുട്ടി എന്നെല്ലാമുള്ള പ്രശ്നങ്ങൾക്ക് ഹെഗലിന്റെ മറുപടി "ചിന്ത ചിന്തയായതുകൊണ്ടുതന്നെ" എന്നാണ്. ചിന്തയുടെ ഉത്ഭവസ്ഥാനം പ്രകൃതിയാണെന്നോ അതിന്റെ പ്രവർത്തനപരിധി പ്രകൃതിയിൽ പരിമിതമാണെന്നോ ഹെഗൽ അംഗീകരിക്കുന്നില്ല. അതായത് പ്രകൃതിയും ചിന്തയും തമ്മിലുള്ള ബന്ധത്തിന്റെ കാര്യത്തിൽ ഒരു തികഞ്ഞ ആത്മീയവാദിയാണ് ഹെഗൽ എന്നർഥം.

മാർക്സും എംഗൽസും ഈ നിലാപട് അംഗീകരിച്ചില്ല. ചിന്താലോകത്തിൽ വൈരുധ്യവാദത്തിനെന്നപോലെ തന്നെ ബാഹ്യലോകത്തിൽ സയൻസിനും വിപ്ലവകരമായ ഒരു പങ്കുണ്ടെന്ന് അവർ ചൂണ്ടിക്കാണിച്ചു. ഹെഗലിയൻ വൈരുധ്യവാദത്തോളം വളർന്ന മനുഷ്യന്റെ തർക്കശാസ്ത്രപരമായ കഴിവ് വ്യാവസായിക-ശാസ്ത്രീയവിപ്ലവത്തോളം വളർന്ന ശാസ്ത്രീയ-സാങ്കേതിക കഴിവിന്റെ ഫലമാണെന്ന് അവർ ചൂണ്ടിക്കാണിച്ചു. അതായത്, ശാസ്ത്രീയ-സാങ്കേതിക രംഗങ്ങളിലെ വളർച്ചക്ക് ദാർശനികവും താർക്കികവുമായ രംഗങ്ങളിലെ വളർച്ച സഹായകമാവുന്നതുപോലെതന്നെ മറിച്ചും സംഭവിക്കുന്നു. ഈ രണ്ട് രംഗങ്ങളിലും മനുഷ്യനുള്ള കഴിവുകൾ തമ്മിലുള്ള ബന്ധം മനസിലാവണമെങ്കിൽ സയൻസ് നൽകുന്ന വിജ്ഞാനത്തെ വൈരുധ്യവാദത്തിന്റെ പരിശോധനാമാർഗങ്ങളിലൂടെ ക്രമീകരിക്കുകയും ക്രോഡീകരിക്കുകയും വേണം. അതാണ് മാർക്സും എംഗൽസും ചെയ്തത്. അതുകൊണ്ടാണ് മാർക്സ് പറഞ്ഞത്: "ഹെഗലിന്റെ വൈരുധ്യവാദം, തലകുത്തിയാണ് നിന്നിരുന്നത്. അതിന്റെ തല നേരെയാക്കുകയാണ് ഞങ്ങൾ ചെയ്യുന്നത്."

മാർക്സിയൻ വൈരുധ്യവാദവും മനുഷ്യസമൂഹ ചരിത്രവും

ഇങ്ങനെ സയൻസിനെയും വൈരുധ്യവാദത്തെയും ഉപയോഗിച്ചുകൊണ്ട് മാർക്സും എംഗൽസും ആവിഷ്കരിച്ച പുതിയ സിദ്ധാന്തം ഭൗതിക പദാർഥങ്ങളും ആത്മീയ ശക്തികളും തമ്മിലുള്ള ബന്ധം മനസിലാക്കാൻ മാത്രമല്ല സഹായിച്ചത്. പിന്നെയോ, മനുഷ്യസമൂഹം വളർന്നുവന്നതെങ്ങനെ, അത് ഇന്നത്തെ നിലയിൽ വരാനുള്ള കാരണമെന്ത്, അതിനി എങ്ങോട്ട് പോകും-എന്നെല്ലാം മനസിലാക്കാനും അത് സഹായിച്ചു. മനസിലാക്കുക മാത്രമല്ല, ഇനിയങ്ങോട്ടുള്ള പോക്ക് മനുഷ്യന് ഏറ്റവുമധികം പ്രയോജനം നൽകുന്നതും വിഷമങ്ങൾ കുറഞ്ഞതുമാക്കാനും എന്ത് ചെയ്യണമെന്നുകൂടി അത് ചൂണ്ടിക്കാണിച്ചു! അതുകൊണ്ടാണ് മാർക്സിയൻ ഭൗതികവാദത്തെ "വൈരുധ്യാത്മകവും ചരിത്രപരവുമായ ഭൗതികവാദ"മെന്ന് പറയുന്നത്. ഇതിന്റെ മുഖ്യ നിഗമനങ്ങൾ താഴെ കൊടുക്കുന്നവയാണ്.

ഒന്നാമത്, പ്രകൃതിയാണ്, ഭൗതികപദാർഥങ്ങളാണ് ആദ്യമുണ്ടായത്, വികാരവിചാരങ്ങളും അവയ്ക്ക് ജന്മം നൽകുന്ന ആത്മീയശക്തി

കളും ഈ ഭൗതികപദാർഥങ്ങളുടെ സൃഷ്ടിയാണ്. ഉദാഹരണത്തിന്, തലച്ചോറിന്റെ സവിശേഷഘടന, അതും വിവിധ ഞരമ്പുകളുമായുള്ള ബന്ധം, ഇവയ്ക്കെല്ലാം ഹൃദയവുമായിട്ടുള്ള ബന്ധം എന്നിവയിൽനിന്നാണ് മനുഷ്യന്റെ ബുദ്ധിശക്തി, അയാളുടെ വിവിധ വികാരങ്ങൾ, വിവിധ രംഗങ്ങളിൽ പ്രാഗത്ഭ്യം നേടാൻ അയാൾക്കുള്ള കഴിവ് മുതലായവയെല്ലാം ഉണ്ടാകുന്നത്.

(ഇതോരോന്നും എങ്ങനെ, ഏതേത്, രൂപത്തിൽ ഏതേത് പരസ്പര ബന്ധങ്ങളുടെ ഫലമായി രൂപംപ്രാപിക്കുന്നു എന്ന് കൃത്യമായി പറയാൻ സയൻസിന് ഇനിയും കഴിഞ്ഞിട്ടില്ലെന്നത് നേരാണ്. പക്ഷേ, സയൻസിന്റെ ആ കഴിവ് ക്രമേണയായി വളർന്നുവരികയാണ്.)

രണ്ടാമത്, ഭൗതികപദാർഥങ്ങളുടെ സവിശേഷ ബന്ധങ്ങളിൽ നിന്ന് രൂപംപ്രാപിക്കുന്ന ഈ ആത്മീയശക്തികൾക്കാകട്ടെ, അവ രൂപം പ്രാപിച്ചുകഴിഞ്ഞാൽ സ്വതന്ത്രമായി പ്രവർത്തിക്കാൻ ഒരതിരുവരെ കെൽപ്പുണ്ട്. ഉദാഹരണത്തിന്, തനിക്ക് ചുറ്റുമുള്ള ഭൗതികപദാർഥങ്ങൾ കാണാനും അവയിൽ ഓരോന്നും ഇന്നിന്നതാണെന്ന് മനസിലാക്കാനുള്ള മനുഷ്യന്റെ കഴിവ് ഒട്ടനവധി ബാഹ്യാവയവങ്ങളുടെ (അവയുടെ ഘടകങ്ങളായ ഭൗതികപദാർഥങ്ങളുടെ) സവിശേഷത സംഘടനയിൽനിന്നുണ്ടാകുന്നതാണ്. എന്നാൽ, ഈ കഴിവ് വളർന്നു ഒരു സവിശേഷരൂപം പ്രാപിച്ചുകഴിയുന്നതോടെ താൻ കണ്ടു മനസിലാക്കുന്ന ഭൗതിക പദാർഥങ്ങളുടെ രൂപത്തിലും ഘടനയിലും മാറ്റം വരുത്താനുള്ള കഴിവ് മനുഷ്യന് ഉണ്ടാവുന്നു. ഇത് ഒരതിർത്തിവരെ മറ്റു പല ജീവിവർഗങ്ങൾക്കുമുണ്ട്–കുരങ്ങ്, ആന, പട്ടി, പൂച്ച മുതലായവ–എന്നാൽ, മനുഷ്യനോളം വളർച്ച മറ്റൊരു ജീവിക്കുമില്ല. മറ്റു ജീവിവർഗങ്ങളുടെ കഴിവുപോലും തന്റെ ഇഷ്ടത്തിനൊത്ത് ഉപയോഗിക്കുകയും വളർത്തുകയും ചെയ്യാൻപോലും മനുഷ്യന് കഴിവുണ്ട്. ഇതാണ് മനുഷ്യനെ മനുഷ്യനാക്കുന്നത്.

ബാഹ്യലോകവുമായി ബന്ധപ്പെട്ടുകൊണ്ട്

മൂന്നാമത്, മനുഷ്യനടക്കം എല്ലാ ജീവിവർഗങ്ങളുടെ ഞരമ്പുകൾ, തലച്ചോറ്, ഹൃദയം മുതലായ അവയവങ്ങളുടെ പ്രവർത്തനം, അവയ്ക്ക് ബാഹ്യലോകവുമായുള്ള ബന്ധനത്തിലൂടെയാണ്. ഓരോ അവയവത്തിന്മേലും ബാഹ്യലോകത്തിന്റെ ആഘാതമുണ്ടാവുന്നു. എന്നുവെച്ചാൽ, പ്രകൃതിയുടെ വിവിധ ഘടകങ്ങൾ ഓരോ അവയവത്തേയും വിവിധ രൂപങ്ങളിൽ ചലിപ്പിക്കുന്നു. കണ്ണ് എന്ന ഇന്ദ്രിയത്തിന്മേൽ ബാഹ്യലോകം ഏൽപ്പിക്കുന്ന ആഘാതം, കണ്ണും ഞരമ്പുകളും തലച്ചോറും തമ്മിലുള്ള ബന്ധം എന്നിവയാണ് കാഴ്ച നൽകുന്നത്. ഇതുപോലെ വിവിധ അവയവങ്ങളിൽ ഓരോന്നും പ്രകൃതിയിലെ വിവിധ ഘടകങ്ങളുടെ ആഘാതമേറ്റാണ് വിവിധങ്ങളായി പ്രാഥമിക വികാരങ്ങൾക്ക് (sensations) രൂപം നൽകുന്നത്.

നാലാമത്, ഈ പ്രാഥമിക വികാരങ്ങൾ രൂപംപ്രാപിച്ച് കഴിഞ്ഞാൽ അതിൽനിന്നു ഉയർന്നുവരുന്നതും ജീവിവർഗങ്ങളിൽ പലതിനുമുള്ളതുമായ മറ്റൊരു കഴിവാണ് 'ബോധം' (consciousness). ബാഹ്യലോകത്തെ കാണുക മാത്രമല്ല, അതിന്റെ ആഘാതമേറ്റ് സ്വയം ചലിക്കുക മാത്രമല്ല, ആ ബാഹ്യലോകത്തെപ്പറ്റി സ്വയം ചില ധാരണകളുണ്ടാവുകയും അതനുസരിച്ച് പ്രകൃതിയിലെ ചില ഘടകങ്ങളെയെങ്കിലും സ്വന്തം ആവശ്യത്തിനായി ഉപയോഗിക്കാൻ കഴിവുണ്ടാക്കുകയും ചെയ്യുന്നു. ഉദാഹരണത്തിന്, ജീവിവർഗങ്ങളിൽ പലതിനും മറ്റു ജീവിവർഗങ്ങളിൽ ഇന്നത് ശത്രുവാണ്, ഇന്നത് ബന്ധുവാണ് എന്ന് മനസിലാക്കാൻ കഴിയുന്നു. അതനുസരിച്ച് ശത്രുവിനെ നശിപ്പിക്കാനും ബന്ധുവിനെ രക്ഷിക്കാനും അവ ശ്രമിക്കുന്നു.

ബുദ്ധിശക്തി

അഞ്ചാമത്, ജീവിവർഗങ്ങൾക്കുള്ള ബോധത്തിന്റെ ഏറ്റവും ഉയർന്ന രൂപമാണ് മനുഷ്യന്റെ ബുദ്ധിശക്തി. ബാഹ്യലോകത്തിലുള്ളത് കണ്ടുമനസിലാക്കി ഉപയോഗിക്കാനുള്ള കഴിവ് മാത്രമല്ല മനുഷ്യനുള്ളത്. ഇല്ലാത്തത് ഉണ്ടാക്കാനും ഉള്ളത് നശിപ്പിക്കുകയോ മാറ്റിത്തീർക്കുകയോ ചെയ്യാനുള്ള കഴിവുകൂടി അയാൾക്കുണ്ട്. ഇതാകട്ടെ, ബാഹ്യലോകത്തിലുള്ള ഇന്ന പദാർഥത്തിന് ഇന്ന സ്വഭാവമുണ്ടെന്ന് കാണാൻവേണ്ട ബുദ്ധിശക്തിയും ആ സ്വഭാവം കണക്കിലെടുത്തുകൊണ്ട് ചെയ്യേണ്ട ഒരു സവിശേഷജോലി ചെയ്യാനുള്ള കായികമായ കഴിവും കൂടിച്ചേർന്നതാണുതാനും.

ആറാമത്, മനുഷ്യന്റെ ഈ കഴിവ് വളർന്നുവന്നത് നിരവധി നൂറ്റാണ്ടുകളിലെ നിരന്തരമായ പുരോഗതിയിലൂടെയാണ്. തനിക്കു ചുറ്റുമുള്ള ബാഹ്യലോകം കണ്ടുമനസിലാക്കാനുള്ള ബുദ്ധിപരമായ കഴിവ്, അതു ഉപയോഗിച്ചാൽ വരാവുന്ന മാറ്റങ്ങൾ മുൻകൂട്ടികണ്ട് അതനുസരിച്ചു പ്രവർത്തിക്കാനുള്ള കരുത്ത്–ഇത് രണ്ടും പടിപടിയായി വളർന്നുവരികയാണ്. അതിൽ ഒന്നിന്റെ വളർച്ച മറ്റേതിനെ സഹായിക്കുന്നു, കൂടുതൽ കൂടുതൽ ഫലപ്രദമായ പ്രവർത്തനത്തിൽനിന്ന് കൂടുതൽ കൂടുതൽ ഉയർന്ന ബോധമുളവാകുന്നു. കൂടുതൽ ഉയർന്ന ബോധത്തിൽനിന്നാകട്ടെ, കൂടുതൽ പ്രയോജനപ്രദമായ പ്രവർത്തനത്തിനുള്ള സാധ്യതയും വളരുന്നു. ഇങ്ങനെയാണ് മനുഷ്യന്റെ പ്രാഗത്ഭ്യം വളർന്നുവരുന്നത്.

ഉൽപ്പാദനോപകരണങ്ങളും ആയുധങ്ങളും

ഏഴാമത്, ഈ വളർച്ചയുടെ തുടക്കവും കേന്ദ്രബിന്ദുവുമായി നിൽക്കുന്നത് ഭക്ഷണം, പാർപ്പിടം മുതലായ ദൈനംദിന ജീവിതാവശ്യങ്ങൾ നിറവേറ്റുന്നതിന് മനുഷ്യൻ ചെയ്യുന്ന പരിശ്രമമാണ്. അതിനായി മനുഷ്യൻ ഉൽപ്പാദനോപകരണങ്ങളും ആയുധങ്ങളും ഉണ്ടാക്കുന്നു. ഭക്ഷണം മുതലായ ജീവിതാവശ്യങ്ങൾ മനുഷ്യനെന്നതുപോലെ തന്നെ

മറ്റ് ജീവിവർഗങ്ങൾക്കുമുണ്ട്. അവ ലഭിക്കുന്നതിനുവേണ്ടി എല്ലാ ജീവി വർഗങ്ങളും പ്രകൃതിയോട് മല്ലടിക്കുന്നുമുണ്ട്. ഉദാഹരണത്തിന്, മഴ വരുമ്പോൾ മരച്ചുവട്ടിൽ രക്ഷപ്രാപിക്കുക, കാട്ടുതീയിൽനിന്ന് ഓടി രക്ഷപ്പെടുക, ചൂടുകാലത്തു മാളങ്ങളിലും ഗുഹകളിലും ഒളിക്കുക-ഇതെല്ലാം എല്ലാ ജീവികളും ചെയ്യാറുണ്ട്. എന്നാൽ മനുഷ്യൻ മാത്രമാണ് വീട് കെട്ടി താമസിക്കുന്നത്. അതുപോലെ പഴങ്ങളും മറ്റ് ഭക്ഷണസാധനങ്ങളും പ്രകൃതിയിൽനിന്നെടുത്ത് ഭക്ഷിക്കാൻ എല്ലാ മൃഗങ്ങൾക്കും കഴിയുന്നു. പക്ഷേ മനുഷ്യനു മാത്രമാണ് കൃഷി ചെയ്യാൻ കഴിയുന്നത്. ഈ വ്യത്യാസത്തിനുള്ള കാരണം പ്രകൃതിയിൽ ചില്ലറ മാറ്റങ്ങളെങ്കിലും വരുത്താൻ ഉപകരിക്കുന്ന ഉപകരണങ്ങളും ആയുധങ്ങളുമുണ്ടാക്കാനും അവ ഉപയോഗിച്ചു തന്റെ ജീവിതാവശ്യങ്ങൾക്കുവേണ്ട സാധനങ്ങളുണ്ടാക്കാനും മനുഷ്യനുള്ള കഴിവാണ്. അതുകൊണ്ടാണ് "ആയുധോപകരണങ്ങൾ നിർമിക്കുന്ന മൃഗം" എന്ന നിർവചനം മനുഷ്യനു കിട്ടിയിട്ടുള്ളത്.

എട്ടാമത്, ആയുധോപകരണങ്ങൾ നിർമിച്ച് പ്രകൃതിയിൽ മാറ്റം വരുത്താൻ ശ്രമിക്കുന്ന മനുഷ്യനാകട്ടെ, ഒറ്റയ്ക്കല്ല ആ പ്രവൃത്തി നടത്തുന്നത്, കൂട്ടായിട്ടാണ്. ആദിമവർഗങ്ങൾ, ജനപദങ്ങൾ, ഗ്രാമങ്ങളും നഗരങ്ങളും മുതലായ വിവിധ രൂപങ്ങളിലുള്ള സംഘടനകളിലൂടെയാണ് ആയുധോപകരണങ്ങളുണ്ടാക്കാനും അവ ഉപയോഗിച്ച് പ്രകൃതിയിൽ മാറ്റംവരുത്താനും മനുഷ്യൻ ശ്രമിച്ചത്. അതുകൊണ്ട് ആയുധോപകരണങ്ങളുണ്ടാക്കാൻ നടത്തുന്ന ശ്രമത്തിൽനിന്നുണ്ടാകുന്ന അനുഭവവും അറിവും ഒറ്റപ്പെട്ട മനുഷ്യന്റെ അറിവും അനുഭവവുമല്ല. അയാൾ അംഗീകരിച്ചിട്ടുള്ള സമൂഹത്തിന്റെയാകെയാണ്.

ഉൽപ്പാദനബന്ധങ്ങളും സാമൂഹ്യവ്യവസ്ഥയും

ഒമ്പതാമത്, ആയുധോപകരണങ്ങളുണ്ടാക്കി പ്രകൃതിയിൽ മാറ്റം വരുത്താനുള്ള ഈ ശ്രമത്തിനിടയ്ക്ക്, അതിനായി മനുഷ്യനുണ്ടാക്കുന്ന സംഘടനയിൽത്തന്നെ പല രൂപഭേദങ്ങളും വരുന്നു. പ്രകൃതിയിൽ മാറ്റം വരുത്താനുള്ള കഴിവ് വർധിക്കുന്നതോടെ, അതിനായി ഉപയോഗിക്കപ്പെടുന്ന ആയുധോപകരണങ്ങളുടെ രൂപം മാറുന്നതോടുകൂടി, ആ ആയുധോപകരണങ്ങൾ ഉപയോഗിക്കുന്ന വ്യക്തികൾ തമ്മിലുള്ള പരസ്പര ബന്ധത്തിനും രൂപഭേദംവരുന്നു. ഇങ്ങനെ ഉൽപ്പാദനോപകരണങ്ങളിലും അവയെ ആസ്പദിച്ചുണ്ടാകുന്ന ഉൽപ്പാദന ബന്ധങ്ങളിലും വരുന്ന രൂപഭേദമനുസരിച്ച് സാമൂഹ്യവ്യവസ്ഥയിലും രൂപഭേദങ്ങൾ വരുന്നു. പ്രാകൃതകമ്യൂണിസം, അടിമത്തം, ഫ്യൂഡൽവ്യവസ്ഥ, മുതലാളിത്തം, സോഷ്യലിസം എന്നിവയാണ് മുഖ്യ സാമൂഹ്യവ്യവസ്ഥകൾ (ഇവയിൽ ഓരോന്നിലും നിരവധി ഉപവിഭാഗങ്ങളും രൂപഭേദങ്ങളുമുണ്ട്).

മാറ്റങ്ങളുടെ ഉറവിടം

പത്താമത്, ഉൽപ്പാദനോപകരണങ്ങളിലും ഉൽപ്പാദബന്ധങ്ങളിലും വരുന്ന നിരന്തരമായ ഈ മാറ്റത്തിന്റെ പ്രതിഫലനമായാണ് ശാസ്ത്രത്തിന്റെയും കലാസാഹിത്യങ്ങളുടെയും രാഷ്ട്രീയസംഘടനകളുടെയും മറ്റും രൂപത്തിൽ മാറ്റമുണ്ടാകുന്നത്. എന്നുവെച്ചാൽ, ഭൗതികേതരമാണെന്നു കരുതപ്പെടുന്ന രംഗങ്ങളിൽ മനുഷ്യൻ വരുത്തിത്തീർക്കുന്ന മാറ്റങ്ങളെല്ലാം തുടങ്ങുന്നത് ഉൽപ്പാദനോപകരണങ്ങളിൽ വരുന്ന മാറ്റങ്ങൾ മുഖേനയാണ്. മറ്റെല്ലാ രംഗങ്ങളിലുമുള്ള മാറ്റങ്ങളുടെ ഉറവിടം ഉൽപ്പാദനോപകരണങ്ങളിൽ വരുന്ന മാറ്റമാണ്എന്നർഥം.

ദർശനത്തിനെന്നപോലെതന്നെ ചരിത്രശാസ്ത്രത്തിനും അതിപ്രധാനമായ ഒരു മുതൽക്കൂട്ടാണ് ഈ സിദ്ധാന്തം. ഇത് ആവിഷ്കരിക്കപ്പെട്ടതോടെ ചരിത്രം ഒരു ശാസ്ത്രമായിത്തീർന്നു, നിരവധി യാദൃച്ഛിക സംഭവങ്ങളുടെ കൂമ്പാരമല്ലാതായിത്തീർന്നു, മഹാനായ ഇന്ന വ്യക്തി മഹത്തായ ഇന്ന കാര്യം ചെയ്തതിനാലാണ് മഹത്തായ ഇന്ന ചരിത്രസംഭവം നടന്നതെന്ന അശാസ്ത്രീയമായ വ്യാഖ്യാനത്തിനു പകരം ഇന്നയിന്ന സാമൂഹ്യശക്തികളുടെ പരസ്പര സംഘട്ടനം നിമിത്തം ഇന്നയിന്ന പരിവർത്തനങ്ങൾ നടന്നു എന്ന ശാസ്ത്രീയവ്യാഖ്യാനം രൂപംപ്രാപിച്ചു. മഹാന്മാരായ വ്യക്തികളും അവരുടെ മഹത്തായ സിദ്ധാന്തങ്ങളും മഹൽസംരംഭങ്ങളുമെല്ലാം വസ്തുനിഷ്ഠസാഹചര്യങ്ങളുടെ സന്തതികളാണെന്നുവന്നു. എത്ര മഹത്തായ വ്യക്തി പരിശ്രമിച്ചാലും പരിവർത്തനം തടയാൻ കഴിയാത്ത വസ്തുനിഷ്ഠസാഹചര്യങ്ങൾ ഉണ്ട്. നേരെമറിച്ച്, എത്ര മഹാനായ വ്യക്തി പരിശ്രമിച്ചാലും വസ്തുനിഷ്ഠസാഹചര്യങ്ങൾക്കതീതമായ പരിവർത്തനം നടക്കുകയില്ല. വസ്തുനിഷ്ഠസാഹചര്യങ്ങളാൽ അനിവാര്യമായിത്തീർന്ന പരിവർത്തനങ്ങളെ സഹായിക്കുകയും ത്വരിതപ്പെടുത്തുകയുമാണ് മഹാന്മാരുടെ ചരിത്രപരമായ ചുമതല. ഇത്രയും കാര്യങ്ങൾ വ്യക്തമായി.

മാർക്സും എംഗൽസുംകൂടി ആവിഷ്കരിച്ച ചരിത്രപരമായ ഭൗതികവാദത്തിന്റെ മുഖ്യ ഘടകമാണ് വർഗസമരസിദ്ധാന്തം. എന്താണതിന്റെ കാതലായ ഭാഗം? "എഴുതപ്പെട്ട ചരിത്രത്തിന്റെ തുടക്കം മുതൽ ഇന്നേവരെയുള്ള മനുഷ്യസമൂഹ ചരിത്രം വിരുദ്ധവർഗങ്ങൾ തമ്മിലുള്ള സമരങ്ങളുടെ ചരിത്രമാണ്."

വിരുദ്ധവർഗങ്ങളും അവ തമ്മിൽ സംഘട്ടനവുമില്ലാത്ത ഒരു സാമൂഹ്യവ്യവസ്ഥ ചരിത്രാതീതകാലത്ത് നിലവിലിരുന്നു. "മാവേലി നാടുവാണകാല"ത്തെക്കുറിച്ച് നമ്മുടെ നാട്ടിലുള്ള ഐതീഹ്യത്തോട് സമാനമായ ഒരു സാമൂഹ്യവ്യവസ്ഥയാണത്. അന്ന് അസമത്വവും ചൂഷണവും ഇല്ലായിരുന്നു. പരിപൂർണമായ സമത്വവും സ്വാതന്ത്ര്യവും നിലനിന്നിരുന്നു. അതുപോയി ഒരു ചെറു ന്യൂനപക്ഷം, ബഹുഭൂരിപക്ഷത്തെ സാമ്പത്തിക ചൂഷണത്തിനും രാഷ്ട്രീയമർദനത്തിനും വിധേയമാക്കി (അത്തരത്തിലുള്ള ഒരു മാറ്റത്തിന്റെ ഓർമ്മയാണ് ഓണം സംബന്ധിച്ച് നമ്മുടെ ഐതീഹ്യത്തിലുള്ളതെന്നു കരുതേണ്ടിയിരിക്കുന്നു).

ചൂഷിതരായ ബഹുഭൂരിപക്ഷവും ചൂഷകരായ ചെറുന്യൂനപക്ഷവുമായി സമൂഹം വിഭജിക്കപ്പെട്ടത് ഒരു പിന്തിരിപ്പൻ സംഭവമാണെന്ന് പ്രത്യക്ഷത്തിൽ തോന്നാം. ബഹുഭൂരിപക്ഷത്തിന്റെ ജീവിതം മാത്രമാണ് ചരിത്രത്തെ അളന്നുനോക്കാനുള്ള മാനദണ്ഡമെങ്കിൽ അതു ശരിയുമാണ്. എന്നാൽ പ്രാകൃത കമ്യൂണിസവും വർഗസമൂഹവും തമ്മിൽ ഒരു പ്രധാന വ്യത്യാസമുണ്ട്. പ്രാചീനകമ്യൂണിസത്തേക്കാൾ എത്രയോ ഇരട്ടി വളർന്ന ഭൗതിക സമ്പത്തും ഭൗതികേതര മൂല്യങ്ങളുമുള്ളതാണ് വർഗസമൂഹം.

പ്രാചീന കമ്യൂണിസത്തിൻകീഴിൽ വളരെ പ്രാഥമികമായ മനുഷ്യാവശ്യങ്ങൾ മാത്രമേ നിറവേറ്റപ്പെട്ടിരുന്നുള്ളൂ. ഭക്ഷണം, പാർപ്പിടം, വസ്ത്രം മുതലായ പ്രാഥമിക ജീവിതാവശ്യങ്ങൾ മുഴുവൻ എണ്ണത്തിൽ കുറവും ഗുണത്തിൽ മോശപ്പെട്ടതുമായിരുന്നു. കലകൾ വളരെ പ്രാകൃതമായ ദശയിലേ എത്തിയിരുന്നുള്ളൂ. സാഹിത്യം മുതലായ ഉയർന്ന സാംസ്കാരികരൂപങ്ങളോ ശാസ്ത്രവിജ്ഞാനത്തിന്റെ വിവിധ ശാഖകളോ വളർന്നുവന്നിരുന്നില്ല.

ഈ സ്ഥിതിക്കെല്ലാം മൗലികമായ മാറ്റം വരുത്താൻ സഹായിച്ച ഒരു സംഭവമാണ്, ജീവിതം നിറവേറ്റുന്നതിനുവേണ്ടി കായികാധ്വാനം നടത്തേണ്ടതില്ലാത്ത ഒരു ചെറുന്യൂനപക്ഷത്തിന്റെ ആവിർഭാവം. ഈ ന്യൂനപക്ഷത്തിന് നിലനിൽക്കണമെങ്കിൽ അത് ബഹുഭൂരിപക്ഷത്തെ ചൂഷണം ചെയ്യുകതന്നെ വേണം. എന്നാൽ, ഈ ചൂഷണ വ്യവസ്ഥയെയും മർദനോപകരണത്തെയും അടിസ്ഥാനപ്പെടുത്തിയ ഒരു പുതിയ തരം ജീവിതം നയിക്കുന്ന ഈ ചൂഷണ ന്യൂനപക്ഷത്തിന്റെ അണികളിൽനിന്നാണ് ചിന്തകന്മാരും ശാസ്ത്രകാരന്മാരും കലാസാഹിത്യാദിസാംസ്കാരിക വിദഗ്ധന്മാരും പടനായകന്മാരും രാജ്യതന്ത്രജ്ഞരുമെല്ലാം ഉയർന്നുവന്നത്.

ഇവരെല്ലാംകൂടി പടുത്തുയർത്തിയ സാംസ്കാരിക-രാഷ്ട്രീയ മേൽപ്പുര ചൂഷിതരായ ബഹുഭൂരിപക്ഷത്തെ സംബന്ധിച്ചിടത്തോളം അങ്ങേയറ്റത്തോളം ഭാരം നിറഞ്ഞതാണ്. എങ്കിലും, അതാണ് മനുഷ്യസമൂഹത്തെയാകെ പുരോഗമിപ്പിച്ചത്. അതുകൊണ്ടാണ് അടിമത്തവ്യവസ്ഥയെ പരാമർശിച്ചുകൊണ്ട് "എംഗൽസ്" പറഞ്ഞത്:

> ആ വ്യവസ്ഥ മർദനപരമാണെന്നു കാണാൻ വിഷമമൊന്നുമില്ല. അതിനെ ഇന്ന് ആക്ഷേപിക്കുന്നതിലും അസാംഗത്യമൊന്നുമില്ല. എന്നാൽ അന്നത്തെ സാഹചര്യത്തിൽ വിപ്ലവകരമായ പരിവർത്തനങ്ങൾക്ക് അടിസ്ഥാനമിടുകയെന്ന ചരിത്രപരമായ ചുമതലയാണ് അതു നിറവേറ്റിയത്.

സ്വയമാവശ്യമായതിൽ കൂടുതലുൽപ്പാദിപ്പിക്കുമ്പോൾ

യഥാർഥത്തിൽ വർഗസമുദായത്തിന്റെ ഉത്ഭവംതന്നെ സാമൂഹ്യമായ ഉൽപ്പാദവ്യവസ്ഥയിൽ വന്ന വിപ്ലവകരമായ ഒരു മാറ്റത്തിന്റെ ഫല

മാണ്. പ്രാചീന കമ്യൂണിസത്തിൻകീഴിൽ ഓരോ വ്യക്തിക്കും അത്യാവശ്യം വേണ്ട ജീവിത സാമഗ്രികൾ ഉൽപ്പാദിപ്പിക്കാൻ മാത്രമേ സമൂഹത്തിന്റെ കൂട്ടായ പ്രയത്നംകൊണ്ടു കഴിഞ്ഞിരുന്നുള്ളൂ. മറ്റൊരാളെ തീറ്റിപ്പോറ്റാൻവേണ്ട സമ്പത്ത് ഒരാൾക്ക് ഉൽപ്പാദിപ്പിക്കാൻ കഴിഞ്ഞിരുന്നില്ലെന്നർഥം. എന്നാൽ സാമൂഹ്യമായ ഉൽപ്പാദനക്ഷമത വർധിക്കാൻ തുടങ്ങിയതോടുകൂടി സാമൂഹ്യമായി ഉൽപ്പാദിപ്പിക്കപ്പെടുന്ന സമ്പത്തിന്റെ തുക വർധിക്കാൻ തുടങ്ങി. തന്റെ സ്വന്തം ജീവിതത്തിന് ആവശ്യമുള്ളതിനേക്കാൾ കൂടുതൽ സമ്പത്ത് ഉൽപ്പാദിപ്പിക്കാൻ ഓരോരുത്തർക്കും കഴിയുമെന്നു വന്നു. ഇങ്ങനെ കൂടുതൽ ഉൽപ്പാദിപ്പിക്കപ്പെടുന്ന സമ്പത്ത് കയ്യടക്കിവയ്ക്കാൻ കഴിഞ്ഞാൽ സ്വയം ജോലി ചെയ്യാതെ ജീവിക്കാൻ–അതും ജോലി ചെയ്യുന്നവരേക്കാൾ നന്നായി ജീവിക്കാൻ–ഒരു ചെറു ന്യൂനപക്ഷത്തിന് കഴിയുമെന്നു വന്നു. ഇത് കയ്യടക്കാൻ ചൂഷകരായ ന്യൂനപക്ഷം ശ്രമിക്കുമ്പോൾ സ്വാഭാവികമായി ചൂഷിതരായ ഭൂരിപക്ഷം അതിനെ എതിർക്കും, ആ എതിർപ്പിനെ അടിച്ചമർത്തുന്നതിന് ചൂഷക വർഗം അതിന്റേതായ ഒരു മർദനോപകരണം ഊട്ടിയുണ്ടാക്കും (അതാണ് സ്റ്റേറ്റ് അല്ലെങ്കിൽ ഭരണകൂടം). ഇങ്ങനെ ചൂഷകരായ ന്യൂനപക്ഷവും ചൂഷിതരായ ഭൂരിപക്ഷവും തമ്മിൽ നടക്കുന്ന സമരം ഭൂരിപക്ഷമുണ്ടാക്കുന്ന സമ്പത്ത് കയ്യടക്കിവയ്ക്കുന്നതിന്റെ ആവശ്യം ന്യൂനപക്ഷത്തിനുള്ള കാലത്തോളം തുടരും. ഇതാണ് വർഗസമരത്തിന്റെ അടിസ്ഥാനം.

ഈ വർഗസമരം ചരിത്രകാലത്തു മുഴുവൻ തുടർന്നു വന്നിട്ടുണ്ടെങ്കിലും ഇതിൽ പങ്കെടുക്കുന്ന വർഗങ്ങൾ മാറിമാറി വന്നിട്ടുണ്ട്. യൂറോപ്പിലാകെ പൊതുവിൽ നോക്കുകയാണെങ്കിൽ അത് മൂന്നു രൂപത്തിലാണ് വന്നിട്ടുള്ളത്.

"അടിമയും യജമാനനും തമ്മിലുള്ള ബന്ധം:" ഈ ഘട്ടത്തിൽ അടിമയെ യജമാനൻ കരുതുന്നത് വെറും മൃഗത്തെപോലെയാണ്. പണിയെടുപ്പിക്കാൻ മാത്രമല്ല; തോന്നിയാൽ കൊല്ലാനും അയാൾക്കധികാരമുണ്ട്.

"അടിയാളരും തമ്പുരാക്കന്മാരും തമ്മിലുള്ള ഫ്യൂഡൽബന്ധം:" ഈ ഘട്ടത്തിൽ കൊല്ലാനുള്ള അധികാരമില്ല. കൂടാതെ പണിയായുധങ്ങൾ, കന്നുകാലികൾ എന്നിവയുടെയും ഒരതിർത്തിവരെ ഭൂമിയുടേയുംമേൽ അടിയാളന് സ്വത്തവകാശമുണ്ടുതാനും. എന്നാൽ, ഈ സ്വത്തവകാശവും കുടുംബജീവിതമടക്കമുള്ള ജീവിതമാകെയും അടിയാളൻ തമ്പുരാന് അടിയറ വെച്ചിരിക്കുന്നു.

"തൊഴിലാളി–മുതലാളി ബന്ധം." ഈ ഘട്ടത്തിൽ നിയമദൃഷ്ട്യാ യാതൊരു തരത്തിലുള്ള അസമത്വവും ചൂഷിത–ചൂഷക വർഗങ്ങൾ തമ്മിലില്ല. മുതലാളിയും തൊഴിലാളിയും നിയമദൃഷ്ട്യാ പരിപൂർണമായ സമത്വമുള്ളവരാണ്. എന്നാൽ, യഥാർഥജീവിതത്തിൽ തൊഴിലാളി പരിപൂർണമായും അസ്വതന്ത്രനാണ്. തൊഴിൽ കമ്പോളത്തിൽ ചെന്ന് സ്വന്തം

അധ്വാനശക്തി വിറ്റുകിട്ടുന്ന കാശ്, ഇന്ന ജോലിക്ക് ഇന്ന തോത് എന്ന് നിശ്ചയിക്കുന്ന കൂലി വാങ്ങിയിട്ടുവേണം അയാൾക്ക് ജീവിക്കാൻ. ആ കൂലിയാകട്ടെ, ഏറ്റവും കുറഞ്ഞ നിലയിലേക്ക് താഴ്ത്താൻ മുതലാളി ശ്രമിക്കുകയും ചെയ്യും. ഇതിനെ നേരിടുന്നതിന് തൊഴിലാളിയുണ്ടാക്കുന്ന സംഘടനയും കൂലി കുറയ്ക്കാൻ മുതലാളി നടത്തുന്ന പരിശ്രമവും തമ്മിൽ ഏറ്റുമുട്ടുന്നു. ഇങ്ങനെ നിയമപരമായി പരിപൂർണ സമത്വമുള്ള മുതലാളിത്ത സാമൂഹ്യവ്യവസ്ഥയിൽ വർഗസമരം തുറന്നതും സംഘടിതവുമായ രൂപം കൈക്കൊള്ളുന്നു.

ഈ ഓരോ ഘട്ടവും ഓരോ യൂറോപ്യൻ രാജ്യത്തിലും അതാതിന്റെ സവിശേഷതകളോടുകൂടിയാണ് ആവിർഭവിച്ചത്. ഇന്ത്യയടക്കമുള്ള മറ്റു രാജ്യങ്ങളിലാകട്ടെ കുറേക്കൂടി വ്യത്യസ്തമായ രീതിയിലാണ് ചരിത്രം വളർന്നിട്ടുള്ളത്. ഉദാഹരണത്തിന് അടിമത്തത്തിന്റെയും ഫ്യൂഡലിസത്തിന്റെയും കാലഘട്ടങ്ങളിൽ അവ രണ്ടിന്റെയും സവിശേഷതകൾ ഉൾക്കൊള്ളത്തക്ക ഒരു സമൂഹ്യസംഘടനാരൂപം ഇന്ത്യയിൽ ഉണ്ടായിരുന്നു, അതാണ് ജാതിവ്യവസ്ഥ. അതിന് വലിയൊരു പ്രഹരമേൽപ്പിക്കാൻ മുതലാളിത്തത്തിനു കഴിഞ്ഞിട്ടുണ്ടെങ്കിലും ഇന്നും അത് സമൂലം പറിച്ചെറിയപ്പെട്ടിട്ടില്ല.

ഉൽപ്പാദനശക്തിയുടെ വളർച്ച

അങ്ങനെ വിവിധ രൂപങ്ങളിലൂടെ വളർന്നുവന്ന വർഗസമൂഹം ഉൽപ്പാദനശക്തികളെ വൻതോതിൽ പുരോഗമിപ്പിച്ചു. പ്രാഥമിക ജീവിതാവശ്യങ്ങൾ നിറവേറ്റാൻ ആവശ്യമുള്ളതിന്റെ എത്രയോ മടങ്ങ് സമ്പത്ത് ഉൽപ്പാദിപ്പിക്കാൻ ഓരോ വ്യക്തിക്കും കഴിയുമെന്ന് വന്നിരിക്കുന്നു. അതിനാവശ്യമായ പുരോഗതി സാങ്കേതിക-ശാസ്ത്രീയ രംഗങ്ങളിൽ നേടിക്കഴിഞ്ഞിരിക്കുന്നു. അത് ഇപ്പോഴും നേടിക്കൊണ്ടിരിക്കുകയാണുതാനും.

ഈ പുരോഗതിയെല്ലാം ത്വരിതപ്പെടുത്തുന്ന ഒരു സാമൂഹ്യവ്യവസ്ഥയാണ് മുതലാളിത്തം. അതിൻകീഴിൽ വന്ന പുരോഗതിയുടെ ഫലമായി വർഗസമൂഹം നിലനിന്നിരുന്നതിന് മുമ്പുണ്ടായിരുന്ന പരിപൂർണ സമത്വം (കമ്യൂണിസം) പുനഃസ്ഥാപിക്കാമെന്നായിരിക്കുന്നു. എന്നാലത് പഴയതു പോലുള്ള-പ്രാഥമിക ജീവിതാവശ്യങ്ങൾ മാത്രം നിറവേറ്റാൻ പറ്റുന്ന-പ്രാകൃത കമ്യൂണിസമായിരിക്കുകയില്ല. പിന്നെയോ, ആധുനിക സയൻസിന്റെ കണ്ടുപിടിത്തങ്ങളുടെ ഫലമായുള്ള എല്ലാവിധ സൗകര്യങ്ങളോടുംകൂടി ഉൽകൃഷ്ടമായ ഒരു ജീവിതം നയിക്കാൻ മനുഷ്യസമൂഹത്തിലെ ഓരോ വ്യക്തിക്കും കഴിയുന്ന ഒരു പുതിയ കമ്യൂണിസമായിരിക്കും. അതിന്റെ അടിസ്ഥാനമുദ്രാവാക്യം ഇതായിരിക്കും:

> ഓരോരുത്തരും കഴിവനുസരിച്ച് പ്രവർത്തിക്കുക, ഓരോരുത്തർക്കും ആവശ്യമുള്ളത്ര ജീവിതസാമഗ്രികൾ ലഭ്യമാക്കുക.

യാതൊരു മർദനോപകരണങ്ങളുമില്ലാതെ തികച്ചും സ്വേച്ഛയനുസരിച്ച്

ഓരോ വ്യക്തിയും നടത്തുന്ന അധ്വാനത്തിന്റെ ഫലമായി തികച്ചും സുഖസമൃദ്ധമായി ജീവിക്കാൻ സമൂഹത്തിനു മുഴുവൻ കഴിയത്തക്ക സമൃദ്ധിയും ഐശ്വര്യവും ഈ പുതിയ കമ്യൂണിസ്റ്റു സമൂഹത്തിൽ ഉണ്ടാകുമെന്നർഥം.

ഇന്നത്തെ ചുമതല

എന്നാൽ, ഈ സമൂഹം സ്ഥാപിക്കുന്നതിന് ഇന്ന് ചെയ്യേണ്ട ഒരു ചുമതലയുണ്ട്. ഈ ചുമതല നിറവേറ്റിക്കൊണ്ട് കമ്യൂണിസ്റ്റ് സമൂഹസ്ഥാപനത്തിന് മുമ്പ് കടന്നുപോകേണ്ട ചില പരിവർത്തനഘട്ടങ്ങളുണ്ട്, അവയെപ്പറ്റി ശരിയായ ബോധമില്ലാതെ കമ്യൂണിസത്തെക്കുറിച്ച് സ്വപ്നം കാണുന്നത് മൗഢ്യമാണ്.

കമ്യൂണിസ്റ്റ് സമൂഹം സ്ഥാപിക്കുന്നതിന് ഇന്നത്തെ ബൂർഷ്വാഭരണകൂടത്തെ തകർക്കണമെന്നതാണ് ഏറ്റവും പ്രധാനമായ കാര്യം. വർഗസമൂഹത്തിന്റെ ഉത്ഭവത്തോടുകൂടിയാണ് ഭരണകൂടം ഉണ്ടായതെന്ന് ഇതിനുമുമ്പ് സൂചിപ്പിച്ചുവല്ലോ. വർഗസമൂഹത്തിന്റെ സ്വഭാവത്തിൽ വരുന്ന മാറ്റത്തോടൊപ്പം ഭരണകൂടത്തിന്റെ സ്വഭാവത്തിലും മാറ്റം വന്നിട്ടുണ്ട്. ബൂർഷ്വാ ഭരണകൂടത്തിന്റെ വർഗസ്വഭാവവും അതിന്റെ രൂപവും തമ്മിൽ വ്യത്യാസമുണ്ട്. രൂപത്തിൽ ജനാധിപത്യപരം, ഉള്ളടക്കത്തിൽ ബൂർഷ്വാ സർവാധിപത്യത്തിന്റെ ഉപകരണം — ഇതാണ് ബൂർഷ്വാഭരണകൂടം. പ്രായപൂർത്തിവോട്ടവകാശം, ജനപ്രതിനിധികളോട് ഉത്തരവാദപ്പെട്ട ഗവൺമെന്റ് മുതലായവ ഉൾക്കൊള്ളുന്ന ജനാധിപത്യരൂപത്തിന്റെ പിന്നിൽ ബൂർഷ്വാവർഗത്തിന്റെ മർദനഭരണകൂടം ഒളിഞ്ഞിരിപ്പുണ്ട്. ബൂർഷ്വാമേധാവിത്വത്തിന് അപകടം പറ്റാനിടയുണ്ടെന്ന് തോന്നിയാൽ ജനാധിപത്യരൂപംതന്നെ ഉപേക്ഷിക്കാനും ബൂർഷ്വാഭരണകൂടം മടിക്കുകയില്ല. അങ്ങനെയാണ് ഫാസിസം നിലവിൽ വന്നത്. അതുകൊണ്ട് ന്യൂനപക്ഷമായ ചൂഷകവർഗം (ബൂർഷ്വാസി) ഉപയോഗിക്കുന്ന മർദനോപകരണമായ ഭരണകൂടത്തെ തകർക്കുകയാണ് മുഖ്യകടമ.

ഇങ്ങനെ തകർക്കപ്പെടുന്ന ബൂർഷ്വാഭരണകൂടത്തിന് പകരം തൊഴിലാളിവർഗനേതൃത്വത്തിൽ പുതിയൊരു ഭരണകൂടം രൂപം കൊള്ളേണ്ടിയിരിക്കുന്നു. മറ്റു ഭരണകൂടങ്ങളെപോലെ ഇതും ഒരു മർദനോപകരണം തന്നെയാണ്. എന്നാൽ, ഇതേവരെയത്തെപ്പോലെ ന്യൂനപക്ഷം ബഹുഭൂരിപക്ഷത്തിനെതിരായല്ല, മറിച്ചാണ് ഈ ഭരണകൂടത്തെ ഉപയോഗിക്കുന്നത് – അതുകൊണ്ടാണ് ഇതിന് "തൊഴിലാളിവർഗസർവാധിപത്യം" എന്ന പേർ നൽകിയിട്ടുള്ളത്.

പരിവർത്തനകാലഘട്ടത്തിൽ മാത്രം

ഈ സർവാധിപത്യമാകട്ടെ, താരതമ്യേന ദൈർഘ്യം കുറഞ്ഞ ഒരു പരിവർത്തനകാലഘട്ടത്തിലേക്ക് മാത്രമുള്ളതാണ്. ചൂഷകവർഗത്തിന്റെ അവസാനാവശിഷ്ടംപോലും ഇല്ലാതായിത്തീരുന്നതുവരെയുള്ള കാല

ത്തേക്ക് മാത്രമുള്ളതാണ്. ഈ ഭരണകൂടത്തിന്റെ പണിതന്നെ ചൂഷക വർഗത്തിന്റെ അവസാന അവശിഷ്ടത്തെപ്പോലും തുടച്ചു നീക്കുക എന്ന താണ്. സമൃദ്ധിയും ഐശ്വര്യവും വളർന്നുകൊണ്ടിരിക്കുന്ന ഒരു കാല ഘട്ടമാണ് ഇതെന്നതിനാൽ ഈ കാലഘട്ടം വളരെ നീണ്ടുനിൽക്കുക യുമില്ല, അങ്ങനെ ക്രമേണ ക്രമേണയായി ഭരണകൂടം സ്വയം ഇല്ലാതാ കും, കമ്യൂണിസം പൂർണമായും സ്ഥാപിക്കപ്പെടും.

ഈ കാഴ്ചപ്പാടോടെ ചരിത്രത്തെയാകെ വീക്ഷിക്കാൻ മാർ ക്സിനും എംഗൽസിനും കഴിഞ്ഞത് അവർ 19–ാം നൂറ്റാണ്ടിൽ വളർന്നു കൊണ്ടിരുന്ന വിപ്ലവ തൊഴിലാളി പ്രസ്ഥാനത്തിൽ സജീവ പങ്കാളിക ളായിരുന്നു എന്നതിനാലാണ്. സയൻസിൽനിന്നും വൈരുധ്യവാദത്തിൽനി ന്നുമെന്നപോലെ തന്നെ സംഘടിതതൊഴിലാളി പ്രസ്ഥാനത്തിൽനിന്നും അവർ പാഠം പഠിച്ചു. ഉയർന്നുവരുന്ന സാമൂഹ്യശക്തി മുതലാളിത്ത സമൂഹത്തിനകത്തുള്ള തൊഴിലാളിവർഗമാണെന്നവർ കണ്ടു. നൂറ്റാണ്ടു കളായി മനുഷ്യൻ കെട്ടിപ്പടുത്തിട്ടുള്ള സയൻസിന്റെയും ദർശനത്തി ന്റെയും എല്ലാം യഥാർഥ അവകാശികൾ തൊഴിലാളിവർഗമാണെന്നവർ മനസിലാക്കി. തൊഴിലാളിവർഗത്തിന്റെ സമരവും സംഘടനയുമെല്ലാം സ്വന്തം ജീവിതത്തിന്റെ ഭാഗമായി അവർ അംഗീകരിച്ചു. അങ്ങനെ ബൂർഷ്വാ ബുദ്ധിജീവികൾക്കു പകരം തൊഴിലാളിവർഗ ബുദ്ധിജീവിക ളെന്ന ഒരു വിഭാഗത്തെ സൃഷ്ടിക്കുന്നതിനുവേണ്ടി സ്വയം ശ്രമിക്കുകയും മറ്റുള്ളവരെ അതിൽ പങ്കാളികളാക്കുകയും ചെയ്യുന്ന ചുമതല അവർ ഏറ്റെടുത്തു. ഈ തൊഴിലാളിവർഗ നിലപാടാണ് സമകാലീനരായ മറ്റു പണ്ഡിതന്മാരിൽനിന്ന് മാർക്സിനെയും എംഗൽസിനെയും വേർതിരിച്ചു നിർത്തിയത്.

അർഥശാസ്ത്രം

അടുത്തകാലത്ത് ബൂർഷ്വാ പണ്ഡിതന്മാർ–അർഥശാസ്ത്രകാരന്മാർ–മാർക്സിനെ സ്തുതിക്കാൻ തുടങ്ങിയിട്ടുണ്ട്! മാർക്സിനെ ബഹുമാനിക്കാൻ തുടങ്ങിയിട്ടുണ്ട്!! മാർക്സ് ഒരു അഗാധ അർഥശാസ്ത്രപണ്ഡിതനായിരുന്നു എന്ന് അവർ പറയാൻ തുടങ്ങിയിരിക്കുന്നു. മാർക്സിനെ അവർ ബൂർഷ്വാ അർഥശാസ്ത്രകാരന്മാരുടെ കൂട്ടത്തിൽപ്പെടുത്തിയിരിക്കുകയാണ്.

വിശ്വപ്രശസ്തമായ അർഥശാസ്ത്രജ്ഞരിൽ ഒരാളായിരുന്നു മിസിസ് റോബിൻസൺ–ജോൺ റോബിൻസൺ. കുറെ വർഷങ്ങൾക്കുമുമ്പ് അവർ ദൽഹി സർവകലാശാലയിൽ ഒരു പ്രസംഗം ചെയ്തു. ആ പ്രസംഗത്തിന്റെ തലക്കെട്ടുതന്നെ "മാർക്സും മാർഷലും കെയിൻസും" എന്നായിരുന്നു. മൂന്നുപേരും അർഥശാസ്ത്രകാരന്മാരാണ്, അഗാധ പണ്ഡിതന്മാരാണ്; അവർ അർഥശാസ്ത്രത്തിന് വമ്പിച്ച സംഭാവനകൾ നൽകിയിട്ടുണ്ട്; അവർ ഓരോരുത്തരും നൽകിയ സംഭാവനകൾ ഇന്നയിന്നതാണ്; അവരുടെ സിദ്ധാന്തങ്ങളിൽ ഇന്നയിന്ന തെറ്റുകൾ ഉണ്ട്–ഇതായിരുന്നു മിസിസ് റോബിൻസന്റെ പ്രസംഗത്തിന്റെ ഉള്ളടക്കം.

ആ പ്രസംഗം വെച്ചിട്ടാണ് ഞാൻ ഒരു ലേഖനം *സോഷ്യൽ സയന്റിസ്റ്റ്* എന്ന മാസികയിൽ എഴുതിയത്. ആ ലേഖനത്തിന്റെ തലവാചകം "മാർക്സിനെ എങ്ങനെ പഠിക്കരുത്" എന്നായിരുന്നു. മാർഷലും കെയിൻസും ബൂർഷ്വാ അർഥശാസ്ത്രകാരന്മാരാണ്; അക്കൂട്ടത്തിൽ മാർക്സിനെ ഉൾപ്പെടുത്തരുത്, എന്നാണ് എന്റെ വാദം.

അർഥശാസ്ത്രത്തിന്റെ സാങ്കേതികവശം മാത്രം എടുത്തു പരിശോധിച്ചാൽ, മാർക്സിനും മാർഷലിനും കെയിൻസിനും പൊതുസ്വഭാവങ്ങൾ പലതും കാണാൻ കഴിയും. അഗാധപണ്ഡിതന്മാരാണ് അവരൊക്കെ.

പക്ഷേ, മാർഷലും കെയിൻസും ചെയ്തതെന്താണെന്നു നോക്കിയാൽ നമ്മൾ കാണുന്നത് എന്താണ്? മാർഷലും കെയിൻസും അടക്കമുള്ള എല്ലാ ബൂർഷ്വാ അർഥശാസ്ത്രകാരന്മാരും ബൂർഷ്വാ സമ്പദ്വ്യവസ്ഥ എങ്ങനെ പ്രവർത്തിക്കുന്നു എന്നു വിശദീകരിക്കുവാനാണ് ശ്രമിക്കുന്നത്. ആ സമ്പദ്വ്യവസ്ഥയുടെ പ്രവർത്തനത്തിലുള്ള തകരാറ് തീർക്കുന്നതിനുള്ള മാർഗങ്ങൾ എന്ത് എന്നു നിർദേശിക്കുകയാണ് അവർ ചെയ്യുന്നത്.

മാർക്സാകട്ടെ, ഈ ബൂർഷ്വാ സമ്പദ്വ്യവസ്ഥ എന്തുകൊണ്ട് നശിക്കും, എന്തുകൊണ്ടു തകരും, എന്നു വിശദീകരിക്കുകയാണ് ചെയ്യുന്നത്. അതിനകത്തുള്ള കുഴപ്പങ്ങൾ, പ്രതിസന്ധികൾ, അനിവാര്യമാണ്; അതിനെ രക്ഷപ്പെടുത്തുക സാധ്യമല്ല; രക്ഷപ്പെടുത്തരുത്; അതിനെ തകർക്കണം-ഇതാണ് മാർക്സിന്റെ സമീപനം.

മാർഷലും കെയിൻസും പോലുള്ള ബൂർഷ്വാ അർഥശാസ്ത്രകാരന്മാർ (മാർഷലും കെയിൻസും മാർക്സിനുശേഷമാണ് ജീവിച്ചത്) മാർക്സിന് മുമ്പും ഉണ്ടായിരുന്നു. ആദംസ്മിത്ത്, റിക്കാർഡോ മുതലായവർ ഇതിൽപ്പെടുന്നു. ബൂർഷ്വാ സമ്പദ്വ്യവസ്ഥ എങ്ങനെ പ്രവർത്തിക്കുന്നു എന്നു വിശദീകരിക്കുകയാണ് ആദംസ്മിത്തു മുതൽ കെയിൻസുവരെയുള്ള അർഥശാസ്ത്രകാരന്മാർ ചെയ്തിരുന്നത്. ആ സമ്പദ്വ്യവസ്ഥയുടെ പ്രവർത്തനത്തിൽ വരുന്ന കുറവുകളും കോട്ടങ്ങളും തീർക്കുന്നതിനുള്ള മാർഗങ്ങൾ അവർ നിർദേശിക്കുകയും ചെയ്തു മാർക്സോ? മാർക്സ്, ഈ ബൂർഷ്വാ സമ്പദ് വ്യവസ്ഥ നശിച്ചേ കഴിയൂ; അതിന്റെ നാശം അനിവാര്യമാണ് എന്നു സ്ഥാപിക്കാനാണ് ശ്രമിച്ചത്. "മാർക്സിന്റെ സാമ്പത്തികസിദ്ധാന്തം" എന്ന ലേഖനം ലെനിൻ തുടങ്ങുന്നത് ഇങ്ങനെയാണ്:

"*മൂലധന*ത്തിനുള്ള മുഖവുരയിൽ മാർക്സ് എഴുതുന്നു: "ആധുനിക സമൂഹത്തിന്റെ" - പിന്നീട് ലെനിൻ ബ്രാക്കറ്റിൽ കൂട്ടിച്ചേർത്തിരിക്കുകയാണ്, എന്നുവെച്ചാൽ മുതലാളിത്തപരമായ ബൂർഷ്വാ സമൂഹത്തിന്റെ—"ചലനത്തെ നിയന്ത്രിക്കുന്ന സാമ്പത്തിക നിയമം പുറത്തുകൊണ്ടുവരിക എന്നതാണ് ഈ ഗ്രന്ഥത്തിന്റെ അന്തിമലക്ഷ്യം." എന്നിട്ട് ലെനിൻ കൂട്ടിച്ചേർക്കുന്നു; "ചരിത്രപരമായി രൂപം പ്രാപിച്ച-എന്നുവച്ചാൽ ഒരു കാലത്ത് ഇല്ലായിരുന്നു; പിന്നീടു വിത്തിട്ടു; ആ വിത്ത് മുളച്ചു; വളരാൻ തുടങ്ങി അങ്ങനെ രൂപം പ്രാപിച്ച-ഒരു നിർദിഷ്ട സമൂഹത്തിൽ നിലനിന്നുപോരുന്ന ഉൽപ്പാദന ബന്ധങ്ങളുടെ ഉത്ഭവം, വളർച്ച, അധോഗതി എന്നിവയിലേക്കുള്ള ഒരന്വേഷണം-അതാണ് മാർക്സിന്റെ സാമ്പത്തിക സിദ്ധാന്തത്തിന്റെ ഉള്ളടക്കം."

ഒന്ന്
വെറും ഒരു പണ്ഡിതനല്ല

അപ്പോൾ, മാർക്സ് ഒരു പണ്ഡിതൻ മാത്രമല്ല. പാണ്ഡിത്യം മാത്രം

നോക്കിയാൽ ആദംസ്മിത്ത്, റിക്കാർഡോ, കെയിൻസ്, മാർഷൽ എന്നിവരുടെ പരമ്പരയിൽപ്പെടുന്ന ഒരു പണ്ഡിതനാണ് കാൾ മാർക്സ്. പക്ഷേ, അവരും കാൾ മാർക്സും തമ്മിൽ എന്താണ് വ്യത്യാസം? മാർക്സിന്റെ പാണ്ഡിത്യം തൊഴിലാളിവർഗത്തിന്റെ പ്രപഞ്ചവീക്ഷണത്തോടുകൂടിയതാണ്. തന്റെ അഗാധമായ പാണ്ഡിത്യവും അപാരമായ കഴിവും എല്ലാം അദ്ദേഹം ഉപയോഗിക്കുന്നത് തൊഴിലാളിവർഗത്തിന്റെ ക്ഷേമത്തിനുവേണ്ടിയാണ്. അത് വളരെ വ്യക്തമായി അദ്ദേഹം പ്രഖ്യാപിക്കുന്നുമുണ്ട്.

ആദംസ്മിത്ത് മുതൽ കെയിൻസുവരെയുള്ളവരാകട്ടെ, ആർക്കുവേണ്ടിയാണ് തങ്ങൾ പ്രവർത്തിക്കുന്നത് എന്നു പ്രഖ്യാപിക്കുന്നില്ല. ഞങ്ങൾക്ക് വർഗമൊന്നുമില്ല. ഞങ്ങൾ പാണ്ഡിത്യംനേടിയ ശാസ്ത്രജ്ഞന്മാരാണ്. ഞങ്ങൾ പ്രശ്നങ്ങളെല്ലാം വസ്തുനിഷ്ഠമായി പരിശോധിക്കുന്നു എന്നാണ് അവർ ഭാവിക്കുന്നത്. പക്ഷേ, ആ പരിശോധനയുടെ ഉദ്ദേശ്യമെന്താണ്? ബൂർഷ്വാ സമ്പദ്‌വ്യവസ്ഥ പ്രവർത്തിക്കുന്നതിന്റെ നിയമങ്ങളെന്ത്, ആ പ്രവർത്തനത്തിലെന്തെങ്കിലും കോട്ടം കണ്ടാൽ ആ കോട്ടം എങ്ങനെ ഇല്ലാതാക്കാം–ഇതാണിവരുടെ പരിശോധന.

മാർക്സിന്റേതോ? മുതലാളിത്തം ഉത്ഭവിച്ചു; അതുപോലെ വളരുന്നു; വളർന്നതുപോലെ നശിക്കും; നശിക്കുന്നതു മനുഷ്യസമൂഹത്തിന്റെ ഒരാവശ്യമാണ്; അതു നശിച്ച് പകരം ഒരു സോഷ്യലിസ്റ്റ് സാമൂഹ്യവ്യവസ്ഥ നിലവിൽ വരികയാണ് ആവശ്യം–ഇതാണ് മാർക്സ് സ്ഥാപിക്കുന്നത്. സോഷ്യലിസ്റ്റ് സാമൂഹ്യവ്യവസ്ഥ നിലവിൽ വരുത്തുകയല്ല, അനിവാര്യമായി നിലവിൽ വരികയാണ്. പ്രകൃതിനിയമം പോലെ, ഇടവപ്പാതി ആയാൽ മഴ പെയ്യുന്നതുപോലെ, മകരമാസങ്ങളിൽ തണുപ്പുണ്ടാകുന്നതുപോലെ, അനിവാര്യമായി നടക്കുന്നതാണ് അത്. ഒരു ലബോറട്ടറിയിൽ വച്ച് ഒരു ശാസ്ത്രജ്ഞൻ നിരീക്ഷണ പരീക്ഷണങ്ങൾ നടത്തി സയൻസിന്റെ തത്ത്വങ്ങൾ കണ്ടുപിടിക്കുന്നതുപോലെ മുതലാളിത്തത്തെ പരീക്ഷണനിരീക്ഷണങ്ങൾക്ക് വിധേയമാക്കി അതിൽനിന്ന് ശാസ്ത്രതത്ത്വങ്ങൾ കണ്ടുപിടിക്കുകയാണ് മാർക്സ് ചെയ്യുന്നത്.

പക്ഷേ, ആ ശാസ്ത്രസത്യം കണ്ടുപിടിക്കുമ്പോൾ അദ്ദേഹത്തിന് ഒരു കാര്യം അറിയാം. അത് അദ്ദേഹം പരസ്യമായി പ്രഖ്യാപിക്കുന്നു: താൻ തൊഴിലാളി വർഗത്തിന്റെ കൂടെയാണ് പ്രവർത്തിക്കുന്നത്. മുതലാളിത്ത സമ്പദ്‌വ്യവസ്ഥ നശിക്കുന്നതിനു വേണ്ടിയാണ് താൻ ജീവിതം ഉഴിഞ്ഞുവച്ചിട്ടുള്ളത്. പക്ഷേ, എന്റെ ആഗ്രഹം മാത്രമല്ല, ഞാൻ ആഗ്രഹിച്ചാലുമില്ലെങ്കിലും ഇപ്പോൾ മുതലാളിത്തം വളരുകയാണ് (അദ്ദേഹം *മൂലധനം* എഴുതിയ കാലത്ത് അത് അതിവേഗം വളരുകയായിരുന്നു. ലോകമാകെ വ്യാപിച്ചുവരികയായിരുന്നു). ഈ വളർച്ചയിൽത്തന്നെ അതിന്റെ നാശത്തിനുള്ള ബീജവും അടങ്ങിയിരിക്കുന്നുവെന്ന ശാസ്ത്രസത്യമാണ് *മൂലധന*ത്തിലൂടെ അദ്ദേഹം വ്യക്തമാക്കിയിട്ടുള്ളത്.

ഇത് എങ്ങനെ സാധിച്ചു? ഇതിന് ഉത്തരം സംക്ഷിപ്തമായി നൽകാൻ എളുപ്പമല്ല. മാർക്സിന്റെ ആയുഷ്കാലത്തിൽ ഒരു 25–30

കൊല്ലം *മൂലധനം* എഴുതാനായി ചെലവാക്കി. മൂലധനത്തിനു മൂന്നു വാല്യങ്ങളുള്ളതിൽ ഒന്നാം വാല്യം പൂർണമാക്കാതെ രണ്ടും മൂന്നും വാല്യങ്ങൾ എഴുതാനുള്ള കുറിപ്പുകൾ തയാറാക്കാനേ മാർക്സിനു കഴിഞ്ഞുള്ളൂ; ആ കുറിപ്പുകൾ ഉപയോഗപ്പെടുത്തിക്കൊണ്ട് എംഗൽസാണ് അവ പൂർത്തിയാക്കിയത്. എംഗൽസ് പുതുതായൊന്നും കൂട്ടിച്ചേർത്തിട്ടില്ല. മാർക്സിന്റെ കുറിപ്പുകൾ തേടിപ്പിടിച്ച് അവയ്ക്ക് അധ്യായങ്ങളും തലക്കുറിപ്പുകളും ചേർക്കുക, മാർക്സിന്റെ വാചകങ്ങളിൽ വല്ല തെറ്റുകളുമുണ്ടെങ്കിൽ അവ തിരുത്തുക തുടങ്ങിയ ജോലികൾ മാത്രമേ അദ്ദേഹം ചെയ്തുള്ളൂ. ഒന്നാം വാല്യവും രണ്ടും മൂന്നും വാല്യങ്ങളും ഒന്നിച്ചുവെച്ചു പരിശോധിച്ചാൽ ഇത് വ്യക്തമാകും. ഒന്നാം വാല്യത്തിൽ മാർക്സിന്റെ ഉജ്ജ്വലമായ ശൈലി, ഭാഷ, ഉപമകൾ, സാഹിത്യകൃതികളിൽനിന്നുള്ള ഉദ്ധരണികൾ–ഇതെല്ലാം കാണാൻ സാധിക്കും. രണ്ടും മൂന്നും വാല്യങ്ങളിലോ, ഇതെല്ലാം എഴുതിച്ചേർക്കുന്നതിന് മാർക്സ് തയാറാക്കിയ കുറിപ്പുകൾ. ഇവ എടുത്ത് മാർക്സിന്റെ ഭാഷയും ശൈലിയും മനസിലാവാത്ത സാധാരണക്കാരന് മനസിലാവുന്ന ഭാഷയിൽ എംഗൽസ് എഡിറ്റ് ചെയ്തു. എന്നിട്ടുപോലും ഒരു നാലാം വാല്യത്തിനു വേണ്ടി മാർക്സ് തയാറാക്കിയ കുറിപ്പുകൾ ഉപയോഗിച്ച് നാലാം വാല്യം പൂർത്തിയാക്കാൻ എംഗൽസിനു കഴിഞ്ഞില്ല.

സാർവദേശീയ കമ്യൂണിസ്റ്റ് പ്രസ്ഥാനത്തിലാകെ കുഴപ്പമുണ്ടാക്കിയ കാൾ കൗട്സ്കിയാണ് നാലാം വാല്യം തയാറാക്കിയത്. മാർക്സിനെപ്പോലെയും എംഗൽസിനെപ്പോലെയും അപാരമായ കഴിവുകളുള്ള പണ്ഡിതന്മാർ അനേകകാലത്തെ ശ്രമഫലമായി തയാറാക്കിയ ഈ കൂറ്റൻ ഗ്രന്ഥത്തിന്റെ സംഗ്രഹം ഏതാനും പേജുകളിലായി സംഗ്രഹിക്കുക വളരെ വിഷമമുള്ള കാര്യമാണ്. എങ്കിലും അതിനു ശ്രമിക്കാം.

രണ്ട്
ചരക്കും മുതലാളിത്തസമൂഹവും

എന്താണ് മുതലാളിത്തസമൂഹം? മുതലാളിത്തസമൂഹവും ഇതേവരെ ഉണ്ടായിട്ടുള്ള സമൂഹങ്ങളും തമ്മിൽ എന്താണ് വ്യത്യാസം? ആ വ്യത്യാസം തൊട്ടാണ് മാർക്സിന്റെ *മൂലധനം* തുടങ്ങുന്നത്.

ആധുനികസമൂഹം–അതായത് മുതലാളിത്തസമൂഹം–ചരക്കുകളുടെ ഒരു കൂമ്പാരമാണെന്ന വാചകത്തോടെയാണ് മാർക്സ് *മൂലധനം* തുടങ്ങുന്നത്. ഈ സമൂഹത്തിലുള്ള സാധനങ്ങൾ മുഴുവൻ ചരക്കാണ്.

"ചരക്ക്" എന്നു പറഞ്ഞാൽ എന്താണ്? ഉൽപ്പാദിപ്പിക്കുന്നവൻ സ്വയം ഉപയോഗിക്കാതെ മറ്റൊരുവന് വിൽക്കുന്നതാണു ചരക്ക്. ഉപയോഗിക്കുന്നവൻ സ്വയം ഉൽപ്പാദിപ്പിക്കാതെ മറ്റൊരുത്തന്റെ കൈയിൽ നിന്നു വാങ്ങുക. മുതലാളിത്തസമൂഹത്തിൽ നെല്ലുൽപ്പാദിപ്പിക്കുന്നവൻ കച്ചവടക്കാർക്കു നെല്ലു വിൽക്കുന്നു. എന്നിട്ട് അവൻ ഭക്ഷണത്തിന് അരി വാങ്ങിക്കുകയും ചെയ്യും. അവന്റെ കൈയിൽ നിന്ന് നെല്ലുവാങ്ങി കുത്തി

അരിയായി വിൽക്കാൻ കച്ചവടക്കാരും നെല്ലുകുത്തുമില്ലുകാരുമുണ്ട്. പാശ്ചാത്യ രാജ്യങ്ങളിലാണെങ്കിൽ, നെല്ലിനുപകരം ഗോതമ്പോ മറ്റുവല്ല ധാന്യങ്ങളോ ആയിരിക്കും. ഗോതമ്പ് നമ്മളെപ്പോലെ ചോറോ കഞ്ഞിയോ ആക്കി കഴിക്കുകയല്ല അവർ ചെയ്യുന്നത്. ഉള്ള ഗോതമ്പു വിറ്റിട്ടും റൊട്ടിക്കടയിൽ പോയി റൊട്ടി വാങ്ങുകയാണ്.

ഇങ്ങനെ ഓരോ സാധനവും ഉൽപ്പാദിപ്പിക്കുന്നവർ അതു വിൽക്കുന്നു. ഉപയോഗിക്കേണ്ടവർ വാങ്ങുകയും ചെയ്യുന്നു. ഇങ്ങനത്തെ സമൂഹമാണ് മുതലാളിത്തസമൂഹം.

മുതലാളിത്തത്തിനു മുമ്പുള്ളത് ഈ ചരക്കല്ല. അതായത്, അവിടെ എനിക്കുവേണ്ട സാധനം ഞാൻ തന്നെ ഉണ്ടാക്കുകയാണ്. “സ്വയം സമ്പൂർണഗ്രാമ”ങ്ങളെന്നു ഗാന്ധി പറഞ്ഞിട്ടുണ്ടല്ലോ. ഒരു ഗ്രാമത്തിനുവേണ്ട അത്യാവശ്യസാധനങ്ങളൊക്കെ അവിടെ ഉണ്ടാകും. ചുരുക്കം ചില സാധനങ്ങളേ പുറത്തുനിന്നു കൊണ്ടുവരേണ്ടതുള്ളൂ. വിനോബഭാവെ ഗ്രാമസ്വരാജ്, ഗ്രാമദാനം എന്നൊക്കെ പറയുന്നത് ഇതിനാണ്.

ഇതിന് ‘നാച്വറൽ ഇക്കോണമി’- സ്വാഭാവിക സമ്പദ്വ്യവസ്ഥ- എന്നു പറയും. ഓരോ കുടുംബവും അവർക്കു വേണ്ട മിക്കവാറും സാധനങ്ങൾ ഉണ്ടാക്കുക, ഉണ്ടാക്കുന്ന സാധനങ്ങൾ സ്വയം ഉപയോഗിക്കുക, വളരെ ചുരുക്കം സാധനങ്ങൾ മാത്രം വാങ്ങുക-ഇതാണ് സ്വാഭാവിക സമ്പദ്വ്യവസ്ഥ.

ഈ സമൂഹം ആദ്യകാലത്ത് സ്വന്തം ഉപയോഗത്തിനുവേണ്ടിയുള്ള സാധനങ്ങൾ മാത്രമായിരുന്നു ഉൽപ്പാദിപ്പിച്ചിരുന്നത്. പടിപടിയായി സ്വന്തം ആവശ്യത്തിനായുള്ള ഉൽപ്പാദനത്തിന്റെ തോതു കുറയുകയും വിൽപ്പനയ്ക്കുവേണ്ടി ഉൽപ്പാദിപ്പിക്കുന്നതിന്റെ തോതു കൂടുകയും ചെയ്തു. കമ്പോളത്തിൽനിന്ന് വാങ്ങി ഉപയോഗിക്കുന്ന സാധനങ്ങളുടെ തോത് അതോടൊപ്പം വർധിക്കുകയും ചെയ്തു.

അവസാനം, മുതലാളിത്തസമൂഹമായപ്പോഴേക്കും ചരക്കുൽപ്പാദനമായി പ്രധാനം. ഒരുത്തനും താനുണ്ടാക്കുന്നത് സ്വയം ഉപയോഗിക്കുന്നില്ല; ഉണ്ടാക്കുന്നത് വിൽക്കുകയാണ്. ഓരോരുത്തനും അവനവന് ആവശ്യമുള്ളത് വാങ്ങുന്നു-താനുണ്ടാക്കുന്നതു വിൽക്കുക, താൻ ഉപയോഗിക്കുന്നതു വാങ്ങുക. ഈ നിലയെയാണ് മാർക്സ് “ചരക്കുൽപ്പാദനത്തിന്റെ സമൂഹം” എന്നു പറയുന്നത്.

ആധുനിക സമൂഹം അഥവാ മുതലാളിത്തസമൂഹം, ലക്ഷോപലക്ഷം ചരക്കുകൾ കൈമാറ്റം ചെയ്യുന്ന സമൂഹമാണ്. ലക്ഷോപലക്ഷം കച്ചവടം നടക്കുന്നുണ്ട് ഒരു ദിവസം. ഒരു കൊച്ചുരാജ്യത്തുതന്നെ പതിനായിരക്കണക്കിനാളുകൾ കൊടുക്കുന്നു; വാങ്ങുന്നു. കൊള്ളക്കൊടുക്കലുകളുടെ ഉൽപ്പാദനബന്ധമാണ് ഇതിനുള്ളത്. ഇതാണ് മുതലാളിത്തസമൂഹത്തിന്റെ ഒരു സവിശേഷത.

മൂന്ന്
അധ്വാനവും അധ്വാനശക്തിയും

എന്നാൽ, ചരക്കുകളുടെ ഉൽപ്പാദനത്തിന് പ്രാധാന്യം ലഭിക്കുന്നതുകൊണ്ടുമാത്രം മുതലാളിത്ത സമൂഹം ഉയർന്നുവരികയില്ല. അതിനു മറ്റൊന്നുകൂടെ വേണം. അതായത്, മറ്റെല്ലാ സാധനങ്ങളെയുംപോലെ ഒരു ചരക്കായി മനുഷ്യന്റെ അധ്വാനവും മാറണം.

ശരിക്കു പറഞ്ഞാൽ അധ്വാനമല്ല അധ്വാനശക്തിയാണ് ചരക്കായി മാറുന്നത്. അധ്വാനവും അധ്വാനശക്തിയും തമ്മിലുള്ള വ്യത്യാസം മാർക്സിന്റെ ഒരു മുഖ്യസംഭാവനയാണ്.

ഉൽപ്പാദനത്തിൽ അധ്വാനത്തിനുള്ള പങ്കിനെക്കുറിച്ചു മാർക്സ് പറഞ്ഞതൊന്നും മാർക്സിന്റെ സ്വന്തമല്ല. ആദംസ്മിത്ത്, റിക്കാർഡോ മുതലായ അർഥശാസ്ത്രകാരന്മാർ മാർക്സിനും മുമ്പുതന്നെ പറഞ്ഞതാണത്. പക്ഷേ, മാർക്സ് ഒരു വ്യത്യാസം കണ്ടു–അധ്വാനവും അധ്വാനശക്തിയും തമ്മിലുള്ള വ്യത്യാസം. അതിലേക്ക് പിന്നീട് പ്രവേശിക്കാം.

മുതലാളിത്തസമൂഹത്തിന്റെ മുഖ്യസവിശേഷതയായി മാർക്സ് കണ്ടത് അധ്വാനശക്തിയും വാങ്ങുകയും വിൽക്കുകയും ചെയ്യാവുന്ന ഒരു ചരക്കായിരിക്കുന്നു എന്നാണല്ലോ. ഈ അധ്വാനശക്തിയുടെ കൊള്ളക്കൊടുക്കലാണ് യഥാർഥത്തിൽ ഒരു സാമൂഹ്യവ്യവസ്ഥയെ മുതലാളിത്തമാക്കുന്നത്. സാധനങ്ങൾ ചരക്കാകുന്നതുകൊണ്ടുമാത്രം, ചരക്കാണ് ഉൽപ്പാദിപ്പിക്കപ്പെടുന്നത് എന്നതുകൊണ്ടുമാത്രം, ചരക്കാണ് ഉപയോഗിക്കപ്പെടുന്നതിനുവേണ്ടി ഉൽപ്പാദിപ്പിക്കപ്പെടുന്നത് എന്നതുകൊണ്ട് മാത്രം, ഒരു വ്യവസ്ഥ മുതലാളിത്തമാവുകയില്ല.

അത് മുതലാളിത്തം ആവണമെങ്കിൽ അധ്വാനശക്തി ഒരു ചരക്കാകണം. അധ്വാനശക്തി വിൽക്കുകയും വാങ്ങുകയും ചെയ്യുക എന്നത് ഒരു സാധാരണ സംഭവമാകണം. അധ്വാനശക്തി വിറ്റുമാത്രം ജീവിക്കാൻ കഴിയുന്ന ഒരു വിഭാഗവും അധ്വാനശക്തി വാങ്ങി മാത്രം ജീവിക്കാനാവുന്ന മറ്റൊരു വിഭാഗവും ഉണ്ടാകുക എന്നതാണ് മുതലാളിത്ത വ്യവസ്ഥയുടെ രണ്ടാമത്തെ സവിശേഷത.

അതു മുതലാളിത്തത്തിന്റെ കാലത്ത് മാത്രമേയുള്ളൂ; അതിനു മുമ്പില്ല. എന്തുകൊണ്ട്? മുതലാളിത്തത്തിന്റെ മുമ്പുള്ള കാലത്തൊന്നും –അടിമത്തത്തിന്റെ കാലത്തായാലും ഇന്ത്യയിലെ ജാതിമേധാവിത്വത്തിന്റെ കാലത്തായാലും, യൂറോപ്യൻ ഫ്യൂഡലിസത്തിൻ കീഴിലായാലും–അധ്വാനശക്തി വാങ്ങാനും വിൽക്കാനും സാധിക്കുകയില്ല. എന്തുകൊണ്ട്? അധ്വാനശക്തിയുടെ ഉടമസ്ഥൻ ആ അധ്വാനശക്തിയെ പ്രതിനിധാനം ചെയ്യുന്ന വ്യക്തിയല്ല.

അടിമയ്ക്ക് അവന്റെ അധ്വാനശക്തി വിൽക്കാനുള്ള അധികാരമില്ല. അടിമ ഉടമയുടെ സ്വത്താണ്, അടിമയാണ് എന്നതുകൊണ്ടു തന്നെ അവൻ ഉടമയുടെ സ്വത്താണ്.

അതുപോലെതന്നെ ഫ്യൂഡലിസത്തിൻകീഴിലുള്ള അടിയാനും അവന്റെ അധ്വാനശക്തി വിൽക്കാനുള്ള അവകാശമില്ല.

ഇന്ത്യൻ സാമൂഹ്യവ്യവസ്ഥയുടെ സവിശേഷതയായ ജാതി–മത ഗ്രാമമേധാവിത്വത്തിൻ കീഴിലോ? ഒരാൾക്കും സ്വന്തം അധ്വാനശക്തി വിൽക്കാൻ നിവൃത്തിയില്ല. ഒരു ജാതിയിൽപ്പെട്ടവൻ ആ ജാതിക്കു വിധിച്ച പണിയെ ചെയ്യാവൂ. വേറെ ഏതെങ്കിലും ജാതിയുടെ പണി ചെയ്തുകൂടാ; എന്നു പറഞ്ഞാൽ, അവന് അധ്വാനശക്തി വിൽക്കാൻ പറ്റില്ല.

അധ്വാനശക്തി വിൽക്കാവുന്ന സ്ഥിതിവന്നത് മുതലാളിത്തത്തിൻ കീഴിലാണ്. അധ്വാനശക്തിയുടെ ഉടമസ്ഥനായ തൊഴിലാളി മുതലാളിത്തവ്യവസ്ഥയിൻ കീഴിൽ "സ്വതന്ത്ര"നായി. അയാൾ അടിമയല്ല, അടിയാനല്ല, ജാതി–മത ഗ്രാമമേധാവിത്വത്തിന്റെ പിടിയിൽപ്പെട്ട് കറങ്ങുന്നവനുമല്ല. അയാൾക്ക് വേണമെങ്കിൽ പണിയെടുക്കാം. വേണ്ടെങ്കിൽ പണിയെടുക്കാതിരിക്കാം. പണിയെടുത്തില്ലെങ്കിൽ പട്ടിണിയാണെന്നത് വേറെ പ്രശ്നം. അവനു "സമത്വ"മുണ്ട്. "സ്വാതന്ത്ര്യ"മുണ്ട്. അവൻ അനുഭവിക്കുന്ന "സ്വാതന്ത്ര്യം" മാത്രമേ അവന്റെ മുതലാളിക്കുമുള്ളൂ.

ടാറ്റക്കും ടാറ്റയുടെ കമ്പനിയിലെ തൊഴിലാളിക്കും തമ്മിൽ "സമത്വ"മാണ്, അവർക്കുള്ളത് ഒരേ "സ്വാതന്ത്ര്യ"മാണ്. ആ തൊഴിലാളികൾക്ക് താൻ ഈ മുതലാളിയുടെ കീഴിൽ പണിയെടുക്കാൻ ഉദ്ദേശിക്കുന്നില്ല എന്നു നിശ്ചയിക്കാനുള്ള അവകാശമുണ്ട്. അതുപോലെ തന്നെ ഈ തൊഴിലാളിയെക്കൊണ്ട് പണിയെടുപ്പിക്കാൻ ഉദ്ദേശിക്കുന്നില്ലെന്നു തീരുമാനിക്കാൻ ആ മുതലാളിക്കും അവകാശമുണ്ട്.

ഇതാണ് ബൂർഷ്വാ ജനാധിപത്യവിപ്ലവത്തിന്റെ സത്ത. ഫ്രഞ്ചുവിപ്ലവവും അമേരിക്കൻ വിപ്ലവവും ചെയ്തത് ഇതാണ്. അമേരിക്കയിൽ അടിമത്തത്തിനെതിരായ യുദ്ധം നടന്നതും ഇതിനുവേണ്ടിതന്നെയാണ്. ഇന്ത്യയിലെ ബൂർഷ്വാ സാമൂഹ്യപരിവർത്തനത്തിനുവേണ്ടി പ്രവർത്തിച്ചവരുടെ ലക്ഷ്യവും ഇതുതന്നെ.

"തകരട്ടങ്ങനെ തകരട്ടെ ജാതിക്കോട്ടകൾ തകരട്ടെ" എന്ന മുദ്രാവാക്യം നാം കേൾക്കുന്നുണ്ടല്ലോ. ഇതിന്റെ അർഥമെന്താണ്? ജാതിവ്യവസ്ഥ നിലനിൽക്കുന്നിടത്തോളംകാലം അധ്വാനശക്തിയുടെ ഉടമസ്ഥനായ തൊഴിലാളിക്ക് "സ്വാതന്ത്ര്യ"ത്തോടും "സമത്വ"ത്തോടും കൂടി അധ്വാനശക്തി വിൽക്കാനുള്ള അധികാരമില്ല. ആ അധികാരമുണ്ടാക്കണം. അതാണ് ഈ മുദ്രാവാക്യത്തിന്റെ അർഥം.

ഇന്ത്യയിലെ സ്വാതന്ത്ര്യജനാധിപത്യപ്രസ്ഥാനത്തിന്റെ മുന്നോടിയായി എല്ലാ സംസ്ഥാനങ്ങളിലും വളർന്നുവന്ന സാമൂഹ്യപരിഷ്കാരപ്രസ്ഥാനം ജാതിക്കെതിരായിട്ടായാലും കൊള്ളാം, കൂട്ടുകുടുംബവ്യവസ്ഥ തകർക്കുന്നതിനായാലും കൊള്ളാം, സ്ത്രീസ്വാതന്ത്ര്യത്തിനോ വിവാഹപരിഷ്കാരത്തിനോവേണ്ടി ആയാലും കൊള്ളാം–ഈ പരിഷ്കാരങ്ങളൊന്നും ഇന്ത്യയിൽ പൂർത്തിയായിട്ടില്ല.

നമ്മുടെ പാർട്ടിപരിപാടിയിൽ ഇങ്ങനെ പറയുന്നു:

> ....ഇന്ത്യൻ സമൂഹം മുതലാളിത്തപാതയിലൂടെയാണ് വളരുന്നതെങ്കിലും അതിൽ മുതലാളിത്തപൂർവസാമൂഹ്യവ്യവസ്ഥയിലെ

പ്രബലമായ അംശങ്ങൾ അടങ്ങിയിട്ടുണ്ട്. വികസിതമുതലാളിത്ത രാജ്യങ്ങളിൽ ഉയർന്നുവന്ന ബൂർഷ്വാസി നശിപ്പിച്ച പ്രാങ്മുതലാളിത്തവ്യവസ്ഥയുടെ ചിതാഭസ്മത്തിന്മേലാണ് മുതലാളിത്തം വളർന്നുവികസിച്ചത്. എന്നാൽ, ഇന്ത്യയിലാവട്ടെ, പ്രാങ്മുതലാളിത്ത സാമൂഹ്യവ്യവസ്ഥയുടെമേൽ മുതലാളിത്തം കെട്ടിവയ്ക്കപ്പെടുകയാണുണ്ടായത്. പ്രാങ്മുതലാളിത്ത സാമൂഹ്യവ്യവസ്ഥയുടെമേൽ മാരകമായ പ്രഹരം ഏൽപ്പിക്കുന്നത്, മുതലാളിത്ത സമൂഹത്തിന്റെ സ്വതന്ത്രമായ വളർച്ചയ്ക്കും തുടർന്ന് അതിന്റെ സ്ഥാനത്ത് സോഷ്യലിസ്റ്റ് സമൂഹത്തിന്റെ ആവിർഭാവത്തിനും ആവശ്യമാണ്; എന്നാൽ ഒരു നൂറ്റാണ്ടിലേറെക്കാലം ഭരണം നടത്തിയ ബ്രിട്ടീഷ് കോളനിയുടമകളോ 1947-ൽ അധികാരമേറ്റ ഇന്ത്യൻ ബൂർഷ്വാസിയോ പ്രാങ്മുതലാളിത്ത സാമൂഹ്യവ്യവസ്ഥയുടെമേൽ ഇത്തരമൊരു പ്രഹരം ഏൽപ്പിക്കുകയുണ്ടായില്ല. അതുകൊണ്ട് ഇന്നത്തെ ഇന്ത്യൻ സമൂഹം ജാതി-വർഗീയ-ഗോത്രസ്ഥാപനങ്ങളും കുത്തകമുതലാളിത്താധിപത്യവും ഒന്നു ചേർന്നിട്ടുള്ള ഒരു പ്രത്യേകതരം സംയോജനമാണ്.

കൂട്ടുകുടുംബവ്യവസ്ഥ അവസാനിപ്പിക്കുന്നതിനുള്ള ഒരു ബില്ല് കേരള നിയമസഭയിൽ അവതരിപ്പിക്കുന്നതിനായി ഗവൺമെന്റ് തയാറാക്കിയിരിക്കുകയാണ്, ആ ബില്ലിൽപ്പോലും ചില ജാതികളിൽപ്പെട്ട സ്ത്രീകൾക്ക് വിവാഹമോചനസ്വാതന്ത്ര്യമില്ല.

അപ്പോൾ സ്വതന്ത്രമായി വിവാഹവും വിവാഹമോചനവും, കൂട്ടുകുടുംബാംഗങ്ങൾക്ക് ഇഷ്ടംപോലെ സ്വത്ത് കൈകാര്യം ചെയ്യാനുള്ള അവകാശം എന്നിവ അടങ്ങുന്ന കുടുംബവിവാഹ വ്യവസ്ഥാപരിഷ്കാരം ബൂർഷ്വാ ജനാധിപത്യ പരിവർത്തനങ്ങളുടെ ഭാഗമാണ്. അതുപോലെ തന്നെ ഏതു ജാതിയിൽപ്പെട്ടവനും ഏത് ജോലി വേണമെങ്കിലും ചെയ്യുന്നതിനുള്ള സ്വാതന്ത്ര്യവും. ഇതാണ് ബൂർഷ്വാസമൂഹത്തിലെ “സമത്വ”വും “സ്വാതന്ത്ര്യ”വും.

നാല്
അധ്വാനം എന്ന ചരക്ക്

അധ്വാനശക്തിയെ ചരക്കാക്കി മാറ്റുന്നതിന് മുതലാളിത്തപൂർവ വ്യവസ്ഥക്ക് അകത്തുണ്ടായിരുന്ന തടസങ്ങൾ ഓരോന്നും തട്ടിനീക്കുക എന്നതാണ് ഈ പരിവർത്തനങ്ങളുടെ സത്ത. അങ്ങനെ അധ്വാനശക്തി ചരക്കായി മാറുമ്പോൾ ചരക്ക് എന്ന നിലയ്ക്ക് അധ്വാനശക്തിയുടെ ഉടമസ്ഥനായ തൊഴിലാളിയും ആ അധ്വാനശക്തി കൈയിൽകിട്ടി അതുപയോഗിക്കേണ്ട ആവശ്യമുണ്ടെന്ന് കരുതുന്ന മുതലാളിയും തമ്മിൽ വില പേശി ഒരു കരാറുണ്ടാക്കുന്നു. ഒരു ദിവസത്തെ പണിക്ക് ഇത്ര കൂലി, അല്ലെങ്കിൽ ഒരു മാസത്തെ പണിക്ക് ഇത്ര ശമ്പളം, പണിയെടുക്കുന്ന

ദിവസത്തിൽ ഇത്ര മണിമുതൽ ഇത്ര മണിവരെ പണിയെടുക്കുക തുടങ്ങിയ വ്യവസ്ഥകൾ കരാറിന്റെ ഭാഗമാണ്.

മുതലാളി തൊഴിലാളിയോട് ചോദിക്കുന്നു:

"താൻ വരുന്നോ?"

"വരാം. എന്തുതരും?"

"ദിവസം മൂന്നു തരാം."

"പോരാ, എനിക്ക് അഞ്ച് കിട്ടണം."

"അഞ്ച് തരില്ല, ദിവസം മൂന്നേകാൽ തരാം."

അങ്ങനെ പിശകിപ്പിശകി അവസാനം മൂന്നരയിൽ ഉറപ്പിക്കുന്നു.

തൊഴിലാളി അഞ്ചിൽനിന്ന് പുറപ്പെട്ടു. മുതലാളി മൂന്നിൽനിന്ന് പുറപ്പെട്ടു. അവസാനം മൂന്നിന്റെയും അഞ്ചിന്റെയും ഇടയ്ക്കുള്ള നാലിലല്ലേ എത്തുക എന്ന് നിങ്ങൾ സംശയിക്കും. അല്ല, ബാക്കിയുള്ളവർ തമ്മിലുള്ള വിലപേശൽ അങ്ങനെയാകാം. എന്നാൽ മുതലാളിയും തൊഴിലാളിയും തമ്മിലുള്ള വിലപേശൽ മൂന്നരയിലെത്തിയാൽ ഭാഗ്യം.

അങ്ങനെ കരാറായി. പിന്നെയോ? 'ഒരു ദിവസത്തെ പണിക്കാണ് ഞാൻ മൂന്നര രൂപ തരുന്നത്. അതുകൊണ്ട് ഒരു ദിവസം ഇരുപത്തിനാല് മണിക്കൂറില്ലേ? അതിൽ പന്ത്രണ്ട് മണിക്കൂർ പണിയെടുക്കണ' മെന്ന് മുതലാളി. 'ഏയ്. അതൊന്നും പറ്റില്ല. ആറ് മണിക്കൂറാകാം' എന്ന് തൊഴിലാളി. അങ്ങനെ പോയിപ്പോയി പന്ത്രണ്ടും ആറും എന്നത് പത്തായി നിൽക്കും.

ഇത്തരം വിലപേശലുകളിൽ തൊഴിലാളി ഒറ്റക്കെട്ടായി നിന്നാൽ മുതലാളി കുറെ ആനുകൂല്യങ്ങൾ നൽകും. ഇതിൽനിന്നുണ്ടാകുന്നതാണ് തൊഴിലാളി–മുതലാളി ബന്ധം. ഈ തൊഴിലാളി–മുതലാളി ബന്ധമാണ് മുതലാളിത്തത്തെ മുതലാളിത്തമാക്കുന്നത്. ഈ രണ്ട് യാഥാർഥ്യങ്ങളിൽനിന്നാണ് മാർക്സ് തന്റെ പരിശോധന ആരംഭിക്കുന്നത്.

ആദ്യമായി അദ്ദേഹം ഒരു ചോദ്യം ചോദിക്കുന്നു. അധ്വാനശക്തി ചരക്കാണെങ്കിൽ ഈ ചരക്കു കൈമാറുമ്പോൾ എങ്ങനെയാണ് വില നിശ്ചയിക്കുന്നത്? ഒരു മേശയ്ക്ക് പതിനഞ്ച് രൂപയാണ് വില. ഇത് കമ്പോളവിലയാണ്. എന്തുകൊണ്ട് 15 ആയി? എന്തുകൊണ്ട് അത് അഞ്ചോ അമ്പതോ ആയില്ല?

ഓരോ സാധനത്തിനും ഒരു വിലയുണ്ട്. ആ വില ഏറ്റവും കൂടുതലാകണമെന്ന് വിൽക്കുന്നവൻ ആഗ്രഹിക്കുന്നു; ഏറ്റവും കുറയണമെന്ന് വാങ്ങുന്നവനും കരുതുന്നു. ഇവർ തമ്മിൽ വിലപേശി ഒരു വിലയിലെത്തുന്നു. എന്താണ് ഈ വിലയുടെ അടിസ്ഥാനം എന്നതാണ് ചോദ്യം.

വിലയ്ക്കടിസ്ഥാനമായിട്ടുള്ളത് ആ വസ്തു നിർമിക്കുന്നതിനാവശ്യമായ അധ്വാനമാണെന്നാണല്ലോ അധ്വാനമൂല്യസിദ്ധാന്തം പറയുന്നത്. എന്നാൽ അധ്വാനമൂല്യ സിദ്ധാന്തം മാർക്സിന്റേതല്ല. അത് മാർക്സിന്റേതാണെന്ന് ധരിച്ച് അദ്ദേഹത്തെ പഴിക്കുന്ന പണ്ഡിതന്മാരെന്ന് നടി

ക്കുന്ന ചില പാമരന്മാരുണ്ട്. “അധ്വാനമൂല്യസിദ്ധാന്ത”മെന്നത് ബൂർഷ്വാ ക്ലാസിക്കൽ അർഥശാസ്ത്രകാരന്മാരുടെ കണ്ടുപിടുത്തമാണ്. ആദം സ്മിത്തും റിക്കാർഡോവും മറ്റുമാണ് ഇതു രൂപപ്പെടുത്തിയത്.

എന്താണീ സിദ്ധാന്തത്തിന്റെ സത്ത? ഒരു മേശയുടെ വില 15 രൂപയാണെന്നിരിക്കട്ടെ. ഈ 15 രൂപയിൽ രണ്ട് ഘടകങ്ങൾ ഉൾപ്പെടുന്നു. ഒന്ന് മേശയുണ്ടാക്കുവാൻ ആവശ്യമായ മരം. ആ മരത്തിൽ വില അടങ്ങിയിട്ടുണ്ട്. മരം വാങ്ങിയാൽ അത് മേശയാക്കി മാറ്റുവാൻ മരപ്പണിക്കാരൻ കുറെ ജോലിചെയ്യുന്നുണ്ട്. ആ മരപ്പണിക്കാരനുതന്നെ ജോലി ചെയ്യുന്നതിനാവശ്യമായ കുറെ ആയുധങ്ങളുണ്ട്, മരപ്പണിക്കാവശ്യമായ അസംസ്കൃത പദാർഥങ്ങളും പണിയായുധങ്ങളുമെന്നർഥം, തുണിക്കാണെങ്കിൽ നൂലും തറിയും. ഇതിന്റെ വില എങ്ങനെ നിശ്ചയിച്ചു?

അസംസ്കൃതപദാർഥങ്ങളും പണിയായുധങ്ങളും ഉണ്ടാക്കുന്നതിനാവശ്യമായ അധ്വാനമാണ്, അതുണ്ടാക്കുന്നതിനു ചെലവായ അധ്വാനമാണ് അതിന്റെ വില. അങ്ങനെ, അന്ത്യവിശകലനത്തിൽ പ്രകൃതിയിൽനിന്ന് കിട്ടുന്ന ഒരു സാധനമുണ്ട്. (അതിനു യാതൊരു വിലയുമില്ല) മനുഷ്യാധ്വാനം കൊണ്ടാണ് അത് പുതിയൊരു രൂപത്തിലെത്തുന്നത്. ആ രൂപത്തിലെത്തിയ സാധനം മറ്റൊരു ഉൽപ്പാദനത്തിനുവേണ്ടി കൊണ്ടുപോവുന്നു. അവിടെ മനുഷ്യാധ്വാനം വന്നു.

അങ്ങനെ മരത്തിന്റെ അല്ലെങ്കിൽ നൂലിന്റെ കാര്യമായി. ഈ മരത്തിന് (നൂലിന്) പുറമെ അത് മേശയാക്കി (തുണിയാക്കി) മാറ്റാൻ പണിയെടുക്കുന്നതിന് ഉപയോഗിച്ച പണിയായുധങ്ങളുണ്ട്. അത് അങ്ങനെ തന്നെ നിൽക്കുന്നു. പക്ഷേ, ഉണ്ടാക്കിയ പണിയായുധ (യന്ത്രോപകരണ)ങ്ങൾ ഒരു 25 വർഷമേ നിൽക്കുകയുള്ളൂ എന്നുണ്ടെങ്കിൽ ആ ആയുധം ഒരു ദിവസമേ ഉപയോഗിച്ചുള്ളുവെങ്കിലും. അതിന്റെ മൊത്തം വിലയെ പ്രവൃത്തിദിവസങ്ങൾകൊണ്ട് ഹരിച്ച് ഒരു ദിവസത്തെ തേയ്മാനം കണ്ടുപിടിക്കണം. തേയ്മാനവും മരത്തിന്റെ വിലയുമെല്ലാം ഒരു വശം. ഉളിയോ മറ്റുപകരണങ്ങളോ ഉപയോഗിച്ച് മരപ്പണിക്കാരൻ പണിചെയ്യുമ്പോൾ അയാളുടെ അധ്വാനവുമുണ്ട്. ഇതെല്ലാം കൂട്ടിയതാണ് ഒരു സാധനത്തിന്റെ വില.

അപ്പോൾ, ഉൽപ്പാദനത്തിൽ അടങ്ങിയിട്ടുള്ള അധ്വാനവും ആ അധ്വാനത്തിനു മുമ്പ് നടന്നിട്ടുള്ള അധ്വാനങ്ങൾ, ഇങ്ങനെ തുടരെത്തുടരെ നടന്നിട്ടുള്ള അധ്വാനങ്ങളുടെ ഒരു നീണ്ട പട്ടികയുണ്ട്, ആ അധ്വാനങ്ങളെല്ലാംകൂടി ഉണ്ടാക്കിയിട്ടുള്ളതാണ് ഈ മേശ, ഈ തുണി. ഓരോ സാധനത്തിന്റെയും ഉൽപ്പാദനപ്രക്രിയയിൽ വിവിധ ഘട്ടങ്ങളിലോരോന്നിലും ഉപയോഗിക്കപ്പെട്ട അധ്വാനങ്ങളുടെ ആകത്തുക, അതാണതിന്റെ മൂല്യം. ഈ അർഥത്തിലാണ് ആദംസ്മിത്തും റിക്കാർഡോയും അവരെത്തുടർന്ന് മാർക്സും അധ്വാനമാണ് മൂല്യത്തെ സൃഷ്ടിക്കുന്നത് എന്ന് പറഞ്ഞത്.

അഞ്ച്
വിലയും മൂല്യവും

ഇവിടെ പറഞ്ഞത് മൂല്യമാണ്, വിലയല്ല, എന്ന് എടുത്തുപറയേണ്ടതുണ്ട്. മൂല്യം, വില എന്നിവ മലയാളത്തിൽ പര്യായമായിട്ടാണ് പ്രയോഗിക്കപ്പെടാറ്. പക്ഷേ, ഇത് രണ്ടും രണ്ടാണ്. വിലയെന്നുപറഞ്ഞാൽ സാധാരണ കമ്പോളത്തിൽ കൊള്ളക്കൊടുക്കലിനിടയ്ക്ക് വാങ്ങുകയും കൊടുക്കുകയും ചെയ്യുന്ന വിലയാണ്. ആ വിലയല്ല, ആ വിലയ്ക്കടിസ്ഥാനമായ മൂല്യമാണ് ഇവിടെ പരാമർശിക്കപ്പെടുന്നത്.

എത്ര കൂടുതൽ കിട്ടുവാൻ കഴിയുമോ അത്ര കൂടുതൽ വിലയായി കിട്ടാൻ സാധനത്തിന്റെ ഉടമസ്ഥൻ ശ്രമിക്കുന്നു. എത്ര കുറയ്ക്കാമോ അത്രയും കുറയ്ക്കാൻ വാങ്ങുന്നവനും ശ്രമിക്കുന്നു–ഇതാണ് കച്ചവടം. അതിൽ വാങ്ങുന്നവനും വിൽക്കുന്നവനും തമ്മിലുള്ള ബലാബലം ഒരു മുഖ്യഘടകമാണ്. വാങ്ങുന്നവന് അധികകാലം കാക്കാൻ നിവൃത്തിയില്ല; ഇപ്പോൾ കിട്ടുന്നത് വാങ്ങണം; വിൽക്കുന്നവനും ഇപ്പോൾ തന്നെ വിൽക്കണം–ഇതാണ് നിലയെങ്കിൽ ഒരു വില. നേരേമറിച്ച്, വിൽക്കുന്നവന് കുറച്ചുകാലം വയ്ക്കാൻ വിരോധമില്ല എന്നാണെങ്കിൽ വില മറ്റൊന്നാണ്. വാങ്ങുന്നവനും കുറെ കാക്കാമെങ്കിൽ വില മൂന്നാമതൊന്നാണ്. ഈ മാറ്റങ്ങളെല്ലാം വിലയിൽ വരുന്നുണ്ടെങ്കിലും മൂല്യത്തിൽ യാതൊരു മാറ്റവുമില്ല.

മൂല്യം കണക്കാക്കിയാലുണ്ടാകുന്ന സംഖ്യക്ക് കച്ചവടം നടക്കുക എന്നത് വളരെ അപൂർവമായിമാത്രം നടക്കുന്ന സംഭവമാണ്. ഒന്നുകിൽ മൂല്യത്തേക്കാൾ കൂടിയ വിലയ്ക്കും അല്ലെങ്കിൽ മൂല്യത്തേക്കാൾ കുറഞ്ഞവിലയ്ക്കും–ഇങ്ങനെയാണ് കച്ചവടം നടക്കുന്നത്. മാർക്സിന്റെ സുപ്രസിദ്ധമായ ഒരു വാചകത്തിൽ പറയുന്നത് “വിലകൾ തമ്മിലുള്ള (ഒറ്റേറെ കച്ചവടങ്ങൾ നടക്കുന്നതിൽ വരുന്ന) അന്തരങ്ങളിലൂടെയാണ് മൂല്യം പ്രകടമാകുന്നത്” എന്നത്രെ. ഒരു സമൂഹത്തിൽ ലക്ഷോപലക്ഷം കച്ചവടങ്ങൾ നടക്കുന്നു. അതിലൊന്നിലും മൂല്യത്തിനു കച്ചവടം എന്ന സ്ഥിതിയില്ല. നേരത്തെ പറഞ്ഞതുപോലെ ഒന്നുകിൽ മൂല്യത്തെക്കാൾ കൂടിയ വിലയ്ക്കും അല്ലെങ്കിൽ മൂല്യത്തെക്കാൾ കുറഞ്ഞ വിലയ്ക്കുമാണ് കച്ചവടം നടക്കുന്നത്. ഓരോ കച്ചവടവും പ്രത്യേകം പരിശോധിക്കുമ്പോൾ ഇതാണ് സ്ഥിതി എങ്കിലും സമൂഹത്തിൽ നടക്കുന്ന ആകെ കച്ചവടമെടുത്തുനോക്കിയാൽ മൂല്യവും വിലയും ഒന്നുതന്നെയാണ്!

ശരാശരിയാണിത്. ശരാശരിയുടെ നിയമമിതാണ്. അണ്ടിവ്യവസായത്തിലെ ശരാശരി ലാഭമിത്രയാണ്, കയർവ്യവസായത്തിലെ ശരാശരി ലാഭമിത്രയാണ്. എന്നു പറഞ്ഞാൽ ആ ശരാശരി ലാഭം കിട്ടുന്ന കമ്പനികൾ ഒന്നുമുണ്ടാകണമെന്നില്ല. ശരാശരിയെക്കാൾ കൂടുതൽ ലാഭം കിട്ടുന്ന കമ്പനികളുണ്ട്; ശരാശരിയേക്കാൾ കുറഞ്ഞ ലാഭം കിട്ടുന്ന കമ്പനികളുണ്ട്. യാതൊരു ലാഭവും കിട്ടാതെ നഷ്ടത്തിൽ നടക്കുന്ന കമ്പനികളുമുണ്ട്. പക്ഷേ, ഈ നഷ്ടത്തിൽ നടക്കുന്നതും, ശരാശരിയെക്കാൾ

കുറഞ്ഞ ലാഭത്തിൽ നടക്കുന്നതും, ശരാശരിയെക്കാൾ കൂടുതൽ ലാഭത്തിൽ നടക്കുന്നതുമെല്ലാം കൂട്ടിവച്ചുനോക്കിയാൽ ശരാശരി ലാഭം കിട്ടും.

അതുപോലെതന്നെ, ഒരു സമൂഹത്തിൽ നടക്കുന്ന കച്ചവടം നോക്കിയിട്ട് ഇങ്ങനെയല്ലല്ലോ മൂല്യം എന്നൊന്നും പറയേണ്ട, മൂല്യമെന്നു പറയുന്നത് വിലയല്ല. നേരത്തെ പറഞ്ഞതുപോലെ ലക്ഷക്കണക്കിനു കച്ചവടം നടക്കുന്നതിൽ ആകെ കച്ചവടത്തിൽ ഒട്ടാകെ വാങ്ങുകയും വിൽക്കുകയും ചെയ്യുന്ന വിലകളുടെ ആകത്തുക ഒട്ടാകെയുള്ള മൂല്യത്തിന്റെ ആകത്തുകയാണ്.

എന്താണിതിനു തെളിവെന്നു ചോദിച്ചാൽ ഉത്തരമിതാണ്; ഒരു സാധനത്തിന്റെ വില കൂടുകയും കുറയുകയും ചെയ്യുന്നതിനൊരു കണക്കുണ്ട്. ഒരു കോഴിമുട്ടയുടെ വിലയല്ലല്ലോ ഒരു റാത്തർ ഇറച്ചിക്ക്. അപ്പോൾ എല്ലാ സാധനങ്ങൾക്കും വില കൂടുക എന്നു പറഞ്ഞാൽ കൂടുന്നതിനൊരു കണക്കുണ്ട്. കുറയുക എന്നു പറഞ്ഞാൽ അതിനും ഒരു കണക്കുണ്ട്. കൂടുകയും കുറയുകയും ചെയ്യുന്നതെല്ലാം ശരാശരിക്കു ചുറ്റുമാണ്. ശരാശരിയിൽനിന്നു കയറും ഇറങ്ങും, അങ്ങനെ കയറുന്നതിനും ഇറങ്ങുന്നതിനും ഒരു കണക്കുണ്ട്. ഈ കയറ്റങ്ങളും ഇറക്കങ്ങളുമെല്ലാം തട്ടിക്കിഴിച്ചിട്ടാണ് ഈ മൂല്യങ്ങളുടെ ആകത്തുകയും വിലകളുടെ ആകത്തുകയും ഒന്നായിത്തീരുന്നത്.

ആറ്
അധ്വാനശക്തിയുടെ വില

രണ്ടാമത്തെ പ്രശ്നമിതാണ്; അധ്വാനശക്തി ഒരു ചരക്കായി വരുമ്പോൾ അതിന്റെ കച്ചവടം എങ്ങനെ നടക്കും? അധ്വാനം, അധ്വാനശക്തി ഇതു രണ്ടും രണ്ടാണെന്നു പറഞ്ഞുവല്ലോ. അധ്വാനശക്തി ഒരു ചരക്കാകുമ്പോൾ അതിന്റെ വില എന്താണ്?

മേശയുണ്ടാക്കാൻ ആവശ്യമായ അധ്വാനമാണല്ലോ ആ മേശയുടെ മൂല്യം. അതുപോലെ അധ്വാനശക്തിയുടെ മൂല്യം ആ അധ്വാനശക്തിയുടെ ഉൽപ്പാദനത്തിനാവശ്യമായ അധ്വാനമാണ്. അധ്വാനശക്തി എന്നു പറയുന്നത് അധ്വാനിക്കുന്ന മനുഷ്യന് അധ്വാനിക്കുവാനുള്ള ശക്തിയാണല്ലോ. അധ്വാനിക്കുവാനുള്ള ആ ശക്തി ഉണ്ടാകുന്നതെങ്ങനെയാണ്? ഒരു മനുഷ്യനു ജീവിക്കുവാൻ ആവശ്യമായ സാധനങ്ങളുണ്ടാക്കാൻ ഏഴുമണിക്കൂറോ എട്ടുമണിക്കൂറോ പത്തുമണിക്കൂറോ പണിയെടുക്കണമെങ്കിൽ അതുണ്ടാക്കാൻ എന്തുവേണം? ഇതാണ് ചോദ്യം. ഇത്ര കലോറിയും ഇത്ര പ്രോട്ടീനുമെല്ലാം അടങ്ങുന്ന ഭക്ഷണം വേണം. ആ ഭക്ഷണത്തോടൊപ്പം വീട്, വസ്ത്രം, മറ്റു നിത്യോപയോഗ സാധനങ്ങൾ, കുടുംബം എല്ലാം വേണം. എന്തിനാണ് കുടുംബം? 25–30 കൊല്ലം മാത്രമേ ഒരാൾക്ക് പണിയെടുക്കാൻ കഴിയുകയുള്ളൂ. അതു കഴിഞ്ഞാൽ പിന്നെ ആളുവേണം. അതിനുവേണ്ടിയാണ് കുടുംബം.

അപ്പോൾ, ഒരു തൊഴിലാളിക്ക് കുടുംബസഹിതം ജീവിക്കുന്നതി

നാവശ്യമായ ശരാശരി ചെലവെന്തുവരും? ശരാശരിച്ചെലവ് എന്നു പറഞ്ഞാൽ അരി, പലചരക്ക് സാധനങ്ങൾ, തുണി, വീട്ടുവാടക, എണ്ണ, ചികിത്സ, ഭാര്യയുടെ പ്രസവം, കുട്ടികളുടെ പഠിപ്പ് ഈവക കാര്യങ്ങൾക്കെല്ലാം വേണ്ടിവരുന്ന സാധനങ്ങളുടെ ഒട്ടാകെ വില (ഈ സാധനങ്ങളെല്ലാം കൊടുത്താലെ അധ്വാനശക്തിയുണ്ടാകൂ). സാധനങ്ങൾ ഉണ്ടാക്കുന്നതിലടങ്ങിയിട്ടുള്ള അധ്വാനമാണ് അധ്വാനശക്തിയുടെ വില. ആ വിലയ്ക്കാണ് മുതലാളിയും തൊഴിലാളിയും തമ്മിൽ കച്ചവടം നടക്കുന്നത്. എനിക്ക് എത്ര കിട്ടണമെന്ന് തൊഴിലാളി പറയുമ്പോൾ അയാൾ എന്താണുദ്ദേശിക്കുന്നത്? എനിക്ക് കുടുംബത്തോടുകൂടി ജീവിക്കാൻ ഇന്നയിന്നതൊക്കെ വേണം. അതിനിത്ര ഉറുപ്പിക വേണം. ഈ അടിസ്ഥാനത്തിലാണ് ജീവിക്കാൻ വേണ്ട കൂലി, അവശ്യാധിഷ്ഠിത മിനിമം വേതനം എന്നു തുടങ്ങിയ ആവശ്യങ്ങൾ തൊഴിലാളിവർഗം ഉന്നയിക്കുന്നത്.

15–ാം ലേബർ കോൺഗ്രസിന്റെ ഫോർമുല അനുസരിച്ച് അവശ്യാധിഷ്ഠിത മിനിമംവേതനം 256 രൂപയാണ്. അത് ശരിയാണെങ്കിലും അത്ര വേണ്ട, ഇന്നത്തെ നിലയ്ക്ക് 195 മതി. ആ 195 തന്നെ ഭാര്യയും കുട്ടികളുമൊക്കെയാകുമ്പോഴാണ്. തുടങ്ങുമ്പോൾ 185 മതി. ഇതാരുടെ വാദമാണ്? മുതലാളിയുടെ വാദമാണ്.

തൊഴിലാളിയുടെ വാദമെന്താണ്? 356 എങ്കിലും കിട്ടണമെന്ന്. ആ 356–ഉം 185–ഉം തമ്മിലുള്ള ഗുസ്തിയാണിപ്പോൾ ഗവൺമെന്റും ജീവനക്കാരും തമ്മിൽ നടക്കുന്നത്. അതിൽ ജീവനക്കാർ ജയിച്ചാൽ ശമ്പളം ഉയരും. പരാജയപ്പെട്ടാൽ ശമ്പളം ചുരുങ്ങിനിൽക്കും. ഇങ്ങനെ അധ്വാനശക്തിയുടെ വില എത്രയെന്ന് നിശ്ചയിക്കപ്പെടുന്നു. അധ്വാനശക്തിയുടെ മൂല്യത്തിനനുസരിച്ചാണ് ഈ കച്ചവടം നടക്കുന്നത്.

ഈ കച്ചവടത്തിന്റെ അവസാനത്തിൽ ഒരു ദിവസം (പത്തു മണിക്കൂറോ എട്ടു മണിക്കൂറോ അല്ലെങ്കിൽ എഴു മണിക്കൂറോ) ജോലി ചെയ്യുന്നതിനാവശ്യമായ അധ്വാനശക്തി തൊഴിലാളിയിൽനിന്ന് മുതലാളി വിലയ്ക്കു വാങ്ങുന്നു. മൂന്നു രൂപയ്ക്കോ നാല് രൂപയ്ക്കോ അതു വിലയ്ക്കു വാങ്ങിക്കഴിയുമ്പോൾ ആ അധ്വാനശക്തി മുതലാളിയുടേതായി. ഈ നിമിഷംവരെ തൊഴിലാളിയുടേതായിരുന്ന അധ്വാനശക്തി നാലുരൂപയ്ക്ക് കച്ചവടമാക്കിയ നിമിഷം മുതൽ ഒരു ദിവസത്തെ (പത്തു മണിക്കൂറോ എട്ടു മണിക്കൂറോ അല്ലെങ്കിൽ ഏഴു മണിക്കൂർ) ജോലിചെയ്തുതീർന്നതുവരെ മുതലാളിയുടേതായി. അപ്പോൾ അത്രയും മണിക്കൂർ ആ അധ്വാനശക്തി പ്രയോഗിക്കാനുള്ള അധികാരം മുതലാളിക്കു കിട്ടി. ആ അധികാരം കിട്ടിയ മുതലാളി "പണിയെടുക്ക്" എന്നു പറഞ്ഞ് തൊഴിലാളിയെക്കൊണ്ടു പണിയെടുപ്പിക്കുന്നു. ആ പണിയെടുപ്പിക്കുമ്പോൾ (പത്തുമണിക്കൂറോ എട്ടു മണിക്കൂറോ ഏഴു മണിക്കൂറോ എത്രയാണ് പണിയെടുക്കേണ്ടത്, അത്രയും സമയം) പണിയെടുത്താലുണ്ടാകുന്ന മൂല്യം കൂലിസംഖ്യയല്ല; അതിൽ കൂടുതലുണ്ട്. അതാണ് മിച്ചമൂല്യം.

ഏഴ്
മിച്ചമൂല്യ സിദ്ധാന്തം

മാർക്സിന്റെ കണ്ടുപിടിത്തമാണ് ഇത്. അധ്വാനമാണ് മൂല്യത്തിന്റെ അടിസ്ഥാനം എന്നത് മാർക്സിന്റെ കണ്ടുപിടുത്തമല്ല. ആദംസ്മിത്തും റിക്കാർഡോയും കണ്ടുപിടിച്ചതാണ്. അതു സ്വായത്തമാക്കിയ മാർക്സ് അധ്വാനശക്തിയുടെ മൂല്യം നിശ്ചയിക്കുന്നതിലും അതുതന്നെ ഉപയോഗിക്കുകയാണുണ്ടായത്. ആദംസ്മിത്തോ റിക്കാർഡോയോ ചെയ്യാത്ത കാര്യമാണിത്. അധ്വാനശക്തിക്ക് മൂല്യമുണ്ട്. അധ്വാനശക്തിയുടെ മൂല്യവും അധ്വാനശക്തി പ്രദാനം ചെയ്യുന്ന മൂല്യവും തമ്മിൽ വ്യത്യാസമുണ്ട്. ഇതിനാണ് മാർക്സ് മിച്ചമൂല്യം എന്നു പറയുന്നത്.

എട്ടു മണിക്കൂർ പണിയെടുക്കാനാണ് തൊഴിലാളി കരാറുണ്ടാക്കിയിട്ടുള്ളതെന്നു കണക്കാക്കുക. ആ 8 മണിക്കൂറിൽ 4 മണിക്കൂറിന്റെ പണികൊണ്ട് ആ അധ്വാനശക്തി വിലയ്ക്കുവാങ്ങാനുപയോഗിച്ച സംഖ്യ, അല്ലെങ്കിൽ കൂലി, മുതലായി. ബാക്കി നാലുമണിക്കൂർ? ആ നാലു മണിക്കൂർ മുതലാളിക്കാണ്. അതിനെക്കുറിച്ച് *കൂലി, വില, ലാഭം* എന്ന പുസ്തകത്തിൽ വളരെ രസകരമായി മാർക്സ് പറയുന്നുണ്ട്.

തൊഴിലാളി പറയുന്നു: "നിങ്ങൾ എനിക്കു തന്നിട്ടുള്ള കൂലി ഇപ്പോൾ മുതലായി" "എപ്പോൾ?" "നാലുമണിക്കൂറായപ്പോൾ." അപ്പോൾ മുതലാളി പറയുന്നു: "വരട്ടെ, എട്ടുമണിക്കൂർ സമയത്തോളം നിന്റെ അധ്വാനശക്തി എന്റേതാണ്. പണിയെടുക്ക്."

*മൂലധന*ത്തിന്റേതുപോലെ ശാസ്ത്രീയമായ പണ്ഡിതോചിതമായ ഫോർമുലകളായിട്ടല്ല സാധാരണ തൊഴിലാളിയുടെ ഭാഷയിലാണ് ഇവിടെ മാർക്സ് പറയുന്നത്. 4 മണിക്കൂർ സമയം തൊഴിലാളി പണിയെടുത്തത് അവനുവേണ്ടിയാണ്, അവന്റെ കുടുംബത്തെ സംരക്ഷിക്കാൻ വേണ്ടി, അവർക്കാവശ്യമുള്ള ഭക്ഷ്യസാധനങ്ങൾ, പലചരക്കുകൾ, വീട്ടുവാടക മുതലായവ സമ്പാദിക്കുന്നതിനുവേണ്ടി. ബാക്കി നാലുമണിക്കൂർ? ആ നാലുമണിക്കൂർ മുതലാളിക്കുവേണ്ടി പണിയെടുത്തു. ഇതിനെയാണ് മാർക്സ് 'ആവശ്യമുള്ള അധ്വാനം', 'മിച്ചമുള്ള അധ്വാനം' എന്നു പറയുന്നത്.

ഇവിടെ മാർക്സ് വളരെ പ്രധാനമായ ഒരു കാര്യംകൂടി പറയുന്നുണ്ട്. തൊഴിലാളിക്കുവേണ്ടിയുള്ള അധ്വാനവും മുതലാളിക്കുവേണ്ടിയുള്ള അധ്വാനവുമുണ്ടല്ലോ. അത് അടിമത്ത വ്യവസ്ഥയിലും ഫ്യൂഡൽ വ്യവസ്ഥയിലും മുതലാളിത്ത വ്യവസ്ഥയിലുമുണ്ടെന്നതാണ്.

അടിമത്ത വ്യവസ്ഥയിൽ ഈ എട്ടുമണിക്കൂറും അടിമ മുതലാളിക്കുവേണ്ടി പണിയെടുക്കുന്നുവെന്ന പ്രതീതിയാണുളവാക്കുന്നത്. എന്തുകൊണ്ടെന്നാൽ അടിമ സ്വതന്ത്രനല്ല. എന്നാൽ എട്ടുമണിക്കൂറും അടിമ മുതലാളിക്കുവേണ്ടി പണിയെടുക്കുന്നു എന്നത് സത്യമാണോ? അല്ല. ആ എട്ടുമണിക്കൂറിൽ നാലു മണിക്കൂർ ഈ അടിമ അവന്റെ ജീവിതത്തിനുവേണ്ടിയാണ് പണിയെടുക്കുന്നത്. അടിമയ്ക്ക് ഉടമസ്ഥൻ ചോറു

കൊടുക്കുന്നുണ്ട്. കാലിക്കു തീറ്റകൊടുക്കുന്നതുപോലെ തീറ്റ കൊടുക്കുന്നുണ്ട്. ആ തീറ്റയ്ക്കുവേണ്ടിയാണ് അടിമ നാലുമണിക്കൂർ പണിയെടുക്കുന്നത്.

മുതലാളിത്തത്തിൻ കീഴിലോ? മുതലാളിക്കുവേണ്ടി ചെയ്യുന്നതുപോലും തനിക്കുവേണ്ടി ചെയ്യുന്നതുപോലെ തോന്നും. എട്ടുമണിക്കൂറിന് ഇന്ന കൂലിയെന്നല്ല കരാറ്? ഇതല്ലേ ന്യായമായ ജോലിക്കു ന്യായമായ കൂലി? ഈ കൂലി കിട്ടിയാലല്ലേ ജീവിക്കാനൊക്കൂ? അങ്ങനെ നാലുമണിക്കൂർ സമയത്തെ അധ്വാനംകൊണ്ട് കൂലി മുതലായെന്ന വസ്തുത മറച്ചുവയ്ക്കപ്പെടുന്നു. ബാക്കി നാലുമണിക്കൂർ സമയത്ത് തൊഴിലാളി സൗജന്യമായി ജോലി ചെയ്യുകയാണെന്ന സത്യവും മറച്ചുവയ്ക്കപ്പെടുന്നു.

മുതലാളിത്തത്തിലെന്ത് ചൂഷണമാണുള്ളത്? അതിൽ പൂർണ സമത്വവും പരിപൂർണ സ്വാതന്ത്ര്യവുമല്ലേ ഉള്ളത്? ടാറ്റായും ടാറ്റായുടെ തൊഴിലാളിയും തമ്മിൽ പരിപൂർണ സമത്വമല്ലേ? സമത്വമുള്ള പൗരന്മാർ എന്ന നിലയ്ക്ക് അവർ വിലപേശി അധ്വാനശക്തിക്ക് ന്യായമായ വില നിശ്ചയിക്കുകയല്ലേ? അതെ. പക്ഷേ, ഉൽപ്പാദനോപകരണങ്ങൾ മുതലാളിയുടെ കൈയിലായിരിക്കുന്നിടത്തോളം കാലം, ഉൽപ്പാദനോപകരണങ്ങൾ തൊഴിലാളിയുടെ കൈയിലില്ലാത്തിടത്തോളം കാലം, അധ്വാനശക്തിക്കുള്ള വില ന്യായമാവുകയില്ല. അധ്വാനശക്തിയുടെ ഉൽപ്പാദനത്തിൽ ചെലവായ അധ്വാനമേ തൊഴിലാളിക്ക് കിട്ടുന്നുള്ളൂ. മുതലാളിക്കാകട്ടെ. കൂടുതൽ കിട്ടുന്നു. ഉൽപ്പാദനോപകരണങ്ങൾ മുതലാളിയുടേതല്ലെങ്കിൽ അതുകൂടി തൊഴിലാളിക്കാണ് കിട്ടുക. ഇപ്പോഴാകട്ടെ അത് മുതലാളിക്ക് കിട്ടുന്നു. അതാണ് മാർക്സ് കണ്ടുപിടിച്ച മിച്ചമൂല്യം. ഇതാണ് മുതലാളിത്തത്തിന്റെ ചൂഷണം.

എട്ടുമണിക്കൂറിൽ നാലു മണിക്കൂർ തൊഴിലാളി മുതലാളിക്കുവേണ്ടി പണിയെടുക്കുന്നു എന്ന സത്യം മറച്ചുവയ്ക്കാനാണ് സ്വാതന്ത്ര്യം ജനാധിപത്യം, സമത്വം എന്നെല്ലാം ബൂർഷ്വാസി പറയുന്നത്. അധ്വാനശക്തി വിലയ്ക്കു വാങ്ങി അധ്വാനം സ്വായത്തമാക്കുന്ന–അങ്ങനെ മിച്ചമൂല്യം തട്ടിയെടുക്കുന്ന–മുതലാളിയുടെ ചൂഷണം മറച്ചുവയ്ക്കുന്നതിനുള്ള ഉപായങ്ങളാണീ ബൂർഷ്വാ മുദ്രാവാക്യങ്ങൾ. മാർക്സിന്റെ മിച്ചമൂല്യ സിദ്ധാന്തത്തെക്കുറിച്ച് എംഗൽസ് പറഞ്ഞത് ശാസ്ത്രത്തിന്റെ മേഖലയിൽ ഡാർവിന്റെ പരിണാമ സിദ്ധാന്തംപോലെയാണ് അതെന്നാണ്. ഡാർവിന്റെ പരിണാമസിദ്ധാന്തം ശാസ്ത്രത്തിന്റെ മണ്ഡലത്തിൽ എത്ര വലിയ വിപ്ലവം വരുത്തിയോ, അത്ര വലിയ വിപ്ലവം സാമൂഹ്യ ശാസ്ത്രങ്ങളുടെ മണ്ഡലത്തിൽ മാർക്സിന്റെ മിച്ചമൂല്യസിദ്ധാന്തവും ഉളവാക്കി.

മുതലാളിത്തമെന്താണെന്ന് വിശദീകരിക്കുന്നത് ഈ മിച്ചമൂല്യ സിദ്ധാന്തമാണ്. ഈ മിച്ചമൂല്യ സിദ്ധാന്തം എന്തുചെയ്യുന്നു? മിച്ചമൂല്യം തട്ടിയെടുക്കുന്നതിനുവേണ്ടി മുതലാളി എടുക്കുന്ന അടവുകളും മുതലാളിയുടെ ആ അടവുകളെ ചെറുക്കുന്നതിനുവേണ്ടി തൊഴിലാളികളെടു

ക്കുന്ന അടവുകളും തമ്മിലുള്ള ഏറ്റുമുട്ടലുകളാണ് മുതലാളിത്ത സമൂഹത്തിലെ യാഥാർഥ്യം. വർഗസമരമെന്നു പറയുന്നില്ലേ? അതാണ് ഇത്. വർഗസമരം മാർക്സിന്റെ സൃഷ്ടിയല്ല, സമൂഹത്തിൽ അനുസ്യൂതം നടക്കുന്നതാണത്. അധ്വാനശക്തിയുടെ മൂല്യത്തിന് വാങ്ങി, അധ്വാനം മുഴുവൻ സ്വായത്തമാക്കി, അതിൽക്കൂടിയുണ്ടാകുന്ന മിച്ചമൂല്യം സ്വായത്തമാക്കാൻ മുതലാളി ശ്രമിക്കുന്നു. ആ മുതലാളിയുടെ അടുക്കൽ അധ്വാനശക്തിയുടെ വില എത്രകണ്ടു കൂട്ടാമോ അത്രയധികം കൂട്ടാൻ തൊഴിലാളി ശ്രമിക്കുന്നു. കൂലി ഇത്ര പോരെ എന്നവർ പറയും. ന്യായമായ ജോലിക്ക് ന്യായമായ കൂലി. അതിന്റെ അർഥമെന്താണ്? അധ്വാനശക്തിക്കു തരുന്ന വില ഇത്ര പോര, കൂടുതൽ വേണം എന്നാണിതിന്റെ അർഥം. അധ്വാനശക്തി വിലയ്ക്കുവാങ്ങുക എന്നുള്ള ആ ഉൽപ്പാദനബന്ധത്തിൽ മാറ്റം വരുന്നില്ല. ഇതാണ്-ഈ കച്ചവടമാണ് നടക്കുന്നത്. ഈ കച്ചവടത്തിൽ മിച്ചമൂല്യത്തിന്റെ തുക ഏറ്റവുമധികം വർധിപ്പിക്കുന്നതിനുവേണ്ടി മുതലാളി ശ്രമിക്കുന്നു. മിച്ചമൂല്യത്തിന്റെ തുക ഏറ്റവുമധികം കുറയ്ക്കുന്നതിനുവേണ്ടി തൊഴിലാളിയും. ഇതാണ് വർഗസമരത്തിന്റെ തുടക്കം. ഇതാണ് വർഗസമരം എന്ന് പറഞ്ഞുകൂടാ; അതിനുവേറെയും ഘടകങ്ങളുണ്ട്. വർഗസമരത്തിന്റെ തുടക്കം ഇതാണ് എന്നുമാത്രം പറയാം.

ഇത്രയും പറഞ്ഞതിൽനിന്ന് മനസിലാക്കേണ്ട വേറൊരു കാര്യമുണ്ട്. മാർക്സ് മൂല്യത്തെക്കുറിച്ചും മിച്ചമൂല്യത്തെക്കുറിച്ചും ഇനി പറയാൻ പോകുന്ന മറ്റു കാര്യങ്ങളെക്കുറിച്ചും എല്ലാം പറയുമ്പോൾ ഏതെങ്കിലുമൊരു മുതലാളിയെ ഒറ്റയ്ക്കല്ല കാണുന്നത്. ഒരു മുതലാളിത്തസമൂഹത്തെ ആകെയാണദ്ദേഹം കാണുന്നത്. ഒരു മുതലാളിക്കെത്ര മിച്ചമൂല്യം ലഭിക്കുന്നു എന്ന് പരിശോധിക്കലല്ല മാർക്സിന്റെ പണി. മാർക്സ് എന്താണു ചെയ്യുന്നത്? മിച്ചമൂല്യം എന്നുള്ളതിനൊരാകത്തുകയുണ്ട്. ആ മിച്ചമൂല്യം എവിടെനിന്ന് ഉത്ഭവിക്കുന്നു? ആയിരം തൊഴിലാളികളിൽനിന്ന് മിച്ചമൂല്യമായി ഇത്രയും ലക്ഷം രൂപ ഒരു കൊല്ലം വലിച്ചെടുക്കുന്നതാരാണ്? എ, ബി, സി എന്ന ഓരോ മുതലാളിയും ആയിരം തൊഴിലാളികളിൽനിന്ന്, 500 തൊഴിലാളികളിൽനിന്ന്, അല്ലെങ്കിൽ 300 തൊഴിലാളികളിൽനിന്ന്, അല്ലെങ്കിൽ പതിനായിരം തൊഴിലാളികളിൽനിന്ന് ഇത്ര ലക്ഷം അല്ലെങ്കിൽ ഇത്ര ദശലക്ഷം, അല്ലെങ്കിൽ ഇത്ര കോടി രൂപ മിച്ചമൂല്യമെടുക്കുന്നു. അങ്ങനെ ഒരു വശത്ത് മുതലാളിവർഗമാകെയും മറുവശത്ത് തൊഴിലാളിവർഗമാകെയും നിന്നു പരസ്പരം പോരാടുന്നു. ആദ്യത്തവർ മിച്ചമൂല്യത്തിന്റെ ആകത്തുക വർധിപ്പിക്കാനും രണ്ടാമത്തവർ അത് കുറയ്ക്കാനും ശ്രമിക്കുന്നു.

രണ്ടാമത്തവർ വേണ്ടത്ര വളർന്നുകഴിഞ്ഞാൽ മിച്ചമൂല്യം കുറയ്ക്കാനല്ല, തീരെ ഇല്ലാതാക്കാൻ തന്നെ ശ്രമിക്കുന്നു; കൂലി വർധനവെന്ന അടിയന്തരാവശ്യത്തെ ആസ്പദമാക്കിയ സമരങ്ങളിലൂടെ ശക്തിനേടിയ തൊഴിലാളി മുതലാളിയിൽനിന്ന് ഉൽപ്പാദനോപകരണങ്ങൾ പിടിച്ചെടുത്ത്

സമൂഹത്തിന്റെ പൊതുസ്വത്താക്കുന്നു; അങ്ങനെ അധ്വാനശക്തിയുടെയും അധ്വാനത്തിന്റെയും മൂല്യങ്ങൾ തമ്മിലുള്ള അന്തരമില്ലാതാകുന്നു.

ഇതാണ് വർഗസമരത്തിന്റെ സത്ത. ഇതാണ് മുതലാളിത്ത സമൂഹത്തെക്കുറിച്ച് ബൂർഷ്വാ അർഥശാസ്ത്രകാരന്മാർ മറച്ചുവയ്ക്കുന്നതും മാർക്സ് പുറത്തുകൊണ്ടുവന്നതുമായ സത്യം.

പക്ഷേ, ഇവിടംകൊണ്ട് കാര്യങ്ങൾ അവസാനിച്ചുവോ? ഇല്ല. മുതലാളിത്ത സമൂഹത്തിന് മിച്ചമൂല്യത്തിന്റെ ആകത്തുക കിട്ടിയാൽ പിന്നെ മറ്റൊരു ചോദ്യം ഉത്ഭവിക്കുകയായി. മുതലാളിവർഗത്തിനാകെ കിട്ടിയ മിച്ചമൂല്യത്തിൽ 'എ'യ്ക്ക് എത്ര കിട്ടി; 'ബി'ക്ക് എത്ര കിട്ടി; 'സി'ക്ക് എത്ര കിട്ടി എന്നുള്ള തർക്കമുണ്ട്. ആ തർക്കം വർഗസമരമാണോ? അല്ല. ചൂഷകവർഗത്തിനകത്തുള്ള സമരമാണ്. ടാറ്റായ്ക്കെത്ര കിട്ടി. തനിക്കിത്ര വേണമെന്ന് ബിർള. ടാറ്റായ്ക്കും ബിർളയ്ക്കും അത്ര കിട്ടി തനിക്കിത്ര കിട്ടണമെന്ന് ഥാപ്പർ. അവർക്ക് അത്രകിട്ടിയാൽ എനിക്ക് ഇത്രവേണമെന്ന് 'മനോരമ'ക്കാരും അതിനിടയ്ക്കുകയറി തമിഴ്നാട്ടിലെ കരുണാനിധി പറയും എന്റെ തമിഴ്നാട്ടിലെ മുതലാളിക്ക് കിട്ടിയതു പോരാ എന്ന്. ഈ തരത്തിൽ എത്രയെത്ര കിട്ടണമെന്ന് മുതലാളിമാർക്കിടയിൽത്തന്നെ തർക്കമുണ്ട്.

ആയിരം അല്ലെങ്കിൽ പതിനായിരം വ്യവസായ മുതലാളിമാർ തമ്മിൽ മാത്രമല്ല തർക്കം. ഈ മുതലാളിമാരിൽത്തന്നെ വേറെ ചില വിഭാഗങ്ങളുണ്ട്. നമ്മൾ മിച്ചമൂല്യം വലിച്ചെടുക്കുന്ന കാര്യത്തിൽ കണ്ടത് വ്യവസായമുതലാളിയെയാണ്. അയാൾക്ക് യന്ത്രങ്ങളുണ്ട്; ഉപകരണങ്ങളുണ്ട്; അയാൾ തൊഴിലാളിയെ വിളിക്കുന്നു; പണിയെടുപ്പിക്കുന്നു. അങ്ങനെ അയാൾ മിച്ചമൂല്യമുണ്ടാക്കുന്നു.

എട്ട്
വിവിധ വിഭാഗങ്ങൾ

പക്ഷേ, അയാൾ മാത്രമല്ല ബൂർഷ്വാസമൂഹമെന്നു പറയുന്നത്. അയാൾക്ക് ഈ വ്യവസായം നടത്തണമെങ്കിൽ, അയാളുടെ വ്യവസായത്തിന് ആവശ്യമുള്ള അസംസ്കൃതപദാർഥങ്ങൾ കിട്ടണം. അത് ആരു കൊടുക്കും? വ്യാപാരമുതലാളിയാണ് അത് കൊടുക്കുക. അതുപോലെ തന്നെ അയാളുണ്ടാക്കുന്ന സാധനങ്ങൾ വിൽക്കണം. അതിനുംവേണം വ്യാപാരമുതലാളി. അപ്പോൾ വ്യാപാരമുതലാളി പറയുന്നു: "എടോ, വ്യവസായമുതലാളീ, തനിക്ക് നൂറു ശതമാനം മിച്ചമൂല്യം കിട്ടില്ലേ" എന്ന് (തൊഴിലാളി നാലു മണിക്കൂർ തനിക്കുവേണ്ടി പണിയെടുത്തിട്ട് നാലുമണിക്കൂർ മുതലാളിക്കുവേണ്ടി പണിയെടുത്താൽ 100 ശതമാനമാണല്ലോ മിച്ചമൂല്യം). "തനിക്കു മിച്ചമൂല്യം കിട്ടണമെങ്കിൽ ഞാൻ ഈ പണിയെടുക്കണ്ടേ? ഞാൻ ഈ പണിയൊക്കെ എടുക്കണമെന്നു മാത്രമല്ല; ഞാനിതിന് പൈസയും മുടക്കണ്ടേ? അപ്പോൾ തനിക്കു കിട്ടിയ മിച്ചമൂല്യത്തിൽ

ഇത്ര എനിക്ക് തരണം അല്ലെങ്കിൽ തനിക്കു അസംസ്കൃത പദാർഥങ്ങൾ തരില്ല. താൻ ഉൽപ്പാദിപ്പിക്കുന്ന സാധനങ്ങൾ ഞാൻ വിൽക്കുകയുമില്ല. താൻ തന്നെ നടന്ന് ഈ സാധനങ്ങളൊക്കെ വാങ്ങിക്കൊണ്ടുവന്നോ. താൻതന്നെ വിറ്റോ. അല്ലെങ്കിൽ എനിക്കിന്നതുതരണം."

വേറൊരു മുതലാളിയുണ്ട്. വ്യവസായമുതലാളിക്ക് പണം ചെലവാക്കാൻ കൈവശം ഉണ്ടായിരിക്കണം. അതില്ല. ആ പ്രശ്നം പരിഹരിക്കാൻ പണം കടംകൊടുക്കാൻ ബാങ്കിങ് മുതലാളിയുണ്ട്. അയാൾ പറയും, "എടോ തനിക്ക് മിച്ചമൂല്യത്തിൽനിന്ന് 100 ശതമാനം കിട്ടിയില്ലേ? അതിൽനിന്ന് 25 ശതമാനം താൻ വ്യാപാരമുതലാളിക്കു കൊടുത്തല്ലോ, എനിക്കൊന്നുമില്ലേ?" അയാൾക്കും ഒരു പങ്കു കൊടുത്തേകഴിയൂ.

അതുപോലെ വേറെയുമുണ്ട് ആളുകൾ. വ്യവസായഡയറക്ടർ, വ്യവസായ സെക്രട്ടറി, ചീഫ് സെക്രട്ടറി, മന്ത്രി, മന്ത്രിയുടെ പ്രൈവറ്റ് സെക്രട്ടറി, മന്ത്രിയുടെ മേൽ സ്വാധീനമുള്ള ബന്ധുക്കളും വേണ്ടപ്പെട്ടവരും. അവർ പറയും: 'എടോ തനിക്ക് ഈ നൂറുശതമാനം കിട്ടണമെങ്കിൽ ലൈസൻസും ലെറ്റർ ഓഫ് ഇന്റെൻഡും ഒക്കെ കിട്ടണ്ടേ? അതു മന്ത്രിയുടെ അടുത്തുനിന്നല്ലേ കിട്ടേണ്ടത്? അതുവേണമെങ്കിൽ എന്റെ അടുത്തുവന്നോ!'

ഇനി വേറൊന്നുകൂടി: ഫാക്ടറി കെട്ടണമെങ്കിൽ അതിന് 300 ഏക്കർ സ്ഥലം വേണ്ടേ? അതുതന്നെ റെയിൽവേസ്റ്റേഷന് അടുത്തായിരിക്കണം; വെള്ളം കിട്ടുന്ന സ്ഥലമായിരിക്കണം. ഇന്നിന്ന സൗകര്യമൊക്കെ വേണമെന്നുണ്ട്. ആ സ്ഥലം വെറുതെ കിട്ടുമോ? തനിക്ക് 100 ശതമാനം കിട്ടുന്നില്ലേ, അതിൽനിന്നു നമുക്കുള്ളതു താ എന്നു പറയാൻ ഒരു ഭൂവുടമസ്ഥനുമുണ്ട്.

ഇവരെല്ലാം ഉൾക്കൊള്ളുന്ന ബൂർഷ്വാവർഗത്തിനാകെവേണ്ടി വ്യവസായമുതലാളി തൊഴിലാളി വർഗത്തിൽനിന്നു മിച്ചമൂല്യം വലിച്ചെടുക്കുന്നു. വ്യാപാരമുതലാളി, ഹുണ്ടിക (ബാങ്കിങ്) മുതലാളി, കരം പിരിവുകാർ, ഗവൺമെന്റ്, രാഷ്ട്രീയക്കാർ, ഭൂവുടമസ്ഥൻ–എല്ലാവരും ഇതിൽ പങ്കുപറ്റാനെത്തുന്നു. അങ്ങനെ കൂട്ടായ തൊഴിലാളികളിൽനിന്ന്–തൊഴിലാളി സമൂഹത്തിൽനിന്ന്–കൂട്ടായ മുതലാളി–മുതലാളിമാരുടെ സംഘം –മിച്ചമൂല്യം വലിച്ചെടുക്കുന്നു. ഈ മിച്ചമൂല്യം പല ഘടകങ്ങളായി മാറുന്നു. വ്യാവസായിക ലാഭം, വ്യാപാരലാഭം, പലിശ; കാണാച്ചെലവ് (എന്നു പറഞ്ഞാൽ സെക്രട്ടറിക്കും ശിപായിക്കും ഉദ്യോഗസ്ഥനും മന്ത്രിക്കും മന്ത്രിയുടെ ആൾക്കും എല്ലാം കൊടുക്കാനുള്ളത്), ഗവൺമെന്റിന്റെ നികുതി. ഇതിനൊക്കെ പുറമെ ഭൂവുടമസ്ഥന്റെ പാട്ടം.

അതായത്, തൊഴിലാളിയെ ചൂഷണം ചെയ്യുന്നതിൽ, ഒറ്റക്കെട്ടായി നിൽക്കുന്ന മുതലാളിവർഗത്തിൽ വിവിധ വിഭാഗങ്ങളുണ്ട്. വ്യാപാരമുതലാളി, വ്യാവസായികമുതലാളി, ഹുണ്ടികമുതലാളി, ഭൂവുടമസ്ഥൻ, ഒട്ടേറെ കമ്മീഷൻ ഏജന്റുമാർ, പത്രങ്ങൾ (അവയിൽ കൊടുക്കുന്ന പരസ്യം വലിയൊരേർപ്പാടാണിപ്പോൾ) ഗവൺമെന്റ്, അതിന്റെ നികുതിപിരിവ്,

അതിലടങ്ങിയിട്ടുള്ള എല്ലാ അഴിമതികളും-ഇതിന്റെയെല്ലാം രൂപത്തിൽ. ചൂഷകവർഗത്തിനാകെ കിട്ടുന്നതേതാണെന്ന് ചോദിച്ചാൽ ആകെ വരുന്നതായ മിച്ചമൂല്യമാണ്. ഈ മിച്ചമൂല്യം പങ്കുവയ്ക്കുന്ന കാര്യത്തിലാണ് ബൂർഷ്വാ വർഗത്തിനകത്ത് മത്സരങ്ങളുള്ളത്.

മിച്ചമൂല്യത്തിന്റെ ആകത്തുക ഏറ്റവും അധികം വർധിപ്പിക്കുന്നതിൽ ഈ വിഭാഗങ്ങൾക്കെല്ലാം താൽപ്പര്യമുണ്ട്. ഇതാണ് ഒരു വശമെങ്കിൽ വേറൊരുവശം കൂടിയുണ്ട്. മിച്ചമൂല്യം വർധിപ്പിക്കുന്നതിനു മുതലാളിയും മിച്ചമൂല്യം കുറയ്ക്കുന്നതിനുവേണ്ടി തൊഴിലാളിയും നടത്തുന്ന സംഘട്ടനം എന്നു പറയുമ്പോൾ മുതലാളിയും തൊഴിലാളിയും മാത്രമെ അവിടെ കാണുന്നുള്ളൂ. അത് മാത്രമാണോ യാഥാർഥ്യം? അല്ല. *മുതലാളിയും തൊഴിലാളിയുമല്ലാത്ത വലിയൊരു ജനവിഭാഗമുണ്ട്.* വളർച്ച എത്തിയിട്ടുള്ള മുതലാളിത്ത രാജ്യങ്ങളിൽ പോലുമുണ്ട്. അതായത് ചെറുകിട സ്വത്തുടമസ്ഥർ. (പണിയെടുക്കുന്ന കൃഷിക്കാർ ഇതിൽപ്പെടുന്നു.)

ഒമ്പത്
മറുവശത്ത്

ഇവർ തൊഴിലാളികളാണോ? അല്ല. *അധ്വാനശക്തിയല്ലാതെ മറ്റു സ്വത്തൊന്നും ഇല്ലാത്തവരാണ് തൊഴിലാളികൾ.* ഇവർ അത്തരക്കാരല്ല. ഇവർക്ക് ചെറുകിട സ്വത്തുണ്ട്. ഏറ്റവും വളർച്ച എത്തിയിട്ടുള്ള മുതലാളിത്ത രാജ്യങ്ങളിൽപോലും ഈ വിഭാഗക്കാരുണ്ട്. നമ്മുടെ രാജ്യത്താണെങ്കിൽ ബഹുഭൂരിപക്ഷവും ഇത്തരക്കാരാണ്. ഇവർ തൊഴിലാളികളുമല്ല മുതലാളിമാരുമല്ല. അധ്വാനശക്തി വിലയ്ക്കുവാങ്ങി മിച്ചമൂല്യമുണ്ടാക്കുകയല്ല അവർ ചെയ്യുന്നത്. സ്വന്തം സ്വത്തിൽ സ്വന്തമായി അധ്വാനിച്ച് അവർ ജീവിക്കുന്നു. അതിനാൽ അവർ തൊഴിലാളികളുമല്ല, മുതലാളിമാരുമല്ല.

ഇനി വേറൊരു തരക്കാരുണ്ട്: അടിസ്ഥാനപരമായി നോക്കിയാൽ തൊഴിലാളിയാണ്. കൂലിയോ ശമ്പളമോ കിട്ടിയിട്ടാണ് ജീവിക്കുന്നത്. പക്ഷേ, ആ കൂട്ടത്തിൽ അരയേക്കർ ഭൂമിയുടെ ഉടമയുമാണ്-അങ്ങനെയും കുറച്ചാളുകളുണ്ട്. ചെറുകിട ഭൂവുടമകൾ. അവർ തങ്ങളുടെ സ്വത്തുക്കളിൽ സ്വന്തമായി പണിയെടുക്കുകയല്ല ചെയ്യുന്നത്. അരയേക്കർ ഭൂമി ഗ്രാമപ്രദേശത്തുണ്ട്. അതു പാട്ടത്തിനു കൊടുത്തു. ജോലിക്കു പട്ടണത്തിൽ വന്നിരിക്കുന്നു. അവിടെ അയാൾ തൊഴിലാളിയാണ്. "തൊഴിലാളി ഐക്യം സിന്ദാബാദ്" എന്ന് വിളിക്കും. പക്ഷേ, ഗ്രാമത്തിലെത്തിയാൽ "ജന്മി" എന്നാണ് വിചാരം. ഇത്തരത്തിൽ നല്ലൊരു വിഭാഗമുണ്ട്. തൊഴലാളിയുമല്ല, മുതലാളിയുമല്ല; അഥവാ തൊഴിലാളിയുമാണ്, മുതലാളിയുമാണ്. വലിയ ഒരു വിഭാഗംവരും ഇവർ.

ഇവരെ സംബന്ധിച്ച് മാർക്സ് (*മൂലധന*ത്തിലല്ല മറ്റു കൃതികളിൽ) ജർമൻ സോഷ്യൽ ഡെമോക്രാറ്റിക് പാർട്ടിയുടെ ചരിത്രത്തിൽ കരടുപ

രിപാടിയിൽ പറഞ്ഞു: ഒരുവശത്ത് 'തൊഴിലാളിയും' ആ തൊഴിലാളിക്ക് എതിരായി ഒരു പിന്തിരിപ്പൻ കൂട്ടുകെട്ടും! അവർ മുഴുവൻ പിന്തിരിപ്പന്മാരാണെന്ന് പരിപാടിയുടെ കരടിൽ കണ്ടപ്പോൾ മാർക്സ് പറഞ്ഞു. ഇത് അബദ്ധമാണ്. എന്തുകൊണ്ട്? തൊഴിലാളികളും അവർക്കെതിരായി പിന്തിരിപ്പൻ കൂട്ടുകെട്ടും തമ്മിൽ ഏറ്റമുട്ടുന്നുവെന്നതല്ല സത്യം. എന്തുകൊണ്ട്? മുതലാളിത്തം വളർന്നു വരികയാണ്. അതിന്റെ ചൂഷണത്തിനിരയായിട്ടുള്ളവരിൽ തൊഴിലാളികളല്ലാത്ത ഒരു വലിയ വിഭാഗവുമുണ്ട്–ചെറുകിട ഭൂസ്വത്തുടമകൾ.

എംഗൽസിന്റെ ജീവിതത്തിന്റെ അവസാനഘട്ടത്തിൽ, ഇറ്റാലിയൻ പാർട്ടിക്കും ഫ്രഞ്ചു പാർട്ടിക്കും മറ്റു വിവിധ യൂറോപ്യൻ രാജ്യങ്ങളിലെ പാർട്ടികൾക്കും മാർക്സിന്റെ മരണാനന്തരം എംഗൽസ് പ്രായോഗിക നേതൃത്വം നൽകാൻ തുടങ്ങിയപ്പോൾ–അദ്ദേഹമെഴുതിയ ചില ലേഖനങ്ങളിലും കത്തുകളിലും ഇവരെപ്പറ്റി വളരെ വ്യക്തമായി പറഞ്ഞിട്ടുണ്ട്. ഈ ചെറുകിട ഭൂവുടമകൾ തൊഴിലാളികളല്ല. എന്നാൽ, തൊഴിലാളികളുടേതിൽനിന്നു വ്യത്യസ്തമായ രീതിയിൽ അവർ മുതലാളിത്തത്തിന്റെ ചൂഷണത്തിന് ഇരയാവുന്നു. വ്യാവസായിക മുതലാളിയോട് കണക്കു പറഞ്ഞു വാങ്ങുന്ന ലാഭം മാത്രമല്ല, വ്യാപാരിക്കു കിട്ടുന്നത്. ഹുണ്ടികക്കാരന്റെ പലിശ, ഭൂവുടമസ്ഥന്റെ പാട്ടം എന്നിവയും വ്യാവസായിക മുതലാളിയിൽനിന്നു തട്ടിയെടുക്കുന്നതിനേക്കാൾ ക്രൂരമായ രീതിയിൽ, ഏറ്റവും രൂക്ഷമായ രീതിയിൽ, ചെറുകിട ഭൂവുടമസ്ഥരിൽനിന്നും പിഴിഞ്ഞെടുക്കുന്നുണ്ട്.

വ്യാപാരമുതലാളി വ്യാവസായിക മുതലാളിയിൽനിന്നു കണക്കു പറഞ്ഞു ലാഭത്തിൽ പങ്കു പറ്റുമ്പോൾ ആ കണക്കിന് ഒരതിരുണ്ട്. തനിക്കിത്ര കിട്ടുന്നില്ലേ? എനിക്കിത്ര തന്നുകൂടെ? എന്നു ചോദിച്ചാൽ ഞാൻ ഇത്ര പണിയെടുത്തിട്ടല്ലേ, താനിതുംകൊണ്ടും നടക്കുന്നല്ലേയുള്ളൂ, എന്നു ചോദിക്കുവാനുള്ള കഴിവ് വ്യാവസായിക മുതലാളിക്കുണ്ട്. അതുകൊണ്ട് ഈ വ്യാപാരമുതലാളിക്കും ഹുണ്ടിക മുതലാളിക്കും ഭൂവുടമസ്ഥനും കമ്മീഷൻ ഏജന്റിനും ഇതിന്റെ ഇടയ്ക്കുനിൽക്കുന്ന ബൂർഷ്വാ വിഭാഗങ്ങൾക്കുമെല്ലാം വൻകിട മുതലാളിയിൽനിന്ന് തട്ടിയെടുക്കാവുന്നതിന് ഒരു പരിധിയുണ്ട്. എന്നാൽ ഇവരെല്ലാം തൊഴിലാളിയിൽനിന്നും അതുപോലെ ചെറുകിട ഭൂവുടമയിൽനിന്നും തട്ടിയെടുക്കുന്നുണ്ട്. മാസം പിറക്കുമ്പോഴേ ശമ്പളം കിട്ടൂ എന്നുള്ള തൊഴിലാളിക്ക് മാസം പിറക്കുന്നതുവരെ വയ്ക്കാനുള്ള അരി കച്ചവടക്കാരൻ കടം കൊടുക്കും. പക്ഷേ, ഈ കടം വീട്ടുമ്പോൾ സാധാരണ കൊടുക്കുന്ന വിലയേക്കാൾ കൂടുതൽ കൊടുക്കണം.

അതുപോലെ ചെറുകിട കർഷകനും. കൊയ്ത്തു നടക്കുന്നത് കന്നിയിലാണ്, അല്ലെങ്കിൽ മകരത്തിലാണ്. അന്നാണ് നെല്ല് കിട്ടുക. അതുവരെ കഴിഞ്ഞുകൂടണ്ടെ? അതിനു പൈസ വേണമല്ലോ. അതിനെന്തു ചെയ്യും. മിഥുനം കർക്കിടകത്തിൽ നെല്ലിനെന്തുവിലയുണ്ടോ ആ വില

യിൽ 10–ന് 2 'മര്യാദലാഭം', കൂട്ടി മിഥുനം കർക്കിടകത്തിലെ വില പറയ്ക്കു 15 രൂപയാണെന്നുണ്ടെങ്കിൽ അതിന്മേൽ 10–നും 2 പലിശ നാലു മാസത്തേക്ക് (എന്നു പറഞ്ഞാൽ ഒരു കൊല്ലത്തേക്ക് ശതമാനമെത്ര യായോ ആ വില കണക്കാക്കി) അത്ര നെല്ല് കന്നിയിൽ തന്നുകൊള്ളാ മെന്ന് എഴുതിവാങ്ങുന്നു. ഇതല്ലേ സാധാരണ നടക്കുന്ന ഏർപ്പാട്?

ഇത് ചെറുകിട ഉൽപ്പാദകർക്ക് മുഴുവൻ ബാധകമാണ്. നെയ്ത്തു കാർക്കും മറ്റു കൈത്തൊഴിലുകാർക്കുമൊക്കെ ഇതേ ഗതിയുള്ളൂ. ജോലി ഏറ്റവും കുറവായിട്ടുള്ള ഘട്ടത്തിൽ, ക്ഷാമം ഏറ്റവും കൂടുതലായിട്ടുള്ള ഘട്ടത്തിൽ, കൊടുക്കുന്ന കടത്തിന് തല പൊളിക്കുന്ന പലിശ–ആ പലി ശ വാങ്ങിക്കൊണ്ടാണ് ഇവരെല്ലാം ജീവിക്കുന്നത്.

എന്നാൽ ഭൂവുടമസ്ഥനോ? അയാൾക്ക് ടാറ്റായുടെയും ബിർളയു ടെയും കയ്യിൽനിന്ന് പാട്ടം വാങ്ങുന്നതിന് ഒരു കണക്കൊക്കെയുണ്ട്. ഒരു പാവപ്പെട്ട തൊഴിലാളിയുടെ കയ്യിൽ നിന്നാണെങ്കിലോ?

ഇങ്ങനെ നിരവധി പ്രശ്നങ്ങൾ–പാട്ടത്തിന്റെ പ്രശ്നം, പലിശയുടെ പ്രശ്നം, വിലയുടെ പ്രശ്നം–ഇതെല്ലാം തൊഴിലാളിയെ അലട്ടുന്നുണ്ട്. ചെറുകിട സ്വത്തുടമസ്ഥനെ അലട്ടുന്നുണ്ട്. വീടിന്റെ പ്രശ്നം, വാടക യുടെ പ്രശ്നം.

വളരെ രസകരമായിട്ടുള്ള ഒരു ലേഖനമുണ്ട്, എംഗൽസിന്റേതായി. *ഹൗസിംഗ് ക്വസ്റ്റ്യൻ* എന്നാണ് തലവാചകം. കുറെ കൊല്ലം മുമ്പ് ഞാൻ വായിച്ചതാണ്. ഇപ്പോൾ എം എൻ–ന്റെ ലക്ഷംവീടു പദ്ധതി വന്നപ്പോൾ ഞാൻ വീണ്ടും അതൊന്നു വായിച്ചുനോക്കി. അതു തർജുമ ചെയ്യു ന്നതുകൊള്ളാം. വീടുണ്ടാക്കി തൊഴിലാളികളുടെ പാർപ്പിടപ്രശ്നത്തിന് പരിഹാരം കാണുന്ന പദ്ധതി, അന്നത്തെ ഫ്രാൻസിലോ ജർമനിയിലോ ഉണ്ടായിരുന്ന എം എൻ ഗോവിന്ദൻനായർ തയാറാക്കിയതിന് എംഗൽസിന്റെ രസകരമായ പ്രതികരണമാണ് ഇത്.

മുതലാളിത്ത സമൂഹത്തിൽ നടക്കുന്ന ചൂഷണത്തിന്റെ പ്രാഥമിക രൂപം തൊഴിലാളിയുടെ അധ്വാനശക്തി വിലയ്ക്കുവാങ്ങി അതിൽനിന്നു മിച്ചമൂല്യമുണ്ടാക്കുക എന്നതാണ്. അതാണു വർഗസമരത്തിന്റെ പ്രാഥ മികമായ രൂപം. പക്ഷേ, ചൂഷണം അവിടെ നിൽക്കുന്നില്ല. മുതലാളിത്ത ചൂഷണം ബാധിക്കുന്നത് മുതലാളിയെ മാത്രമല്ല. പലിശപ്രശ്നം, പാട്ട പ്രശ്നം, വിലപ്രശ്നം, നികുതിപ്രശ്നം, വാടകപ്രശ്നം ഈ പ്രശ്നങ്ങ ളെല്ലാം തൊഴിലാളിയെ ബാധിക്കുന്നുണ്ട്. ചെറുകിട സ്വത്തുടമസ്ഥ നെയും ബാധിക്കുന്നു. അങ്ങനെ ഓരോ ജനവിഭാഗത്തെയും ബാധിക്കു ന്നു. ഞാൻ സാധാരണ പറയാറുള്ള ഒരു കണക്കുണ്ട്: കൊറിയയിൽ 180 പൈസയ്ക്ക് കൃഷിക്കാരിൽനിന്നു വാങ്ങുന്ന ഗവൺമെന്റ് അരി 25 പൈസയ്ക്ക് ആളുകൾക്കു വിൽക്കുന്നു. ഇന്ത്യയിലോ, മറിച്ചാണ്. ഈ തരത്തിൽ വിലയുടെ കാര്യത്തിൽ, വീട്ടുവാടകയുടെ കാര്യത്തിൽ, നികു തിയുടെ കാര്യത്തിൽ ഇതിലെല്ലാം തന്നെ ചൂഷണമാണ് ഇവിടെ. അതു കൊണ്ട് ഇവരെല്ലാം മുതലാളിത്ത സമൂഹത്തിനെതിരാണ്, ഇവരെല്ലാം

മുതലാളിത്തത്തിനെതിരായി അണിനിരത്താൻ തൊഴിലാളിവർഗത്തിനു കഴിയും, കഴിയണം.

പത്ത്
മിച്ചമൂല്യം പങ്കുവയ്ക്കൽ

വ്യാവസായിക മുതലാളിമാർ തൊഴിലാളികളിൽനിന്ന് തട്ടിയെടുക്കുന്ന മിച്ചമൂല്യം അവരും മറ്റു മുതലാളി വിഭാഗങ്ങളുമടങ്ങുന്ന ഭരണവർഗങ്ങളുടെ പൊതുസ്വത്താണെന്ന് ഇതേവരെ പറഞ്ഞതിൽനിന്ന് വ്യക്തമാണല്ലോ, ഈ മിച്ചമൂല്യ സംഖ്യ അവർ തമ്മിൽ വങ്കുവയ്ക്കുന്നത് എന്തടിസ്ഥാനത്തിലാണ്? വ്യവസായ വ്യാപാരരംഗങ്ങളിലെ ലാഭം, ബാങ്കു(ഹുണ്ടികക്കച്ചവടം)കാരെടുക്കുന്ന പലിശ, തൊഴിലാളികളും ഇടത്തരം ജീവനക്കാരും പാർക്കുന്ന വീടുകൾക്ക് കൊടുക്കേണ്ടിവരുന്ന വാടക, നാട്ടിൻപുറങ്ങളിലും പട്ടണപ്രദേശങ്ങളിലുമുള്ള ഭൂമിക്ക് ഉടമസ്ഥന്മാർ ചുമത്തുന്ന പാട്ടം, ഭൂമി കൈമാറ്റത്തിന് ആസ്പദമായിരിക്കുന്ന തറവില –ഇതെല്ലാം എങ്ങനെ ഉത്ഭവിക്കുന്നു?

ഈ ചോദ്യങ്ങൾക്ക് തികച്ചും യുക്തിസഹമായ ഉത്തരം പറയാനാണ് *മൂലധന*ത്തിന്റെ നിരവധി പേജുകൾ മാർക്സ് ഉപയോഗിച്ചിട്ടുള്ളത്. *മൂലധന*ത്തിന്റെ മൂന്നാം വാല്യം മുഴുവൻ ഉപയോഗിച്ചിട്ടുള്ളത് ഇതിനാണെന്നു പറയാം.

മിച്ചമൂല്യത്തിന്റെ ഉത്ഭവം ഒരു വ്യാവസായിക മുതലാളിയും അയാളുടെ തൊഴിലാളികളും തമ്മിലുണ്ടാക്കുന്ന കരാറിൽനിന്നാണല്ലോ. പക്ഷേ, അതുണ്ടാക്കി കഴിഞ്ഞാലുടൻ അത് ആ മുതലാളിയുടെ സ്വന്തമല്ലാതായിത്തീരുന്നു. മുതലാളിവർഗത്തിന്റെ പൊതുസ്വത്തായിത്തീർന്ന അതിൽ അയാൾക്ക് ആ വർഗത്തിൽപ്പെട്ട ഒരു വ്യക്തി എന്ന നിലയ്ക്കേ പങ്കുള്ളൂ. അപ്പോൾ, തന്റെ തൊഴിലാളികളിൽനിന്ന് അയാൾക്ക് കിട്ടുന്ന മിച്ചമൂല്യത്തിൽ ഒരു പങ്ക് മറ്റു മുതലാളിവിഭാഗങ്ങൾക്ക് കൊടുക്കാൻ അയാൾ തയാറാവണം.

ഇങ്ങനെ വിവിധ മുതലാളിവിഭാഗങ്ങളും ഓരോ വിഭാഗത്തിലും പെട്ട വ്യക്തികളും തമ്മിൽ മിച്ചമൂല്യം പങ്കിട്ടെടുക്കുന്നതു സംബന്ധിച്ച് വ്യക്തമായ ചില നിയമങ്ങളുണ്ട്. അത് കണ്ടുപിടിക്കുകയും വിശദീകരിക്കുകയും ചെയ്തുവെന്നതാണ് മാർക്സ് അർഥശാസ്ത്രത്തിനു നൽകിയ സംഭാവന. ആ നിയമങ്ങൾ താഴെ വിവരിക്കുംവിധം സംഗ്രഹിക്കാം.

1. മുതലാളിവർഗം തൊഴിലാളിവർഗത്തിൽനിന്നാകെ വലിച്ചെടുക്കുന്ന മിച്ചമൂല്യത്തിന്റെ ആകത്തുകയെ മുതലാളിത്ത സമൂഹത്തിലുള്ള മൂലധനത്തിന്റെ ആകത്തുകകൊണ്ട് ഹരിച്ചാൽ കിട്ടുന്ന സംഖ്യയ്ക്ക് ശരാശരി മിച്ചമൂല്യം, അല്ലെങ്കിൽ ശരാശരി ലാഭം, എന്നു പറയാം. അതിന്റെ അടിസ്ഥാനത്തിലാണ് ഓരോ മുതലാളിയും തന്റെ വ്യവസായത്തിൽ (അല്ലെങ്കിൽ വ്യാപാരത്തിൽ, ബാങ്കിൽ, മറ്റു പ്രസക്തമേഖലകളിൽ) ലാഭമെടുക്കുന്നത്.

പതിനൊന്ന്
ശരാശരിലാഭം

2. മുതലാളിത്തവർഗത്തിൽപ്പെട്ട വിവിധ വിഭാഗങ്ങളും വ്യക്തികളും തമ്മിൽ മിച്ചമൂല്യം പങ്കിട്ടെടുക്കുന്നതിന് ആധാരമാകുന്ന നിയമമാണ് മേൽകൊടുത്തത്. മിച്ചമൂല്യത്തിന്റെ ഉത്ഭവത്തെ നിയന്ത്രിക്കുന്ന നിയമം മറ്റൊന്നാണ്. ഓരോ മുതലാളിയും തന്റെ കീഴിൽ പണിയെടുക്കുന്ന തൊഴിലാളികൾക്ക് കൂലിയും മറ്റ് പ്രതിഫലസംഖ്യകളുമായി എന്തുകൊടുക്കുന്നു, അവരെക്കൊണ്ട് പണിയെടുപ്പിക്കാനാവശ്യമുള്ള അസംസ്കൃത പദാർഥങ്ങൾക്കും യന്ത്രോപകരണങ്ങളടക്കമുള്ള സ്ഥാവരമൂലധനത്തിന്റെ തേയ്മാനത്തിനും എന്തു സംഖ്യമുടക്കുന്നു, ഇത് രണ്ടുമടക്കം ഉൽപ്പാദപ്രക്രിയയിൽ മുടക്കപ്പെടുന്ന മൂലധനത്തിന്റെ ആകത്തുകയെന്ത്–ഇതാണിവിടെ പ്രശ്നം. മുടക്കപ്പെടുന്ന മൂലധനത്തെക്കാൾ കൂടുതൽ വരുന്ന സംഖ്യയാണ് മുതലാളിക്കു കിട്ടുന്ന ലാഭം. അത് ശരാശരി ലാഭത്തേക്കാൾ കൂടുതലാകാം, കുറവാകാം. ഒരുപക്ഷേ, യാതൊരു ലാഭവുമില്ലാതെ നഷ്ടത്തിലും നടക്കാം. (നഷ്ടത്തിൽ നടക്കുന്നത് ഒരു പതിവായി കഴിഞ്ഞാൽ സ്ഥാപനം പൂട്ടേണ്ടിവരുമെന്നുമാത്രം.) ഇങ്ങനെ വിവിധ തോതിൽ ലാഭം കിട്ടുന്ന മുതലാളിമാരുടെ വിവിധ തോതുകളിലുള്ള ലാഭ–നഷ്ട സംഖ്യകളുടെ ശരാശരിയാണ് മുതലാളിത്ത സമൂഹത്തിലെ ശരാശരി ലാഭം.

3. പൂർണവും സ്വതന്ത്രവുമായ പരസ്പര മത്സരമാണല്ലോ മുതലാളിത്തത്തിന്റെ സവിശേഷത (പരസ്പര മത്സരത്തിന്റേതായ ഘട്ടമവസാനിച്ച് കുത്തക മുതലാളിത്തം വളർന്നുകഴിഞ്ഞാൽ സ്ഥിതിഗതികൾ മാറും. അതാണ് മാർക്സിനുശേഷം ലെനിൻ പരിശോധിച്ചത്. മാർക്സിന്റെ പരിശോധനയും അദ്ദേഹം കണ്ടുപിടിക്കുന്ന സാമ്പത്തിക നിയമങ്ങളും പരസ്പര മത്സരത്തിന്റേതാണ്). അപ്പോൾ, കൂടുതൽ ലാഭമുള്ള മേഖലകളിലേക്ക് മൂലധനം ഒഴുകും; നഷ്ടമുള്ളേടത്തുനിന്നും ലാഭം കുറവായേടത്തുനിന്നും മൂലധനം പിൻവലിക്കപ്പെടുകയും ചെയ്യും. ഈ പ്രക്രിയ ഒരു ഘട്ടത്തിലെത്തുമ്പോൾ ഇന്ന് അധികലാഭമുള്ള മേഖലകളിൽ ആവശ്യത്തിലധികം മൂലധനം കുന്നുകൂടുകയും, തൽഫലമായി അവിടത്തെ ലാഭം കുറയുകയും ചെയ്യും. നേരെ മറിച്ച്, ഇപ്പോൾ ലാഭം കുറവായ മേഖലകളിൽനിന്നു മൂലധനം പിൻവലിക്കപ്പെടുന്നതിനെ തുടർന്ന് അവിടെ ആവശ്യമുള്ളത്ര മൂലധനം ഇല്ലാതാവുകയും, തൽഫലമായി അവിടത്തെ ലാഭത്തോത് ഉയരുകയും ചെയ്യും. അനവരതം നടക്കുന്ന ഈ പ്രക്രിയയുടെ ആകത്തുകയാവണം ശരാശരി ലാഭം.

പന്ത്രണ്ട്
ലാഭത്തോത്

4. ഇവിടെ പറഞ്ഞതെല്ലാം ബൂർഷ്വാ അർഥശാസ്ത്രകാരന്മാരും അംഗീകരിക്കുന്നതാണ്. ഇതെല്ലാം കണ്ടുപിടിച്ചുവെന്നതല്ല. ഇതിനെല്ലാം

അധ്വാനമൂല്യ–മിച്ചമൂല്യ സിദ്ധാന്തത്തിന്റെ അടിസ്ഥാനത്തിൽ വിശദീകരിച്ചുവെന്നതാണ് മാർക്സിന്റെ നേട്ടം. മിച്ചമൂല്യത്തിന്റെ തോതളക്കുന്നതിന് രണ്ടു വിഭിന്ന നിയമങ്ങളുണ്ടെന്ന് മാർക്സ് ചൂണ്ടിക്കാട്ടി. മിച്ചമൂല്യവും അധ്വാനശക്തിയുടെ മൂല്യവും തമ്മിലുള്ള അനുപാതമാണ് ഒന്ന്. ഇതിനു മാർക്സ് മിച്ചമൂല്യത്തോത് അല്ലെങ്കിൽ ചൂഷണത്തോത് എന്ന് പേരിട്ടു. അതേയവസരത്തിൽ, അധ്വാനശക്തി വിലയ്ക്കു വാങ്ങാനും അസംസ്കൃതപദാർഥങ്ങൾ ശേഖരിക്കാനും സ്ഥാവരമൂലധനത്തിന്റെ തേയ്മാനത്തിനും മറ്റുംകൂടി വിനിയോഗിക്കുന്ന മൊത്തമൂല്യവും മിച്ചമൂല്യവും തമ്മിലൊരു അനുപാതമുണ്ട്. അതിനു മാർക്സ് ലാഭത്തോത് എന്നുപേരിട്ടു.

[ഉദാഹരണത്തിന്, അസംസ്കൃതപദാർഥങ്ങളും സ്ഥാവരമൂലധനത്തിന്റെ തേയ്മാനവും ചേർന്ന സംഖ്യ 400 എന്നും, അധ്വാനശക്തിയുടെ മൂല്യം 100 എന്നും, മിച്ചമൂല്യം 100 എന്നും കണക്കാക്കുക. എങ്കിൽ മിച്ചമൂല്യത്തോത് അല്ലെങ്കിൽ ചൂഷണത്തോത് 100:100 അതായത് 100 ശതമാനം ആണ്. 8 മണിക്കൂർ പണിയെടുക്കുന്ന ഓരോ തൊഴിലാളിയുടെയും 4 മണിക്കൂർ ജോലി അയാളുടെ ജീവൻ നിലനിർത്താനും ബാക്കി 4 മണിക്കൂർ മുതലാളിയെ തടിപ്പിക്കാനുമാണെന്നർഥം. പക്ഷേ, മുതലാളി ഇങ്ങനെയല്ല കാണുന്നത്. എല്ലാ കാര്യങ്ങൾക്കുംകൂടി താൻ മുടക്കിയ മൂലധനം 500–ഉം തനിക്കു കിട്ടിയത് 600–ഉം ആണ്; അപ്പോൾ 500 മുടക്കിയ തനിക്ക് 100 കിട്ടി (20 ശതമാനം ലാഭം) ഇതാണയാളുടെ ന്യായം.]

5. ചൂഷണത്തോതിന്റെയും ലാഭത്തോതിന്റെയും കാര്യത്തിൽ വിവിധ മുതലാളിമാർ തമ്മിലുള്ള വൈവിധ്യം, സ്വന്തം മേഖലയിൽ രണ്ടിന്റെയും തോത് വർധിപ്പിക്കാൻ ഓരോ മുതലാളിയും നടത്തുന്ന മത്സരം –ഇതു രണ്ടും മുതലാളിത്ത സമൂഹത്തിന്റെ അനിവാര്യ നിയമങ്ങളാണ്. ഇതിന്റെ ഫലമായി തൊഴിലാളികളുടെ ജീവിതം നിലനിർത്താൻ വേണ്ട സാധന സാമഗ്രികളുടെ വില കുറയ്ക്കാനും അയാളുടെ അധ്വാനഭാരം വർധിപ്പിക്കാനും അങ്ങനെ മിച്ചമൂല്യത്തിന്റെ തുക വർധിപ്പിക്കാനും മുതലാളി പല മാർഗങ്ങളും അംഗീകരിക്കുന്നു. ഇതിൽ പ്രധാനമായതാണ് സദാ നടക്കുന്ന യന്ത്രവൽക്കരണവും സാങ്കേതിക പുരോഗതിയും. ഇതിന് രണ്ടു ഫലമുണ്ട്. ഒരുവശത്ത് ഉൽപ്പാദനക്ഷമത വർധിക്കുന്നു; നാലുമണിക്കൂർ ജോലി ചെയ്തുണ്ടാക്കുന്ന സാധനം ഒന്നോ രണ്ടോ മണിക്കൂർ കൊണ്ടുണ്ടാക്കാൻ കഴിയുന്നു; അപ്പോൾ 4 മണിക്കൂറിന്റെ ഉൽപ്പന്നം മിച്ചമൂല്യമായിരുന്നതിനു പകരം അഞ്ചോ അഞ്ചരയോ മണിക്കൂറിന്റെ ഉൽപ്പന്നം മിച്ചമൂല്യമായിത്തീരുന്നു. മറുവശത്ത്, ഉൽപ്പാദനക്ഷമത വർധിപ്പിക്കുന്നതിനുവേണ്ടി കൂടുതൽ പരിഷ്കരിച്ച യന്ത്രോപകരണങ്ങളും സാങ്കേതിക മാർഗങ്ങളും അംഗീകരിക്കുന്നതിന് കൂടുതൽ മൂലധനം മുടക്കേണ്ടിവരുന്നു; മൂലധനം വർധിക്കുന്ന തോതിൽ ലാഭത്തോത് കുറയുന്നു. ഇതു രണ്ടും ഒരേ സമയത്ത് നടക്കുകയാണെങ്കിലും, രണ്ടിന്റെയും ഫലത്തിന്റെ ആകത്തുക യന്ത്രവൽക്കരണത്തിനും സാങ്കേതിക നവീ

കരണത്തിനും അനുകൂലമാണ്. എന്തുകൊണ്ടെന്നാൽ മൂലധനമുടക്ക് കൂടുതലായതിനെത്തുടർന്ന് ലാഭത്തോത് കുറഞ്ഞിട്ടുണ്ടെങ്കിലും ഉൽപ്പാദക്ഷമത വർധിച്ചിട്ടുള്ളതിനാൽ മിച്ചമൂല്യത്തിന്റെ തുക വർധിക്കുന്നു. ലാഭത്തോതിലെ കുറവും മിച്ചമൂല്യത്തോതിലെ വർധനവും കൂടിച്ചേരുന്നതിന്റെ മൊത്തം ഫലം മിച്ചമൂല്യത്തിന്റെയും ലാഭത്തിന്റെയും തുകയിലുള്ള വർധനവാണ്.

6. അതുകൊണ്ട്, ഇന്ന് യന്ത്രവൽകൃതങ്ങളല്ലാത്ത വ്യവസായങ്ങളെ യന്ത്രവൽക്കരിക്കാനും യന്ത്രവൽകൃതമായവയിൽ അധികമധികം പരിഷ്കൃതങ്ങളായ യന്ത്രങ്ങളേർപ്പെടുത്താനുമുള്ള പ്രവണത ഓരോ മുതലാളിയും പ്രകടിപ്പിക്കുന്നു. സാങ്കേതിക നവീകരണത്തിൽ മറ്റെല്ലാവരെയും തോൽപ്പിക്കാനുള്ള വ്യഗ്രതമൂലം സമൂഹത്തിലാകെയുള്ള മൂലധനത്തിൽ പങ്കുകിട്ടാനുള്ള മത്സരം ഓരോ മുതലാളിയും മറ്റു മുതലാളിമാരുമായി നടത്തുന്നു. ഈ മത്സരമാണ് ശരാശരി ലാഭത്തെക്കാൾ കൂടുതൽ കിട്ടുന്ന മേഖലകളിലേക്ക് മൂലധനം ഒഴുകാൻ ഇടയാകുന്നത്. അതുകൊണ്ടുതന്നെയാണ് ഹ്രസ്വകാലത്തേക്ക് ശരാശരിയെക്കാൾ കുറഞ്ഞ ലാഭം കിട്ടുകയോ നഷ്ടം വരികപോലുമോ ചെയ്താലും, യന്ത്രവൽക്കരണത്തിന്റെ വ്യാപ്തി വർധിപ്പിക്കാൻ, പരമ്പരാഗതവ്യവസായങ്ങളെ യന്ത്രവൽക്കരണത്തിന്റെ പരിധിയിൽ കൊണ്ടുവരാൻ മുതലാളിമാർ സദാ ശ്രമിക്കുന്നത്.

പതിമൂന്ന്
ബാങ്കിങ്-വ്യാപാരവ്യവസായ ലാഭങ്ങൾ

7. വ്യാവസായിക മുതലാളിമാർ തമ്മിലുള്ള മത്സരത്തെക്കുറിച്ചു മാത്രമാണ് ഇതേവരെ പറഞ്ഞത്. ആ മേഖലയിലാണല്ലോ മിച്ചമൂല്യം ഉത്ഭവിക്കുന്നത്. പക്ഷേ, മിച്ചമൂല്യത്തിന്റെ സൃഷ്ടിയിൽ പ്രത്യക്ഷ പങ്കാളികളായ മുതലാളിക്കും തൊഴിലാളികൾക്കും പുറമെ, പരോക്ഷമായി മറ്റുചിലർകൂടി അതിൽ പങ്കെടുക്കുന്നു. അങ്ങനെ തൊഴിലാളികളിൽനിന്ന് വ്യാവസായിക മുതലാളി വലിച്ചെടുക്കുന്ന മിച്ചമൂല്യം ബാങ്കിനു കിട്ടുന്ന പലിശ, വ്യാപാരമുതലാളിയുടെ ലാഭം, വ്യാവസായിക മുതലാളിയുടെ ലാഭം എന്നീ മൂന്ന് മുഖ്യ ഇനങ്ങളായി വിഭജിക്കപ്പെടുന്നു. ഈ മൂന്ന് വിഭാഗങ്ങളും ഉൾപ്പെടുന്ന മുതലാളിവർഗത്തിന്റെ പൊതുലാഭത്തോതാണ് ശരാശരി ലാഭം. വ്യാവസായിക-വ്യാപാര-ബാങ്കിങ് മേഖലകൾ തമ്മിൽ മൂലധനം സ്വതന്ത്രമായി കൈമാറ്റം ചെയ്യപ്പെടുന്നതിനാൽ പലിശത്തോത് കൂടിയാൽ മറ്റു രണ്ടു മേഖലകളിൽനിന്നു ബാങ്കിങ് മേഖലയിലേക്കും-വ്യാപാരലാഭത്തോത് കൂടിയാൽ അതിലേക്കും-ഈ ക്രമത്തിൽ മൂലധനം മാറിക്കൊണ്ടിരിക്കും.

8. സ്വതന്ത്രമായ മൂലധനകൈമാറ്റമെന്ന ഈ പ്രക്രിയ കുത്തകമുതലാളിത്തത്തിന്റെ കാലഘട്ടത്തിൽ നടക്കുകയില്ലെന്നും അതിന്റെ നിയമങ്ങൾ ലെനിൻ വിശദീകരിച്ചിട്ടുണ്ടെന്നും ഇതിനുമുമ്പ് സൂചിപ്പിച്ചുവല്ലോ.

എന്നാൽ, മാർക്സ് തന്റെ കുത്തകയുടെ ചില രൂപങ്ങൾ പരിശോധനയ്ക്കു വിധേയമാക്കുകയുണ്ടായി.

അതിൽ വച്ചേറ്റവും പ്രധാനമായതാണ് ഭൂസ്വത്തിന്മേൽ ഒരുപിടി ഉടമകൾക്കുള്ള കുത്തകാവകാശവും അതിൽനിന്ന് ഉളവാകുന്ന തറപ്പാട്ടവും സംബന്ധിച്ച മാർക്സിന്റെ വിശകലനം. വ്യവസായ–വ്യാപാര–ബാങ്കിങ് മേഖലകൾ തമ്മിൽത്തമ്മിലെന്നപോലെ അവയും ഭൂമിയും തമ്മിൽ മൂലധനത്തിനുവേണ്ടിയുള്ള സ്വതന്ത്രസമരം നടക്കുന്നില്ല. ഭൂമി സ്വകാര്യസ്വത്തായിരിക്കുന്നിടത്തോളംകാലം അതു നടക്കുകയില്ല. മറ്റു മേഖലകളിലെ മുതലാളിമാരെപ്പോലെ ശരാശരി ലാഭം മാത്രമെടുത്ത് അടങ്ങിയൊതുങ്ങി ഇരിക്കേണ്ട സ്ഥിതിയല്ല ഭൂഉടമസ്ഥനുള്ളത്. ശരാശരി ലാഭത്തേക്കാൾ കൂടുതൽ ലാഭം ചോദിക്കാൻ ഭൂഉടമസ്ഥൻ തയാറായാലും അതു കൊടുക്കാൻ കാർഷിക മുതലാളിപോലും (ചെറുകിട–ഇടത്തരം കൃഷിക്കാരുടെ കാര്യം പിന്നെ പറയേണ്ടതുണ്ടോ?) നിർബന്ധിക്കപ്പെടുന്നു. അതുകൊണ്ട് ഭൂമിയിന്മേലുള്ള സ്വകാര്യ ഉടമാവകാശം മുതലാളിത്തകൃഷിയുടമയുടെ പോലും വളർച്ചയ്ക്ക് തടസമായി നിൽക്കുന്നു. ഇതിൽനിന്നാണ് “ഭൂമി ദേശവൽക്കരിക്കൽ” എന്ന കേന്ദ്രമുദ്രാവാക്യം മാർക്സ് ഉന്നയിച്ചത്. ഈ കേന്ദ്ര മുദ്രാവാക്യത്തിൽത്തന്നെ മൗലികമായി ഉറച്ചുനിന്നുകൊണ്ട്–അതിൽ താത്വികമായി യാതൊരു വിട്ടുവീഴ്ചയും ചെയ്യാതെ–തൊഴിലാളി–കർഷക സമരസഖ്യമെന്ന തന്ത്രത്തിന്റെ വിജയത്തിനുവേണ്ടി “കൃഷിഭൂമി കൃഷിക്കാർ”ക്കെന്ന മുദ്രാവാക്യം പിന്നീട് എംഗൽസും ലെനിനും ലോകകമ്യൂണിസ്റ്റ് പ്രസ്ഥാനവും അംഗീകരിച്ചു.

9. മുതലാളിവർഗത്തിൽപ്പെട്ട വിവിധ വിഭാഗങ്ങളും വ്യക്തികളും തമ്മിൽ നടക്കുന്ന മത്സരമാണ് മുകളിൽ പരിശോധിച്ചത്. ഇതാകട്ടെ, മുതലാളിവർഗമാകെ ഒരുവശത്തും, ചെറുകിട സ്വത്തുടമസ്ഥന്മാർ, ഇടത്തരം ജീവനക്കാർ എന്നിവരടക്കം മുതലാളിത്ത ചൂഷണത്തിനിരയായിട്ടുള്ളവർ മറുവശത്തുമായി നടക്കുന്ന സംഘട്ടനത്തിനു കീഴ്പ്പെട്ടുമിരിക്കുന്നു. അങ്ങനെ ചൂഷക–ചൂഷിത വിഭാഗങ്ങൾ തമ്മിലുള്ള വർഗസമരവും ചൂഷണഫലം പങ്കുവയ്ക്കുന്നതു സംബന്ധിച്ച് ചൂഷകവർഗത്തിനകത്തു നടക്കുന്ന ആഭ്യന്തരസമരവും ചേർന്നതാണ് മുതലാളിത്ത സമൂഹം. ഇതിൽ പ്രാധാന്യമുള്ളത് വർഗസമരത്തിനുതന്നെയാണ്: “മുതലാളിത്തവർഗത്തിന്റെ ശവക്കുഴി തോണ്ടുന്നത്” തൊഴിലാളികളാണല്ലോ. പക്ഷേ, വർഗസമരം മൂർച്ഛിക്കുമ്പോൾ–ബൂർഷ്വാ സർവാധിപത്യം തട്ടിത്തകർത്ത് തൊഴിലാളിവർഗ സർവാധിപത്യം സ്ഥാപിക്കുകയെന്ന ഘട്ടമെത്തുമ്പോൾ–അതിന്റെ വിജയകരമായ പരിസമാപ്തിയിൽ ചൂഷകവർഗത്തിന്റെ അണിയിലുള്ള ആഭ്യന്തരമത്സരത്തിനുള്ള പ്രാധാന്യം ചില്ലറയല്ല. ചൂഷകവർഗങ്ങൾക്കിടയിലുള്ള വൈരുധ്യം മൂർധന്യാവസ്ഥയിലെത്തുകയും ചൂഷിതവർഗങ്ങളുടെ വിപ്ലവസമരം ഏറ്റവും ഉയർന്നരൂപത്തിലെത്തുകയും ചെയ്യുമ്പോഴാണ് വിപ്ലവം വിജയിക്കുന്നത്.

പതിനാല്
സാമ്പത്തിക കുഴപ്പം

10. ഈ രണ്ടു പ്രവണതകളും അധികമധികം പ്രകടമായി വരികയാണ്. രണ്ടിനെയും മൂർച്ഛിപ്പിച്ചുകൊണ്ടേ മുതലാളിത്തത്തിന് വളരാൻ കഴിയുകയുള്ളൂ. അതിന്റെ ദൃഷ്ടാന്തമാണ് മുതലാളിത്ത സമൂഹത്തിന്റെ ആനുകാലിക സാമ്പത്തികക്കുഴപ്പം. പതുപ്പത്തു കൊല്ലത്തിലൊരിക്കൽ പൊട്ടിപ്പുറപ്പെടുന്ന ഈ കുഴപ്പങ്ങൾ ബൂർഷ്വാ അർഥശാസ്ത്രകാരന്മാർ അവകാശപ്പെടുന്നതുപോലെ, യാദൃച്ഛികസംഭവങ്ങളല്ല, മുതലാളിത്ത സമൂഹത്തിന്റെ വളർച്ചയിൽ അനിവാര്യമാണ്. 1825 മുതൽ ക്രമമായി പതുപ്പത്തു കൊല്ലത്തിലൊരിക്കൽ പൊട്ടിപ്പുറപ്പെടുന്നതായി മാർക്സ് ചൂണ്ടിക്കാണിച്ച ഈ സാമ്പത്തികക്കുഴപ്പം താരതമ്യേന കൂടുതൽ ശാശ്വതമായ ഒരു സാമ്പത്തിക കുഴപ്പമായി വളരുകയല്ലേ എന്ന് മാർക്സിന്റെ മരണശേഷം എംഗൽസ് സംശയം പ്രകടിപ്പിക്കുകയുണ്ടായി.

ഇതിന്റെ തുടർച്ചയായാണ് പിന്നീട് ആനുകാലിക സാമ്പത്തികക്കുഴപ്പങ്ങൾ വളർന്നു രൂപംകൊണ്ടത്, മുതലാളിത്തം ഒരു പൊതു കുഴപ്പത്തിൽ വീണിരിക്കുന്നു എന്ന പുതിയ ആശയം രൂപംകൊണ്ടത്. ആനുകാലികക്കുഴപ്പം ഓരോന്നും നടക്കുമ്പോൾത്തന്നെ അതിൽനിന്ന് രക്ഷപ്പെടാനുള്ള മാർഗങ്ങൾ കണ്ടുപിടിക്കാൻ മുതലാളിത്തത്തിന് കഴിഞ്ഞിരിക്കുന്നു. അങ്ങനെ ഒന്നിനു പുറമെ മറ്റൊന്നായി നിരവധി ആനുകാലിക കുഴപ്പങ്ങൾ നടപ്പിൽ വരുന്ന പ്രക്രിയയെയാണ് *മൂലധന*ത്തിൽ വിശകലനം ചെയ്തത്. ആ പ്രക്രിയ വളർന്ന് കരകയറാൻ നിവൃത്തിയില്ലാത്ത ഒരു സാർവത്രിക കുഴപ്പത്തിൽ മുതലാളിത്തം ചെന്നെത്തിയെന്ന ധാരണയ്ക്ക് കമ്യൂണിസ്റ്റ് ഇന്റർനാഷണൽ രൂപം നൽകി.

ഒന്നിനുപിറകെ മറ്റൊന്നായി വിവിധ മുതലാളിത്ത രാജ്യങ്ങളിൽ കുഴപ്പത്തിന്റെ സന്തതിയായി വിപ്ലവം പൊട്ടിപ്പുറപ്പെടുമെന്നും അങ്ങനെ ആഗോളമായി സോഷ്യലിസം വിജയിക്കുമെന്നുമുള്ള കാഴ്ചപ്പാടാണ് ഇതിൽനിന്ന് ഉയർന്നത്. ഇന്റർനാഷണലിന്റെ അവസാനവർഷങ്ങളിലും തുടർന്ന് നാലുപതിറ്റാണ്ടോളം കാലത്ത് കമ്യൂണിസ്റ്റുപ്രസ്ഥാനത്തെ നയിച്ച ചിന്താഗതിയാണിത്.

ഇതു തെറ്റായിരുന്നുവെന്ന് പിന്നീടുള്ള അനുഭവം തെളിയിച്ചു. എംഗൽസ് തൊട്ടുള്ള മാർക്സിസ്റ്റുകാർ കരുതിയിരുന്നതുപോലെ ദുർബലമല്ല മുതലാളിത്തമെന്നും 'പൊതുകുഴപ്പ'മെന്നപേരിൽ അറിയപ്പെട്ട സാർവത്രികപ്രതിസന്ധിയുടെ ഓരോ ഘട്ടത്തിലും അതിൽനിന്ന് കരകയറാനുള്ള മാർഗം മുതലാളിത്തം കണ്ടുപിടിക്കുമെന്നും വ്യക്തമായി.

ഒക്ടോബർ വിപ്ലവം നടന്നിട്ട് ഇന്നേക്ക് മുക്കാൽ നൂറ്റാണ്ടോളം കഴിഞ്ഞുവെങ്കിലും, മുതലാളിത്തം ഇന്നും ശക്തമാണ്. ഉൽപ്പാദനമേഖലയിൽ മുതലാളിത്തത്തെ കവച്ചുവയ്ക്കാൻ സോഷ്യലിസത്തിന് ഇനിയും കഴിഞ്ഞിട്ടില്ല. സാമ്പത്തികവും രാഷ്ട്രീയവും സാംസ്കാരികവുമായ ചില മേഖലകളിൽ സോഷ്യലിസം മുന്നിട്ട് നിൽക്കുന്നുവെങ്കിലും മറ്റുചിലതിൽ

മുതലാളിത്തത്തിനാണ് മുൻകൈ.......മുതലാളിത്തത്തിന്റെ അധഃപതനവും നാശവുമെന്ന ആശയം ഉള്ളതിലേറെ വീർപ്പിച്ചുകൊണ്ടാണ് മാർക്സിസ്റ്റുകാർ അംഗീകരിച്ചതും പ്രചരിപ്പിച്ചതുമെന്നർഥം.

ആഗോളമായ മുതലാളിത്ത പൊതുകുഴപ്പം ഇന്ന് പ്രത്യക്ഷപ്പെടുന്നത് താഴെ കൊടുക്കുന്ന രൂപങ്ങളിലാണ്:

ഒന്നാമത്തേത്, മുതലാളിത്തവും സോഷ്യലിസവും സമാന്തരമായി വളരുന്നതിന്റെ ഫലമായി സോഷ്യലിസത്തെ നശിപ്പിക്കാനെന്ന പേരിൽ മനുഷ്യരാശിയെ മുഴുവൻ ചുട്ടെരിക്കുന്നതിൽ ചെന്നെത്തുന്ന ആണവയുദ്ധത്തിലേക്ക് ലോകമുതലാളിത്തം നീങ്ങുകയാണ്.

രണ്ടാമത്, മുതലാളിത്തരാജ്യങ്ങളിൽ ഓരോന്നിലും ഉൽപ്പാദനത്തിന്റെ തോത് ത്വരിതമായി ഉയരുന്നുണ്ടെങ്കിലും മുതലാളിത്ത വളർച്ചയുടെ അഭേദ്യഭാഗമായി പ്രത്യക്ഷപ്പെടുന്ന തൊഴിലില്ലായ്മ, നിത്യോപയോഗസാധനങ്ങളുടെ വിലക്കയറ്റം, കൃഷിക്കാരടക്കം ചെറുകിട ഉൽപ്പാദകർക്ക് ന്യായമായ ഫലം കിട്ടാതിരിക്കൽ മുതലായ ഒട്ടേറെ പ്രശ്നങ്ങൾ–ജനങ്ങളെ വിഷമിപ്പിച്ചുകൊണ്ടിരിക്കയാണ്.

മൂന്നാമത്, മുമ്പ് സാമ്രാജ്യക്കോയ്മകളുടെ അധീനത്തിലായിരുന്നവയും സമീപകാലത്ത് സ്വാതന്ത്ര്യം നേടിയവയുമായ പിന്നണിരാജ്യങ്ങളെ അധികമധികം കൊള്ളയടിച്ചുകൊണ്ടാണ് മുതലാളിത്തം വളർന്നുവരുന്നത്.

നാലാമത്, ഇവിടെ പറഞ്ഞ കാരണങ്ങളാൽ മുതലാളിത്ത രാജ്യങ്ങളിൽ വർഗസമരം, മൂന്നാം ലോകമെന്നറിയപ്പെടുന്ന പിന്നണിരാജ്യങ്ങളും സാമ്രാജ്യക്കോയ്മകളും തമ്മിലുള്ള സംഘട്ടനം എന്നിവ രണ്ടും അധികമധികം മൂർച്ഛിച്ചുവരികയാണ്.

ചുരുക്കത്തിൽ, മുതലാളിത്തരാജ്യങ്ങളിലെ വർഗസമരം, പിന്നണിരാജ്യങ്ങളിലെ ദേശീയവിമോചനപ്രസ്ഥാനം, എന്നിവയും യുദ്ധഭീഷണിയിൽനിന്ന് മനുഷ്യരാശിയെ രക്ഷിക്കാൻ ലോകസമാധാനപ്രസ്ഥാനവും ചേർന്ന് സാമ്രാജ്യമേധാവിത്വത്തിന്റെ കാലഘട്ടത്തിലെ ലോകമുതലാളിത്തത്തെ വെല്ലുവിളിക്കുന്നു. ഈ പ്രക്രിയയ്ക്ക് ആക്കം കൂട്ടുംവിധത്തിൽ സോഷ്യലിസ്റ്റ് രാജ്യങ്ങൾ പുരോഗമിച്ചുകൊണ്ടിരിക്കുന്നു. അവരുടെ പ്രവർത്തനത്തിൽ പ്രകടമാവുന്ന ദൗർബല്യങ്ങളും അവയെ ബാധിച്ച പാളിച്ചകൾ, തെറ്റുകൾ എന്നിവ മനസിലാക്കി വേണ്ട തിരുത്തലുകൾ നടത്തി സോഷ്യലിസത്തെ കൂടുതൽ നല്ലതും ശക്തവുമാക്കിത്തീർക്കാൻ സോഷ്യലിസ്റ്റ് രാജ്യങ്ങളിലെ ഭരണകക്ഷികൾ അനവരതം ശ്രമിക്കുന്നു.

സോഷ്യലിസം
സിദ്ധാന്തവും പ്രയോഗവും

ഒന്ന്
വർഗങ്ങൾ

മാർക്സിസ്റ്റ്-ലെനിനിസ്റ്റ് സാഹിത്യത്തിൽ പ്രയോഗിക്കപ്പെടുന്ന പദങ്ങളിൽവെച്ചേറ്റവും പ്രാഥമികമായ പ്രാധാന്യം വർഗങ്ങൾ എന്ന പദത്തിനുണ്ട്. എന്തുകൊണ്ടെന്നാൽ, മനുഷ്യസമൂഹത്തിന്റെ പൂർവകാല ചരിത്രത്തെയും ഭാവിയെയുമെല്ലാം നിയന്ത്രിക്കുന്ന ഏറ്റവും മുഖ്യമായ ശക്തി വർഗസമരമാണെന്നും, കമ്യൂണിസ്റ്റ് സമൂഹം നിലവിൽ വരുന്നതുവരെ അത് തുടരുമെന്നുമുള്ള കാഴ്ചപ്പാടാണ് മാർക്സിസം - ലെനിനിസത്തെ മറ്റ് രാഷ്ട്രീയ സമീപനങ്ങളിൽനിന്ന് വേർതിരിച്ചു നിർത്തുന്നത്. അതുകൊണ്ട് "വർഗങ്ങ"ളെന്ന പദം കൊണ്ട് എന്ത് ഉദ്ദേശിക്കുന്നുവെന്നും വർഗസമരം ഏതെല്ലാം രൂപത്തിൽ നടക്കുന്നുവെന്നും ശരിയായി മനസിലാക്കാൻ കഴിയാത്ത ഒരാൾക്ക് മാർക്സിസം-ലെനിനിസത്തിന്റെ വീക്ഷണമുണ്ടാകാൻ വയ്യ.

വർഗമെന്ന മലയാള പദത്തിന് ഒരു ജനവിഭാഗമെന്ന പൊതു അർഥമാണല്ലോ ഉള്ളത്. ജാതി-മത-സമുദായങ്ങളെ മാത്രമല്ല, ട്രൈബ് എന്ന ഇംഗ്ലീഷ് പദംകൊണ്ട് അറിയപ്പെടുന്ന ഗിരിവർഗങ്ങളെയും ഇവയിൽ ഓരോന്നിലുമുള്ള സ്ത്രീകളെയും പുരുഷന്മാരെയും പോലും വ്യത്യസ്ത വർഗങ്ങളായി സാധാരണ കരുതാറുണ്ട്.

ഈ ജനവിഭാഗങ്ങളിലോരോന്നും അതതിന് സവിശേഷമായുള്ള ജീവിതരീതി, അല്ലെങ്കിൽ സംസ്കാരം നിമിത്തം നാട്ടിന്റെ (ദേശീയ) പൊതുജീവിതത്തിൽനിന്നും സംസ്കാരത്തിൽനിന്നും ഒരു പരിധിവരെ അകന്നു നിൽക്കുന്നു. ഇക്കാരണത്താലാണ് ഈ ജനവിഭാഗങ്ങളിലോരോന്നിനെയും പ്രത്യേകം പ്രത്യേകം സംഘടിപ്പിക്കാനോ അല്ലെങ്കിൽ

അവയുടെ താൽപ്പര്യം സംരക്ഷിക്കുന്നതിനോ നടത്തുന്ന ശ്രമത്തെ "വർഗീയത" അല്ലെങ്കിൽ "ദേശീയവിരുദ്ധമനോഭാവം" എന്ന നിലയ്ക്ക് കണക്കാക്കുന്നത്.

ഈ അർഥത്തിലല്ല വർഗങ്ങളെന്ന പദം മാർക്സിസ്റ്റ്–ലെനിനിസ്റ്റ് സാഹിത്യത്തിൽ പ്രയോഗിക്കുന്നത്. മുകളിൽക്കൊടുത്ത പ്രത്യേക ജന വിഭാഗങ്ങളിൽനിന്നെല്ലാം വ്യത്യസ്തമായ, സാമ്പത്തിക ജീവിതത്തിന്റെ സംഘടനയിൽനിന്ന് ഉയർന്നുവരുന്ന ചില ജനവിഭാഗങ്ങളെയാണ് വർഗ ങ്ങളെന്ന പദംകൊണ്ട് ഇവിടെ വിവക്ഷിക്കുന്നത്.

ഉദാഹരണത്തിന് തൊഴിലാളിയെ എടുക്കാം.

ജാതി, മതം, സമുദായം മുതലായ ജീവിതരീതിയെയോ സംസ്കാ രത്തെയോ അടിസ്ഥാനമാക്കി ഉയർന്നുവന്നിട്ടുള്ള ജനസമൂഹങ്ങളിലേ തെങ്കിലും ഒന്നിനെ യോജിപ്പിക്കുന്ന യാതൊരു ഘടകവും തൊഴിലാ ളിയെ യോജിപ്പിക്കുന്നില്ല.

എങ്കിലും, തൊഴിലാളിയുടെ എണ്ണം വർധിക്കുന്ന തോതിൽ തന്നെ അവരുടെ യോജിപ്പും സംഘടനയും അടിക്കടി വളർന്നുകൊണ്ടിരിക്കു കയാണ്. ട്രേഡ് യൂണിയനുകൾ, തൊഴിലാളി സാംസ്കാരിക സംഘട നകൾ, തൊഴിൽ സഹകരണ സംഘങ്ങൾ, തൊഴിലാളി താൽപ്പര്യങ്ങൾ സംരക്ഷിക്കാനുള്ള പത്രങ്ങളും രാഷ്ട്രീയ പാർട്ടികളും — ഇതെല്ലാം അനുക്രമം വളർന്ന് ശക്തിപ്പെടുന്നു. അതെല്ലാം വളർത്തി ശക്തിപ്പെടു ത്തുന്നതിൽ ജാതിമതാദി പരിഗണനകൾക്കെല്ലാം അതീതമായി, തൊഴി ലാളിയുടെ വർഗതാൽപ്പര്യം സംരക്ഷിക്കുന്നതിനുവേണ്ടി വിവിധ ജാതിമതാദി വിഭാഗങ്ങളിൽപ്പെട്ട തൊഴിലാളികൾ ഒന്നിച്ചണിനിരക്കുന്നു. എന്താണിവരെ യോജിപ്പിക്കുന്നതെന്നതാണ് പ്രശ്നം.

ഈ പ്രശ്നത്തിന് പരിഹാരം കാണണമെങ്കിൽ മനുഷ്യ സമൂഹത്തിന്റെ സാമ്പത്തിക ജീവിതത്തിന്റെ സംഘടനാ രൂപത്തിലേക്ക് ആണ്ടിറങ്ങി അതിന്റെ വിവിധ രൂപങ്ങൾ പരിശോധിക്കാൻ നാം മുതിരണം. എന്തുകൊണ്ടെന്നാൽ, സാമ്പത്തിക ജീവിതത്തിന്റെ സവിശേ ഷമായ ഒരു സംഘടനാ രൂപത്തിൽ നിന്നാണ് — മുതലാളിത്തത്തിന്റേ തായ ഉൽപ്പാദനക്രമത്തിൽ നിന്നാണ് — തൊഴിലാളി എന്ന വർഗം ഉയർന്നു വന്നിട്ടുള്ളത്.

പ്രകൃതിവിഭവങ്ങളും അവയെ വേണ്ടതുപോലെ ഉപയോഗപ്പെ ടുത്തി സ്വത്തുൽപ്പാദിപ്പിക്കുന്നതിനാവശ്യമായ യന്ത്രോപകരണാദി സാമ ഗ്രികളും ഒരുപിടി സ്വത്തുടമസ്ഥന്മാരുടെ (മുതലാളിമാരുടെ) കൈവശ മായിരിക്കുക, ഈ പ്രകൃതി വിഭവങ്ങളും യന്ത്രോപകരണാദി സാമഗ്രി കളും ഉപയോഗിച്ച് സ്വത്തുൽപ്പാദിപ്പിക്കുന്ന ബഹുഭൂരിപക്ഷം അധ്വാനി ക്കുന്നവർ (തൊഴിലാളികൾ) നിർധനരായിരിക്കുക; ഇതിൽ രണ്ടാമത്തെ കൂട്ടർക്ക് ജീവിക്കണമെങ്കിൽ ആദ്യത്തെ, കൂട്ടരിൽനിന്ന് പ്രകൃതി വിഭവ ങ്ങളും യന്ത്രോപകരണ സാമഗ്രികളും കിട്ടണമെന്നതുപോലെതന്നെ ആദ്യത്തെ കൂട്ടർക്ക് തങ്ങളുടെ കൈവശമുള്ള സ്വത്തുപയോഗിച്ച് കൂടു

തൽ സ്വത്തുണ്ടാക്കുന്നതിന് രണ്ടാമത്തെ കൂട്ടരുടെ അധ്വാന ശക്തിയും കിട്ടണമെന്ന് വരിക; അങ്ങനെ ആദ്യത്തെ കൂട്ടർക്ക് കൂടുതൽ കൂടുതൽ ലാഭം നേടുന്നതിനും രണ്ടാമത്തെ കൂട്ടർക്ക് പ്രാഥമിക ജീവിതാവശ്യങ്ങൾ സാധിക്കുന്നതിനും അവരിരുവരും തമ്മിൽ ഒരു കരാറുണ്ടാക്കണമെന്ന് ഇരുകൂട്ടർക്കും ബോധ്യപ്പെടുക; ഈ കരാറിന്റെ ഫലമായി ലാഭം വർധിപ്പിക്കുന്നതിന് കൂലി കുറയ്ക്കണമെന്ന ആദ്യത്തെ കൂട്ടരും അധ്വാനിക്കുന്നവരുടെ ജീവിതാവശ്യങ്ങൾ അധികമധികം സാധിപ്പിക്കാറാക്കുന്നതിന് കൂലി വർധിപ്പിച്ച് ലാഭം കുറയ്ക്കണമെന്ന് രണ്ടാമത്തെ കൂട്ടരും ആഗ്രഹിക്കുക; ഇതിന്റെ ഫലമായി ഇരുവിഭാഗക്കാരും തമ്മിൽ സദാ സംഘട്ടനം നടക്കുകയും, എന്നാൽ ഓരോ സംഘട്ടനവും ഒരു ഘട്ടത്തിലെത്തുമ്പോൾ അതിലൊരു ഒത്തുതീർപ്പുണ്ടാക്കുകയും ചെയ്യുക — ഇതെല്ലാമാണ് മുതലാളിത്തസമൂഹത്തിലെ സാമ്പത്തിക ജീവിതത്തിന്റെ സവിശേഷതകൾ.

അപ്പോൾ, മുതലാളിയും തൊഴിലാളിയും രണ്ട് വർഗങ്ങളാണെന്ന് മാത്രമല്ല അവരുടെ താൽപ്പര്യങ്ങൾ പരസ്പരവിരുദ്ധങ്ങൾ കൂടിയാണ്. “ഒന്ന് ചീഞ്ഞാൽ മറ്റൊന്നിന് വള”മെന്ന ചൊല്ല് ഇത്ര അർഥവത്തായ മറ്റു ജനവിഭാഗങ്ങളുണ്ടെന്ന് തോന്നുന്നില്ല. അതുകൊണ്ടാണ് തൊഴിലാളി ജന്മമെടുക്കുമ്പോൾത്തന്നെ തന്റെ വർഗശത്രുവിനെതിരായ സംഘട്ടനങ്ങളിൽ അവന് ഏർപ്പെടേണ്ടി വരുന്നത്. ഈ സംഘട്ടനങ്ങളിൽ സ്വന്തം വർഗത്തിന്റെ വിജയം ഉറപ്പിക്കുന്നതിനുവേണ്ടിയാണ് ജാതിമതാദി പരിഗണനകൾക്കെല്ലാമതീതമായി ഒരു വർഗമെന്ന നിലയ്ക്ക്, സ്വയം സംഘടിക്കാൻ തൊഴിലാളി നിർബന്ധിക്കപ്പെടുന്നത്.

അതായത്, മുതലാളിത്തത്തിന്റേതായ സാമ്പത്തിക ജീവിതത്തിൽ അതിന്റെ ഉൽപ്പാദനക്രമത്തിൽ — സ്വത്തുടമസ്ഥന്മാരായ മുതലാളിമാരും നിർധനരായ തൊഴിലാളികളും തമ്മിൽ ഉണ്ടാക്കുന്ന ബന്ധമാണ് (ഇതിന് ഉൽപ്പാദനബന്ധം എന്ന് പേരു പറയുന്നു) തൊഴിലാളിയെയും മുതലാളിയെയും രണ്ട് വിരുദ്ധവർഗങ്ങളാക്കി തീർത്തിട്ടുള്ളത്.

ഇതുപോലെ തന്നെ ജന്മികളും കൃഷിക്കാരും തമ്മിലുള്ള ബന്ധവും ഉൽപ്പാദനത്തിന്റേതായ ബന്ധമാണ്. ഭൂമിയുടെ ഉടമസ്ഥനായ ജന്മി, ഭൂമിയില്ലാത്ത കൃഷിക്കാരൻ—ഇവർ തമ്മിലുണ്ടാകുന്ന കരാറാണ് അവർ തമ്മിലുള്ള വർഗബന്ധത്തിനടിസ്ഥാനം, മുതലാളി–തൊഴിലാളി ബന്ധത്തിൽ മുതലാളി തൊഴിലാളിക്ക് കൂലി കൊടുക്കുന്നതിനു പകരം ഇവിടെ കൃഷിക്കാരൻ ജന്മിക്കു പാട്ടം കൊടുക്കുന്നുവെന്നേയുള്ളൂ.

ജീവിക്കാൻ വേറെ നിവൃത്തിയില്ലാത്തതുകൊണ്ട് കൂലി ചുരുക്കിയാലും പണിയെടുക്കാൻ തൊഴിലാളി തയാറാകുന്നതുപോലെ, പാട്ടം വർധിപ്പിച്ചാലും ഭൂമി കൈവശംവെച്ച് കൃഷി ചെയ്യാൻ കൃഷിക്കാരൻ നിർബന്ധിക്കപ്പെടുന്നു. അതുകൊണ്ട് രൂപത്തിൽ വ്യത്യാസമുണ്ടെങ്കിലും ഉൽപ്പാദനത്തിന്റെ ഉള്ളടക്കം രണ്ടിലും ഏതാണ്ടൊന്നുതന്നെ. സ്വന്തം ജീവിതാവശ്യങ്ങൾ കഴിയുന്നത്ര ചുരുക്കിപ്പിടിച്ച് വർഗശത്രുവിന്റെ സ്വത്തു

വർധിപ്പിക്കാൻ നിർധനനായ കൃഷിക്കാരനും നിർധനനായ തൊഴിലാളിയും നിർബന്ധിക്കപ്പെടുന്നു.

സാമ്പത്തിക ചൂഷണത്തിന്റെതന്നെ ചില രൂപങ്ങൾക്ക് ഉൽപ്പാദന ബന്ധത്തിൽ സ്ഥാനമില്ല. ഉദാഹരണത്തിന്, സ്വന്തം വീട്ടാവശ്യങ്ങൾക്കു വേണ്ടി കടംവാങ്ങുന്ന തൊഴിലാളിയും അയാളിൽനിന്ന് വൻനിരക്കിൽ പലിശ വാങ്ങുന്ന ഹുണ്ടികക്കാരനും തമ്മിൽ ഉൽപ്പാദനത്തിന്റേതായ ബന്ധമില്ല. ഉൽപ്പാദനത്തിന്റെ പരിധിയിൽനിന്ന് പുറത്തുകടന്ന് പണക്കൈമാറ്റത്തിന്റെ പരിധിയിൽ വെച്ചാണ് അവർ തമ്മിൽ കരാറുണ്ടാക്കുന്നത്. അതുകൊണ്ട്, അവരുടേത് ഉൽപ്പാദനബന്ധമല്ല, ആ അർഥത്തിൽ അവർ രണ്ട് വർഗമല്ല. എങ്കിലും ജന്മിയും മുതലാളിയുമെന്ന പോലെതന്നെ — ചിലപ്പോൾ അതിലും കൂടുതലായിട്ടുപോലും — നിർധനരെ കൊള്ളയടിക്കുന്ന ഒരു വിഭാഗമാണ് ഹുണ്ടികക്കാർ.

ഉൽപ്പാദനം, വിതരണം, പണക്കൈമാറ്റം മുതലായി സാമ്പത്തിക രംഗത്തെ ആശ്രയിച്ചുകൊണ്ടല്ലാതെ വിവാഹം, കുടുംബജീവിതം, വിദ്യാഭ്യാസം, ആത്മീയകാര്യങ്ങൾ മുതലായി സാമൂഹ്യസാംസ്കാരികരംഗങ്ങളെ ബാധിക്കുന്ന പല രൂപങ്ങളിലും പാവങ്ങൾ ചൂഷണം ചെയ്യപ്പെടുന്നുണ്ട്. ഇതാണ് ജാതി-മത-സമുദായങ്ങൾ മുതലായി ആദ്യഭാഗത്തു വിശദീകരിച്ച ജനവിഭാഗങ്ങൾ നേരിട്ടുകൊണ്ടിരിക്കുന്ന പരാധീനതകളുടെ ഉറവിടം.

ഉൽപ്പാദനബന്ധങ്ങളുടെ പരിധിയിൽവെച്ച്, മുതലാളികളുമായി ഏറ്റുമുട്ടുന്ന തൊഴിലാളികളിൽത്തന്നെ ബഹുഭൂരിപക്ഷത്തിനും സാമൂഹ്യ-സാംസ്കാരിക രംഗങ്ങളിൽ നടക്കുന്ന ഇത്തരം ചൂഷണങ്ങൾ പലപ്പോഴും അനുഭവപ്പെടുന്നുണ്ട്. അതേ അവസരത്തിൽ ഉൽപ്പാദനബന്ധങ്ങളുടെ പരിധിയിൽ ചൂഷിതരായ തൊഴിലാളികളിൽ ഒരു ചെറിയ ന്യൂനപക്ഷം മറ്റേതെങ്കിലും ഒരു രംഗത്ത് ചിലപ്പോൾ ചൂഷകസ്വഭാവവും ഒരു പരിധിവരെ പ്രകടിപ്പിക്കുന്നുണ്ടായിരിക്കും.

ഇത് ഉപയോഗിച്ച്, യഥാർഥമായ ഉൽപ്പാദനബന്ധം, വർഗസമത്തിന്റെ യാഥാർഥ്യം, നിഷേധിക്കാനുള്ള മന:സ്ഥിതി തൊഴിലാളിവർഗത്തിലൊരു വിഭാഗത്തിൽ ജനിപ്പിക്കാൻ വർഗശത്രുവിന് ചിലപ്പോൾ കഴിയും. ഇതിനെതിരായി, ബോധപൂർവമായ സമരം നടത്തി തൊഴിലാളിവർഗത്തിന്റേതായ ഐക്യം നിലനിർത്താൻ ആ വർഗത്തിന്റെ നേതൃത്വം ബോധപൂർവം ശ്രമിക്കേണ്ടിയിരിക്കുന്നു.

മുകളിൽക്കൊടുത്ത വിവരണത്തിൽനിന്നു തന്നെ ഒരു കാര്യം വ്യക്തമായിട്ടുണ്ടാവും. അതായത്, മാർക്സിസ്റ്റ് – ലെനിനിസ്റ്റ് സാഹിത്യത്തിൽ വർഗങ്ങളെക്കുറിച്ച് പരാമർശിക്കുമ്പോൾ മുഖ്യമായും വിവക്ഷിക്കപ്പെടുന്നത് മുതലാളിത്തസമൂഹത്തിനകത്തെ വർഗങ്ങളെയാണ്.

പക്ഷേ, ഈ രൂപത്തിലല്ലെങ്കിൽ മറ്റു രൂപങ്ങളിൽ വർഗങ്ങൾ ഇതിന് മുൻപും ഉണ്ടായിട്ടുണ്ട്. യഥാർഥം പറയുകയാണെങ്കിൽ മനുഷ്യസമൂഹത്തിന് ഒരു പരിഷ്കൃതജീവിതം ഉണ്ടാവാൻ തുടങ്ങിയതു മുതൽ

ഉൽപ്പാദന ബന്ധങ്ങളുടെ അടിസ്ഥാനത്തിലുള്ള വിരുദ്ധവർഗങ്ങളും നിലവിലിരുന്നിട്ടുണ്ട്. ഈ വിരുദ്ധവർഗങ്ങൾ തമ്മിലുള്ള സംഘട്ടനത്തിലൂടെയാണ് സമൂഹം പുരോഗമിച്ചിട്ടുള്ളത്.

വർഗവൈരുധ്യങ്ങളില്ലാത്ത "പ്രാകൃതകമ്യൂണിസ"മെന്ന് വിളിക്കപ്പെടുന്ന കാലഘട്ടം പിന്നീട് സമൂഹം മുഴുക്കെ അടിമകളും യജമാനനും എന്ന രണ്ടു വർഗങ്ങളായി വേർതിരിഞ്ഞ കാലം മുതൽക്കാണ് മനുഷ്യൻ ഒരു പരിഷ്കൃതജീവിയായി രൂപം പ്രാപിച്ചത്. പ്രാചീനകമ്യൂണിസത്തെ നശിപ്പിച്ച് വർഗവൈരുധ്യങ്ങളുള്ള സാമൂഹ്യവ്യവസ്ഥ നിലവിൽ വരുത്താനും വളർത്താനുംവേണ്ടി നടത്തിയ ശ്രമങ്ങളാണ്, ഈജിപ്ത്, പേർഷ്യ, ഇന്ത്യ, ഗ്രീസ്, റോം, ചൈന മുതലായ പ്രാചീനരാജ്യങ്ങളിലെ പരിഷ്കൃതജനസമൂഹങ്ങളുടെ ഉത്ഭവത്തിനും വളർച്ചക്കും ഇടം നൽകിയത്.

അന്നുമുതൽക്കിന്നേവരെ വിരുദ്ധവർഗങ്ങൾ തമ്മിൽ ഏറ്റുമുട്ടിയിട്ടുണ്ട്. ആ ഏറ്റുമുട്ടലിലൂടെ മനുഷ്യസമൂഹമാകെ പുരോഗമിച്ചിട്ടുണ്ട്. അതിന്നും തുടരുകയാണ്.

പക്ഷേ, മുതലാളിത്തകാലഘട്ടത്തോടുകൂടി ഒരു പുതിയ സാധ്യത ഉയർന്നു വന്നിരിക്കുന്നു. വിരുദ്ധവർഗങ്ങളും അവ തമ്മിൽ സംഘട്ടനങ്ങളും ഇല്ലാത്ത പ്രാചീനകമ്യൂണിസത്തിന്റെ ഒരു പുതിയ പതിപ്പായ ഒരു നൂതന സാമൂഹ്യവ്യവസ്ഥ നിലവിൽ വരുത്താമെന്ന് വന്നിരിക്കുന്നു. ഇതിനുള്ള ഉപാധിയാണ് മാർക്സിസം – ലെനിനിസം വിവക്ഷിക്കുന്ന "തൊഴിലാളി വർഗസർവാധിപത്യ"വും അതിലൂടെ ഉയർന്നുവരുന്ന "വർഗരഹിതസമൂഹ"വും.

രണ്ട്
വർഗസമരം

സമൂഹം വിരുദ്ധവർഗങ്ങളായി പിരിഞ്ഞു കഴിഞ്ഞ സമയം മുതൽ നിരന്തരം തുടർന്നുവരുന്ന ഒരു സാമൂഹ്യപ്രതിഭാസമാണ് വർഗസമരം. ഒളിഞ്ഞും തെളിഞ്ഞും, നിയമവിധേയമായും വിരുദ്ധമായും, സമാധാനപൂർവമായും ബലപ്രയോഗപൂർവമായും മറ്റെല്ലാതരത്തിലുമായി വർഗസമൂഹമുള്ളകാലത്തോളം ആ സമരം തുടർന്നുപോകുകയാണ്.

ഒരുപിടി കമ്യൂണിസ്റ്റുകാരുടെ അല്ലെങ്കിൽ വിപ്ലവകാരികളുടെ ബോധപൂർവമായ പ്രവർത്തനത്തിന്റെയും "ഗൂഢാലോചന"യുടെയും സന്തതിയാണ് വർഗസമരമെന്നു വരുത്തിത്തീർക്കാൻ ചൂഷകവർഗവും അവരുടെ പ്രചാരകന്മാരും ശ്രമിക്കാറുണ്ട്. അവരുടെ പ്രചാരവേലയിൽപ്പെട്ട ചില "ശുദ്ധാത്മാക്കൾ" വർഗസമരമൊന്നുമില്ലാതെ തികച്ചും സമാധാനപരമായ അന്തരീക്ഷത്തിൽ സമത്വസുന്ദരമായ ഒരു പുതിയ വ്യവസ്ഥ കെട്ടിപ്പടുക്കുന്നതിനെക്കുറിച്ച് സ്വപ്നം കാണാറുണ്ട്.

ഇത്തരക്കാരുടെ പലതരം ചിന്താഗതികളും സിദ്ധാന്തങ്ങളും ഉൾക്കൊള്ളുന്ന കാലഘട്ടത്തിലും സാഹചര്യത്തിലുമാണ് മാർക്സും

എംഗൽസും ജീവിച്ചത്. അതുകൊണ്ട്, ഈ ചിന്താഗതിക്കാർക്കെതിരായി സുദീർഘവും നിരന്തരവുമായ ഒരാശയസമരംതന്നെ അവർക്ക് നടത്തേണ്ടിവന്നിട്ടുണ്ട്. ഈ സമരത്തിലൂടെ അവർ ശാസ്ത്രീയമായി യുക്തിയുക്തം സ്ഥാപിച്ചതാണ് മാർക്സിയൻ സമീപനത്തിന് അടിസ്ഥാനമായ വർഗസമരം.

ഏതെങ്കിലും വ്യക്തിയുടെയോ സംഘടനയുടെയോ ഗൂഢാലോചനയോ കുത്തിത്തിരിപ്പുകളോ കൂടാതെതന്നെ സ്വാഭാവികമായി മനുഷ്യസമൂഹത്തിനകത്ത് രൂപംപ്രാപിച്ച ഒരു സാമൂഹ്യപ്രതിഭാസമാണ് വർഗസമരം. സമൂഹചരിത്രത്തിന്റെ വികാസത്തിൽ ഒരു ഘട്ടത്തിൽ "ഒന്ന് ചീഞ്ഞാൽ മറ്റൊന്നിനു വളം" എന്ന ന്യായമനുസരിച്ച് പരസ്പരവിരുദ്ധമായ താൽപ്പര്യങ്ങളുള്ള രണ്ടു വർഗങ്ങൾ രൂപമെടുത്തു എന്നതാണ് ഈ പുതിയ സാമൂഹ്യപ്രതിഭാസത്തിനടിസ്ഥാനം.

എന്നാൽ ഇത് ഭാവിയിൽ എല്ലാകാലത്തും തുടർന്നുപോകാമെന്നു കരുതുന്നത് തെറ്റായിരിക്കും. എന്തുകൊണ്ടെന്നാൽ വിരുദ്ധതാൽപ്പര്യങ്ങൾ നിലനിന്നാൽ മാത്രം തുടർന്നുപോരാൻ കഴിയുന്ന വർഗങ്ങൾ ഇല്ലാതാവുന്ന ഒരു സാഹചര്യം അനുപേക്ഷണീയമായി വളർന്നുവരും. അതിലേക്കാണ് ഇന്നത്തെ മുതലാളിത്ത സാമൂഹ്യവ്യവസ്ഥയും അതിനകത്ത് രൂപംകൊള്ളുന്ന സോഷ്യലിസ്റ്റ് പ്രസ്ഥാനവും മനുഷ്യസമൂഹത്തെ നയിക്കുന്നത്.

എന്നുവെച്ചാൽ, ഭൂതകാലചരിത്രത്തിൽ ഒരു ഘട്ടത്തിൽ വർഗങ്ങളും വർഗവൈരുധ്യങ്ങളും ഇല്ലാത്ത ഒരു സാമൂഹ്യവ്യവസ്ഥ നിലനിന്നിരുന്നതുപോലെ ഭാവിയിൽ ഒരിക്കൽക്കൂടി അത്തരമൊരു സാമൂഹ്യവ്യവസ്ഥ ഉയർന്നുവരും — ഇതാണ് മാർക്സിയൻ ചിന്താഗതിയുടെ കാതലായ ഭാഗം.

ഭൂതകാലചരിത്രത്തിൽ ഒരിക്കൽ വർഗങ്ങളും അവ തമ്മിലുള്ള മത്സരങ്ങളും ഇല്ലാതിരുന്ന സാഹചര്യമുണ്ടായിരുന്നുവെന്ന് പറഞ്ഞുവല്ലോ. അന്നത്തെ സാമൂഹ്യവ്യവസ്ഥയുടെ ശാസ്ത്രീയമായ പേര് "പ്രാകൃത കമ്യൂണിസമെന്നായിരുന്നു."

നമ്മുടെ നാട്ടിൽ മാവേലിനാടിനെക്കുറിച്ച് ഐതീഹ്യത്തിൽ പറയുന്നതുപോലെ "മാനുഷരെല്ലാരുമൊന്നുപോലെ" പൂർണമായ സമത്വത്തോടുകൂടി, ജീവിച്ചുപോന്നിരുന്ന ഒരു കാലമാണത്. ഈ സ്ഥിതി അവസാനിച്ചതിൽ പിന്നീടാണ് വർഗസമൂഹത്തിന്റെ ആദ്യരൂപമായ അടിമത്തവ്യവസ്ഥ നിലവിൽ വന്നത്. അടിമത്തവ്യവസ്ഥയെ തുടർന്ന് ഫ്യൂഡൽ വ്യവസ്ഥയും പിന്നീട് മുതലാളിത്തവ്യവസ്ഥയും നിലവിൽവന്നു.

മൗലികമായ ഈ സാമൂഹ്യവിപ്ലവത്തിലോരോന്നിലും ഒരു ചൂഷകവർഗം പോയി, അതിനുപകരം പഴയ ചൂഷിതവർഗത്തിൽനിന്ന് ഉയർന്നുവന്ന ഒരു വിഭാഗമടങ്ങുന്ന പുതിയ ചൂഷകവർഗം നിലവിൽ വരികയും അധികാരത്തിൽ എത്തുകയുമാണുണ്ടായത്. അവസാനം ചൂഷക–ചൂഷിത വർഗങ്ങൾ തന്നെ ഇല്ലാതായി, പഴയപോലെ "പ്രാകൃത"മല്ലാത്ത

ഒരു പുതിയ “കമ്യൂണിസ്റ്റ് സമൂഹം” രൂപമെടുക്കാൻ പോവുകയാണ്.

ഈ പരിവർത്തനങ്ങൾക്കെല്ലാം അടിസ്ഥാനമായി നിൽക്കുന്ന ഭൗതിക യാഥാർഥ്യം സംഗ്രഹരൂപത്തിൽ ഇങ്ങനെ പറയാം:

1. പുരാതനചരിത്രകാലത്ത് മനുഷ്യന്റെ ഉൽപ്പാദനക്കഴിവ് — പ്രകൃതിയോട് മല്ലിട്ട് ഭക്ഷണം, വസ്ത്രം, ഭവനം മുതലായി അവന്റെ വ്യക്തിപരവും സാമൂഹ്യവുമായ ജീവിതത്തിനാവശ്യമായ സാമഗ്രികൾ ഉണ്ടാക്കുന്നതിനുള്ള കഴിവ് — വളരെ പരിമിതമായിരുന്നു. സ്വന്തം ജീവിതാവശ്യങ്ങൾ നിർവഹിക്കാൻവേണ്ട സാധനങ്ങൾതന്നെ ഉൽപ്പാദിപ്പിക്കാൻ അന്ന് മനുഷ്യൻ വളരെ വിഷമിച്ചിരുന്നു.

അതുകൊണ്ട് അക്കാലത്ത് ഒരാൾക്ക് മറ്റൊരാളെ അടിമയോ അടിയാളനോ കൂലിത്തൊഴിലാളിയോ കുടിയാനോ ആക്കി വയ്ക്കുന്നതുകൊണ്ട് പ്രയോജനമില്ലായിരുന്നു. മനുഷ്യൻ മനുഷ്യനെ ചൂഷണം ചെയ്യുക എന്ന കാര്യം അന്നാർക്കും സ്വപ്നം കാണാൻ പോലും കഴിഞ്ഞിരുന്നില്ല. പരിപൂർണസമത്വം കളിയാടുന്ന ഒരു സാഹചര്യമാണ് അന്ന് മനുഷ്യസമൂഹത്തിലുണ്ടായിരുന്നത്. (ഇതാണ് “മാവേലി നാടുവാണ” കാലത്തെ സംബന്ധിച്ച നമ്മുടെ ഐതീഹ്യത്തിൽ പ്രതിഫലിച്ചു കാണുന്നത്.)

2. പക്ഷേ, ക്രമേണ ക്രമേണയായി ഈ സ്ഥിതിയിലൊരു മാറ്റം വന്നു. നിത്യോപയോഗ സാധനങ്ങൾ നിർമിക്കാൻ മനുഷ്യനുള്ള കഴിവ് വർധിച്ചുവന്നു. സ്വന്തം ജീവൻ നിലനിർത്താനാവശ്യമുള്ളത്ര മാത്രമല്ല അതിലുമധികം സമ്പത്തുൽപ്പാദിപ്പിക്കാൻ ഓരോ ആൾക്കും കഴിവുണ്ടെന്നുവന്നു. ഓരോ ആളും നടത്തുന്ന അധ്വാനത്തിൽ സ്വന്തം ജീവിതത്തിനാവശ്യമുള്ള അധ്വാനം Necessary Labour എന്നും കഴിച്ചു മിച്ചംവരുന്ന അധ്വാനം Surplus Labour എന്നും രണ്ടു വിഭാഗങ്ങളുണ്ടെന്ന നിലവന്നു.

ഇതിൽ മിച്ചം വരുന്ന അധ്വാനം അധ്വാനിക്കുന്ന ആളിൽനിന്ന് മറ്റൊരാളിലേക്കു പകർത്തുന്നതുകൊണ്ട് — ഒരാൾ ചൂഷിതനും മറ്റൊരാൾ ചൂഷകനും ആണെന്ന സ്ഥിതിയുളവാകുന്നതുകൊണ്ട് — ചൂഷകന് പ്രയോജനമുണ്ടെന്നുവന്നു.

പക്ഷേ, ചൂഷകന് പ്രയോജനമുള്ള ഈ വ്യവസ്ഥ അംഗീകരിക്കാൻ ചൂഷിതർ തയാറില്ലെന്നു വന്നു. ഈ സ്ഥിതിയിൽ ഭൂരിപക്ഷം ജനങ്ങളെക്കൊണ്ട് ഈ വ്യവസ്ഥ അംഗീകരിപ്പിക്കാൻ ബലപ്രയോഗമടക്കമുള്ള എല്ലാ മാർഗങ്ങളും ഉപയോഗിക്കുന്നത് ചൂഷകവർഗത്തിന്റെയും, അതിനെ ബലപ്രയോഗമടക്കമുള്ള എല്ലാ മാർഗവുമുപയോഗിച്ച് എതിർക്കുന്നത് ചൂഷിതവർഗത്തിന്റെയും ആവശ്യമായിത്തീർന്നു.

ഇതിൽനിന്നാണ് സമൂഹചരിത്രത്തിലെ ആദ്യത്തെ വർഗസംഘട്ടനം രൂപം പ്രാപിക്കുന്നത്. ഇതിൽനിന്നു തന്നെയാണ് സമൂഹത്തിൽ ഭൂരിപക്ഷം അടിമകളും ന്യൂനപക്ഷം യജമാനന്മാരുമായിത്തീരുന്ന ഒരു പുതിയ സാമൂഹ്യവ്യവസ്ഥ — അടിമത്തവ്യവസ്ഥ — ഉയർന്നുവന്നത്.

3. ഉൽപ്പാദനശക്തികളുടെ തന്നെ വളർച്ചയുടെ ഫലമായി ഈ വ്യവസ്ഥ പ്രയോജനകരമല്ലെന്ന സ്ഥിതി ക്രമേണ വളർന്നു വന്നു. അടിമത്തവ്യവസ്ഥയ്ക്ക് കീഴിലെന്നപോലെ ബലംപ്രയോഗിച്ച് പണിയെടുപ്പിക്കുന്ന ഒരാൾക്ക് കഴിയുന്നതിനേക്കാൾ കൂടുതൽ ബുദ്ധിശക്തിയും പ്രതിഭയും വ്യക്തിപരമായ കഴിവും പ്രയോഗത്തിൽ വരുത്തിയാൽ മാത്രമേ ഉൽപ്പാദനം ഫലപ്രദമായി നടക്കുകയുള്ളുവെന്ന് വന്നു. മനുഷ്യനെ വിലകൊടുത്തു വാങ്ങുകയും വിൽക്കുകയും ചെയ്യുക, വേണമെങ്കിലവനെ കൊല്ലാൻതന്നെ അധികാരം യജമാനനുണ്ടെന്ന സ്ഥിതി തുടരുക—ഇത് ഉൽപ്പാദന വർധനവിനെ സഹായിക്കുകയില്ലെന്നുവന്നു.

അങ്ങനെ അടിമത്തവ്യവസ്ഥയിലെ നഗ്നവും ബലപ്രയോഗപൂർവവുമായ ചൂഷണവ്യവസ്ഥ കാലഹരണപ്പെട്ടു. കുറെക്കൂടി പരോക്ഷവും എന്നാൽ ഫലപ്രദവുമായ ചൂഷണമാർഗങ്ങൾ ആരായുന്നത് ചൂഷകവർഗത്തിന്റെ അനുപേക്ഷണീയമായ ഒരാവശ്യമായിത്തീർന്നു. അങ്ങനെ അടിമയ്ക്കു പകരം അടിയാളനും (കുടിയാൻ), തുടർന്ന് കൂലിത്തൊഴിലാളിയും ഉണ്ടായി.

ഈ അവസാനരൂപമായ കൂലിത്തൊഴിലാളിയിൽ പ്രത്യക്ഷവും നിയമപരവുമായ ആശ്രിതത്വത്തിന്റെ ഒരംശംപോലുമില്ല. അയാളും അയാളുടെ മുതലാളിയും തമ്മിൽ നിയമത്തിന്റെ ദൃഷ്ടിയിൽ പരിപൂർണ സമത്വമാണ്. എന്നാൽ, ജീവിതാനാവശ്യമായ അധ്വാനത്തിന്റെ തോത് കുറയ്ക്കുകയും മിച്ചം വരുന്ന അധ്വാനത്തിന്റെ തോത് വർധിപ്പിക്കുകയും ചെയ്യുന്ന കാര്യത്തിൽ മാത്രമല്ല, മിച്ചംവരുന്ന അധ്വാനം മുഴുവൻ തൊഴിലാളിയുടെ കയ്യിൽനിന്നും മുതലാളിയുടെ കയ്യിലേക്ക് മാറ്റുന്നതിൽക്കൂടി അടിമത്തവ്യവസ്ഥയിലെ യജമാനനേക്കാൾ സമർഥനാണ് ഇന്നത്തെ മുതലാളി.

എന്നുവെച്ചാൽ, മിച്ചം വരുന്ന അധ്വാനത്തിന്റെ ഫലം തട്ടിയെടുക്കുന്നതിന് ചൂഷകവർഗങ്ങൾ ഉപയോഗിക്കുന്ന വിവിധ മാർഗങ്ങളിൽനിന്നാണ് വിവിധങ്ങളായ വർഗസമൂഹങ്ങൾ ജന്മമെടുക്കുന്നത്.

4. മുതലാളിത്തസമൂഹത്തിന്റെ വളർച്ചയോടുകൂടി മനുഷ്യസമൂഹത്തിന്റെ മുൻപിൽ പുതിയൊരു സാധ്യത ഉയർന്നുവന്നിരിക്കുന്നു. മനുഷ്യസമൂഹത്തിലെ ഓരോ വ്യക്തിയുടെയും ആവശ്യങ്ങൾ മുഴുവൻ പൂർണമായും സാധിക്കാനാവശ്യമുള്ള സാമഗ്രികൾ മുഴുവൻ ചൂഷണവ്യവസ്ഥയില്ലാതെതന്നെ ഉൽപ്പാദിപ്പിക്കാമെന്നു വന്നിരിക്കുന്നു: ഇതുവരെ ചൂഷകവർഗങ്ങൾ അനുഭവിച്ചിരുന്നതുപോലെതന്നെ അത്രയും സുഖഭൂയിഷ്ഠമായ ജീവിതം നയിക്കാൻ മനുഷ്യസമൂഹത്തിലെ ഓരോ വ്യക്തിക്കും കഴിയുമെന്നു വന്നിരിക്കുന്നു.

സമൂഹത്തിലെ ഉൽപ്പാദനക്കഴിവ് ഇത്ര ഉയർന്ന തോതിലെത്തിയിരിക്കുന്നതിനാൽ മാവേലിഭരണത്തിന്റെ പുതിയൊരു പതിപ്പ് പുറത്തിറക്കാമെന്ന് വന്നിരിക്കുന്നു. "ഓരോ വ്യക്തിയും കഴിവിനൊത്ത് പ്രയത്നിക്കുക, ആവശ്യമനുസരിച്ച് ജീവിതസാമഗ്രികൾ കൈക്കലാക്കുക" (From each according to his capacity, to each according to his needs) എന്നത് പ്രായോഗികമായ ഒരു മുദ്രാവാക്യമായിത്തീർന്നിരിക്കുന്നു. മാവേലിഭരണകാലത്ത് ഉണ്ടായിരുന്നതിനേക്കാൾ എത്രയോ ഉയർന്നതും പരിഷ്കൃതവുമായ ഒരു ജീവിതം നയിക്കുന്നതിൽ പരിപൂർണസമത്വം– ഇതാണ് പുതിയ കമ്യൂണിസ്റ്റ് സമൂഹം; "പ്രാകൃതമല്ലാത്ത കമ്യൂണിസ്റ്റ്" വ്യവസ്ഥ.

ചുരുക്കത്തിൽ, മനുഷ്യസമൂഹത്തിന്റെ വളർച്ചയുടെ ഒരു സവിശേഷ ഘട്ടത്തിൽ അനുപേക്ഷണീയമായി രൂപംകൊണ്ടതും മറ്റൊരു ഘട്ടത്തിൽ അനുപേക്ഷണീയമായി അന്തർധാനം ചെയ്യാൻ പോകുന്നതുമായ ഒരു സാമൂഹ്യപ്രതിഭാസമാണ് വർഗസമരം. അതില്ലാതാക്കാൻ ഈ കാലഘട്ടത്തിൽ ഒരാൾക്കും സാധ്യമല്ല. ഈ കാലഘട്ടത്തിനുമുമ്പോ അതിനുശേഷമോ വർഗസമരം സൃഷ്ടിക്കാനും ഒരാൾക്കും സാധ്യമല്ല.

വർഗസമൂഹത്തിനകത്ത് ഓരോ വ്യക്തിക്കും സ്വയം തെരഞ്ഞെടുക്കാവുന്ന ഒരു ചേരിയുണ്ട്; ചൂഷകന്റെ ചേരി അല്ലെങ്കിൽ ചൂഷിതന്റെ ചേരി. ഇതിലേതെങ്കിലുമൊന്ന് തെരഞ്ഞെടുത്ത് ആ ചേരിയെ വിജയിപ്പിക്കുവാൻ നോക്കുകയല്ലാതെ ചേരികളില്ലെന്ന ഭാവത്തിൽ പ്രവർത്തിക്കാൻ ഒരാൾക്കും കഴിയുകയില്ല.

ഈ വസ്തുതയാണ് മാർക്സും എംഗൽസും തങ്ങളുടെ നിരവധി ഗ്രന്ഥങ്ങളിലൂടെയും ലേഖനങ്ങളിലൂടെയും പുറത്തുകൊണ്ടുവരുന്നത്. ഇക്കൂട്ടത്തിൽ വെച്ച് ഏറ്റവും സംക്ഷിപ്തമായ രേഖ *കമ്യൂണിസ്റ്റ് മാനിഫെസ്റ്റോ*വാണെങ്കിൽ ഏറ്റവും സുദീർഘവും പണ്ഡിതോചിതവുമായ രേഖ *മൂലധന*മാണ്.

മൂന്ന്
വർഗസമരം മൂന്നു രംഗങ്ങളിൽ

ചൂഷകവർഗവും ചൂഷിതവർഗവും തമ്മിൽ നിരന്തരം നടക്കുന്ന സംഘട്ടനമാണ് വർഗസമരത്തിന്റെ ഉള്ളടക്കമെന്ന് നാം കണ്ടുവല്ലോ.

ഈ സംഘട്ടനം സദാ നടന്നുകൊണ്ടിരിക്കുന്നതാണെങ്കിലും അതെല്ലായ്പ്പോഴും ഒരേ രൂപത്തിലല്ല നടക്കുന്നത്. ചിലപ്പോൾ രൂക്ഷമായിത്തീരുക, മറ്റു ചിലപ്പോൾ ദുർബലമാവുക മുതലായവ വർഗസമരത്തിൽ അനുപേക്ഷണീയമാണ്. പക്ഷേ, രൂപമെന്തായാലും ഈ സംഘട്ടനം സദാ നടന്നുകൊണ്ടിരിക്കുന്നുണ്ട്. മാത്രമല്ല, മനുഷ്യന്റെ സാമൂഹ്യജീവിതത്തിന്റെ എല്ലാ വശങ്ങളും സ്പർശിച്ചുകൊണ്ടാണ് അത് നിരന്തരം നടന്നുകൊണ്ടിരിക്കുന്നത്.

സാമ്പത്തികം, രാഷ്ട്രീയം, ആശയപരം എന്ന സാമൂഹ്യജീവിതത്തിന്റെ മൂന്നു മുഖ്യരംഗങ്ങളിലും ചൂഷക–ചൂഷിതവർഗങ്ങളുടെ താൽപ്പര്യങ്ങൾ ഏറ്റുമുട്ടിക്കൊണ്ടിരിക്കുന്നുണ്ട്. ഈ മൂന്നു രംഗങ്ങളിലും ചൂഷിതവർഗത്തെ കീഴടക്കാൻ ചൂഷകവർഗവും ചൂഷകവർഗത്തെ സ്ഥാനഭ്രംശം ചെയ്യിക്കാൻ ചൂഷിതവർഗവും സദാ ശ്രമിച്ചുകൊണ്ടിരിക്കയാണ്.

ഈ മൂന്നു രംഗങ്ങളിൽ വെച്ച് ആദ്യത്തേതായ സാമ്പത്തികരംഗത്ത് നടക്കുന്ന വർഗസമരത്തിന്റെ കാതലെന്താണെന്ന് ഇതിനുമുമ്പ് വിശദീകരിച്ചു കഴിഞ്ഞിട്ടുണ്ട്.

സ്വന്തം അധ്വാനത്തിലൂടെ സമ്പത്തുൽപ്പാദിപ്പിക്കുന്നവരും അത് ഉൽപ്പാദിപ്പിക്കുന്നതിനാവശ്യമായ യന്ത്രം മുതലായ ഉപകരണങ്ങളുടെ ഉടമസ്ഥരും തമ്മിൽ ഉൽപ്പാദനത്തിന്റെ ഫലം പങ്കുവയ്ക്കുന്ന കാര്യത്തിലുള്ള ഏറ്റുമുട്ടലാണ് സാമ്പത്തികരംഗത്തെ വർഗസമരം.

പാട്ടം കുറയ്ക്കണമെന്ന് കുടിയാൻ; വർധിപ്പിക്കണമെന്ന് ജന്മി; പലിശ ചുരുക്കണമെന്ന് അധമർണൻ, വർധിപ്പിക്കണമെന്ന് ഉത്തമർണൻ; കൂലി കൂട്ടണമെന്ന് തൊഴിലാളി, കുറയ്ക്കണമെന്ന് മുതലാളി; നിത്യോപയോഗസാധനങ്ങളുടെ വില കുറയ്ക്കണമെന്ന് ജനസാമാന്യം, അതുയർന്ന തോതിൽ നിർത്തണമെന്ന് സ്റ്റോക്കുടമ — പരസ്പരവിരുദ്ധങ്ങളായ ഈ ആവശ്യങ്ങളും അവ അംഗീകരിപ്പിക്കുന്നതിനുവേണ്ടി നടത്തുന്ന പ്രക്ഷോഭസമരങ്ങളുമാണ് വർഗസമരത്തിന്റെ സാമ്പത്തിക രൂപം.

ഈ സാമ്പത്തിക രൂപമാണ് വർഗസമരത്തിന്റെ അടിത്തറ. പക്ഷേ അതൊരു അടിത്തറ മാത്രമാണ്. അതിന്റെ മേലെ രണ്ട് തട്ടുള്ളൊരു മേൽപ്പുരകൂടിയുണ്ട്. ഈ യാഥാർഥ്യം അംഗീകരിക്കാതെ, സാമ്പത്തിക സമരത്തിൽ തുടങ്ങുകയും സാമ്പത്തിക സമരത്തോടുകൂടി അവസാനിക്കുകയും ചെയ്യുന്ന ഒന്നാണ് വർഗസമരമെന്ന ധാരണയോടെ തൊഴിലാളി വർഗത്തെ നയിക്കാൻ പുറപ്പെടുന്നവർക്കെതിരായി ശക്തിയായ സമരം നടത്തിയിട്ടാണ് മാർക്സിസം — ലെനിനിസം വളർന്നുവന്നത്.

ഉൽപ്പാദിപ്പിക്കപ്പെടുന്ന സമ്പത്തിൽ ഭൂരിഭാഗം സ്വയം കയ്യടക്കിവയ്ക്കാൻ ശ്രമിക്കുന്ന തങ്ങൾക്കെതിരായി പോരാടുന്ന വർഗങ്ങളെയും ജനവിഭാഗങ്ങളെയും ബലം പ്രയോഗിച്ച് അമർത്തിവയ്ക്കാൻ ചൂഷക വർഗത്തിന്റെ കയ്യിൽ മൂർച്ചയേറിയ ഒരായുധമുണ്ട് — ഭരണകൂടം. പട്ടാളം, പൊലീസ്, കോടതി, ജയിൽ മുതലായി ബലപ്രയോഗത്തിന്റെ ഉപാധികളായി ചില സ്ഥാപനങ്ങളും ഈ സ്ഥാപനങ്ങളെ നിലനിർത്തുന്നതിനുവേണ്ടി സംഘടിപ്പിക്കുന്ന നികുതിപിരിവുമാണ് ഈ ഭരണകൂടത്തിന്റെ ആന്തരമായ ഉള്ളടക്കം.

ഇങ്ങനെ ചൂഷകവർഗത്തിന്റെ കയ്യിലുള്ള മർദനോപകരണമെന്ന നിലയ്ക്ക് ഭരണകൂടത്തെ നിരന്തരമായ രാഷ്ട്രീയ പ്രവർത്തനത്തിലൂടെ ദുർബലമാക്കുക; അവസാനം ആ ഉപകരണംതന്നെ ചൂഷക വർഗത്തിന്റെ കയ്യിൽനിന്ന് പിടിച്ചെടുത്ത് സ്വന്തം വർഗതാൽപ്പര്യങ്ങളെ സംരക്ഷിക്കാൻ ഉപയോഗപ്പെടുന്ന പുതിയൊരു ഭരണകൂടം നിലവിൽ വരുത്തുക — ഇത് ചൂഷിതവർഗത്തിന്റ താൽപ്പര്യമാണ്.

എന്നുവെച്ചാൽ ഭരണകൂടത്തെ നിലനിർത്തുകയും അതിനെ അധികമധികം ശക്തിപ്പെടുത്തുകയും ചെയ്യുക എന്നാണ് ചൂഷകവർഗത്തിന്റെയും, ആ ഭരണകൂടത്തെ ക്ഷീണിപ്പിച്ച് തകർക്കുക എന്ന അർഥത്തിൽ വിപ്ലവം സംഘടിപ്പിക്കുന്നത് ചൂഷിതവർഗത്തിന്റെയും താൽപ്പര്യമാണ്.

"ഭരണകൂടവും വിപ്ലവവും" തമ്മിലുള്ള ഈ സംഘട്ടനമാണ് രാഷ്ട്രീയ രംഗത്തെ വർഗസമരത്തിന്റെ ഉള്ളടക്കം.

ചൂഷകവർഗം ചൂഷിതവർഗത്തിനെതിരായി നടത്തുന്ന ബലപ്രയോഗമാണ് ഭരണകൂടമെന്നതുപോലെ ബലപ്രയോഗത്തിലൂടെ ചൂഷകവർഗത്തെ അധികാരസ്ഥാനത്തുനിന്ന് മാറ്റാൻ ചൂഷിതവർഗം നടത്തുന്ന ശ്രമമാണ് വിപ്ലവമെന്നർഥം.

ഇങ്ങനെ അവസാന വിശകലനത്തിൽ, ബലപ്രയോഗത്തിന്റേതായ ഉള്ളടക്കത്തോടുകൂടിയതാണെങ്കിലും, ഭരണകൂടമോ വിപ്ലവമോ ബലപ്രയോഗത്തെ മാത്രം ആശ്രയിച്ചല്ല പ്രവർത്തിക്കുന്നത്. കല, സാഹിത്യം, വിവിധ ശാഖകളിലുള്ള ശാസ്ത്രതത്വങ്ങൾ, തത്വജ്ഞാനം, മതാചാരങ്ങളും വിശ്വാസങ്ങളും, സാമൂഹ്യനീതിബോധവും നടപടിക്രമങ്ങളും മുതലായവയിൽക്കൂടി സ്വന്തം വർഗതാൽപ്പര്യങ്ങൾ സംരക്ഷിക്കുന്നതിന് ചൂഷക-ചൂഷിതവർഗങ്ങൾ ഇരുവരും സദാ ശ്രമിച്ചുകൊണ്ടിരിക്കുന്നുണ്ട്.

ഒരു വർഗം മറ്റൊരു വർഗത്തെ സാമ്പത്തിക ചൂഷണത്തിനും രാഷ്ട്രീയ മർദനത്തിനും അടിപ്പെടുത്തിക്കൊണ്ടിരിക്കുന്നുണ്ടെന്ന സത്യം മൂടിവയ്ക്കുന്നതിനാണ് സംസ്കാരികമെന്നും ആശയപരമെന്നും സാന്മാർഗികമെന്നും മറ്റുമുള്ള പേരുകളിലറിയപ്പെടുന്ന ഈ ഉപാധികളെല്ലാം ചൂഷകവർഗം ഉപയോഗിക്കുന്നത്. അതുകൊണ്ടു ചൂഷിതവർഗം അതിന്റെ വർഗശത്രുവിനെതിരായി സംഘടിച്ച് പോരാടാൻ തുടങ്ങുമ്പോൾ ആ പോരാട്ടത്തിന്റെ ഭാഗമെന്ന നിലയ്ക്ക് കലയേയും സാഹിത്യത്തെയും മറ്റു സാംസ്കാരികോപകരണങ്ങളെയും അത് ഉപയോഗപ്പെടുത്തുന്നു. ചൂഷകവർഗത്തിന്റേതിനെതിരായി സ്വന്തമായ ഒരു നീതിബോധവും തത്വശാസ്ത്രവും മറ്റും അത് പടുത്തുയർത്തുന്നു. മതത്തിന്റെയും തത്വശാസ്ത്രത്തിന്റെയും മറ്റും രംഗങ്ങളിൽ വിപ്ലവകരങ്ങളായ മാറ്റങ്ങൾക്ക് അത് നേതൃത്വം കൊടുക്കുന്നു.

ചുരുക്കത്തിൽ സാമ്പത്തികരംഗത്ത് ചൂഷണം നടത്തുക, ആ ചൂഷണം തുടരുമ്പോൾ അനിവാര്യമായി ഉയർന്നുവരുന്ന എതിർപ്പിനെ അടിച്ചമർത്തുന്നതിന് ഒരു മർദനോപകരണം (ഭരണകൂടം) പടുത്തുയർത്തുക. ആ മർദനോപകരണത്തിന്റെ നഗ്നമായ ക്രൂരത മറച്ചുപിടിക്കാനാവശ്യമായ തിരശ്ശീല (ആശയപരമായ ചട്ടക്കൂട്) പൊക്കിപ്പിടിക്കുക — ഇതെല്ലാമാണ് ചൂഷകവർഗം അല്ലെങ്കിൽ ഭരണാധികാരിവർഗം ചെയ്യുന്നത്.

നേരെമറിച്ച് ചൂഷിതവർഗം അല്ലെങ്കിൽ ഭരണീയവർഗം സാമ്പത്തിക ചൂഷണത്തെ ഇഞ്ചിഞ്ചായി എതിർക്കുന്നു (ഭാഗികാവശ്യങ്ങൾക്കുവേണ്ടിയുള്ള സാമ്പത്തികസമരങ്ങൾ); ചൂഷകവർഗത്തിന്റെ മർദനോപകരണമായ ഭരണകൂടത്തെ പടിപടിയായി ക്ഷീണിപ്പിക്കുകയും അതിന്റെ അടിതന്നെ തകർത്ത് വിപ്ലവകരമായ ഭരണ പരിവർത്തനങ്ങൾ നടപ്പിൽ വരുത്താൻ ശ്രമിക്കുകയും ചെയ്യുന്നു; മർദനോപകരണമായ ഭരണകൂടത്തിന്റെ മേൽ വെള്ളപൂശാനുള്ള എല്ലാ ശ്രമങ്ങളെയും സംഘടിതമായ

ആശയ സമരത്തിലൂടെ എതിർത്തു തോൽപ്പിക്കുന്നു.

ചൂഷിതവർഗത്തിന്റെ ഭാഗത്തായാലും ശരി, ചൂഷകവർഗത്തിന്റെ ഭാഗത്തായാലും ശരി, ഈ മൂന്നു രംഗങ്ങളിലുള്ള സമരങ്ങൾ വിഭിന്നങ്ങളാണെങ്കിലും പരസ്പരം ബന്ധപ്പെട്ടവയാണ്. ഏതെങ്കിലും ഒന്ന് ക്ഷീണിച്ചാൽ സമരമാകെ ക്ഷീണിക്കും. ഓരോന്നും വിജയിപ്പിക്കുന്നതിൽ അതാത് വർഗത്തിന്റെ നേതൃത്വം കാണിക്കുന്ന ശുഷ്കാന്തിയും കഴിവുമാണ് ആ വർഗത്തിന്റെ വിജയത്തെ ഉറപ്പിക്കുന്നത്.

ചൂഷക-ചൂഷിത വർഗത്തിന് രണ്ടിനും ഒന്നുപോലെ ബാധകമാണ് ഈ യാഥാർഥ്യമെന്നിരുന്നാലും ഇത് കൂടുതൽ ഊന്നിപ്പറയുന്നതിന്റെ ആവശ്യം ചൂഷിതവർഗത്തിനാണുള്ളത്. എന്തുകൊണ്ടെന്നാൽ മൂന്ന് രംഗങ്ങളിലും മേധാവിത്വം വഹിക്കുന്ന വർഗമെന്ന നിലയ്ക്ക് എതിർചേരിക്കുള്ളിൽ രാഷ്ട്രീയവും ആശയപരവുമായ കുഴപ്പമുണ്ടാക്കാനുള്ള കഴിവ് ചൂഷകവർഗത്തിനുണ്ട്. അതിനെ ബോധപൂർവം എതിർത്തു തോൽപ്പിക്കാൻ കഴിയുന്ന സംഘടിത നേതൃത്വം ചൂഷിതവർഗത്തിനുണ്ടായാലേ അതിന്റെ വിപ്ലവപ്രസ്ഥാനം വിജയകരമായി മുന്നേറുകയുള്ളൂ.

ഈ സത്യം ഏറ്റവുമധികം വ്യക്തമായും സത്യമായും വിശദീകരിക്കാനാണ് ലെനിൻ തന്റെ *എന്തു ചെയ്യണം?* എന്ന പുസ്തകം എഴുതിയത്.

നാല്
ഭരണകൂടം

ചൂഷിതവർഗത്തെ അടക്കിനിർത്താൻ ചൂഷകവർഗം ഊട്ടിയുണ്ടാക്കിയ ഒരായുധമാണ് ഭരണകൂടമെന്ന് ഇതിനുമുമ്പു വിവരിച്ചുവല്ലോ.

അതുകൊണ്ട് നിലവിലുള്ള ഭരണാധികാരി വർഗത്തെ അല്ലെങ്കിൽ വർഗങ്ങളെ സ്ഥാനഭ്രംശം ചെയ്യിച്ചു മറ്റൊരു വർഗം അല്ലെങ്കിൽ മറ്റു വർഗങ്ങൾ അധികാരത്തിലെത്തുമ്പോൾ മാത്രമേ ഭരണകൂടത്തിന്റെ സ്വഭാവം മാറുകയുള്ളൂ. എന്നാൽ, അധികാരത്തിലിരിക്കുന്ന വർഗത്തിന്റെയോ വർഗങ്ങളുടെയോ കാര്യത്തിൽ അടിസ്ഥാനപരമായ യാതൊരുമാറ്റവും വരാതെതന്നെ, അതേ വർഗത്തിൽപ്പെട്ട ചില വ്യക്തികളെയും ഗ്രൂപ്പുകളെയും അധികാരസ്ഥാനത്തുനിന്ന് മാറ്റി മറ്റു ചില വ്യക്തികളും ഗ്രൂപ്പുകളും അധികാരസ്ഥാനത്ത് വരാറുണ്ട്. അത്തരം സന്ദർഭങ്ങളിൽ മാറുന്നത് ഗവൺമെന്റാണ്; ഭരണകൂടമല്ല.

ഉദാഹരണത്തിന് 1947 നു ശേഷം ഇന്ത്യയിൽ പല സംസ്ഥാനങ്ങളിലും പലപ്പോഴും ഗവൺമെന്റ് മാറ്റങ്ങൾ നടന്നിട്ടുണ്ട്. പഴയ തിരുവിതാംകൂറിൽ ആദ്യം രൂപംകൊണ്ട താണുപിള്ള മന്ത്രിസഭക്ക് അഞ്ചാറു മാസത്തിലധികം ആയുസുണ്ടായില്ല. തൽസ്ഥാനത്തെത്തിയ ടി കെ മന്ത്രിസഭയും പിന്നീട് അധികാരഭ്രഷ്ടമായി, കേശവൻ മന്ത്രിസഭ നിലവിൽ വന്നു. അങ്ങനെ 1948 മുതൽ 1952 വരെയുള്ള നാലുകൊല്ലത്തിനിടയ്ക്ക് മൂന്നു മുഖ്യമന്ത്രിമാരുടെ നേതൃത്വത്തിൽ മന്ത്രിസഭകൾ പഴയ

തിരുവിതാംകൂറിലും തിരുകൊച്ചിയിലുമായി വരികയും പോവുകയും ചെയ്തു.

1967–ലെ തിരഞ്ഞെടുപ്പിനു ശേഷമാകട്ടെ, ബീഹാർ സംസ്ഥാനത്ത് രൂപംകൊണ്ട ഒമ്പതാമത്തെ മന്ത്രിസഭയാണിന്നത്തേത്.

ഈ ഓരോ ഗവൺമെന്റ് മാറ്റത്തേയും "ഭരണകൂടത്തിന്റെ മാറ്റ"മായി വിശേഷിപ്പിക്കുന്ന പതിവ് നമ്മളിൽ പലർക്കുമുണ്ട്. ഇതു തെറ്റാണ്, അശാസ്ത്രീയമാണ്. ഈ ഗവൺമെന്റ് മാറ്റങ്ങളെല്ലാം സൂചിപ്പിക്കുന്നത് ഒരേ വർഗത്തിൽപ്പെട്ട ചില വ്യക്തികൾക്കും ഗ്രൂപ്പുകൾക്കും പകരം വേറെ ചിലർ അധികാരത്തിൽ വരുന്നു എന്നു മാത്രമാണ്. ഭരണവർഗത്തിൽ യാതൊരു മാറ്റവും ഇതുകൊണ്ടൊന്നും വരുന്നില്ല.

1957–ൽ കേരളത്തിലുണ്ടായ ഭരണമാറ്റത്തെക്കുറിച്ചും ഇതു പറയാൻ കഴിയുമോ, ബൂർഷ്വാ–ജന്മിവർഗങ്ങളുടെ പ്രാതിനിധ്യം വഹിക്കുന്ന പാർട്ടിക്കും പാർട്ടികൾക്കും പകരം തൊഴിലാളിവർഗത്തിന്റെ പ്രാതിനിധ്യം വഹിക്കുന്ന ഒരു പാർട്ടി അധികാരത്തിൽ വരികയല്ലേ അന്നുണ്ടായത് എന്ന ചോദ്യമുത്ഭവിച്ചേക്കാം.

മറ്റു ഗവൺമെന്റ് മാറ്റങ്ങളിൽ നിന്ന് വ്യത്യസ്തമായ ഒന്നാണ് 1957 –ൽ കേരളത്തിൽ നടന്നതെന്നത് നേരാണ്. തൊഴിലാളി വർഗത്തിന്റെ പ്രതിനിധികളുടെ കയ്യിലേക്കാണ് ഭരണയന്ത്രത്തിന്റെ ഔപചാരികമായ നിയന്ത്രണം പകർന്നതെന്ന അർഥത്തിൽ ഇതു മറ്റു ഗവൺമെന്റ് മാറ്റങ്ങളിൽനിന്ന് വ്യത്യസ്തം തന്നെയാണ്.

എന്നാൽ, ഗവൺമെന്റ് തലപ്പത്തിരിക്കുന്നവരുടെ വർഗസ്വഭാവത്തിൽ വന്ന ഈ മാറ്റം ഭരണകൂടത്തിന്റെ വർഗസ്വഭാവത്തിൽ യാതൊരു മാറ്റവും വരുത്തിയില്ല. ഭരണകൂടത്തിന്റെ യഥാർഥ ഉള്ളടക്കത്തിൽ — പട്ടാളം, പൊലീസ്, ജയിൽ, കോടതി എന്നിവയടങ്ങിയ മർദനോപകരണത്തിൽ — ബൂർഷ്വാ–ജന്മിവർഗങ്ങൾക്ക് അതേവരെയുണ്ടായിരുന്ന പിടി ഒരിഞ്ചുപോലും അയഞ്ഞില്ല. അതുകൊണ്ട്, ഗവൺമെന്റിന്റെ തലപ്പത്തിരുന്ന് ഔപചാരികമായി അധികാരം കയ്യാളിയത് ഒരു തൊഴിലാളിവർഗ പാർട്ടിയാണെങ്കിലും ബൂർഷ്വാ–ജന്മിവർഗങ്ങളുടെ മർദനോപകരണമായിരുന്നു അന്നും കേരളത്തിലുണ്ടായിരുന്ന ഭരണകൂടം.

1967–ൽ വീണ്ടും ഇതേ സ്ഥിതി ഉളവായി. ചില സംസ്ഥാനങ്ങളിൽ കോൺഗ്രസ് പ്രതിനിധാനം ചെയ്യുന്ന അതേ വർഗങ്ങളുടെ പ്രാതിനിധ്യം വഹിക്കുന്ന കോൺഗ്രസിതരപാർട്ടികൾ അധികാരത്തിലെത്തി. രണ്ടു സംസ്ഥാനങ്ങളിൽ (കേരളത്തിലും ബംഗാളിലും) ആകട്ടെ. തൊഴിലാളി പ്രതിനിധികൾക്ക് മുൻതൂക്കമുള്ള ഗവൺമെന്റുകൾ തന്നെ നിലവിൽവന്നു. ഇതു ഭരണകൂടത്തിന്റെ സ്വഭാവത്തിൽ വല്ല മാറ്റവും വരുത്തിയോ? ഇല്ലെന്ന നിഗമനത്തിലാണ് കമ്യൂണിസ്റ്റ് (മാർക്സിസ്റ്റ്) പാർട്ടി എത്തിച്ചേർന്നത്. പാർട്ടിയുടെ കേന്ദ്രകമ്മിറ്റി ഈ സംഭവവികാസങ്ങളെ കുറിച്ച് ഇങ്ങനെയാണ് വിലയിരുത്തിയത്:

ഇന്ത്യൻ യൂണിയൻ ഒരു ബഹുദേശീയ മുതലാളി–ജന്മി ഭരണ

കൂടമാണ്. ഈ പ്രതിഭാസത്തിൽ സ്വാഭാവികമായി പ്രത്യക്ഷപ്പെടുന്ന എല്ലാ വൈരുധ്യങ്ങളും ഇതിൽ ഉൾച്ചേർന്നിരിക്കുന്നു. സ്വാതന്ത്ര്യം നേടുകയും പുതിയ ഗവൺമെന്റ് മുതലാളിത്ത വളർച്ചയുടെ മാർഗം സ്വീകരിക്കുകയും ചെയ്തതോടെ ഭാഷാടിസ്ഥാനത്തിൽ സംസ്ഥാനങ്ങളെ പുനഃസംഘടിപ്പിക്കാനുള്ള ഉഗ്രമായ സമരങ്ങൾ നടത്തപ്പെട്ടു. അതിന് തയാറില്ലാതിരിക്കുകയും അതിനെ ചെറുക്കുകയും ചെയ്ത കേന്ദ്രഗവൺമെന്റിനെതിരായി അവർ വിജയം കൈവരിക്കുകയും ചെയ്തു. അതിനുശേഷം നിരവധി സംഗതികളിൽ കേന്ദ്ര–സംസ്ഥാന സംഘർഷം ഉണ്ടായിവരികയാണ്. എല്ലാ ഭാഷകളുടെയും സമത്വത്തിനുവേണ്ടിയും ഹിന്ദി ഔദ്യോഗികഭാഷയായി അടിച്ചേൽപ്പിക്കുന്നതിനെതിരായും ഉള്ള സമരവും വിഭവങ്ങൾ വീതിക്കുന്ന കാര്യത്തിലും പുതിയ പുതിയ മേഖലകളിൽ കേന്ദ്ര സർവീസുകൾ സ്ഥാപിക്കുകയും അടിച്ചേൽപ്പിക്കുകയും ചെയ്യുന്നതിലും പഞ്ചവത്സരപദ്ധതികൾക്കു കീഴിൽ വ്യാവസായിക – കാർഷിക പ്രോജക്ടുകൾ സമമായി പങ്കിടുന്ന പ്രശ്നത്തിലും സംസ്ഥാനങ്ങളുടെ സ്വയംഭരണാവകാശങ്ങളുമായി ബന്ധപ്പെട്ട നിരവധി സംഗതികളിലും ഉള്ള സംഘർഷങ്ങളും നമ്മൾ വീക്ഷിച്ചുവരികയാണ്. ഇതിലൊരു പ്രശ്നവും ഇതേവരെ പരിഹൃതമായിട്ടില്ല. ഓരോ ദിവസം ചെല്ലുന്തോറും സംസ്ഥാനങ്ങളും കേന്ദ്രവും തമ്മിലുള്ള സംഘട്ടനം മൂർച്ഛിച്ചു വരികയാണ്. വൻകിട ബൂർഷ്വാ–ജന്മിവർഗങ്ങളെ മുഖ്യമായി പ്രതിനിധാനം ചെയ്യുന്നതും പ്രശ്നം പരിഹരിക്കാൻ തീരെ കഴിവുകെട്ടതുമായ കേന്ദ്രനേതൃത്വത്തിലെ മേധാവിത്വവിഭാഗം ചെയ്യുന്നത്, ഒന്നുകിൽ ദേശീയശിഥിലീകരണത്തിലേക്ക് നയിക്കുന്നു എന്ന കാരണം പറഞ്ഞു സംസ്ഥാനങ്ങളുടെ ന്യായമായ എല്ലാ ആവശ്യങ്ങളേയും പരിഭ്രാന്തി പൂണ്ട് അധിക്ഷേപിക്കുന്നതിൽ ഏർപ്പെടുകയാണ്; അല്ലെങ്കിൽ, കേന്ദ്ര–സംസ്ഥാനബന്ധം മെച്ചപ്പെടുത്തുന്നതിനും ദേശീയൈക്യത്തിനുംവേണ്ടി പൊള്ളയായ ആഹ്വാനങ്ങളും വികാരാവേശത്തോടുകൂടിയ അഭ്യർഥനകളും നടത്തുകയാണ്.

ഇന്ത്യൻ യൂണിയൻ രൂപംകൊണ്ടതിന്റെയും തുടർന്നു പ്രവർത്തിക്കുന്നതിന്റെയും പ്രത്യേകരീതിയിൽ തന്നെ ഉരസൽ, സംഘട്ടനങ്ങൾ വൈരുധ്യങ്ങൾ എന്നിവയുടെ നിരവധി ബീജങ്ങൾ അന്തർലീനമായി കിടക്കുന്ന നാടുവാഴിത്തത്തിന്റെ അവശിഷ്ടങ്ങൾ ഇനിയും നിർമാർജനം ചെയ്യപ്പെടാത്തതും, സമ്പദ്വ്യവസ്ഥയിൽ വിദേശകുത്തക മുതലാളിത്തത്തിനുള്ള പിടി ഇനിയും നീക്കം ചെയ്യപ്പെടാത്തതും, മുതലാളിത്തത്തിന്റെ വളർച്ച ഒച്ചിന്റെ വേഗതയിലായിട്ടുള്ളതും, അപൂർണമായ ബൂർഷ്വാജനാധിപത്യവിപ്ലവം ജനാധിപത്യത്തിന്റെ പൂർണമായ വികസനത്തെ ചങ്ങലക്കിടുന്ന

> തുമായ ഈ സ്വാതന്ത്ര്യാനന്തരകാലഘട്ടത്തിൽ ഒരു ബഹുദേശീയ ഭരണകൂടം നിലവിൽ വന്നതും ഈ സംഘട്ടനങ്ങളും വൈരുധ്യങ്ങളും തുടർച്ചയായി വളർത്തുകയും മൂർഛിപ്പിക്കുകയുമാണ് ചെയ്യുന്നത്. പഞ്ചവത്സരപദ്ധതികൾക്കു കീഴിൽ മുതലാളിത്തത്തിനുണ്ടായിട്ടുള്ള വളർച്ചക്കും വികസനത്തിനുമൊപ്പം ഈ സംഘട്ടനങ്ങളും വൈരുധ്യങ്ങളും വേഗത്തിൽ വളരുകയാണെന്നും, കേന്ദ്ര–സംസ്ഥാനബന്ധങ്ങളുടെ ഒരു കുഴപ്പത്തിലേക്കാണ് അവ നയിക്കുന്നതെന്നും നാം കണക്കിലെടുക്കുന്നു. വേറൊരു തരത്തിൽ പറഞ്ഞാൽ, ഇന്ത്യയിലെ മുതലാളിത്ത വികസനത്തിന്റെ പാതയെ കടന്നുപിടിച്ചിട്ടുള്ള കുഴപ്പം ഇപ്പോൾ രാഷ്ട്രീയ മേൽക്കൂരയെയും, അതായത് ഇന്ത്യൻ യൂണിയന്റെ ഫെഡറൽ ഘടനയെയും, ബാധിച്ചു കഴിഞ്ഞിരിക്കുന്നു. സാമ്പത്തികരംഗത്തെ സമരം രാഷ്ട്രീയരംഗത്തേക്കും വ്യാപിക്കുന്ന ഒരു ഘട്ടമെത്തിയിരിക്കുന്നു. ഇതാണു പ്രശ്നത്തിന്റെ കാതലായ വശം — ബൂർഷ്വാ ഉൽപ്പതിഷ്ണുക്കളും പെറ്റി ബൂർഷ്വാ ബുദ്ധിജീവികളും ഇതിനെ വിവരിക്കാൻ എന്തു ഭാഷയുപയോഗിച്ചാലും ശരി, അത് മറച്ചുവയ്ക്കാൻ അവർ എത്ര ശ്രമിച്ചാലും ശരി.
>
> കുഴപ്പത്തിന്റെ ഈ വശം നമ്മുടെ മുമ്പിൽ ഗൗരവമേറിയ പല പോംവഴികളാണ് ഉന്നയിക്കുന്നത്. ഇത്തരം ഒരു സ്ഥിതിവിശേഷം രണ്ടു പ്രവണതകളെയാണ് വളർത്തുന്നത്. ഒരു വശത്ത് ഇന്ത്യയുടെ ഐക്യത്തെയും അതിന്റെ ഫെഡറൽ ഘടനയെയും തകർക്കാൻ ശ്രമിക്കുന്ന അപകേന്ദ്രകശക്തികളെ വളർത്തുന്നു. മറുവശത്ത് യൂണിറ്ററി വ്യവസ്ഥിതിക്കുവേണ്ടി അങ്ങേയറ്റം പരിശ്രമിക്കുന്ന ജനാധിപത്യവിരുദ്ധ–സ്വേച്ഛാധിപത്യ ശക്തികളുടെ ജനനത്തിനു പറ്റിയ മണ്ണ് തയാറാക്കപ്പെടുന്നു. രണ്ടും ഇന്ത്യയിലെ വ്യത്യസ്ത ദേശീയതങ്ങളുടെയും സംസ്ഥാനങ്ങളുടെയും ഐക്യത്തെ അപകടപ്പെടുത്തുന്നു. ഇന്ത്യൻ യൂണിയന്റെ ഫെഡറൽ ഘടനയെ തകർക്കാൻ രണ്ടും ശ്രമിക്കുന്നു. അതുപോലെ തന്നെ ഈ രണ്ടു പരിശ്രമങ്ങളും ഇന്ത്യൻ തൊഴിലാളിവർഗത്തിന്റെ വർഗഐക്യത്തേയും നമ്മുടെ നാട്ടിലെ വിവിധ സംസ്ഥാനത്തിന്റെ ദേശീയതത്വങ്ങളിലുള്ള മറ്റു ജനാധിപത്യവർഗങ്ങളുടെയും ശക്തികളുടെയും ഐക്യത്തേയും ഗൗരവാവഹമായി അപകടത്തിലാക്കുന്നു. (*പുതിയ പരിത:സ്ഥിതിയും പാർട്ടി കടമകളും*).

രണ്ടാം ലോകമഹായുദ്ധത്തിനുശേഷം ഫ്രാൻസ്, ഇറ്റലി എന്നീ രണ്ടു രാജ്യങ്ങളിൽ കമ്യൂണിസ്റ്റ് പാർട്ടിക്ക് ഭരണപങ്കാളിയാവാൻ കഴിയുകയുണ്ടായല്ലോ. അവിടെയും സ്ഥിതി ഏതാണ്ട് ഇതു തന്നെയായിരുന്നു; ശത്രുവർഗങ്ങളുടെ ഭരണകൂടം; ഗവൺമെന്റിൽ തൊഴിലാളി വർഗപാർട്ടിക്ക് പങ്ക്.

ഈ ഭരണമാറ്റത്തെ തുടർന്ന് ആ രണ്ടു രാജ്യങ്ങളിൽ നടന്നതെ

ന്താണെന്ന് പറയേണ്ടതില്ലല്ലോ. 1959–ൽ ഒരു "വിമോചന സമരം" വഴി കേരളത്തിലെ കമ്യൂണിസ്റ്റ് ഗവൺമെന്റും, 1967–69 കാലത്ത് കേരള–ബംഗാൾ ഗവൺമെന്റുകളിൽനിന്ന് കമ്യൂണിസ്റ്റ് (മാർക്സിസ്റ്റ്) പാർട്ടിയുമെന്നപോലെ അന്ന് ഫ്രാൻസിലെയും ഇറ്റലിയിലെയും ഗവൺമെന്റുകളിൽനിന്ന് കമ്യൂണിസ്റ്റ് മന്ത്രിമാരും പുറത്താക്കപ്പെട്ടു.

ഇതെല്ലാം മനസിലാക്കിക്കൊണ്ടാണ് 1967–ൽ കമ്യൂണിസ്റ്റ് (മാർക്സിസ്റ്റ്) പാർട്ടി കേരള–ബംഗാൾ ഗവൺമെന്റുകളെ ഉപയോഗപ്പെടുത്തേണ്ട രീതി സംബന്ധിച്ച് ഇങ്ങനെ നിർദേശിച്ചത്:

വൻതോതിൽ ആശ്വാസം നൽകുന്നതിനെക്കുറിച്ച് അമിതമായ വ്യാമോഹങ്ങൾ പരത്തുകയോ, ഇന്നത്തെ വ്യവസ്ഥിതിയിൽ ഒന്നും ചെയ്യാൻ കഴിയില്ലെന്ന നിരാശയുളവാക്കുകയോ നമ്മുടെ മന്ത്രിസഭകൾ ചെയ്യരുത്. പാർട്ടിയുടെ പ്രതിനിധികളെന്ന നിലയ്ക്ക് ജനങ്ങളോടുള്ള നമ്മുടെ ആത്മാർഥത വ്യക്തമാക്കാനുള്ള ചുമതല തങ്ങൾക്കുണ്ടെന്ന് അവരെപ്പോഴും ഓർമ്മിക്കേണ്ടതാണ്. ഇക്കാര്യത്തിലുള്ള ഏതു പരാജയവും നമ്മുടെ പാർട്ടിയുടെ രാഷ്ട്രീയനയത്തെ ജനങ്ങളുടെ ദൃഷ്ടിയിൽ താഴ്ത്തിക്കാണിക്കും; ഏതു പരാജയവും ജനങ്ങൾ സ്വതന്ത്രമായി അണിനിരക്കുന്നതിനെയും അവരുടെ പ്രവർത്തനങ്ങളെയും പ്രതികൂലമായി ബാധിക്കും; ഐക്യമുന്നണികളിലെ ചില ജനാധിപത്യപാർട്ടികളുടെ ചാഞ്ചാട്ടങ്ങളെയോ ഞഞ്ഞാമിഞ്ഞ പറച്ചിലുകളെയോ ചിലപ്പോൾ ഉണ്ടായേക്കാവുന്ന അവയുടെ പിന്നോക്കമടിയെയോ ചെറുത്തു നിൽക്കുവാനോ പരാജയപ്പെടുത്താനോ ഇതൊന്നും നമ്മെ സഹായിക്കുകയില്ല. ഒറ്റ വാചകത്തിൽ പറഞ്ഞാൽ വേണ്ടത്ര അധികാരം യഥാർഥത്തിൽ ഉള്ളതും, ജനങ്ങൾക്ക് മൂർത്തവും സാരവുമായ ആശ്വാസം നൽകാൻ കഴിയുന്നതുമായ ഗവൺമെന്റുകളെന്ന നിലയ്ക്കല്ല, പിന്നെയോ, ജനങ്ങളുടെ കയ്യിലുള്ള സമരോപകരണങ്ങളെന്ന നിലയ്ക്കാണ്, നമുക്കിന്നുള്ള ഐക്യമുന്നണി ഗവൺമെന്റുകളെ നാം മനസിലാക്കേണ്ടതും കൈകാര്യം ചെയ്യേണ്ടതും. വ്യക്തമായ വർഗഭാഷയിൽ പറഞ്ഞാൽ ജനകീയജനാധിപത്യത്തിനും പിന്നത്തെ ഘട്ടത്തിൽ സോഷ്യലിസത്തിനും വേണ്ടിയുള്ള സമരത്തിൽ തൊഴിലാളി വർഗത്തിനും അതിന്റെ സഖ്യകക്ഷികൾക്കും കൂടുതൽ കൂടുതൽ ആളുകളെയും സഖ്യശക്തികളെയും നേടാനുള്ള ഒരു പ്രത്യേകരൂപത്തിലുള്ള സമരമാണ് ഇത്തരം ഗവൺമെന്റുകളിലുള്ള നമ്മുടെ പാർട്ടിയുടെ പങ്കാളിത്തം. (*പുതിയ പരിത:സ്ഥിതിയും പാർട്ടിയുടെ കടമകളും.*)

അപ്പോൾ ഗവൺമെന്റിൽ പങ്കാളികളാകുമ്പോൾ പോലും ശത്രുവർഗങ്ങളുടെ മർദനോപകരണമായ ഭരണകൂടത്തിനെതിരായ സമരത്തിൽ യാതൊരു അയവും വരുത്തുകയില്ലെന്ന ദൃഢനിശ്ചയം തൊഴിലാളിവർഗത്തിനുണ്ടായിരിക്കണം. ആ സമരത്തിൽ ഫലപ്രദമായി ഉപയോഗിക്കാൻ പറ്റുന്ന വിവിധ ആയുധങ്ങളിലൊന്നായി മാത്രമേ, ചില അപൂർവ സന്ദർഭങ്ങളിൽ കിട്ടാനിടയാകുന്ന ഭരണപങ്കാളിത്തം ഒരു തൊഴിലാളിവർഗപ്പാർട്ടി

ഉപയോഗിച്ചുകൂടൂ.

അതുകൊണ്ടാണ് പാർലമെന്റിലും നിയമസഭകളിലും അംഗത്വം വഹിക്കുക മാത്രമല്ല, സംസ്ഥാനനിലവാരത്തിൽ മന്ത്രിമാരായിരുന്ന് ഭരണം നടത്തുകപോലും ചെയ്യുമ്പോഴും ഭരണഘടനയുടെയും കോടതികളുടെയും വർഗസ്വഭാവം തുറന്നു കാണിക്കുന്നതിൽ കമ്യൂണിസ്റ്റ് (മാർക്സിസ്റ്റ്) പാർട്ടി യാതൊരുപേക്ഷയും കാണിക്കാത്തത്. അതുകൊണ്ടു തന്നെയാണ് "ഭരണവും സമരവും ഒരുമിച്ചുപോവുകയില്ല" എന്ന ബൂർഷ്വാ-വലതു കമ്യൂണിസ്റ്റ് സിദ്ധാന്തം പാർട്ടി തിരസ്കരിക്കുന്നത്.

സംസ്ഥാനനിലവാരത്തിൽ മാത്രമല്ല, കേന്ദ്രത്തിലും ഗവൺമെന്റ് മാറ്റങ്ങൾ നടന്നേക്കാനിടയുള്ള സാഹചര്യങ്ങൾ വളർന്നുവന്നേക്കാം. ശേഷം പല സംസ്ഥാനങ്ങളിലും നടന്നതുപോലെ ഭാവിയിൽ കേന്ദ്രത്തിലും, ഗവൺമെന്റുകൾ രൂപംകൊള്ളുകയും നിലംപതിക്കുകയും ചെയ്തേക്കും. എന്നാൽ, അതൊന്നും ഭരണകൂടത്തിന്റെ വർഗസ്വഭാവത്തിൽ മാറ്റം വരുത്തുകയില്ല. സാമ്പത്തികം, രാഷ്ട്രീയം, സാമൂഹ്യസാംസ്കാരികം എന്നീ രംഗങ്ങളിലെല്ലാം വിദേശീയ കുത്തകക്കാർക്കും ഫ്യൂഡൽ-നാടുവാഴിപ്രഭുക്കന്മാർക്കും നാടൻകുത്തക മുതലാളിമാർക്കും ഇന്നുള്ള മേധാവിത്വം അവസാനിപ്പിച്ച് പട്ടാളം, പൊലീസ്, ജയിൽ, കോടതി എന്നിവ അധ്വാനിക്കുന്ന ബഹുജനങ്ങളുടെ യഥാർഥ നിയന്ത്രണത്തിലാവുമ്പോൾ മാത്രമേ ഇന്ത്യൻ ഭരണകൂടത്തിന്റെ വർഗസ്വഭാവത്തിൽ മാറ്റം വരികയുള്ളൂ.

ആ മാറ്റം വരുത്തുന്നതിനുള്ള വിപ്ലവസമരത്തിന്റെ പ്രധാന ഇടക്കാല മുദ്രാവാക്യങ്ങളാണ് കമ്യൂണിസ്റ്റ് (മാർക്സിസ്റ്റ്) പാർട്ടിയുടെ 1971 -ലെ തിരഞ്ഞെടുപ്പ് വിജ്ഞാപനത്തിൽ അടങ്ങിയിട്ടുള്ളത്.

അഞ്ച്
വിപ്ലവം

ലഹള, കലാപം, സായുധസംഘട്ടനം എന്നെല്ലാമുള്ള അർഥമാണ് ഈ പദത്തിന് സാധാരണക്കാർ കൊടുക്കാറുള്ളത്.

കുറേക്കൂടി ഉയർന്നു ചിന്തിക്കാൻ കഴിയുന്ന രാഷ്ട്രീയ നേതാക്കന്മാരും ചിന്തകന്മാരുമാകട്ടെ വിപ്ലവമെന്ന പദത്തിന്റെ ഒരു സങ്കുചിതവ്യാഖ്യാനമാണ് ഇതെന്ന് കരുതുന്നു. പെട്ടെന്ന് മൗലികവും സർവതോമുഖമായി, വരുന്ന ഏതു മാറ്റത്തേയും വിപ്ലവമെന്ന് വിളിക്കാമെന്നാണ് അവരുടെ പക്ഷം.

ഈ അടിസ്ഥാനത്തിലാണ് കാർഷികകോൽപ്പാദന പ്രക്രിയയിൽ മൗലികവും സർവതോമുഖവുമായ മാറ്റം വന്ന് ഉൽപ്പാദനത്തോത് പെട്ടെന്ന് വർധിക്കുന്നുവെന്ന അർഥത്തിൽ "ഹരിതവിപ്ലവം" എന്ന പദം അവർ പ്രയോഗിക്കുന്നത്. കേരളത്തിലെ നാരായണഗുരുവും മറ്റു സംസ്ഥാനങ്ങളിലെ സാമൂഹ്യപരിഷ്കർത്താക്കളും ചേർന്ന് ഇന്ത്യൻ

സമൂഹത്തെയാകെ ഒരു വിപ്ലവത്തിലേക്കു നയിച്ചു; അഹിംസാത്മകമായ മാർഗമുപയോഗിച്ചിട്ടാണെങ്കിലും മഹാത്മാഗാന്ധിയുടെ നേതൃത്വത്തിൽ ഇന്ത്യയിലൊരു രാഷ്ട്രീയ വിപ്ലവം നടന്നു — എന്നെല്ലാം പറയുമ്പോഴും അവർ ഉദ്ദേശിക്കുന്നത് ഈ അർഥത്തിലുള്ള വിപ്ലവമാണ്.

ഇക്കാരണത്താൽത്തന്നെ വിപ്ലവത്തിന്റെ അവശ്യഘടകമാണ് സായുധ സംഘട്ടനമെന്ന ധാരണ തെറ്റാണെന്നും യാതൊരു സായുധ സംഘട്ടനുവുമില്ലാതെ തന്നെ വിപ്ലവങ്ങൾ നടക്കുമെന്നുംകൂടി ഇവർ അഭിപ്രായപ്പെടുന്നു.

മാർക്സും എംഗൽസുമാകട്ടെ, വിപ്ലവപ്രക്രിയയുടെ വിവിധ വശങ്ങൾ സൂക്ഷ്മമായി പരിശോധിച്ച് അതിന്റെ അടിയിലോളം ചെന്ന്, അതിന്റെ അന്തസ്സത്തയെന്താണെന്ന് കണ്ടുപിടിക്കാൻ ഒരു ശ്രമം നടത്തുകയുണ്ടായി. അതിന്റെ ഫലമായി അവർ ചെന്നെത്തിയ നിഗമനം ഇതാണ്. പ്രപഞ്ചത്തിലാകെയും അതിന്റെ ഭാഗമായ ഓരോ വസ്തുവിലും ഈ വസ്തുക്കളുടെ വളർച്ചയിൽ നിന്നുടലെടുക്കുന്ന ചിന്താമണ്ഡലത്തിലും ഒരുപോലെ പ്രവർത്തിക്കുന്ന വൈരുധ്യാത്മകമായ വളർച്ചയിൽ അനിവാര്യമായുണ്ടാകുന്ന ഒരു ഘട്ടമാണ് വിപ്ലവം.

ഓരോ വസ്തുവിലും വികാരവിചാരങ്ങളുടെ ഓരോ സവിശേഷരൂപത്തിലും വിരുദ്ധശക്തികൾ കുടികൊള്ളുകയും അന്യോന്യം ഏറ്റുമുട്ടുകയും ചെയ്യുന്നുണ്ടെന്നതാണല്ലോ വൈരുധ്യവാദസിദ്ധാന്തത്തിന്റെ അടിത്തറ. ഈ വിരുദ്ധശക്തികളുടെ അന്യോന്യസംഘട്ടനത്തിലൂടെയാണ് പ്രകൃതിയിലാകെ പരിവർത്തനം വന്നുകൊണ്ടിരിക്കുന്നത്.

ഈ സംഘട്ടനത്തിനാകട്ടെ, മുഖ്യമായി രണ്ടു ഘട്ടങ്ങളുണ്ട്. പതുക്കെപ്പതുക്കെ, വിരുദ്ധശക്തികൾ രണ്ടിന്റെയും ബലം കൂടിക്കൂടിവരുന്ന ആദ്യഘട്ടം. രണ്ടിന്റെയും ബലം കൂടിക്കൂടിവന്ന് അവ രണ്ടും തമ്മിലുള്ള സംഘട്ടനം ഒരു പൊട്ടിത്തെറിയിൽ എത്തുകയും ആ പൊട്ടിത്തെറിയിൽനിന്ന് പുതിയൊരു വസ്തു രൂപം കൊള്ളുകയും ചെയ്യുന്ന രണ്ടാം ഘട്ടം.

ഈ പുതിയ വസ്തുവിലും മുമ്പത്തേതിലെന്നപോലെ വിരുദ്ധശക്തികൾ കുടികൊള്ളുന്നു. അന്യോന്യം ഏറ്റുമുട്ടുന്നു. അവ രണ്ടിന്റെയും ബലം കൂടിക്കൂടിവരികയും അവ തമ്മിലുള്ള സംഘട്ടനം വീണ്ടും പൊട്ടിത്തെറിയിലെത്തുകയും ചെയ്ത് പുതിയ മറ്റൊരു വസ്തു രൂപംകൊള്ളുന്നു.

അനാദ്യന്തമായി നടക്കുന്ന ഈ പ്രക്രിയയിലൂടെയാണ് പ്രപഞ്ചമാകെ പുരോഗമിക്കുന്നത്. ഈ പ്രക്രിയക്കു വിധേയമായിട്ടല്ലാതെ ഒരൊറ്റ വസ്തുവും ഒരൊറ്റ വികാരവിചാരവും പ്രപഞ്ചത്തിലില്ല — ഇതാണ് വൈരുധ്യവാദസിദ്ധാന്തം.

പ്രപഞ്ചത്തിലാകമാനം പ്രവർത്തിക്കുന്ന വൈരുധ്യാത്മകവളർച്ചയുടേതായ ഈ നിയമം മനുഷ്യസമൂഹത്തിന്റെ ചരിത്രത്തിലും പ്രവർത്തിക്കുന്നു. സമൂഹത്തിന്റെ ഇതേവരെത്തെ എഴുതപ്പെട്ട ചരിത്രം വിരുദ്ധ

വർഗങ്ങൾ തമ്മിലുള്ള സംഘട്ടനത്തിന്റെ ചരിത്രമാണ്. പ്രപഞ്ചത്തിലെ മറ്റെല്ലാറ്റിലുമെന്നപോലെ ഇതിലും വിരുദ്ധശക്തികളുടെ സംഘട്ടനം പതുക്കെപ്പതുക്കെയുള്ള മാറ്റമെന്ന ഒരു ഘട്ടവും പൊട്ടിത്തെറിയുടേതായ മറ്റൊരു ഘട്ടവും കടന്നുകൊണ്ടേ നടക്കുകയുള്ളൂ. ഈ പ്രക്രിയയിലൂടെ ഒരു സാമൂഹ്യവ്യവസ്ഥ തകർന്നു മറ്റൊന്നു രൂപംകൊള്ളാനിടവരുത്തുന്ന “പൊട്ടിത്തെറി”യാണ് വിപ്ലവം.

അപ്പോൾ ഒരു വർഗത്തിനു മേധാവിത്വമുള്ള ഒരു സാമൂഹ്യവ്യവസ്ഥയെ തകർത്തു മറ്റൊരു വർഗത്തിനു മേധാവിത്വമുള്ള പുതിയൊരു സാമൂഹ്യവ്യവസ്ഥ നിലവിൽ വരലാണ് വിപ്ലവത്തിന്റെ ഉള്ളടക്കം. ചരിത്രപ്രസിദ്ധമായ വിപ്ലവങ്ങളിലോരോന്നും ഒരു മേധാവിവർഗത്തെ അധികാരസ്ഥാനത്തുനിന്നു മാറ്റി മറ്റൊന്നിനെ അധികാരസ്ഥാനത്ത് പ്രതിഷ്ഠിക്കുകയാണ് ഉണ്ടായത്. ഈ ക്രമത്തിലാണ് അടിമവ്യവസ്ഥ തകർന്നു ഫ്യൂഡലിസവും, ഫ്യൂഡലിസം തകർന്നു മുതലാളിത്തവും എന്നപോലെ മുതലാളിത്തം തകർന്നു സോഷ്യലിസവും നിലവിൽ വരും.

ഇതോരോന്നും പെട്ടെന്നുള്ള മാറ്റമാണെന്നതിനു സംശയമില്ല. എന്നാൽ ആ പെട്ടെന്നുള്ള മാറ്റത്തിനുമുമ്പ് സുദീർഘവും പതുക്കെപ്പതുക്കെ സംഭവിക്കുന്നതുമായ പരിവർത്തനങ്ങളും നടക്കുന്നുണ്ട്. ചിലപ്പോൾ ഒളിഞ്ഞും ചിലപ്പോൾ തെളിഞ്ഞും. ചിലപ്പോൾ സമാധാനപൂർവമായും ചിലപ്പോൾ ബലപ്രയോഗത്തിലൂടെയും, ഏറ്റുമുട്ടി സ്വയം ശക്തിയാർജിക്കുന്ന രണ്ട് വിരുദ്ധവർഗങ്ങൾ തമ്മിലുള്ള സംഘട്ടനം അവസാനം ഒരു പൊട്ടിത്തെറിയിലെത്തുന്നു; മേധാവി വർഗം അധികാരഭ്രഷ്ടമാകുന്നു. കീഴടക്കപ്പെട്ടിരുന്നവർ മേധാവിത്വത്തിലേക്ക് ഉയരുന്നു. ഇതാണ് വിപ്ലവം.

ഈ പ്രക്രിയ അഹിംസാത്മകമായി നടക്കുമെന്നു കരുതുന്നത് ഭോഷത്തമാണ്. മേധാവിവർഗം അധികാരത്തിൽ പിടിച്ചുനിൽക്കാനും അടക്കിവയ്ക്കപ്പെട്ടവർ അധികാരസ്ഥാനത്തേക്കുയരാനും ശ്രമിക്കുമ്പോൾ ഇരു ചേരിയും തങ്ങൾക്ക് പ്രയോജനകരമെന്നു തോന്നുന്ന ഏതു മാർഗവും ഉപയോഗിക്കും. ഏതായുധവും എടുത്തു പെരുമാറും. അതേസമയത്ത്, സായുധസംഘട്ടനത്തിന്റെ മാർഗം മാത്രമേ ഉപയോഗിക്കൂവെന്ന് ഇരുകൂട്ടർക്കും നിർബന്ധമില്ല. എതിരാളിയെ പരാജയപ്പെടുത്താൻ സമാധാനപരമായ മാർഗമെങ്കിലത്, ബലപ്രയോഗമാണെങ്കിലത്, ഉപയോഗിക്കാൻ അവരാരും മടിക്കുകയില്ല.

മേധാവിത്വം വഹിക്കുന്ന ഒരു വർഗത്തിനു പകരം മറ്റൊരു വർഗം അധികാരത്തിലെത്തുമ്പോൾ സാമൂഹ്യജീവിതത്തിന്റെ എല്ലാ മേഖലകളിലും അടിസ്ഥാനപരമായി മാറ്റുണ്ടാകുമെന്നത് നിസ്തർക്കമാണ്. അതുകൊണ്ട് ഏത് വിപ്ലവവും സർവതോമുഖമാണ്, സർവസ്പർശിയാണ്. സാമൂഹ്യബന്ധങ്ങൾ, കുടുംബജീവിതം, നിയമത്തിന്റെയും സദാചാരത്തിന്റെയും മാനദണ്ഡങ്ങൾ, കലാ–സാംസ്കാരികമൂല്യങ്ങൾ എന്നിവയോരോന്നും മേധാവിവർഗത്തിന്റെ സ്വഭാവമാറ്റത്തിനൊത്ത് മാറു

കതന്നെ ചെയ്യും. എന്നാൽ സാമൂഹ്യ-സാംസ്കാരിക-സാമ്പത്തികരംഗങ്ങളിലെല്ലാം വരുന്ന ഈ മാറ്റങ്ങളുടെ ഹൃദയമായി കിടക്കുന്നത് രാഷ്ട്രീയമാറ്റമാണ്. ഭരണാധികാരം ഏതു വർഗത്തിൽ നിന്നു ഏതു വർഗത്തിലേക്ക് മാറിയെന്നതാണ്, ഭരണാധികാരം കയ്യാളുന്ന വർഗത്തിന്റെ സ്വഭാവത്തിൽ വരുന്ന മാറ്റത്തിനൊത്ത് പുതുതായി അധികാരസ്ഥാനത്തെത്തിയ വർഗം സ്വന്തം അധികാരം ഉറപ്പിച്ചു നിർത്താനും ബലപ്പെടുത്താനും വേണ്ടി ഉപയോഗിക്കുന്ന മാർഗങ്ങളാണ് സാമൂഹ്യ-സാംസ്കാരിക രംഗങ്ങളിലെ മാറ്റങ്ങൾ; സാമ്പത്തിക മാറ്റങ്ങളാകട്ടെ, പുതിയ മേധാവി വർഗത്തിന്റെ കേന്ദ്ര ലക്ഷ്യങ്ങളാണുതാനും.

ലോകചരിത്രത്തിൽ നടന്ന വിപ്ലവങ്ങളിൽ പലതും ഇവിടെ പറഞ്ഞതുപോലെ ഒരു വർഗത്തെ അധികാരസ്ഥാനത്തുനിന്നു മാറ്റി മറ്റൊന്നിനെ അധികാരസ്ഥാനത്തേക്കുയർത്തുന്നതിൽ വിജയം വരിച്ച വിപ്ലവങ്ങളാണ്. 18-ാം നൂറ്റാണ്ടിലെ അമേരിക്കൻ-ഫ്രഞ്ച് വിപ്ലവങ്ങൾ, 20-ാം നൂറ്റാണ്ടിലെ റഷ്യൻ-ചൈനീസ് വിപ്ലവങ്ങൾ മുതലായവ ഇതിനുദാഹരണമാണ്. നേരെ മറിച്ച്, പഴയ മേധാവിവർഗത്തെ പൂർണമായും ഉന്മൂലനം ചെയ്യാതെ അതിന്റെ അധികാരാവകാശത്തിൽ കുറെ കുറവ് വരുത്തുകമാത്രം ചെയ്ത വിരുദ്ധവർഗങ്ങൾ തമ്മിൽ സന്ധിയുണ്ടാക്കി. പഴയ സാമൂഹ്യവ്യവസ്ഥയുടെ പല അംശങ്ങളും ഉൾക്കൊള്ളുന്ന പുതിയ സാമൂഹ്യവ്യവസ്ഥ നിലവിൽ വന്നതിനും ചരിത്രത്തിൽ ധാരാളം ഉദാഹരണങ്ങൾ കാണാം.

രണ്ടാമത് പറഞ്ഞ പ്രക്രിയയിലൂടെയാണ് ഇംഗ്ലണ്ടിലും ജർമനിയിലും മറ്റു പല യൂറോപ്യൻ രാജ്യങ്ങളിലും, ഫ്യൂഡൽവ്യവസ്ഥ മുതലാളിത്തമായി മാറിയത്. അതുകൊണ്ട് ഈ രാജ്യങ്ങളിലെല്ലാം ഫ്യൂഡലിസത്തിന്റെ നിരവധി അവശിഷ്ടങ്ങൾ നിലനിർത്തിക്കൊണ്ടുള്ള മുതലാളിത്ത വ്യവസ്ഥയാണ് ഇന്നും നിലവിലുള്ളത്.

ഇന്ത്യയിൽ 1947-ൽ നടന്ന "വിപ്ലവ"വും ഇക്കൂട്ടത്തിൽപ്പെടും. അതേവരെ ഇവിടെ അധികാരത്തിലിരുന്ന ബ്രിട്ടീഷ് മേധാവികളെ മാറ്റി ഇന്ത്യൻ ബൂർഷ്വാസി അധികാരത്തിലെത്തുകയാണല്ലോ അന്നു നടന്നത്. എന്നാൽ മുൻ ഭരണാധികാരികളുമായി പുതിയ ഭരണാധികാരികൾ ഉണ്ടാക്കിയ ഒരൊത്തുതീർപ്പാണ് ആ ഭരണക്കൈമാറ്റത്തിന്റെ അടിസ്ഥാനം. അതുകൊണ്ട് ഭരണാധികാരത്തിന്റെ പുറംചട്ട ഇന്ത്യൻ ബൂർഷ്വാസിയുടെ കൈയിലാണെങ്കിലും അതിന്റെ സാമ്പത്തിക മേധാവിത്വമെന്ന കഴമ്പു വിദേശീയ കുത്തകക്കാരുടെ കൈപ്പിടിയിൽ തന്നെ അമർന്നുനിന്നു. പോരെങ്കിൽ, ലോകത്തിലെ ഏറ്റവും വലിയ മുതലാളിത്തരാജ്യമായ അമേരിക്കയടക്കം എല്ലാ രാജ്യങ്ങളിലെയും സ്വകാര്യകുത്തകക്കാർക്ക് ഇഷ്ടംപോലെ ഇന്ത്യയിലേക്ക് കടന്നുവരാൻ സൗകര്യം നൽകിക്കൊണ്ടാണ് പുതിയ ഇന്ത്യൻ ഭരണാധികാരികൾ അവർക്ക് കിട്ടിയ ഭരണാധികാരം ഉപയോഗിക്കാൻ തുടങ്ങിയത്. അതേ സമയം നാട്ടുരാജാക്കന്മാർ, ഫ്യൂഡൽ നാടുവാഴി പ്രമാണിമാർ മുതലായവർക്ക് സജീവമായ പങ്കുവ

ഹിക്കാൻ സൗകര്യമുണ്ടാക്കുന്ന ഒരു ഭരണകൂടത്തിനാണ് ഇന്ത്യൻ ബൂർഷ്വാസി രൂപംനൽകിയത്.

അതായത്, വിദേശീയമേധാവിത്വത്തിനും ഫ്യൂഡലിസത്തിനും എതിരായി വിട്ടുവീഴ്ചയില്ലാത്ത സമരം നടത്തി മുതലാളിത്തസാമൂഹ്യ വ്യവസ്ഥ നിലവിൽ വരുത്താനല്ല ഇവിടത്തെ ഭരണാധികാരിവർഗം ശ്രമിക്കുന്നത്. പിന്നെയോ? ഇന്ത്യയിലെ നാടുവാഴിവിഭാഗങ്ങളുമായി സന്ധി ചെയ്തും, വിദേശീയകുത്തകക്കാർക്ക് ഇഷ്ടംപോലെ വളരാൻ സൗകര്യം നൽകിയും; ഇവരുടെയെല്ലാം സഹായത്തോടെ സ്വന്തം താൽപ്പര്യങ്ങൾ സംരക്ഷിക്കുന്നതിനാണ്. ഫലമോ? സാർവലൗകികമായി നോക്കിയാൽ പാപ്പരായി കഴിഞ്ഞിട്ടുള്ള മുതലാളിത്തം വളർത്തിയെടുക്കാൻ ശ്രമിക്കുന്നതിൽ നിന്ന് രൂപം കൊള്ളുന്ന നിരവധി കുഴപ്പങ്ങൾ.

1947–നുമുമ്പ് ഇന്ത്യയിൽ അധികാരം സ്ഥാപിച്ച ബ്രിട്ടീഷുകാരും അവർ പ്രതിനിധാനം ചെയ്യുന്ന മുതലാളിത്തവ്യവസ്ഥയുടെ വിജയത്തിനുവേണ്ടി മുൻ സാമൂഹ്യവ്യവസ്ഥയുടെ അടി തകർക്കുകയല്ല ചെയ്തത്; അതുമായി സന്ധിചെയ്യുകയാണ്, പാർട്ടിയുടെ പരിപാടിയിൽ എടുത്തു കാണിക്കുന്നതുപോലെ:

> പശ്ചിമയൂറോപ്പിലും മറ്റു വികസിത മുതലാളിത്ത രാജ്യങ്ങളിലും ഉണ്ടായ തരത്തിലുള്ള മുതലാളിത്തവികസനമല്ല ഇന്ത്യയിലേത്. മുതലാളിത്ത മാർഗത്തിലാണ് വളരുന്നതെങ്കിലും ഇന്ത്യൻ സമൂഹത്തിനുള്ളിൽ മുതലാളിത്തപൂർവ സമൂഹത്തിലെ ശക്തിയേറിയ ഘടകങ്ങൾ ഇന്നും പ്രവർത്തിക്കുന്നുണ്ട്. വളർന്നുവരുന്ന ബൂർഷ്വാസി നശിപ്പിച്ച മുതലാളിത്ത പൂർവസമൂഹത്തിന്റെ ചിതാഭസ്മത്തിന്മേലാണ് വികസിതമുതലാളിത്ത രാജ്യങ്ങളിൽ മുതലാളിത്തം വളർന്നത്. ഇന്ത്യയിലാകട്ടെ, മുതലാളിത്ത പൂർവസമൂഹത്തിന്മേൽ മുതലാളിത്തം വെച്ചു കെട്ടപ്പെടുകയാണുണ്ടായത്. ഒരു നൂറ്റാണ്ടിലധികം കാലം ഇന്ത്യ ഭരിച്ച ബ്രിട്ടീഷ് കൊളോണിയലിസ്റ്റുകളോ 1947–ൽ അധികാരം പകർന്നുകിട്ടിയ ഇന്ത്യൻ ബൂർഷ്വാസിയോ മുതലാളിത്ത സമൂഹത്തിന്റെ സ്വതന്ത്രമായ വളർച്ചക്കും പിന്നീടതിനെ സോഷ്യലിസ്റ്റ് സമൂഹമായി മാറ്റുന്നതിനും ആവശ്യമായ മാരകമായ പ്രഹരം മുതലാളിത്തപൂർവസമൂഹത്തിന് നൽകിയില്ല. അതിനാൽ ഇന്നത്തെ ഇന്ത്യൻ സമൂഹം ജാതി വർഗീയ ഗോത്രസ്ഥാപനങ്ങളും കുത്തക മുതലാളിത്താധിപത്യവും ഒത്തു ചേർന്നിട്ടുള്ള ഒരു പ്രത്യേകതരം കൂട്ടുകെട്ടാണ്. അങ്ങനെ മുതലാളിത്തപൂർവ സമൂഹവ്യവസ്ഥയെ നശിപ്പിക്കുന്നതിൽ താൽപ്പര്യമുള്ള എല്ലാ പുരോഗമനശക്തികളെയും ഏകീകരിക്കുകയും ജനാധിപത്യവിപ്ലവം അതിവേഗം പൂർത്തീകരിച്ചു സോഷ്യലിസത്തിലേക്ക് പരിവർത്തനത്തിനു കളമൊരുക്കുവാനുള്ള പ്രവർത്തനം സുഗമമാക്കത്തക്ക വിധത്തിൽ സമൂഹത്തിലെ വിപ്ലവശക്തികളെ സംയോജിപ്പിക്കുകയും ചെയ്യുക എന്നത് തൊഴി

ലാളിവർഗത്തിന്റെയും തൊഴിലാളിവർഗ പാർട്ടിയുടെയും ചുമതലയായിത്തീർന്നിരിക്കുന്നു.

(പാർട്ടി പരിപാടി)

അപ്പോൾ, ഇന്ത്യൻ വിപ്ലവത്തിന്റെ ഹൃദയം ഇതാണ്: ജാതിമതാദി പഴഞ്ചൻ സാമൂഹ്യവ്യവസ്ഥയുടെ അവശിഷ്ടങ്ങളൊന്നും തകരാതെ നിലനിൽക്കുന്നുണ്ടെങ്കിലും മുതലാളിക്കും വളർന്നുകൊണ്ടിരിക്കുന്ന ഒരു സാമൂഹ്യവ്യവസ്ഥയിലെ ഭരണാധികാരിവർഗങ്ങളെ അധികാരസ്ഥാനത്തുനിന്ന് മാറ്റൽ; മുതലാളിത്തത്തിന്റേതടക്കം എല്ലാ പഴഞ്ചൻ സാമൂഹ്യവ്യവസ്ഥകളെയും തട്ടിത്തകർത്ത് സോഷ്യലിസ്റ്റ് വ്യവസ്ഥ കെട്ടിപ്പടുക്കുന്നതിനുള്ള കളമൊരുക്കൽ.

ആറ്
വിപ്ലവങ്ങളുടെ ഉള്ളടക്കത്തിൽ വൈരുധ്യം

മുതലാളിത്ത കാലഘട്ടത്തിൽ രണ്ടുതരം വിപ്ലവങ്ങൾ നടക്കുന്നു. ഫ്യൂഡൽ സാമൂഹ്യവ്യവസ്ഥക്കുള്ളിൽ രൂപംപൂണ്ട മുതലാളിവർഗത്തെ (ബൂർഷ്വാസിയെ) ഒരു ചൂഷിതവർഗമെന്ന നിലയിൽനിന്നു ചൂഷകവർഗത്തിന്റെ പദവിയിലേക്ക് ഉയർത്തുന്ന വിപ്ലവമാണ് ഇതിലൊന്ന്. രണ്ടാമതാകട്ടെ; മുതലാളിത്ത സാമൂഹ്യവ്യവസ്ഥയിലെ ചൂഷിതവർഗമായ തൊഴിലാളിവർഗത്തെ ഭരണാധികാരിവർഗമാക്കുന്ന വിപ്ലവമാണ്.

ഇതിലാദ്യത്തേതിനു *ബൂർഷ്വാ വിപ്ലവ*മെന്ന പദമാണ് മാർക്സിസം നൽകുന്നത്. ഇതിന്റെ ഏറ്റവും ഉജ്ജ്വലമായ ഉദാഹരണം 1789–ൽ പൊട്ടിപ്പുറപ്പെട്ട ഫ്രെഞ്ചുവിപ്ലവമാണ്. അതേവരെ ഫ്രാൻസിന്റെ സാമൂഹ്യജീവിതത്തിലെ എല്ലാ തുറകളിലും മേധാവിത്വം വഹിച്ചിരുന്ന ഫ്യൂഡൽ ഭരണാധികാരികളെ ആ സ്ഥാനത്തുനിന്ന് അടിച്ചിറക്കി ബൂർഷ്വാസിയെ അധികാരസ്ഥാനത്തേക്കുയർത്തുകയാണ് ആ വിപ്ലവം ചെയ്തത്.

കൃഷിക്കാർ, കൈത്തൊഴിലുകാർ മുതലായ ചെറുകിട സ്വത്തുടമസ്ഥന്മാരെയും നിർധനരായ ജനലക്ഷങ്ങളെയും ആവേശം കൊള്ളിക്കുന്ന "സ്വാതന്ത്ര്യം, സമത്വം, സാഹോദര്യം" എന്നീ മുദ്രാവാക്യങ്ങളുമായാണ് ബൂർഷ്വാസി സമരരംഗത്തിറങ്ങിയത്. ഈ ചെറുകിട സ്വത്തുടമസ്ഥന്മാരെയും നിർധന ബഹുജനങ്ങളെയും അണിനിരത്തിക്കൊണ്ടു നടത്തിയ ആ വിപ്ലവസമരത്തിൽ ബൂർഷ്വാസി വിജയിക്കുകയും ചെയ്തു.

എന്നാൽ, പുതിയ (മുതലാളിത്ത) സാമൂഹ്യവ്യവസ്ഥയിൽ ചെറുകിട സ്വത്തുടമസ്ഥന്മാരും നിർധനരായ ജനലക്ഷങ്ങളും പുതിയ തരത്തിലുള്ള ഒരു (മുതലാളിത്ത) ചൂഷണത്തിന് വിധേയരാവുകയാണുണ്ടായത്. സ്വാതന്ത്ര്യവും സമത്വവും സാഹോദര്യവുമെല്ലാം അവരെ സംബന്ധിച്ചിടത്തോളം "അക്കരപ്പച്ച"യായി കലാശിച്ചു. പഴയ (ഫ്യൂഡൽ) ചൂഷണത്തിനു പകരം പുതിയ (മുതലാളിത്ത) ചൂഷകവർഗം തങ്ങളെ കൊള്ളയടിക്കാൻ തുടങ്ങിയെന്നല്ലാതെ മറ്റൊരു വ്യത്യാസവും അവരെ സംബന്ധിച്ചുണ്ടായില്ല.

ബൂർഷ്വാ വിപ്ലവം തന്നെ മറ്റൊരു രൂപത്തിലും നടന്നിട്ടുണ്ട്. അതിന്റെ മറ്റൊരു ഉജ്ജ്വലമായ ഉദാഹരണമാണ് 1776–ൽ തുടങ്ങിയ അമേരിക്കൻ വിപ്ലവം. ഈ വിപ്ലവത്തിലൂടെ അധികാരഭ്രഷ്ടമാക്കപ്പെട്ടത് ഫ്യൂഡൽ വർഗമല്ല.

അന്നത്തെ അമേരിക്കയിൽ ഫ്യൂഡൽ വ്യവസ്ഥയുണ്ടായിരുന്നില്ല. ഇംഗ്ലണ്ടിൽനിന്നുപോയി അമേരിക്കയിൽ കുടിയേറിപ്പാർത്ത ഇംഗ്ലണ്ടിന്റെ ഭരണമേധാവിത്വത്തിൻകീഴിൽ കഴിച്ചുകൂട്ടിയിരുന്ന ഇംഗ്ലീഷുകാരുടെ കോളനികളായിരുന്നു അമേരിക്കയിൽ. ഈ കോളനിസ്വഭാവത്തിൽനിന്ന് മോചനം നേടി സ്വതന്ത്രമായ ഒരു ബൂർഷ്വാരാഷ്ട്രം അമേരിക്കൻ മണ്ണിൽ രൂപപ്പെടുത്താനാണ് ആ വിപ്ലവത്തിന്റെ നേതാക്കന്മാർ ശ്രമിച്ചത്. അതിൽ അവർ വിജയിക്കുകയും ചെയ്തു.

അങ്ങനെ ഇംഗ്ലണ്ടിൽനിന്ന് തികച്ചും സ്വതന്ത്രമായ ഒരു രാഷ്ട്രം അമേരിക്കയിൽ രൂപംകൊണ്ടു. അതും ബൂർഷ്വാ മേധാവിത്വത്തിന്റേതായ ഒരു രാഷ്ട്രമാണ്.

അങ്ങനെ ഫ്രാൻസിലും അമേരിക്കയിലും ബൂർഷ്വാ വിപ്ലവങ്ങൾ നടന്നു. എന്നാൽ ഈ രണ്ടു ബൂർഷ്വാ വിപ്ലവങ്ങളും തമ്മിൽ ഒരു പ്രധാന വ്യത്യാസമുണ്ടായിരുന്നു; ഫ്രഞ്ചുവിപ്ലവം ഫ്രാൻസിൽ തന്നെയുള്ള ഫ്യൂഡൽ മേധാവിത്വത്തെ തകർക്കാനുള്ള വിപ്ലവമായിരുന്നു. അമേരിക്കയിലേതാകട്ടെ, വിദേശമേധാവിത്വത്തിനെതിരായതായിരുന്നു.

വർഗപരമായ ഉള്ളടക്കത്തിൽ രണ്ടും ഒന്നുതന്നെ. ബൂർഷ്വാസിയെ ഭരണാധികാരിവർഗമാക്കി ഉയർത്തുകയാണ് രണ്ടും ചെയ്തത്. അതുകൊണ്ട് രണ്ടും *ബൂർഷ്വാ വിപ്ലവങ്ങൾ* തന്നെ. പക്ഷേ, അധികാരഭ്രഷ്ടമാക്കപ്പെടുന്ന വർഗം വ്യത്യസ്തമാകയാൽ വ്യത്യസ്ത ഇനങ്ങളിൽപ്പെടുന്ന ബൂർഷ്വാ വിപ്ലവങ്ങളാണവ. അതിലൊന്നിന് *ബൂർഷ്വാ ജനാധിപത്യ വിപ്ലവ*മെന്നും മറ്റേതിനു *ബൂർഷ്വാ ദേശീയ വിപ്ലവ*മെന്നും പേർ കൊടുക്കാം.

ഈ രണ്ടിനങ്ങളിൽപ്പെടുന്ന നിരവധി വിപ്ലവങ്ങളിലൂടെയാണ് ലോകത്തിലെങ്ങും മുതലാളിത്ത വ്യവസ്ഥ വളർന്നുവന്നത്. അവയിൽ ദുർലഭം ചിലവ മാത്രമേ ഫ്രഞ്ചു വിപ്ലവത്തേയും അമേരിക്കൻ വിപ്ലവത്തേയും പോലെ ഫ്യൂഡലിസത്തെയോ വിദേശമേധാവിത്വത്തെയോ പൂർണമായി തകർക്കുകയുണ്ടായുള്ളൂ. വളർന്നുവന്ന ബൂർഷ്വാസി ഫ്യൂഡൽവർഗമായോ വിദേശമേധാവികളായോ സന്ധിചെയ്തുകൊണ്ടു നടത്തിയ “വിപ്ലവ”ങ്ങളാണ് അധികവും. അതുകൊണ്ട്, മിക്ക ബൂർഷ്വാരാജ്യങ്ങളിലും ഫ്യൂഡലിസത്തിന്റെയോ വിദേശ മേധാവിത്വത്തിന്റെയോ അവശിഷ്ടങ്ങൾ ധാരാളം കാണാം. എങ്കിലും മുതലാളിത്ത വ്യവസ്ഥയ്ക്ക് അതിവേഗത്തിൽ വളർന്നുവരാനും അതിനകത്തു നിന്നുതന്നെ ഒരു കുത്തകമുതലാളി വിഭാഗം വളർന്നുവരാനും ഈ “വിപ്ലവ”ങ്ങൾപോലും സഹായിച്ചു.

മുതലാളിത്ത കാലഘട്ടത്തിന്റെ അവസാന ദശയിൽ നടക്കുന്നതും

പൂർണവുമായ വിപ്ലവത്തെക്കുറിച്ചാണ് ഇനി പരാമർശിക്കേണ്ടത്. അതിന് *സോഷ്യലിസ്റ്റ് വിപ്ലവ*മെന്ന പേരാണ് മാർക്സിസം നൽകിയിട്ടുള്ളത്. ഇതിന്റെ ഏറ്റവും ഉജ്ജ്വലമായ ഉദാഹരണമാണ് 1917-ലെ റഷ്യൻവിപ്ലവം. ആ വിപ്ലവത്തിലൂടെ തൊഴിലാളിവർഗം ഭരണാധികാരിവർഗമായി മാറി. മുതലാളി-ജന്മിവർഗങ്ങളുടെ അവകാശങ്ങൾ മുഴുവൻ അവസാനിപ്പിച്ചു. അവർ വീണ്ടും ഭരണാധികാരത്തിലേക്ക് തിരിച്ചുവരുന്നത് തടയുന്നതിനുവേണ്ട സുശക്ത നടപടികളെടുത്തു.

*ബൂർഷ്വാ വിപ്ലവവും സോഷ്യലിസ്റ്റ് വിപ്ലവ*വും തമ്മിൽ അടിസ്ഥാനപരമായ വ്യത്യാസമുണ്ട്. അവ തമ്മിൽ കൂട്ടിക്കുഴയ്ക്കുന്നത് അശാസ്ത്രീയമാണ്. ബൂർഷ്വാവിപ്ലവം പൂർത്തിയാക്കാതെ-ഫ്യൂഡലിസത്തിന്റെയും വിദേശീയ മേധാവിത്വത്തിന്റെയും കടപുഴക്കാതെ-സോഷ്യലിസ്റ്റ് വിപ്ലവം നടത്താൻ സാധ്യമല്ല.

ഈ വാസ്തവം മറച്ചുവെച്ചുകൊണ്ട് ബൂർഷ്വാവിപ്ലവത്തിന്റേതായ കടമകൾ നിറവേറ്റുമ്പോൾ അതിനു സോഷ്യലിസത്തിന്റെ നിറംകൊടുക്കാൻ ചിലർ ശ്രമിക്കാറുണ്ട്. ഉദാഹരണത്തിന് ജന്മിസമ്പ്രദായമവസാനിപ്പിച്ച് കൃഷിഭൂമി കൃഷിക്കാരന് കൊടുക്കുന്നത് ബൂർഷ്വാവിപ്ലവത്തിന്റേതായ ഒരു കടമയാണ്. അതിന് ഒരു സോഷ്യലിസ്റ്റ് നിറംകൊടുക്കുന്നത് ഒരുതരം വർഗവഞ്ചനയാണ്. ഈ വർഗവഞ്ചനക്കെതിരായി മാർക്സിനും എംഗൽസിനും പോരാടേണ്ടി വന്നിട്ടുണ്ട്.

മാർക്സിനും എംഗൽസിനുംശേഷം ലെനിനും ഇതുതന്നെ ചെയ്യേണ്ടിവന്നു. അതോടൊപ്പം ലെനിന് മറ്റൊന്നുകൂടി ചെയ്യേണ്ടിവന്നു. ബൂർഷ്വാവിപ്ലവം പൂർത്തിയാക്കി കുറെക്കാലം കഴിഞ്ഞതിനുശേഷമേ സോഷ്യലിസ്റ്റ് വിപ്ലവം നടക്കുകയുള്ളുവെന്ന തെറ്റായ ചിന്താഗതിയേയും അദ്ദേഹത്തിന് ശക്തിയായി എതിർക്കേണ്ടിവന്നു. റഷ്യയിലെയും ലോകത്തിലെയും സ്ഥിതിഗതികളാകെ വസ്തുനിഷ്ഠമായി പരിശോധിച്ചതിന്റെ വെളിച്ചത്തിൽ ലെനിൻ ഒരു പുതിയ കാഴ്ചപ്പാട് ലോകവിപ്ലവപ്രസ്ഥാനത്തിന്റെ മുമ്പിൽവെച്ചു.

ബൂർഷ്വാജനാധിപത്യ (അല്ലെങ്കിൽ ബൂർഷ്വാദേശീയ) വിപ്ലവമായി തുടങ്ങുക, അതിലെ സജീവഘടകങ്ങളെന്ന നിലയ്ക്ക് കൃഷിക്കാരെയും മറ്റു ചെറുകിട സ്വത്തുടമസ്ഥന്മാരെയും നിർധനരായ ജനലക്ഷങ്ങളെയും അണിനിരത്തുക; എന്നാൽ ആ വിപ്ലവത്തിന്റെ നേതൃത്വം ബൂർഷ്വാസിയുടെ കയ്യിലാകാനിടവരുത്താതെ തൊഴിലാളിവർഗം അതിന്റെ നേതൃത്വത്തിലേക്ക് സ്വയം ഉയരുക. അങ്ങനെ തൊഴിലാളിവർഗനേതൃത്വത്തിൽ നടക്കുന്ന ബൂർഷ്വാവിപ്ലവത്തിലൂടെ തന്നെ തൊഴിലാളിവർഗനേതൃത്വത്തിൽ തൊഴിലാളി-കർഷകസഖ്യത്തെ ആസ്പദമാക്കിയ ഒരു പുതിയ ജനാധിപത്യഭരണകൂടത്തിനു രൂപംകൊടുക്കുക; ആ ഭരണകൂടം ഫ്യൂഡൽ മേധാവിത്വത്തെ തകർക്കുന്നതോടൊപ്പം സോഷ്യലിസ്റ്റ് നിർമാണത്തിനു കളമൊരുക്കുകകൂടി ചെയ്യുക.

ഈ ലെനിനിസ്റ്റ് സമരതന്ത്രത്തിന്റെ ഉജ്ജ്വലമായ ഉദാഹരണമാണ്

റഷ്യൻവിപ്ലവം. 1917 ഫെബ്രുവരിയിൽ നടന്ന *ബൂർഷ്വാവിപ്ലവ*ത്തിൽനിന്നു ഒരു പുതിയ ഭരണകൂടം ഉയർന്നുവന്നു-തൊഴിലാളികളുടെയും കൃഷിക്കാരുടെയും പട്ടാളക്കാരുടെയും *സോവിയറ്റുകൾ.* അവയെ ഉപയോഗപ്പെടുത്തി ബൂർഷ്വാവിപ്ലവത്തിൽനിന്നു അതിവേഗം സോഷ്യലിസത്തിലേക്ക് മാറാൻ പ്രയോജനപ്പെടുന്ന തന്ത്രവും അടവുകളും ലെനിൻ ആവിഷ്കരിച്ചു. അതാണ് ഒക്ടോബർ (സോഷ്യലിസ്റ്റ്) വിപ്ലവത്തിനു കളമൊരുക്കിയത്.

ഈ ലെനിനിസ്റ്റ് സമരതന്ത്രമാണ് പിന്നീട് കിഴക്കൻ യൂറോപ്പിലും ചൈന, കൊറിയ, വിയത്നാം, ക്യൂബ എന്നീ രാജ്യങ്ങളിലും വിജയകരമായി പ്രയോഗിക്കപ്പെട്ടത്. ഈ തന്ത്രമനുസരിച്ചുള്ള വിപ്ലവത്തിനു *ജനകീയജനാധിപത്യവിപ്ലവ*മെന്നു പേർ വിളിക്കാം.

ബൂർഷ്വാ ജനാധിപത്യവിപ്ലവത്തിന്റേതായ കടമകൾ നിറവേറ്റുമ്പോൾതന്നെ സോഷ്യലിസ്റ്റ് വിപ്ലവത്തിന്റെ മുഖ്യോപാധിയായ തൊഴിലാളിവർഗനേതൃത്വം ഉറപ്പിക്കുകയെന്നതാണ് ഈ തന്ത്രത്തിന്റെ മുഖ്യമായ ഉള്ളടക്കം.

ഇതിനുപകരം ബൂർഷ്വാനേതൃത്വത്തിൽ-അല്ലെങ്കിൽ "ബൂർഷ്വാസിയും തൊഴിലാളിവർഗവും ചേർന്നുണ്ടാക്കുന്ന സംയുക്തനേതൃത്വ"ത്തിൽ-വിപ്ലവം നടക്കണമെന്നു റിവഷനിസ്റ്റുകാർ വാദിക്കുന്നു. ആ വിപ്ലവത്തിനാണ് അവർ *ദേശീയജനാധിപത്യവിപ്ലവ*മെന്നു പേർ ഇട്ടിട്ടുള്ളത്. ഇന്ദിരാഗാന്ധിയുടെ നേതൃത്വത്തിൽ ഒരു "ഇടതുപക്ഷ ജനാധിപത്യ മുന്നണി" കെട്ടിപ്പടുക്കുകയെന്ന ഇന്ത്യൻ റിവിഷനിസ്റ്റ് കാഴ്ചപ്പാടിന്റെ താത്ത്വികാടിസ്ഥാനം ഇതാണ്.

തൊഴിലാളിവർഗനേതൃത്വത്തിലാണെങ്കിലും തുടക്കത്തിൽ ബൂർഷ്വാവിപ്ലവത്തിന്റെ കടമകളാണ് പൂർത്തിയാക്കേണ്ടതെന്ന് മനസിലാക്കാത്തതാണ് ഇടതുപക്ഷ അവസരവാദത്തിന്റെ മൗലികമായ തെറ്റ്. തുടക്കത്തിൽ ബൂർഷ്വാവിപ്ലവമാണെങ്കിലും അതു പൂർത്തിയാക്കുന്നതിന് തൊഴിലാളിവർഗനേതൃത്വം ഉറപ്പിക്കണമെന്നും, അത് ഉറപ്പിക്കാൻ കഴിഞ്ഞാൽ ബൂർഷ്വാവിപ്ലവം പൂർത്തിയാക്കുമ്പോൾതന്നെ സോഷ്യലിസ്റ്റ് വിപ്ലവത്തിന്റെ അടിത്തറ പാകാമെന്നും മനസിലാക്കാത്തതാണ് വലതുപക്ഷ അവസരവാദത്തിന്റെ മൗലികമായ തെറ്റ്.

ഏഴ്
തന്ത്രവും അടവുകളും

സാധാരണ വ്യവഹാരഭാഷയനുസരിച്ച് ഒരേ അർഥമാണ് "തന്ത്ര"ത്തിനും "അടവു"കൾക്കുമുള്ളത്. ശാസ്ത്രീയമായിട്ടാകട്ടെ, അവ രണ്ടും തമ്മിൽ വലിയ വ്യത്യാസമുണ്ട്.

പോരെങ്കിൽ, സൂത്രപ്പണി, മെരട്ടുവിദ്യ മുതലായ പദപ്രയോഗങ്ങൾകൊണ്ട് ഉദ്ദേശിക്കുന്ന അർഥംതന്നെ "തന്ത്ര"ത്തിനും കൊടുക്കാറുണ്ട്. "തന്ത്രശാലിയും" "സൂത്രശാലിയും" പര്യായപദങ്ങളായാണ് മിക്ക

വാറും എല്ലായ്പ്പോഴും പ്രയോഗിക്കാറുള്ളത്. ഇതും "തന്ത്ര"ത്തിന്റെ ശാസ്ത്രീയ ഉള്ളടക്കത്തിനു തികച്ചും എതിരാണ്.

സൈനികഭാഷയിൽ "തന്ത്രം" കൊണ്ടുദ്ദേശിക്കുന്നത് ഇതാണ്; സ്വയം ശക്തിയും ശത്രുവിന്റെ ശക്തിയും അളന്നു തിട്ടപ്പെടുത്തി സ്വന്തം ചേരിക്ക് ഏറ്റവുമധികം വിജയം ഏറ്റവും ചുരുങ്ങിയ കാലംകൊണ്ട് നേടി യുദ്ധത്തിൽ വിജയംവരിക്കുന്നതെങ്ങനെ? ശത്രുവിന്റെ ദൗർബല്യത്തിൽനിന്ന് മുതലെടുക്കുക; പ്രബലനായ ശത്രുവിനെ സമർത്ഥമായ നീക്കങ്ങൾ മുഖേന ദുർബലനാക്കി മാറ്റുക; സ്വന്തം സൈനികശക്തിയെ ഏറ്റവുമധികം ഫലപ്രദമായി ഉപയോഗിക്കാവുന്ന സ്ഥലത്തും, സമയത്തും രീതിയിലും ഉപയോഗിക്കുക–ഇതെല്ലാം എങ്ങനെ സാധിക്കും? ഇതിനു പറ്റുന്ന പദ്ധതികൾ ആസൂത്രണം ചെയ്യുന്നതിന്റെ ആകത്തുകയാണ് യുദ്ധതന്ത്രം.

ഈ 'തന്ത്ര'ത്തിന്റെ തന്നെ ഭാഗമാണ് 'അടവ്.' ഒരു യുദ്ധം തുടങ്ങി അവസാനിക്കുന്നതുവരെ 'തന്ത്ര'ത്തിൽ യാതൊരു മാറ്റവുമില്ല. എന്നാൽ 'തന്ത്രം' കൊണ്ടുദ്ദേശിക്കുന്ന ഫലം കിട്ടുന്നതിനുവേണ്ടി യുദ്ധത്തിനിടയ്ക്ക് പലപ്പോഴും പലേടത്തും വെച്ച് 'അടവുകൾ' മാറ്റേണ്ടിവരും. ആവിഷ്കരിക്കപ്പെട്ട 'തന്ത്ര'മനുസരിച്ച് നടക്കുന്ന ഏറ്റുമുട്ടലുകളുടെ ഫലമായി ശത്രുചേരിയും സ്വന്തം ചേരിയും തമ്മിലുള്ള ബലാബലത്തിൽ മാറ്റം വരുമല്ലോ. അതനുസരിച്ച് ചിലപ്പോൾ കയറി അടിക്കുക, ചിലപ്പോൾ പിൻവാങ്ങുക, ചിലപ്പോൾ അനങ്ങാതിരിക്കുക–ഇതെല്ലാം സന്ദർഭമനുസരിച്ച് ചെയ്യേണ്ടിവരും. ഇങ്ങനെ താൽക്കാലിക സ്ഥിതിഭേദങ്ങൾക്കൊത്ത് സംഘട്ടനത്തിന്റെ രൂപത്തിൽ മാറ്റം വരുത്തുന്നതിനാണ് 'അടവ് മാറ്റുക'യെന്ന് പറയുന്നത്.

പലേടത്തും പലപ്പോഴും ഉപയോഗിക്കുന്ന അടവുകൾ വ്യത്യസ്തം മാത്രമല്ല, ചിലപ്പോൾ അവ പരസ്പരവിരുദ്ധം കൂടിയായിരിക്കും. 'ചില അടവുകൾ' പ്രത്യക്ഷത്തിൽ 'തന്ത്ര'ത്തിന്റെ കാഴ്ചപ്പാടിനുപോലും എതിരായിത്തോന്നും. എന്നാൽ 'അടവുക'ളോരോന്നും അംഗീകരിക്കപ്പെടുന്നത് ഒരൊറ്റ ഉദ്ദേശ്യമനുസരിച്ചാണ്–ആസൂത്രിതമായ 'തന്ത്ര'ത്തിനൊത്ത് സ്വന്തം ചേരിക്ക് ഏറ്റവും കുറച്ചുമാത്രം നാശനഷ്ടങ്ങൾക്കിടയാക്കിക്കൊണ്ട് ശത്രുപക്ഷത്തിന് ഏറ്റവുമധികം നാശനഷ്ടങ്ങൾ വരുത്തിത്തീർക്കണം. ആ നിലയ്ക്ക് പല സന്ദർഭങ്ങളിൽ പ്രയോഗിക്കുന്ന പല 'അടവുകൾ'ക്ക് മുഴുവൻ മൗലികമായ ഒരു ഏകതാനതയുണ്ട്.

വർഗസമരം ഒരു യുദ്ധമാണ്. ആ നിലയ്ക്ക് യുദ്ധത്തിനെന്നപോലെ വർഗസമരത്തിലും അടിസ്ഥാനപരമായ ഒരു 'തന്ത്ര'മുണ്ട്. അതിന് കീഴ്പ്പെട്ടു നിൽക്കുന്ന 'അടവു'കളുണ്ട്. യുദ്ധത്തിനെന്നപോലെ വർഗസമരത്തിലും സ്ഥലകാലങ്ങളിലും സ്ഥിതിഭേദങ്ങളിലും വരുന്ന മാറ്റത്തിനൊത്ത് അടവുകൾ മാറും. ഇന്നലത്തെ അടവിന് കടകവിരുദ്ധമാണെന്നു തോന്നുന്ന അടവ് ഇന്നും, ഇന്നത്തേതിന് വിരുദ്ധമായ അടവ് നാളെയും പ്രയോഗിക്കേണ്ടിവരും. എന്നാൽ, ഈ അടവുകളിൽ വരുത്തുന്ന ഈ

മാറ്റങ്ങളൊന്നും 'തന്ത്ര'ത്തിൽ യാതൊരു മാറ്റവും വരുത്തില്ല.

എന്നാൽ, യുദ്ധവും വർഗസമരവും തമ്മിൽ ഒരു മുഖ്യവ്യത്യാസമുണ്ട്. ഒരു യുദ്ധം കഴിയുന്നതോടുകൂടി, ശത്രുവിനെ കീഴടക്കുകയോ അല്ലെങ്കിൽ സ്വയം ശത്രുവിനാൽ കീഴടക്കപ്പെടുകയോ ചെയ്യുന്നതോടുകൂടി യുദ്ധമവസാനിക്കുന്നു. യുദ്ധ'തന്ത്ര'ത്തിന്റെ ആവശ്യമില്ലാതാകുന്നു. വർഗസമരത്തിലാകട്ടെ, കമ്യൂണിസ്റ്റ് സാമൂഹ്യവ്യവസ്ഥ നിലവിൽ വരുന്നതുവരെ, വർഗസമരം ഇല്ലാതാവുകയില്ല.

പഴയ ചൂഷകവർഗത്തിനു പകരം പുതിയ ചൂഷകവർഗം മേധാവിത്വം സ്ഥാപിക്കുകയും, അങ്ങനെ വർഗസമരം പുതിയ രൂപം കൈക്കൊള്ളുകയും ചെയ്യുന്നതാണല്ലോ വിജയകരമായ വിപ്ലവം. അതുകൊണ്ടു വർഗസമരത്തിന്റെ വളർച്ചയിലെ ഒരു ഘട്ടം കഴിയുമ്പോൾ വർഗബന്ധങ്ങളിൽ വരുന്ന മാറ്റം കണക്കിലെടുത്ത് വിപ്ലവത്തിന്റെ സമരതന്ത്രത്തിൽ മാറ്റം വരുത്തേണ്ടിവരും. പക്ഷേ, അതുകൊണ്ട് വിപ്ലവം ഇല്ലാതാകുന്ന വിപ്ലവത്തിന്റെ 'തന്ത്രം' അപ്രസക്തമാകുന്നില്ല.

ഉദാഹരണത്തിന് ഇന്ത്യൻ വിപ്ലവത്തിലെ ഒരു ഘട്ടം 1947–ഓടുകൂടി കഴിഞ്ഞു. ബ്രിട്ടീഷ് ഭരണാധികാരികളുടെ രാഷ്ട്രീയ മേധാവിത്വമവസാനിച്ചു. രാഷ്ട്രീയ ഭരണാധികാരം ഇന്ത്യൻ ബൂർഷ്വാസിയുടെ കൈകളിലേക്ക് പകർന്നു. അങ്ങനെ ബൂർഷ്വാസിയടക്കം ഇന്ത്യൻ ജനതയെയാകെ ബ്രിട്ടീഷ് ഭരണാധികാരികൾക്ക് എതിരായി തിരിച്ചുവിട്ട് അവരുടെമേൽ കനത്ത പ്രഹരമേൽപ്പിക്കുകയെന്ന പഴയ തന്ത്രത്തിന് പ്രസക്തിയില്ലാതായി. പുതുതായി ഭരണാധികാര സ്ഥാനത്തെത്തിയ ബൂർഷ്വാസിക്കും അതിന്റെ ഭരണകൂടത്തിനും എതിരായാണ് ജനങ്ങളെ തിരിച്ചുവിടേണ്ടത് എന്ന സ്ഥിതിവിശേഷമുളവായി.

പക്ഷേ, ബൂർഷ്വാജനാധിപത്യവിപ്ലവം പൂർത്തിയാക്കുന്നതിനു പകരം ഫ്യൂഡൽ വർഗങ്ങളുമായി അധികാരം പങ്കിട്ടെടുക്കാനും സാമ്രാജ്യാധിപത്യവുമായി സന്ധി ചെയ്യാനും തയാറായ ഒരു ബൂർഷ്വാസിയാണ് ഭരണാധികാരസ്ഥാനത്തെത്തിയിട്ടുള്ളത്. അതുകൊണ്ട് ഈ ഭരണകൂടത്തിന്റെ നിലനിൽപ്പ് (ഒരു പിടി വൻകിട കുത്തകക്കാരൊഴിച്ച്, ഭൂരിപക്ഷം ബൂർഷ്വാസിയടക്കം) ഇന്ത്യൻ ജനതയുടെ ഉത്തമതാൽപ്പര്യങ്ങൾക്കെതിരാണ്. സാമ്രാജ്യവിരോധികളും ഫ്യൂഡൽ വിരോധികളുമായവരെ സംബന്ധിച്ചിടത്തോളം ബൂർഷ്വാഭരണകൂടം ഇതേപടി തുടരുന്നത് ദോഷമാണ്.

അതുകൊണ്ടാണ് 1947–നുശേഷം പഴയ ബൂർഷ്വാവിപ്ലവത്തിനു പകരം ജനകീയ ജനാധിപത്യവിപ്ലവം നടത്തുകയെന്ന പുതിയ ഘട്ടം തുടങ്ങിയെന്നു കമ്യൂണിസ്റ്റ് (മാർക്സിസ്റ്റ്) പാർട്ടി അഭിപ്രായപ്പെടുന്നത്.

ഈ പുതിയ ജനകീയജനാധിപത്യ വിപ്ലവഘട്ടത്തിന്റെ സവിശേഷതകളിൽ രണ്ട് സംഗതികൾ എടുത്തു പറയേണ്ടതുണ്ട്.

ഒന്ന്: മുമ്പത്തെ ഘട്ടത്തിൽ വിപ്ലവത്തിന്റെ ചേരിയിൽ ഭാഗികമായെങ്കിലും നിന്നിരുന്ന ഒരു വർഗം ഇന്നു ഭരണാധികാരിവർഗമാണ്. അതി

നെതിരായിട്ടാണ് തൊഴിലാളിവർഗത്തിനു മറ്റു ജനവിഭാഗങ്ങളെ അണിനിരത്താനുള്ളത്.

ഈ യാഥാർഥ്യം അംഗീകരിക്കാതെ, ബൂർഷ്വാസികൂടി ഉൾപ്പെടുന്ന ഒരു സാമ്രാജ്യവിരുദ്ധ–ഫ്യൂഡൽവിരുദ്ധ മുന്നണി കെട്ടിപ്പടുക്കുകയെന്ന പഴയ തന്ത്രം തുടരാൻ ശ്രമിക്കുകയെന്നതാണ് വലതുപക്ഷ അവസരവാദത്തിന്റെ സമീപനം.

രണ്ട്: രാഷ്ട്രീയഭരണാധികാരം ബൂർഷ്വാസിയുടെ കയ്യിലേക്ക് പകർന്നിട്ടുണ്ടെങ്കിലും സാമ്പത്തിക മേധാവിത്വം വിദേശകുത്തകക്കാരുടെയും അവരുടെ ഇന്ത്യൻ കൂട്ടാളികളുടെയും കയ്യിലാണ്. ഇതും രാഷ്ട്രീയ ഭരണാധികാരത്തിൽതന്നെ ഫ്യൂഡൽ മേധാവിത്വത്തിനുള്ള പങ്കും ചേർന്നു ഇന്ത്യയുടെ സ്വതന്ത്രവും ജനാധിപത്യപരവുമായ വളർച്ചയെ തടഞ്ഞുകൊണ്ടിരിക്കുകയാണ്. ആ സ്ഥിതിക്ക് തൊഴിലാളിവർഗനേതൃത്വത്തിൽ തൊഴിലാളി–കർഷകസമരസഖ്യത്തിന്റെ അടിസ്ഥാനത്തിൽ, ബഹുജനവിപ്ലവപ്രസ്ഥാനം വളർന്നു വരുമ്പോൾ ഇന്നത്തെ ഭരണാധികാര (ബൂർഷ്വാ) വർഗത്തിൽതന്നെ ചില വിഭാഗങ്ങൾ ഭരണകൂടത്തിനെതിരായ നിലപാടെടുക്കും.

ഈ യാഥാർഥ്യം മനസ്സിലാക്കാതെ, ഇന്നത്തെ ഭരണാധികാരവർഗത്തിനെതിരായ സമരത്തിലടങ്ങിയ സാമ്രാജ്യവിരുദ്ധ–ഫ്യൂഡൽ വിരുദ്ധ സ്വഭാവം നിഷേധിച്ച്, വിപ്ലവപ്രസ്ഥാനത്തിന്റെ വ്യാപ്തി കുറയ്ക്കുകയെന്നതാണ് ഇടതുപക്ഷ അവസരവാദത്തിന്റെ സമീപനം.

ഈ രണ്ട് അവസരവാദങ്ങൾക്കും പൊതുവിൽ ഒരു മാർക്സിസ്റ്റ് വിരുദ്ധസമീപനമുണ്ട്. സാമ്രാജ്യവിരുദ്ധ–ഫ്യൂഡൽവിരുദ്ധവിപ്ലവ പ്രസ്ഥാനത്തിന്റെ നേതാവെന്ന സ്ഥാനത്തേക്ക് തൊഴിലാളിവർഗത്തെ ഉയർത്തുകയെന്ന കാഴ്ചപ്പാട് രണ്ടിനുമില്ല. തൊഴിലാളിവർഗത്തെ ബൂർഷ്വാസിക്ക് അടിയറ വയ്ക്കുകയാണ് വലതുപക്ഷ അവസരവാദം ചെയ്യുന്നത്. ഇടതുപക്ഷ അവസരവാദമാകട്ടെ, തൊഴിലാളിവർഗനേതൃത്വത്തിൽ വരാനിടയുള്ള വിപ്ലവശക്തികളിൽ പലതിനേയും ആട്ടിയോടിച്ചു ശത്രുപക്ഷത്താക്കുന്നു.

എട്ട്
അടവുമാറ്റങ്ങളുടെ ചില ഉദാഹരണങ്ങൾ

"വിപ്ലവകാലഘട്ട"ത്തിന്റെ സ്വഭാവത്തിൽ മാറ്റം വരാത്തതിനാൽ "തന്ത്രം"–ഇന്നിന്ന വർഗങ്ങൾക്കെതിരായി ഇന്നിന്ന വർഗങ്ങളെ അണിനിരത്തുകയെന്ന കാഴ്ചപ്പാട്–മാറാതിരിക്കുക; എന്നാൽ വിപ്ലവമുന്നേറ്റത്തിന്റെ സ്ഥിതിഗതികളിൽ ഏറ്റക്കുറച്ചിലുകൾ വരുന്നതിനാൽ "അടവുകൾ" മാറ്റേണ്ടിവരിക–ഇത് വിപ്ലവപ്രസ്ഥാനത്തിന്റെ മുന്നേറ്റത്തിൽ സർവസാധാരണമാണ്.

ഈ യാഥാർഥ്യം മനസിലാക്കാത്ത പലരും മുമ്പ് അവിഭക്ത കമ്യൂണിസ്റ്റ് പാർട്ടിയുടെയും ഇപ്പോൾ കമ്യൂണിസ്റ്റ് (മാർക്സിസ്റ്റ്) പാർട്ടിയു

ടെയും നയപരമായ സമീപനത്തിൽ വരുന്ന "തകിടം മറിച്ചിലു"കളെ ആക്ഷേപിക്കുകയും പരിഹസിക്കുകയും ചെയ്യാറുണ്ട്. രണ്ടാം ലോകമഹായുദ്ധത്തിന്റെ ആദ്യഘട്ടത്തെ "സാമ്രാജ്യയുദ്ധ"മെന്നും രണ്ടാംഘട്ടത്തെ "ജനകീയയുദ്ധ"മെന്നും വിശേഷിപ്പിച്ചത്; 1946–51 കാലത്ത് ആർ ഐ എൻ കലാപത്തിനു സഹായം നൽകുക, തെലങ്കാനസമരം നയിക്കുക എന്നെല്ലാമുള്ള കാര്യങ്ങൾ ചെയ്തതിനുശേഷം 1952–ൽ പാർലമെന്റിലേക്കും സംസ്ഥാനനിയമസഭകളിലേക്കുമുള്ള തിരഞ്ഞെടുപ്പുകളിൽ പങ്കുകൊണ്ടത്; മുസ്ലീംലീഗിനെയും കേരളാ കോൺഗ്രസിനേയും ഇൻഡിക്കേറ്റ്–സിൻഡിക്കേറ്റ് കോൺഗ്രസുകളേയും സംബന്ധിച്ചുള്ള നിലപാടിൽ പലപ്പോഴും മാറ്റം വരുത്തിയത്–ഇതെല്ലാം നയപരമായ "തകിടം മറിച്ചിലു"കളായി അവർ വ്യാഖ്യാനിക്കാറുണ്ട്.

ഇന്ത്യയിൽ മാത്രമല്ല ഇത്തരം "തകിടം മറിച്ചിലു"കൾ നടന്നിട്ടുള്ളത്. വിജയകരമായ സോഷ്യലിസ്റ്റ് വിപ്ലവത്തിന്റെ ഉജ്ജ്വലമാതൃകകളായ റഷ്യൻ വിപ്ലവത്തിന്റെയും ചൈനീസ് വിപ്ലവത്തിന്റെയും രണ്ടാം ലോകമഹായുദ്ധത്തിനുമുമ്പ് സാർവദേശീയമായി വളർന്നുവന്ന ഫാസിസ്റ്റു വിരുദ്ധ പ്രസ്ഥാനത്തിന്റെയും ചരിത്രത്തിൽ ഇത്തരം "അടവുമാറ്റങ്ങൾ" എത്രയോ നടന്നിട്ടുണ്ട്. അവയിൽ ചില സംഭവങ്ങളാണ് താഴെ എടുത്തുകാണിക്കുന്നത്.

1. 1905–ൽ റഷ്യൻ വിപ്ലവം നടക്കുകയായിരുന്നു. തൊഴിലാളികളുടെ പൊതുപണിമുടക്കും കൃഷിക്കാരുടെ ജന്മിവിരുദ്ധസമരങ്ങളും ഇരമ്പിക്കയറുകയായിരുന്നു. സാറിസ്റ്റ് ഭരണം തകർന്നുതുടങ്ങി. അതിനെ രക്ഷിക്കുന്നതിനുവേണ്ടി റഷ്യൻ ജനതയുടെ കണ്ണിൽ പൊടിയിടാൻ സാറിസ്റ്റ് ഭരണം ഒരു പുതിയ ഭരണഘടന ആവിഷ്കരിച്ചു. അതനുസരിച്ചു രൂപീകരിക്കപ്പെടേണ്ട ദൂമയിലേക്ക് (പാർലമെന്റ്) തിരഞ്ഞെടുപ്പ് നിശ്ചയിച്ചു. ഈ തിരഞ്ഞെടുപ്പിൽ പങ്കെടുക്കുന്നത് തൊഴിലാളി–കർഷകബഹുജനങ്ങളുടെ വിപ്ലവസമരമുന്നേറ്റം തടയലായിരിക്കുമെന്ന് ബോധ്യപ്പെട്ട ലെനിൻ തിരഞ്ഞെടുപ്പ് ബഹിഷ്കരിക്കുകയെന്ന 'അടവ്' അംഗീകരിച്ചു.

ഏതാനും മാസങ്ങൾക്കുശേഷം വിപ്ലവസമരമുന്നേറ്റത്തിന്റെ ഗതി മന്ദീഭവിച്ചു. ആദ്യത്തെ വിപ്ലവസമരവേലിയേറ്റം വേലിയിറക്കമായി മാറി. പൊതുപണിമുടക്കവും സായുധകർഷകരുടെ ജന്മിവിരുദ്ധസമരങ്ങളും നിലച്ചു. ഈ സാഹചര്യത്തിൽ തിരഞ്ഞെടുപ്പിൽ പങ്കുകൊള്ളുകയെന്ന "അടവ്" സ്വീകരിക്കാൻ ലെനിൻ തൊഴിലാളിവർഗത്തെ ഉദ്ബോധിപ്പിച്ചു.

ഈ രണ്ട് അടവുകൾക്കും നിദാനമായ "തന്ത്രം" ഒന്നുതന്നെയായിരുന്നു–സാറിസ്റ്റ് ഭരണത്തിനും അതിന്റെ നെടുംതൂണുകളായ ഫ്യൂഡൽ നാടുവാഴി പ്രഭുക്കന്മാർക്കും എതിരായി തൊഴിലാളിവർഗനേതൃത്വത്തിൽ, തൊഴിലാളി–കർഷകസമരസഖ്യത്തിന്റെ അടിസ്ഥാനത്തിൽ, റഷ്യൻ ജനതയെയാകെ അണിനിരത്തുക.

ഈ "തന്ത്ര"ത്തിന്റെ അടിസ്ഥാനത്തിൽ വളർന്നുകൊണ്ടിരുന്ന

വിപ്ലവസമരത്തിന്റെ "വേലിയേറ്റ"ഘട്ടത്തിൽ തിരഞ്ഞെടുപ്പിൽ പങ്കുകൊള്ളുന്നത് റഷ്യൻ ജനതയെ വിപ്ലവസമരത്തിൽനിന്ന് പിൻതിരിപ്പിക്കലായിരിക്കും.

നേരെമറിച്ച് വിപ്ലവപ്രസ്ഥാനത്തിന്റെ ഒരു "വേലിയിറക്കം" തുടങ്ങിയപ്പോൾ തൊഴിലാളികളുടെ പൊതുപണിമുടക്കിനും സായുധകർഷകസമരത്തിനും പകരം തിരഞ്ഞെടുപ്പിനെ ഭരണവർഗങ്ങൾക്കെതിരായ സമരമാർഗമായി ഉപയോഗിക്കുകയെന്ന "അടവു" ലെനിൻ നിർദേശിച്ചു. ആദ്യം തിരഞ്ഞെടുപ്പ് ബഹിഷ്കരിച്ചപ്പോൾ ഉദ്ദേശിച്ചിരുന്നതെന്തോ, അത് -ഭരണവർഗങ്ങൾക്കെതിരായി സ്വന്തം വർഗത്തെയും സഖ്യശക്തികളെയും അണിനിരത്തൽ-സാധിക്കാനുള്ള മാർഗം പുതിയ സാഹചര്യത്തിൽ ഇതായിരുന്നു.

2. 1917-ലെ വിപ്ലവത്തിനിടയ്ക്കും ഇതേപോലുള്ള 'അടവുമാറ്റങ്ങൾ' നടക്കുകയുണ്ടായി, ഫെബ്രുവരി വിപ്ലവത്തെത്തുടർന്ന് മെൻഷെവിക്ക്-സോഷ്യൽ റവല്യൂഷനറി നേതൃത്വത്തിൽ സോവിയറ്റ് ഭരണസംവിധാനം നിലവിൽവന്നപ്പോൾ അതിന്റെ നേതാവ് കെറൻസ്കിയായിരുന്നു. ബൂർഷ്വാസിയുടെ നേതൃത്വത്തിൽ ബൂർഷ്വാഫ്യൂഡൽ വർഗങ്ങളുടെ ഭരണകൂടം അരക്കിട്ടുറപ്പിക്കാനാണ് കെറൻസ്കി ഗവൺമെന്റ് ശ്രമിച്ചിരുന്നത്. അതുകൊണ്ട് ആ ഗവൺമെന്റിനെതിരായി വിപ്ലവസമരങ്ങൾ നടത്തി ഒരു രണ്ടാം (സോഷ്യലിസ്റ്റ്) വിപ്ലവത്തിനു കളമൊരുക്കി. തൊഴിലാളിവർഗത്തിന്റേതായ ഒരു ഭരണകൂടം സ്ഥാപിക്കുകയെന്ന "തന്ത്രമാണ്" ലെനിൻ ആവിഷ്കരിച്ചത്. "ബൂർഷ്വാവിപ്ലവ"ത്തിൽനിന്നു "സോഷ്യലിസ്റ്റ് വിപ്ലവ"ത്തിലേക്ക് മാറുകയെന്ന തന്ത്രമാണിത്.

എന്നാൽ ഈ "തന്ത്രത്തിന്" വിധേയമായിക്കൊണ്ടുതന്നെ രണ്ടു ഘട്ടങ്ങളിൽ രണ്ടുതരം "അടവുകൾ" ലെനിൻ ആവിഷ്കരിക്കുകയുണ്ടായി. കെറൻസ്കി ഗവൺമെന്റിനെ മറിച്ചിട്ട് ഒരു വലതു പിന്തിരിപ്പൻ പട്ടാളമേധാവിത്വം സ്ഥാപിക്കാൻ ജനറൽ കോർണിലോവ് 1917 ജൂലായ് മാസത്തിൽ ഒരു ശ്രമം നടത്തി. അത് നടന്നുകൊണ്ടിരുന്നപ്പോൾ അത് പൊളിക്കുന്നത് തൊഴിലാളിവർഗത്തിന്റെ കടമയായി ലെനിൻ കണക്കാക്കി. "കോർണിലോവ് കലാപം തകർക്കുന്ന"തിൽ കെറൻസ്കി ഗവൺമെന്റിനെ സഹായിക്കാൻ അദ്ദേഹം റഷ്യൻ ജനതയെ ആഹ്വാനംചെയ്തു. കോർണിലോവ് കലാപം തകർന്നപ്പോൾ വീണ്ടും കെറൻസ്കി ഗവൺമെന്റിനെതിരായ സമരം തുടർന്നു.

3. 1917-ലെ വിപ്ലവത്തെത്തുടർന്ന് റഷ്യൻ സോവിയറ്റ് ഗവൺമെന്റിനെതിരായി മുൻഭരണവർഗങ്ങളുടെ അവശിഷ്ടങ്ങളായ പിന്തിരിപ്പൻ വിഭാഗങ്ങൾ സംഘടിതമായ കലാപങ്ങൾ നടത്തി. അവർക്ക് പിന്തുണ നൽകത്തക്കവിധം, പുറത്തുനിന്ന് സാമ്രാജ്യകോയ്മകളും ആക്രമണം സംഘടിപ്പിച്ചു. ഈ ദ്വിമുഖ ആക്രമണത്തിന് കനത്ത തിരിച്ചടി നൽകുകയാണ് സോവിയറ്റ് ഗവൺമെന്റിന്റെ മുഖ്യകടമയെന്നു വന്നു.

അങ്ങനെ "എല്ലാം യുദ്ധത്തിനുവേണ്ടി" എന്ന അടിസ്ഥാനത്തിൽ

ദേശീയസമ്പദ്വ്യവസ്ഥ മുഴുവൻ ഗവൺമെന്റ് നിയന്ത്രണത്തിലാക്കി. "യുദ്ധ കമ്യൂണിസ"മെന്നു വിളിക്കപ്പെടുന്ന ഈ വ്യവസ്ഥയ്ക്ക് കീഴിൽ കൃഷിക്കാർക്കോ മറ്റു ചെറുകിട ഉൽപ്പാദകർക്കോ തങ്ങളുടെ ഉൽപ്പന്നങ്ങൾ കമ്പോളത്തിൽ വിൽക്കാൻ സ്വാതന്ത്ര്യമില്ലായിരുന്നു.

യുദ്ധകാലപരിതഃസ്ഥിതി അവസാനിച്ചപ്പോൾ "പുത്തൻ സമ്പദ്വ്യവസ്ഥ"യെന്നു വിളിക്കപ്പെടുന്ന ഒരു പദ്ധതി ആവിഷ്കരിക്കപ്പെട്ടു.

അതിൻകീഴിൽ കൃഷിക്കാർക്കും മറ്റു ചെറുകിട ഉൽപ്പാദകർക്കും വിപുലമായ വ്യാപാരസ്വാതന്ത്ര്യം അനുവദിക്കപ്പെട്ടു.

ഇതു തീർച്ചയായും "കമ്യൂണിസത്തിൽനിന്ന് മുതലാളിത്തത്തിലേക്കുള്ള ഒരു തിരിച്ചുപോക്കാ"യിരുന്നു. ആ നിലയ്ക്കുതന്നെ അതു വിമർശിക്കപ്പെടുകയും ചെയ്തു. എന്നാൽ, തൊഴിലാളി–കർഷകസഖ്യം അരക്കിട്ടുറപ്പിച്ച്, ദേശസാൽകൃതമായ വ്യവസായരംഗത്തെ ശത്രുവിന്റെ ആക്രമണത്തിൽനിന്ന് രക്ഷിച്ചെടുത്ത് സർവതോമുഖമായ സോഷ്യലിസ്റ്റ് നിർമാണത്തിനു കളമൊരുക്കാൻ ഇതല്ലാതെ മാർഗമുണ്ടായിരുന്നില്ല.

"യുദ്ധകമ്യൂണിസ"മെന്നപോലെ "പുത്തൻ സമ്പദ്വ്യവസ്ഥ"യും സോവിയറ്റു ഭരണകൂടത്തെ ആക്രമണത്തിൽനിന്ന് രക്ഷിക്കാനുള്ള മാർഗമായിരുന്നുവെന്നർഥം.

4. ഇത്തരത്തിലുള്ള 'അടവുമാറ്റങ്ങൾ' ചൈനീസ് വിപ്ലവത്തിന്റെ ചരിത്രത്തിലും ധാരാളം കാണാം. സാമ്രാജ്യാധിപത്യം, ഫ്യൂഡൽ മേധാവിത്വം, സാമ്രാജ്യാശ്രിത അഥവാ ദല്ലാൾ (കോമ്പ്രദോർ) ബൂർഷ്വാ വിഭാഗങ്ങൾ എന്നിവക്കെതിരായി തൊഴിലാളിവർഗനേതൃത്വത്തിൽ, തൊഴിലാളികർഷകസഖ്യത്തെ ആസ്പദമാക്കി ദേശീയ ബൂർഷ്വാസിയടക്കം ചൈനീസ് ജനതയെയാകെ അണിനിരത്തുകയെന്നതാണ് ചൈനീസ് വിപ്ലവത്തിന്റെ "തന്ത്രം." ഇത് നടപ്പിലാക്കുന്നതിനു സായുധരായ കർഷകജനസാമാന്യത്തെ ആസ്പദമാക്കിക്കൊണ്ടുള്ള ഗറില്ലാ സൈന്യം സംഘടിപ്പിക്കൽ പ്രധാന സമരമാർഗമായിരുന്നുതാനും. എന്നാൽ, ഈ സമരമാർഗം അംഗീകരിക്കുന്നതിൽ വിവിധ സന്ദർഭങ്ങളിൽ വിവിധ "അടവുകൾ" പ്രയോഗിക്കപ്പെട്ടു.

(എ) ഭരണവർഗങ്ങൾ മുഴുവൻ കൂമിന്താങ്ങിനു പിന്നിൽ അണിനിരന്നു സായുധ ഗറില്ലാ സൈന്യത്തെ തകർക്കാൻ ശ്രമിക്കുകയുണ്ടായി. അന്ന് ഇതിനു കനത്ത തിരിച്ചടി നൽകുന്നത് മുഖ്യകടമയായിരുന്നു. അതിനാൽ കൂമിന്താങ്ങിനെതിരായി സായുധസമരം സംഘടിപ്പിക്കുകയെന്ന "അടവ്" അംഗീകരിക്കപ്പെട്ടു.

(ബി) ജപ്പാൻ ചൈനയ്ക്കെതിരായി യുദ്ധം പ്രഖ്യാപിച്ചതോടെ സ്ഥിതിയാകെ മാറി. ജപ്പാന്റെ ആക്രമണത്തിനു തിരിച്ചടി നൽകുന്നത് കോമ്പ്രദോർ ബൂർഷ്വാസിയിൽ ചില വിഭാഗങ്ങൾക്ക്–ബ്രിട്ടൻ, അമേരിക്ക മുതലായ സാമ്രാജ്യകോയ്മകളുടെ ആശ്രിതന്മാർക്ക്–ആവശ്യമാണെന്നു വന്നു. കൂമിന്താങ്ങ്–കമ്യൂണിസ്റ്റ് സംഘട്ടനത്തിന് അയവ് വരുത്താനുള്ള സാഹചര്യമുളവായി. അത് തികച്ചും ഉപയോഗപ്പെടുത്തുന്നതിനു "ജാപ്പാ

ക്രമണത്തിനെതിരായ ദേശീയൈക്യ"മെന്ന "അടവ്" ചൈനീസ് കമ്യൂണിസ്റ്റ് പാർട്ടി പ്രയോഗിച്ചു.

ഈ ഘട്ടത്തിലും, ദേശീയ ഐക്യത്തിന്റെ ഘടകമായി തൊഴിലാളി-കർഷകസഖ്യം നിലനിർത്തുകയും ശക്തിപ്പെടുത്തുകയും ചെയ്യാൻ പാർട്ടി പ്രത്യേകം ശ്രദ്ധിച്ചു. അതേവരെ നിലവിലിരുന്ന സായുധ ഗറില്ലാ സൈന്യത്തെ ജനകീയവിമോചനസൈന്യമാക്കി; അതിനെ ഞെക്കിക്കൊല്ലാൻ കൂമിന്താങ് പിന്തിരിപ്പന്മാർ നിരന്തരം നടത്തിക്കൊണ്ടിരുന്ന ശ്രമത്തെയെല്ലാം സമർഥമായി നേരിട്ടു.

(സി) അവസാനം ജാപ്പ് സാമ്രാജ്യാധിപത്യം രണ്ടാംലോക മഹായുദ്ധത്തിൽ പരാജയമടഞ്ഞ് കീഴടങ്ങിയപ്പോഴേക്ക്, ചൈനയിലെ പ്രധാന ദേശീയ ശക്തിയായി കമ്യൂണിസ്റ്റ് പാർട്ടി ഉയർന്നു കഴിഞ്ഞിരുന്നു. അമേരിക്കൻ സാമ്രാജ്യാധിപത്യത്തിന്റെ പ്രേരണനിമിത്തം കൂമിന്താങ് പിന്തിരിപ്പന്മാർ തൊഴിലാളി-കർഷകസഖ്യത്തിനും, അതിന്റെ ഗറില്ലാ സമരത്തിനുമെതിരായി യുദ്ധം പ്രഖ്യാപിച്ചപ്പോൾ മൂന്നുകൊല്ലം നീണ്ടുനിന്ന ഒരു യുദ്ധം നടത്തി കൂമിന്താങ്ങിനെ തികച്ചും പരാജയപ്പെടുത്താൻ കമ്യൂണിസ്റ്റ് പാർട്ടിക്കു കഴിഞ്ഞു. ചൈനീസ് ജനകീയ റിപ്പബ്ലിക്ക് സ്ഥാപിക്കപ്പെടുകയും കൂമിന്താങ് പിന്തിരിപ്പന്മാർ തൈവാൻ ദ്വീപിൽ അമേരിക്കൻ സംരക്ഷണയിൻ കീഴിൽ അഭയം പ്രാപിക്കുകയും ചെയ്തു.

5. സാർവദേശീയ കമ്യൂണിസ്റ്റ് പ്രസ്ഥാനത്തിന്റെ ചരിത്രത്തിൽ നടന്ന അടവുമാറ്റങ്ങളിൽവെച്ച് ഏറ്റവും ചരിത്രപ്രസിദ്ധമായത് ഫാസിസത്തിനെതിരായ ഐക്യം കെട്ടിപ്പടുക്കുന്ന കാര്യത്തിൽ കമ്യൂണിസ്റ്റ് ഇന്റർനാഷണൽ പല ഘട്ടങ്ങളിലായി അംഗീകരിച്ച അടവുകളാണ്.

(എ) ജർമനി ഹിറ്റ്ലറിസത്തിന്റെ കീഴിലായപ്പോൾ സാർവദേശീയമായി തൊഴിലാളിവർഗത്തിന്റെ മുമ്പിലുള്ള ഏറ്റവും വലിയ വിപത്താണു ഫാസിസമെന്നു ഇന്റർനാഷണൽ പ്രഖ്യാപിച്ചു. ഈ വിപത്തിൽനിന്നു തൊഴിലാളിവർഗത്തെയും ലോകജനതയെ ആകെയും രക്ഷിക്കുന്നതിന് *ഫാസിസ്റ്റ് വിരുദ്ധമുന്നണി* എന്ന "അടവ്" ഇന്റർനാഷണൽ അംഗീകരിച്ചു.

കുത്തകമുതലാളിവർഗത്തിനകത്തും, അവരുടെ ഭരണത്തിൻ കീഴിലുള്ള വിവിധ സാമ്രാജ്യകോയ്മകൾ തമ്മിൽത്തമ്മിലും രൂക്ഷമായ സംഘട്ടനം നടക്കുന്നുണ്ട്; അവരിലൊരു വിഭാഗം നഗ്നമായ ഫാസിസത്തിലേക്കു നീങ്ങുമ്പോൾ മറ്റൊരു വിഭാഗം ഫാസിസത്തിന്റെ മുന്നേറ്റം തടയാൻ പരിമിതമായ തോതിലെങ്കിലും പ്രവർത്തിക്കുന്നു; ഈ രണ്ടാം വിഭാഗവുമായി ഐക്യമുന്നണിയുണ്ടാക്കാൻ ശ്രമിക്കുന്നത് കമ്യൂണിസ്റ്റ് പ്രസ്ഥാനത്തിന്റെ കടമയാണ്.

ഈ അടിസ്ഥാനത്തിൽ സ്പെയിൻ, ഫ്രാൻസ് എന്നീ രണ്ടു രാജ്യങ്ങളിൽ ഫാസിസ്റ്റ് വിരുദ്ധ മുന്നണികൾ രൂപംപൂണ്ടു. സോവിയറ്റ് യൂണിയനും ബ്രിട്ടൻ, ഫ്രാൻസ്, അമേരിക്ക മുതലായ രാജ്യങ്ങളുമായി യോജിച്ചു നാസി-ഫാസിസ്റ്റ് കോയ്മകളെ നേരിടണമെന്ന നിർദേശം സാർവദേശീയ

രാഷ്ട്രീയത്തിൽ ഉയർന്നുവന്നു. ഇതിലെല്ലാം അടങ്ങിയ രാഷ്ട്രീയ സമീപനം കമ്യൂണിസ്റ്റ് ഇന്റർനാഷണലിന്റെ ഏഴാംലോക കോൺഗ്രസ് (1935) അംഗീകരിച്ചു. ഈ അടിസ്ഥാനത്തിൽ ഓരോ രാജ്യത്തിനകത്തും ഫാസിസ്റ്റ് വിരുദ്ധ ഐക്യത്തിനുവേണ്ടിയുള്ള ബഹുജനപ്രസ്ഥാനം വളർന്നുവന്നു.

(ബി) എന്നാൽ ബ്രിട്ടൻ, ഫ്രാൻസ്, അമേരിക്ക മുതലായ രാജ്യങ്ങളിലെ കുത്തകമുതലാളിമാരും ഗവൺമെന്റുകളും ഇതിന് സഹായകമായ നിലപാടല്ല എടുത്തത്. നേരെമറിച്ച് ഫാസിസ്റ്റ് കോയ്മകളുമായി ഒത്തുതീർപ്പുണ്ടാക്കാനാണ് അവർ തങ്ങളുടെ കഴിവുകൾ മുഴുവൻ ഉപയോഗിച്ചത്. ഇതിന്റെ ഫലമാണ് ചെക്കോസ്ലാവാക്യയുടെ കാര്യത്തിൽ അവരുണ്ടാക്കിയ കുപ്രസിദ്ധമായ മ്യൂണിക്ക് സന്ധി.

ഈ സന്ധിക്കു ശേഷവും നാസി ജർമനിയുടെ ഭാവിആക്രമണങ്ങൾക്കെതിരായി കിഴക്ക് സോവിയറ്റ് യൂണിയനും, പടിഞ്ഞാറ് ബ്രിട്ടീഷ്-ഫ്രഞ്ച് കോയ്മകളും താന്താങ്ങളുടെ സൈനികശക്തി സംഭരിച്ച് സംയുക്തമായി ഉപയോഗിക്കണമെന്ന നിർദേശം സോവിയറ്റ് യൂണിയൻ വെച്ചു. എന്നാൽ പാശ്ചാത്യ സാമ്രാജ്യക്കോയ്മകൾ അത് നിരസിക്കുകയാണുണ്ടായത്. ഹിറ്റ്ലറുടെ പടിഞ്ഞാട്ടുള്ള ആക്രമണത്തിനെതിരായി സൈനികനടപടികൾ എടുക്കുമെന്ന് സോവിയറ്റ് യൂണിയനെക്കൊണ്ട് സമ്മതിപ്പിക്കുക; എന്നാൽ കിഴക്കോട്ട് (സോവിയറ്റ് യൂണിന്റെ നേർക്ക്) വരുന്ന ആക്രമണത്തിനെതിരായി സൈനിക നടപടികളെടുക്കാൻ സ്വയം സമ്മതിക്കാതിരിക്കുക-ഇതായിരുന്നു അവരുടെ അടവ്.

സോവിയറ്റ് യൂണിയന്റെ ഫാസിസ്റ്റ് വിരോധം ഉപയോഗിച്ച് സോവിയറ്റ് പട്ടാളത്തെ ഹിറ്റ്ലറുടെ ജർമനിക്കെതിരായി തിരിച്ചുവിടാനും അതിനെത്തുടർന്ന് നാസിപട്ടാളം സോവിയറ്റ് യൂണിയനിലേക്ക് തിരിയുമ്പോൾ സ്വയം അടങ്ങിയിരിക്കാനുമാണ് പാശ്ചാത്യ സാമ്രാജ്യ ക്കോയ്മകൾ ശ്രമിച്ചിരുന്നതെന്നർഥം.

(സി) ഈ അടവിനെ തോൽപ്പിക്കാൻ സ്റ്റാലിന്റെ നേതൃത്വത്തിൽ ആവിഷ്കരിക്കപ്പെട്ട ഉജ്ജ്വലമായ അടവാണ് രണ്ടാം ലോകമഹായുദ്ധം പൊട്ടിപ്പുറപ്പെടുന്നതിന് ഒരാഴ്ച മുമ്പ് ഒപ്പിട്ട ജർമൻ-സോവിയറ്റ് കരാർ. അതിൽ സോവിയറ്റ് പ്രതിനിധി ഒപ്പിട്ടുവെന്ന വാർത്ത ലോകത്തിലെല്ലായിടത്തും കമ്യൂണിസ്റ്റുകാരടക്കം എല്ലാവരെയും അമ്പരപ്പിച്ചു. എന്നാൽ ആ കരാറും അതേത്തുടർന്ന് നാസി പട്ടാളത്തിന്റെ പടിഞ്ഞാട്ടുള്ള നീക്കവും പാശ്ചാത്യ സാമ്രാജ്യക്കോയ്മകൾക്കു കനത്ത പ്രഹരങ്ങളായിരുന്നു. തങ്ങൾക്ക് യാതൊരു പരിക്കുമേൽക്കാതെ നാസി പട്ടാളം കിഴക്കോട്ട് നീങ്ങുന്നതും സോവിയറ്റ് ഭൂമി കൈവശപ്പെടുത്തുന്നതും കാണാമെന്ന അവരുടെ സുഖസ്വപ്നം തകർന്നു. പടിഞ്ഞാറൻ യൂറോപ്പ് ആകെ നാസികളുടെ ചവിട്ടടിയിലായി. ബ്രിട്ടൻ തന്നെ ആക്രമിക്കപ്പെടുകയും കീഴടക്കപ്പെട്ടേക്കുമോ എന്ന് ഭയപ്പെടേണ്ട ഘട്ടം വരികയും ചെയ്തു.

ഇങ്ങനെ "മ്യൂണിക്ക് വീരന്മാരു"ടെ കണക്കാകെ തെറ്റിയപ്പോൾ

ഈ രാജ്യങ്ങളിലെല്ലാമുള്ള ഭരണവൃത്തങ്ങളിൽ കാര്യമായി ഒരു പുനർവിചിന്തനം നടന്നു. ബ്രിട്ടനിലെ ചേംബർലൈൻ ഗവൺമെന്റ് സ്ഥാനഭ്രഷ്ടമാകുകയും നാസി വിരോധിയായ ചർച്ചിൽ അധികാരമേറ്റെടുക്കുകയും ചെയ്തു. ഫ്രാൻസിൽ ദെഗോളിന്റെ നേതൃത്വത്തിൽ ഒരു ഫാസിസ്റ്റ് വിരുദ്ധ ബൂർഷ്വാ ദേശീയ വിമോചന പ്രസ്ഥാനം ഉയർന്നുവന്നു. ഫ്രാൻസിലും മറ്റ് പടിഞ്ഞാറൻ യൂറോപ്യൻ രാജ്യങ്ങളിലും ഈ വിമോചന പ്രസ്ഥാനങ്ങളും കമ്യൂണിസ്റ്റ് പ്രസ്ഥാനവും ചേർന്ന് നാസി സൈനിക മേധാവിത്വത്തിനെതിരായ ചെറുത്തു നിൽപ്പ് പ്രബലമായിത്തീർത്തു. അങ്ങനെ മ്യൂണിക്കിന് മുമ്പും തൊട്ടുപിമ്പും കമ്യൂണിസ്റ്റ് ഇന്റർനാഷണൽ ഉന്നയിച്ച ഫാസിസ്റ്റ് വിരുദ്ധ ഐക്യം എന്ന മുദ്രാവാക്യം പടിഞ്ഞാറൻ യൂറോപ്പിലെ ദുരന്ത നാടകത്തിന് ശേഷമെങ്കിലും യാഥാർഥ്യമായിത്തീർന്നു.

(ഡി) ഇതിന്റെ പശ്ചാത്തലത്തിലാണ് നാസി ജർമനി സോവിയറ്റ് യൂണിയനെതിരായി രൂക്ഷമായ സൈനികാക്രമണം അഴിച്ചുവിട്ടത്. ആക്രമണത്തിന്റെ ശക്തി മുഴുവൻ സോവിയറ്റ് യൂണിയന് താങ്ങേണ്ടിവന്നു. സൈനികമായ യാതൊരു സഹായവും ഒരിടത്തുനിന്നും കിട്ടാതെതന്നെ മോസ്ക്കോവിനും ലെനിൻഗ്രാദിനും സ്റ്റാലിൻഗ്രാദിനുമെതിരായ ആക്രമണങ്ങളെ ഒറ്റയ്ക്ക് നേരിടുകയും അവിടെനിന്നെല്ലാം നാസി പട്ടാളത്തെ തിരിച്ചോടിക്കുകയുമെന്ന ഐതിഹാസികമായ കൃത്യം സോവിയറ്റ് പട്ടാളത്തിന് ചെയ്യേണ്ടിവന്നു.

എന്നാൽ ഇതിനിടക്ക് മറ്റെല്ലാ രാജ്യങ്ങളിലും വളർന്നുവന്ന ഒരു നാസിവിരുദ്ധ പ്രസ്ഥാനം സോവിയറ്റ് യൂണിയന് അഭൂതപൂർവമായ ഒരു ധാർമികപിന്തുണ നൽകി. ഈ ധാർമികപിന്തുണയെ പ്രായോഗിക പിന്തുണയാക്കി മാറ്റുന്നതിനുവേണ്ടി പടിഞ്ഞാറൻ യൂറോപ്പിൽ ഒരു "രണ്ടാം സമരമുഖം" തുറക്കണമെന്ന ആവശ്യം സാർവത്രികമായി ഉയർന്നുവന്നു. അതൊഴിവാക്കാൻ ചർച്ചിലടക്കമുള്ള "നാസിവിരുദ്ധ" ഭരണമേധാവികൾ കൊണ്ടുപിടിച്ച് ശ്രമിച്ചുവെങ്കിലും സാർവത്രികമായി ഉയർന്നുവന്ന ജനകീയ സമ്മർദംമൂലം ആഫ്രിക്കയിലെങ്കിലും ഒരു "രണ്ടാം സമരമുഖം" തുറക്കാൻ അവർ നിർബന്ധിക്കപ്പെട്ടു.

അവസാനം പടിഞ്ഞാറൻ യൂറോപ്പിൽ തങ്ങൾ ഒന്നും ചെയ്യാതിരുന്നാൽ ജർമനി മുഴുവനും പടിഞ്ഞാറൻ യൂറോപ്പും സോവിയറ്റ് സൈന്യത്താൽ മോചിപ്പിക്കപ്പെടുമെന്നും അത് യൂറോപ്പിലെ തങ്ങളുടെ മേധാവിത്വത്തിന് ഒരു വിപത്തായി തീരുമെന്നും മനസിലാക്കിയ ഈ ഭരണവൃത്തങ്ങൾ പടിഞ്ഞാറുനിന്നും ഈ സൈനികാക്രമണം സംഘടിപ്പിച്ചു.

(ഇ) ഇങ്ങനെയാണ് രണ്ടാംലോകമഹായുദ്ധം അവസാനിപ്പിച്ചത്. അതിനുശേഷം രണ്ടാം ലോകമഹായുദ്ധകാലത്ത് പ്രകടമായ നാസിവിരുദ്ധ ഐക്യം നിലനിർത്തുകയും ശക്തിപ്പെടുത്തുകയും ചെയ്യാൻ സഹായിക്കുന്ന മുദ്രാവാക്യങ്ങളാണ് സോവിയറ്റ് യൂണിയനും ലോകകമ്യൂണിസ്റ്റ് പ്രസ്ഥാനവും ഉന്നയിച്ചത്. നാസിമേധാവിത്വത്തിൽനിന്ന് മോചി

പ്പിക്കപ്പെട്ട യൂറോപ്പിൽനിന്നും ജാപ്പ് മേധാവിത്വത്തിൽനിന്നും മോചിപ്പിക്കപ്പെട്ട ഏഷ്യയിൽനിന്നും ഈ മേധാവിത്വങ്ങൾക്ക് കളമൊരുക്കിക്കൊടുത്ത ഭരണവൃത്തങ്ങളെ ഉന്മൂലനം ചെയ്യാനുള്ള പരിപാടികളാണ് അവർ ആസൂത്രണം ചെയ്തത്. യാൾട്ടയിലും ടെഹ്റാനിലും മറ്റുംവെച്ച് നടന്ന ലോകസമ്മേളനങ്ങളിൽ ഇതിന് പറ്റുന്ന നിബന്ധനകൾ റൂസ്വെൽറ്റിനെയും ചർച്ചിലിനെയുംകൊണ്ട് അംഗീകരിപ്പിക്കാൻ സ്റ്റാലിൻ നടത്തിയ ശ്രമം ഒരു പരിധിവരെ വിജയിച്ചു.

എന്നാൽ, കാര്യങ്ങൾ ആ വഴിക്ക് നീങ്ങിയാൽ സ്വന്തം വർഗതാൽപ്പര്യങ്ങൾക്കുണ്ടാകുന്ന ആപത്തു മനസിലാക്കിയ ചർച്ചിൽ പ്രഭൃതികൾ ആ നയം വിട്ട് ഒരു സോവിയറ്റ്‌വിരുദ്ധ "ശീതയുദ്ധ"ത്തിന്റെ സമീപനമംഗീകരിച്ചു ചൈനയിൽ കമ്യൂണിസ്റ്റ് പാർട്ടിക്കെതിരായി ഒരു യുദ്ധം പ്രഖ്യാപിക്കാൻ ജിയാങ്ങ് കൈഷേക്കിന് അവർ എല്ലാവിധ സഹായവും നൽകി. കിഴക്കൻ യൂറോപ്പിലെ ഓരോ രാജ്യത്തിനകത്തും കമ്യൂണിസ്റ്റ് വിരുദ്ധ ശക്തികൾക്ക് ഉപദേശനിർദേശങ്ങൾ നൽകിക്കൊണ്ട് അവിടങ്ങളിലെ ഫാസിസ്റ്റ് വിരുദ്ധശക്തികളെ അടിച്ചമർത്താൻവേണ്ട സകല ഏർപ്പാടുകളും അവരുണ്ടാക്കി; സോവിയറ്റ്‌യൂണിയന്റെയും പാശ്ചാത്യസാമ്രാജ്യകോയ്മകളുടെയും സൈനികനേതാക്കൾ മുഖാഭിമുഖം നിൽക്കുന്ന ബർലിനിൽ സംഘർഷത്തിന്റേതായ ഒരന്തരീക്ഷം അവർ സൃഷ്ടിച്ചു. പടിഞ്ഞാറൻ ബർലിനിലും പശ്ചിമജർമനിയിലാകെയും മുൻനാസികൾക്കും അവരുടെ കുത്തകമുതലാളി രക്ഷാകർത്താക്കൾക്കും എതിരായി നടപടികൾ എടുക്കുന്നതിന് പകരം അവർക്ക് എല്ലാവിധ സംരക്ഷണവും നൽകാൻ അവിടത്തെ സൈനികമേധാവികൾ തങ്ങളുടെ മുഴുവൻ സംരക്ഷണവും ഉപയോഗിച്ചു.

"ശീതയുദ്ധ"ത്തിന്റെ ഈ ഘട്ടത്തിൽ അതിനെ നേരിടാൻ വേണ്ട അടവുകൾ കമ്യൂണിസ്റ്റുകാർ ആവിഷ്കരിച്ചു. പിന്നീട് 'ശീതയുദ്ധ'ത്തിൽ അയവുവരുത്താൻ കഴിയുന്ന സാഹചര്യം വളർന്നപ്പോഴാകട്ടെ, സമാധാനപരമായ സഹവർത്തിത്വത്തിനുവേണ്ടി പ്രവർത്തിക്കുകയെന്ന സമീപനമാണ് അവർ അംഗീകരിച്ചത്.

ഈ അവസാനഘട്ടത്തിൽ 'സമാധാനപരമായ സഹവർത്തിത്വ'ത്തിനു വേണ്ടിയുള്ള സമീപനമംഗീകരിച്ചതോടെ, അതു നടപ്പിലാക്കുന്ന കാര്യത്തിൽ ഗൗരവാവഹമായ ചില പാളിച്ചകൾ ലോകകമ്യൂണിസ്റ്റ് പ്രസ്ഥാനത്തിനകത്ത് കടന്നുകൂടുകയുണ്ടായി. അതിന്റെ വിശദാംശങ്ങൾ ഇവിടെ പരാമർശിക്കുന്നില്ല. എന്നാൽ ഈ പാളിച്ചകളിലടങ്ങിയ മുഖ്യ പ്രശ്നമെന്താണെന്ന് വ്യക്തമായി പറയാം.

ശത്രുവർഗത്തിൽ ഒരു വിഭാഗവുമായി താൽക്കാലിക സഖ്യത്തിലേർപ്പെടുമ്പോൾ തൊഴിലാളിവർഗത്തിനുണ്ടായിരിക്കേണ്ട ജാഗ്രതപാലിക്കാതെയാണ് സോവിയറ്റ് യൂണിയനിലെയും മറ്റു പല രാജ്യങ്ങളിലേയും കമ്യൂണിസ്റ്റ് പാർട്ടികൾ ഇടക്കാലത്ത് പ്രവർത്തിച്ചത്; നേരെമറിച്ച്, ചൈനീസ് കമ്യൂണിസ്റ്റ് പാർട്ടി തൊഴിലാളിവർഗത്തിന്റേതായ ജാഗ്രത

പാലിക്കുന്നതിന്റെ പേരിൽ ശത്രുവർഗത്തിലൊരു വിഭാഗവുമായി താൽക്കാലികസഖ്യത്തിലേർപ്പടുന്ന സമീപനത്തെതന്നെ എതിർക്കുന്ന രീതിയിലാണ് പലപ്പോഴും പെരുമാറുന്നത്.

സോവിയറ്റ് ചൈനീസ് പാർട്ടികൾ അംഗീകരിക്കുന്ന തെറ്റായ ഈ രണ്ട് സമീപനങ്ങളും മറ്റു പല രാജ്യങ്ങളുടെയും കാര്യത്തിൽ എന്ന പോലെ ഇന്ത്യയുടെ കാര്യത്തിലും പ്രതിഫലിച്ചു കാണുന്നുണ്ട്. 1954 നു ശേഷം നെഹ്റുവിന്റെ നേതൃത്വത്തിലും ഇപ്പോൾ ഇന്ദിരാഗാന്ധിയുടെ നേതൃത്വത്തിലുമുള്ള കോൺഗ്രസിന്റെ വാലിൽതൂങ്ങിയാക്കി ഇന്ത്യൻ കമ്യൂണിസ്റ്റ് പ്രസ്ഥാനത്തെ അധഃപതിപ്പിക്കുകയാണ് ഫലത്തിൽ സോവിയറ്റ് നയം ചെയ്യുന്നത്.

ചൈനീസ് നയമാകട്ടെ, ശത്രുവർഗത്തിലൊരു വിഭാഗമാണെങ്കിലും, ചില പ്രശ്നങ്ങളെ ചുറ്റിപ്പറ്റിയും ചില സന്ദർഭങ്ങളിലും, പരിമിതമായ ധാരണയുണ്ടാക്കി പ്രവർത്തിക്കാവുന്ന ഒരു ഭരണാധികാരിവിഭാഗമാണ് നെഹ്റുവിന്റെയും ഇന്ദിരാഗാന്ധിയുടെയും കോൺഗ്രസെന്ന വസ്തുത തന്നെ നിഷേധിക്കുന്നു.

ഈ രണ്ട് തെറ്റായ സമീപനങ്ങളും ഇന്ത്യൻ കമ്യൂണിസ്റ്റ് പ്രസ്ഥാനത്തിനകത്ത് പ്രതിഫലിക്കുന്നതിന്റെ ഫലമാണ് ഇന്നത്തെ വലതു കമ്യൂണിസ്റ്റ് പാർട്ടിയും, നക്സലൈറ്റ് വിഭാഗവും.

കമ്യൂണിസ്റ്റ് (മാർക്സിസ്റ്റ്) പാർട്ടിനാകട്ടെ ഈ രണ്ടു സമീപനങ്ങളെയും തിരസ്കരിക്കുന്നു. സിന്ദിക്കേറ്റ് കോൺഗ്രസുമായി തെറ്റിപ്പിരിഞ്ഞു കഴിഞ്ഞതിനു ശേഷമുള്ള ഇന്ദിക്കേറ്റ് കോൺഗ്രസ് സിന്ദിക്കേറ്റ് കോൺഗ്രസ് പോലെതന്നെ, ശത്രുവർഗത്തിന്റെ ഒരു ഭാഗമാണെന്നതിൽ ആ കോൺഗ്രസുമായി വിട്ടുവീഴ്ചയില്ലാത്ത സമരത്തിന്റെ സമീപനമാണ് പാർട്ടി അംഗീകരിക്കുന്നത്.

എന്നാൽ, സിന്ദിക്കേറ്റ് വിഭാഗവുമായി തങ്ങൾക്കുള്ള ചേരിപ്പോരിൽ വിജയം നേടുന്നതിനുവേണ്ടി ചില സന്ദർഭങ്ങളിൽ “പുരോഗമന” വേഷ മണിയാൻ മാത്രമല്ല, ചില നടപടികൾ നടത്തുന്നുവെന്ന് വരുത്താൻപോലും ഇന്ദിക്കേറ്റ് കോൺഗ്രസ് ചിലപ്പോൾ നിർബന്ധിക്കപ്പെടുന്നു. അത്തരം സന്ദർഭങ്ങളാണ് പ്രസിഡന്റ് തിരഞ്ഞെടുപ്പ്, ബാങ്ക് ദേശസാൽക്കരണം, പ്രിവിപേഴ്സ് അവസാനിപ്പിക്കൽ എന്നീ കാര്യങ്ങളിൽ വന്നത്. ആ കാര്യങ്ങളിൽ ഇന്ദിക്കേറ്റ് കോൺഗ്രസിനു പരിമിതമായ പിന്തുണ നൽകുന്നതു ഭരണവർഗങ്ങളും ജനങ്ങളും തമ്മിലുള്ള വൈരുധ്യം വളർത്താനാണ് സഹായിച്ചത്.

എന്നാൽ ഈ കാര്യങ്ങളെസംബന്ധിച്ച് ഇന്ദിക്കേറ്റ് കോൺഗ്രസ് എടുത്ത സമീപനമെന്തായിരുന്നാലും, അവരുടെ പൊതുസമീപനവും രാഷ്ട്രീയ കൂട്ടുകെട്ടുകളും അടിസ്ഥാനപരമായി സിന്ദിക്കേറ്റ് കോൺഗ്രസിന്റേത് തന്നെയാണ്. അതുകൊണ്ടാണ് രണ്ടു കോൺഗ്രസുകൾക്കുമെതിരായി അധ്വാനിക്കുന്ന ബഹുജനങ്ങളുടേതായ ഒരു മൂന്നാംജനാധിപത്യചേരി കെട്ടിപ്പടുക്കുക എന്ന സമീപനം പാർട്ടി അംഗീകരിച്ചത്.

ഒമ്പത്
വിജയകരമായ വിപ്ലവത്തിന്റെ അവശ്യോപാധികൾ

ഒരു സാമൂഹ്യവ്യവസ്ഥയിൽനിന്നും മറ്റൊന്നിലേക്കുള്ള പരിവർത്തനം അല്ലെങ്കിൽ വിപ്ലവം വിജയകരമാക്കുന്നതിനു ഒഴിവാക്കാൻ വയ്യാത്ത ചില മുൻ ഉപാധികളുണ്ട്. അവയിൽ ചിലവ വിപ്ലവകാരികളുടെ ഇച്ഛാശക്തിക്കതീതമായ വസ്തുനിഷ്ഠസാഹചര്യങ്ങളിൽനിന്നുളവാകുന്നതാണ്. മറ്റ് ചിലവയാകട്ടെ, വിപ്ലവകാരികളുടെ ഇച്ഛാശക്തിക്കു ഭാഗികമായോ പൂർണമായിത്തന്നെയോ വിധേയമായിരിക്കും.

ഇതിലാദ്യത്തെ ഇനത്തിൽ പെടുന്നവയെ ശാസ്ത്രീയവിശകലനത്തിലൂടെ മനസിലാക്കുക, അതിൽനിന്നുണ്ടാകുന്ന അറിവിന്റെ വെളിച്ചത്തിൽ രണ്ടാമത്തെ ഇനത്തിൽപ്പെടുന്നവർക്ക് രൂപം നൽകുക–ഇതാണ് വിപ്ലവപ്രവർത്തനത്തിന്റെ ശാസ്ത്രവും കലയും.

വിപ്ലവകാരികളുടെ ഇച്ഛാശക്തിക്കു തികച്ചും അതീതമായി പ്രവർത്തിക്കുന്നതും വിജയകരമായ വിപ്ലവത്തിന് കളമൊരുക്കുന്നതുമായ വസ്തുനിഷ്ഠസാഹചര്യങ്ങളുടെ ആകത്തുകയെ *വിപ്ലവക്കുഴപ്പ*മെന്നു വിളിക്കാം. എന്തെല്ലാമാണിതിന്റെ സ്വഭാവവിശേഷങ്ങൾ?

നിലവിലിരിക്കുന്ന സാമൂഹ്യവ്യവസ്ഥയുടെ എല്ലാ ആഭ്യന്തരവൈരുധ്യങ്ങളും മൂർച്ഛിച്ചു കഴിഞ്ഞിരിക്കുന്നു; ആ വ്യവസ്ഥയിലെ ഉൽപ്പാദനബന്ധങ്ങളുടെ ആകത്തുകയിലെ സമ്പദ്വ്യവസ്ഥ തകർന്നു കഴിഞ്ഞിരിക്കുന്നു. ഈ വ്യവസ്ഥ നിലനിൽക്കുന്ന ഓരോ ദിവസവും, പരിഹാരം കാണാൻ കഴിയാത്ത കുഴപ്പങ്ങൾ ഒന്നിനുമീതെ മറ്റൊന്നായി പൊട്ടിപ്പുറപ്പെടുമെന്നർഥം.

ഇതിന്റെ ഫലമായി ഭരണവർഗങ്ങളും ബഹുജനങ്ങളും തമ്മിൽ രൂക്ഷമായ സംഘട്ടനങ്ങൾ നിരന്തരം നടക്കുന്നു; ഇതിൽനിന്നെല്ലാം ഉളവാകുന്ന സ്ഥിതിവിശേഷം നേരിടുന്നതെങ്ങനെ എന്ന കാര്യത്തിൽ ഭരണവർഗങ്ങൾക്കകത്ത് അഭിപ്രായഭേദങ്ങൾ പൊന്തിവരുന്നു. ഭരണവർഗങ്ങളും ബഹുജനങ്ങളും തമ്മിലും, ഭരണവർഗങ്ങളിൽത്തന്നെയുള്ള വിവിധ ഗ്രൂപ്പുകൾ തമ്മിലുമുള്ള സംഘട്ടനങ്ങളും ഭിന്നിപ്പുകളും ഭരണകൂടത്തെയാകെ ഉലയ്ക്കുന്നു. സമ്പദ്വ്യവസ്ഥയെന്നപോലെ രാഷ്ട്രീയസംവിധാനവും ഒന്നിനുമീതെ മറ്റൊരു കുഴപ്പത്തിൽ ചെന്നു ചാടുന്നു.

എന്നുവെച്ചാൽ, സമ്പദ്വ്യവസ്ഥയുടെയും ഭരണസംവിധാനത്തിന്റെയും അലകും പിടിയും മാറ്റുന്നത് അനിവാര്യമായ ഒരു കടമയായിത്തീരുന്നു. ഇതിന്റെയെല്ലാം ആകത്തുകയാണ് *വിപ്ലവക്കുഴപ്പം* എന്നു പറയുന്നത്.

ഈ വിപ്ലവക്കുഴപ്പമില്ലാതെ, ഒരു വിപ്ലവം നടക്കുകയില്ല. ഒരുപിടി ധീരവിപ്ലവകാരികളും, അവർക്കു നേതൃത്വം കൊടുക്കുന്ന ഏതാനും ബുദ്ധിമാന്മാരും ചേർന്ന് വിപ്ലവം നടത്താമെന്ന് കരുതുന്നത് യാഥാർഥ്യത്തിന് നിരക്കുന്നതല്ല. ഈ ചിന്താഗതിയെ അടിമുടി എതിർത്തുകൊണ്ടാണ് മാർക്സിസം–ലെനിനിസം വളർന്നിട്ടുള്ളത്.

ഓരോ സാമൂഹ്യവ്യവസ്ഥയിലും അടങ്ങിയിട്ടുള്ള സാധ്യതകൾ മുഴുവൻ ഉപയോഗിച്ചു തീർന്നാലല്ലാതെ ആ വ്യവസ്ഥ തകരുകയില്ല. തകർക്കാൻ വേണ്ടിയുള്ള പദ്ധതികൾ സ്വന്തം തലച്ചോറിൽനിന്നു പുറത്തെടുക്കാൻ ശ്രമിക്കുന്നവർ ബുദ്ധിശൂന്യരാണ് എന്ന് ചൂണ്ടിക്കാണിച്ചുകൊണ്ടാണ് തൊഴിലാളിവർഗവിപ്ലവത്തിന്റെ ശാസ്ത്രത്തിനും കലയ്ക്കും മാർക്സും എംഗൽസും ലെനിനും രൂപം നൽകിയത്. അതുകൊണ്ടാണ് അവർക്ക് പെറ്റിബൂർഷ്വാ സോഷ്യലിസ്റ്റ് ചിന്താഗതിയുടെ വിവിധരൂപങ്ങൾക്കെതിരായി സുദീർഘസമരം നടത്തേണ്ടിവന്നത്.

അതേ അവസരത്തിൽ മുതലാളിത്തം പൂർണവളർച്ചയിലെത്തിക്കഴിഞ്ഞിട്ടില്ലാത്ത കാലത്തുതന്നെ, അതിന്റെ പുരോഗതിയിൽ കുഴപ്പം വളരുന്നത് അപ്പോഴപ്പോൾ സൂക്ഷ്മമായി വീക്ഷിക്കുകയും അവസാനം അത് ഒരു വിപ്ലവക്കുഴപ്പത്തിലെത്തുമെന്ന് മുൻകൂട്ടി കാണുകയും ചെയ്യാൻ മാർക്സിനും എംഗൽസിനും കഴിഞ്ഞു.

ലെനിനാകട്ടെ, സാർവദേശീയമായ മുതലാളിത്തം ഒരു വിപ്ലവക്കുഴപ്പത്തിന്റെ കാലഘട്ടത്തിലേക്കു കാലെടുത്തുവെച്ച കാര്യം ചൂണ്ടിക്കാണിച്ചു. മുതലാളിത്തം വളർച്ച പ്രാപിച്ചതും അല്ലാത്തതുമായ എല്ലാ രാജ്യങ്ങളിലും വിപ്ലവങ്ങൾ പൊട്ടിപ്പുറപ്പെടുന്ന ഒരു കാലഘട്ടം തുടങ്ങുകയാണെന്ന് അദ്ദേഹം ദീർഘദർശനം ചെയ്തു. ഈ സാഹചര്യത്തിൽ മുതലാളിത്തത്തിന്റെ ബീജാവാപം പോലും നടന്നിട്ടില്ലാത്ത രാജ്യങ്ങളിലും വിപ്ലവം നടന്നേക്കുമെന്നും ആ വിപ്ലവത്തിലൂടെ മുതലാളിത്ത കാലഘട്ടത്തെ മറികടന്ന് നേരിട്ട് സോഷ്യലിസത്തിലേക്ക് നീങ്ങാൻ മുതലാളിത്തത്തിന് മുമ്പുള്ള സാമൂഹ്യവ്യവസ്ഥകൾക്ക് കഴിഞ്ഞേക്കുമെന്നും അദ്ദേഹം അഭിപ്രായപ്പെട്ടു. മുതലാളിത്തസാമൂഹ്യവ്യവസ്ഥ നിലവിൽ വന്നിട്ടില്ലാത്ത രാജ്യങ്ങളിൽപ്പോലും സംഘടിതതൊഴിലാളിവർഗമില്ലെന്ന കുറവ് ഈ പരിവർത്തനത്തിന് മുമ്പിൽ തടസമാകേണ്ടതില്ല. കർഷക സോവിയറ്റുകളെ ആസ്പദമാക്കി ഇത്തരം രാജ്യങ്ങളിലെ വിപ്ലവങ്ങളെ മുതലാളിത്തേതരമാർഗങ്ങളിലൂടെ നയിക്കാൻ വിപ്ലവകാരികൾക്ക് കഴിഞ്ഞേക്കും എന്നദ്ദേഹം ചൂണ്ടിക്കാണിച്ചു.

(ലെനിന്റെ ഈ അഭിപ്രായത്തെ വളച്ചൊടിച്ച് ബൂർഷ്വാസിയുമായി വർഗസഹകരണം സംഘടിപ്പിക്കാൻ ലെനിൻ നിർദേശിച്ചുവെന്ന ഒരപവാദ പ്രചരണം റിവിഷനിസ്റ്റുകാർ അഴിച്ചുവിട്ടിട്ടുണ്ട്. യഥാർഥത്തിൽ ലെനിന്റെ അഭിപ്രായത്തിന് കടകവിരുദ്ധമാണിത്. ബൂർഷ്വാസിയെ ആശ്രയിക്കാതിരിക്കുക; കർഷക ജനസാമാന്യത്തെ പൂർണമായി വിശ്വസിക്കുകയും ആശ്രയിക്കുകയും ചെയ്യുക; ബൂർഷ്വാരീതിയിലുള്ള വളർച്ചക്കെതിരായി കർഷക ജനസാമാന്യത്തിന്റെ വിപ്ലവക്കരുത്താകെ കെട്ടഴിച്ചുവിടുക–ഇതാണ്–ലെനിൻ ഇത്തരം രാജ്യങ്ങളിലെ വിപ്ലവകാരികളെ ഉപദേശിച്ചത്. അത് ദുർവ്യാഖ്യാനിച്ച് വിപ്ലവപ്രസ്ഥാനത്തെ ബൂർഷ്വാസിയുടെ വാലാക്കാനാണ് റിവിഷനിസ്റ്റുകാർ ശ്രമിക്കുന്നത്.)

അപ്പോൾ, വിജയകരമായ വിപ്ലവത്തിന്റെ അവശ്യോപാധികളിൽ

ആദ്യത്തേതായ വിപ്ലവക്കുഴപ്പം ഇന്നൊരു സാർവത്രിക പ്രതിഭാസമായിത്തീർന്നിരിക്കുന്നു. അതില്ലെന്ന് പറഞ്ഞുകൊണ്ട് വിപ്ലവകരമായ സമീപനമംഗീകരിക്കുന്നതിൽനിന്ന് ഒരാൾക്കും ഒഴിഞ്ഞുനിൽക്കുവാൻ കഴിയുകയില്ല. ഇന്ത്യയെപ്പോലെയോ അതിൽ കുറച്ചോ മാത്രം മുതലാളിത്തം വളർന്നുകഴിഞ്ഞിട്ടുള്ള രാജ്യങ്ങളിൽപ്പോലും ആദ്യം മുതലാളിത്തം വളരുക, പിന്നീട് സോഷ്യലിസ്റ്റ് വിപ്ലവം നടത്തുക എന്ന സമീപനം യാഥാർഥ്യത്തിനു യോജിച്ചതല്ല. വളർച്ചയെത്തിയ മുതലാളിത്ത രാജ്യങ്ങളിൽ ബൂർഷ്വാവിപ്ലവം മുഖേന മുതലാളിത്ത വർഗത്തിന്റെ നേതൃത്വത്തിൽ നടന്ന പരിവർത്തനങ്ങൾപോലും പിന്നണി രാജ്യങ്ങളിൽ മുതലാളിത്ത വ്യവസ്ഥക്കുകീഴിൽ ഇന്ന് നടക്കുകയില്ല. ആ പരിവർത്തനങ്ങൾ നടത്തുന്നതിനുതന്നെ മുഖ്യമായും കർഷകസാമാന്യത്തെ ആസ്പദിച്ചുകൊണ്ടുള്ള വിപ്ലവത്തിനുവേണ്ടി അടിത്തറ പാകുകയും ചെയ്യണം.

ഈ ലെനിനിസ്റ്റ് കാഴ്ചപ്പാടിനുപകരം ദീർഘകാലം നീണ്ടുനിൽക്കുന്ന മുതലാളിത്ത വളർച്ചയും അതിനെത്തുടർന്ന് സോഷ്യലിസ്റ്റ് വിപ്ലവവുമെന്ന കാഴ്ചപ്പാട് അംഗീകരിക്കുന്നത് വിപ്ലവപരമായ കടമകളിൽനിന്ന് പുറംതിരിഞ്ഞ് നിൽക്കലാണ്.

ലെനിനും, കൗത്സ്കിയും തമ്മിൽ നടന്ന ആശയ സംഘട്ടനത്തിലെ ഒരു മുഖ്യപ്രശ്നം തന്നെ ഇതായിരുന്നു കൗത്സ്കിയുടെ അഭിപ്രായത്തിൽ റഷ്യയെപ്പോലുള്ള ഒരു പിന്നണി രാജ്യത്തിന് ആദ്യം വേണ്ടത് മുതലാളിത്ത വളർച്ചയാണ്; അതാകട്ടെ, ബൂർഷ്വാസിയുടെ നേതൃത്വത്തിലേ നടക്കുകയുള്ളുതാനും. ലെനിൻ ഇതിനോടു പൂർണമായും വിയോജിച്ച് ബൂർഷ്വാ വിപ്ലവം പൂർത്തിയാക്കുന്നതിനുതന്നെ-വളർച്ച പ്രാപിച്ച മുതലാളിത്ത രാജ്യങ്ങളിൽ ബൂർഷ്വാസി നടപ്പിൽ വരുത്തിയ സാമൂഹ്യ പരിവർത്തനങ്ങൾ നടപ്പിലാക്കുന്നതിനുതന്നെ-അധികാരം തൊഴിലാളിവർഗത്തിന്റെയും കൃഷിക്കാരുടെയും കയ്യിലേക്ക് മാറണമെന്ന് അദ്ദേഹം ചൂണ്ടിക്കാണിച്ചു.

അങ്ങനെയാണ് "എല്ലാ അധികാരങ്ങളും സോവിയറ്റുകൾക്ക്" എന്ന മുദ്രാവാക്യത്തിന് അദ്ദേഹം രൂപം കൊടുത്തത്. ഈ അടിസ്ഥാനത്തിൽ വളർന്നുവന്ന റഷ്യൻ വിപ്ലവത്തിന്റെ അനുഭവത്തിൽനിന്നാണ് ഏഷ്യനാഫ്രിക്കൻ പിന്നണി രാജ്യങ്ങൾക്കുകൂടി ബാധകമായ തന്റെ വിപ്ലവ സമരതന്ത്രം ലെനിൻ ആവിഷ്കരിച്ചത്.

എന്നുവെച്ചാൽ മുതലാളിത്ത സാമൂഹ്യവ്യവസ്ഥയെ സാർവത്രികമായ ഒരു *വിപ്ലവക്കുഴപ്പം* ബാധിച്ചുകഴിഞ്ഞിട്ട് അര നൂറ്റാണ്ട് കഴിഞ്ഞിരിക്കുന്നു. എങ്കിലും റഷ്യയും ചൈനയുമടക്കം ചുരുക്കം രാജ്യങ്ങളിൽ മാത്രമേ വിപ്ലവം വിജയകരമായിട്ടുള്ളൂ.

വിപ്ലവം നടന്ന പല രാജ്യങ്ങളുമാകട്ടെ, അടിച്ചമർത്തപ്പെടുകയുണ്ടായി. റഷ്യൻ വിപ്ലവത്തോടൊപ്പം, അത്രതന്നെ വിജയകരമായ വിപ്ലവങ്ങൾ നടന്ന ജർമനി മുതലായ മറ്റ് പല രാജ്യങ്ങളിലും പിന്നീട് ഫാസിസം വളരുകയാണുണ്ടായത്. രണ്ടാം ലോകമഹായുദ്ധത്തിനു

ശേഷവും അത്തരം പല രാജ്യങ്ങളിലും സൈനിക സ്വേച്ഛാധിപത്യം നിലവിൽ വന്നു. ഏഷ്യനാഫ്രിക്കൻ രാജ്യങ്ങളിലാകട്ടെ ചൈനയും, കൊറിയയും വിയത്നാമും ഒഴിച്ച് മറ്റെല്ലായിടത്തും വിപ്ലവവിരുദ്ധ ഗവൺമെന്റുകൾ അധികാരത്തിൽ ഇരിക്കുകയാണ്.

"വിപ്ലവ ഗവൺമെന്റു'കളെന്നും, 'മുതലാളിത്തേതര മാർഗം സ്വീകരിച്ച ദേശീയ ജനാധിപത്യ ഗവൺമെന്റു'കളെന്നും വിശേഷിപ്പിക്കപ്പെട്ടിരുന്ന പല രാജ്യങ്ങളിലും പ്രതിവിപ്ലവങ്ങൾ നടന്നു. ഇതെല്ലാം എന്തുകൊണ്ട്?

ഈ ചോദ്യത്തിനുത്തരം കാണണമെങ്കിൽ വിപ്ലവക്കുഴപ്പം തുടങ്ങിക്കഴിഞ്ഞാൽ പിന്നീട് വിപ്ലവ പ്രസ്ഥാനത്തിന്റെ പുരോഗതിയിൽ വേലിയേറ്റങ്ങളും വേലിയിറക്കങ്ങളുമുണ്ടാകുന്നത് അനിവാര്യമാണെന്ന യാഥാർഥ്യം മനസിലാക്കണം. റഷ്യൻ വിപ്ലവത്തിന്റെ ചരിത്രമെടുത്താൽ 1905–'6 വിപ്ലവത്തിന്റെ വേലിയേറ്റഘട്ടമായിരുന്നു. അതുകഴിഞ്ഞ് പിന്നീട് ഇറക്കം തുടങ്ങി. പിന്നീട് കാര്യമായ വേലിയേറ്റം നടന്നത് ഒന്നാം ലോകമഹായുദ്ധം പൊട്ടിപ്പുറപ്പെട്ടപ്പോഴാണ്. അത് മൂർധന്യാവസ്ഥയിൽ എത്തിയപ്പോഴാണ് 1917–ലെ ഫെബ്രുവരി വിപ്ലവം നടന്നത്. ഫെബ്രുവരി വിപ്ലവത്തിനുശേഷം ഒരു വേലിയിറക്കം നടന്നു. വീണ്ടും ഒരു വേലിയേറ്റം നടന്നപ്പോൾ അതിന്റെ ആഴം അളന്നുനോക്കിയിട്ടാണ് ലെനിൻ പ്രഖ്യാപിച്ചത്:

> വിപ്ലവകരമായ അധികാരക്കയ്യേറ്റത്തിന്റെ സമയം ഇതാണ്; പത്തുദിവസംമുമ്പ് അതിന് ശ്രമിച്ചിരുന്നുവെങ്കിൽ അത് അബദ്ധമാകുമായിരുന്നു. ഇനി പത്തുദിവസം കഴിയുമ്പോഴാകട്ടെ അതിനുള്ള സമയം കഴിഞ്ഞിരിക്കും. ഇനി യാതൊരു താമസവും കൂടാതെ ഉടൻ അത് നടത്തണം. ഇപ്പോൾ താമസിക്കുന്നതായാൽ അത് മരണതുല്യമായിരിക്കും.

ഈ വിശകലനമനുസരിച്ച് നടന്ന വിപ്ലവ പ്രവർത്തനമാണ് ഒക്ടോബർ വിപ്ലവത്തിൽ കലാശിച്ചത്.

*വിപ്ലവക്കുഴപ്പ*ത്തിന്റേതായ പൊതു ചട്ടക്കൂടിനകത്തുതന്നെ വേലിയേറ്റങ്ങളും വേലിയിറക്കങ്ങളും നടക്കുക; അങ്ങനെ താൽക്കാലികമായി പ്രതിവിപ്ലവങ്ങളുടെയും വിപ്ലവമുന്നേറ്റങ്ങളുടെയും ഒരു പരമ്പര ഒന്നിനു പിറകെ ഒന്നായി വരിക; ഈ പ്രക്രിയ സൂക്ഷ്മമായി പഠിച്ച് അടിക്കേണ്ടപ്പോൾ അടിക്കുകയും തടുക്കേണ്ടപ്പോൾ തടുക്കുകയും ചെയ്യാനുള്ള കഴിവ് സംഭരിക്കാത്ത ഒരാൾക്ക് യഥാർഥ വിപ്ലവകാരിയാകാൻ കഴിയുകയില്ല. 1848–'50 കാലത്തും പിന്നീടും എഴുതിയ മാർക്സിന്റെയും എംഗൽസിന്റെയും ഗ്രന്ഥങ്ങൾ പരിശോധിച്ചാൽ ഇത് വ്യക്തമായി കാണാം.

ഈ പ്രക്രിയയാകെ പരിശോധിച്ച് അതിൽനിന്ന് നാം ചെന്നെത്തുന്ന ഒരു നിഗമനം ഇതാണ്; വിപ്ലവത്തിന്റെ കാലഘട്ടത്തിൽ തന്നെ ചിലപ്പോൾ

*വിപ്ലവ പരിതഃസ്ഥിതി*യുളവാകും; അത്തരമൊരു ഘട്ടമാണ് 1917 ഒക്ടോബർ വിപ്ലവത്തിന് മുമ്പ് വന്നതായി ലെനിൻ ചൂണ്ടിക്കാണിച്ചത്; അന്ന് ലെനിൻ ചൂണ്ടിക്കാണിച്ചതുപോലെ ആ വിപ്ലവ പരിതഃസ്ഥിതി ഉപയോഗപ്പെടുത്തിയില്ലെങ്കിൽ വിപ്ലവം പ്രതിവിപ്ലവമായി മാറുമായിരുന്നു (അതാണ് ജർമനിയിലും മറ്റു പല യൂറോപ്യൻ രാജ്യങ്ങളിലും നടന്നത്).

ഇങ്ങനെ *പ്രതിവിപ്ലവത്തിന്റെ പരിതഃസ്ഥിതി* സംജാതമാകുന്ന കാരണത്താൽ വിപ്ലവക്കുഴപ്പം ഇല്ലാതാകുന്നില്ല. പ്രതിവിപ്ലവം നടക്കുന്നതു തന്നെ വിപ്ലവക്കുഴപ്പങ്ങളുടെ കാലഘട്ടത്തിലാണെന്നതിനാൽ വീണ്ടും വിപ്ലവ വേലിയേറ്റം തുടങ്ങുകയും വിപ്ലവ പരിതഃസ്ഥിതി ഉളവാകുകയും ചെയ്യും. അപ്പോഴും അതു വേണ്ടതുപോലെ ഉപയോഗപ്പെടുത്താത്ത പക്ഷം വീണ്ടും പ്രതിവിപ്ലവം നടക്കും.

അതുകൊണ്ട്, *വിപ്ലവപ്രക്രിയയിലെ വേലിയേറ്റങ്ങളും ഇറക്കങ്ങളും സൂക്ഷ്മമായി പഠിച്ച്* അതിനൊത്ത അടവുകൾ രൂപീകരിക്കാൻ എന്ന പോലെ *ഇതെല്ലാം നടക്കുന്നത് വിപ്ലവക്കുഴപ്പത്തിന്റെ കാലഘട്ടത്തിലാണെന്ന മൗലിക കാഴ്ചപ്പാടോടെ* പ്രവർത്തിക്കാനും വിപ്ലവകാരികൾക്ക് ബാധ്യതയുണ്ട്. ഇതിലാദ്യത്തേത് വിടുന്നത് ഇടുപക്ഷ തീവ്രവാദമാണെങ്കിൽ, രണ്ടാമത്തേത് ഉപേക്ഷിക്കുന്നത് വലതുപക്ഷറിവിഷനിസമാണ്.

അതായത്, വിപ്ലവക്കുഴപ്പം വിപ്ലവകാരികളുടെ ഇച്ഛാശക്തിക്കതീതമായ വസ്തുനിഷ്ഠസാഹചര്യങ്ങളുടെ ആകത്തുകയാണെങ്കിൽ, വിപ്ലവ പരിതഃസ്ഥിതിയുടെ വളർച്ചയിലും അതുപയോഗപ്പെടുത്തി വിപ്ലവം വിജയിപ്പിക്കുന്നതിലും വിപ്ലവകാരികളുടെ പ്രവർത്തനമെന്ന ആത്മനിഷ്ഠമായ ഘടകത്തിനു അപ്രധാനമല്ലാത്ത ഒരു പങ്കുണ്ട്. അതെങ്ങനെയെന്ന് ഇനി പരിശോധിക്കാം.

പത്ത്
വിപ്ലവക്കുഴപ്പം, ഇന്ത്യയിൽ

ഒരു രാജ്യത്തിലെ സാമൂഹ്യ-സമ്പദ് വ്യവസ്ഥയുടെ അടി ഇളക്കുക, അത് തകർന്ന് മറ്റൊരു വ്യവസ്ഥ നിലവിൽ വരുന്നത് അനിവാര്യമായിത്തീരുക-ഇതാണ് *വിപ്ലവക്കുഴപ്പ*ത്തിന്റെ മുഖ്യസവിശേഷതയെങ്കിൽ ഇന്ത്യയുടെ *വിപ്ലവക്കുഴപ്പ*ത്തിന് അര നൂറ്റാണ്ടിലധികം കാലത്തെ പഴക്കമുണ്ട്.

1917 നവംബർ 7ന് സോവിയറ്റു റഷ്യ രൂപംകൊണ്ടതോടുകൂടി ഇന്ത്യയടക്കം എല്ലാ അസ്വതന്ത്രരാജ്യങ്ങളെയും സംബന്ധിച്ച് ഒരു പുതിയ കാലഘട്ടം തുടങ്ങിയെന്ന് പറയാം. വിദേശമേധാവിത്വത്തെയും അതിന് കൂട്ടുനിൽക്കുന്ന "ദേശീയ" വഞ്ചക വർഗങ്ങളെയും വീറോടെ എതിർത്ത് അവരെ അധികാരഭ്രഷ്ടരാക്കി സ്വന്തം മേധാവിത്വം സ്ഥാപിക്കാൻ ലോകത്തിലെങ്ങുമുള്ള അധ്വാനിക്കുന്ന ബഹുജനങ്ങൾക്ക് കഴിയുമെന്ന് സോവിയറ്റ് റഷ്യയുടെ ഉത്ഭവം തെളിയിച്ചു. അതുകൊണ്ടുതന്നെ ലോകത്തെങ്ങുമുള്ള പിന്തിരിപ്പന്മാർ ലെനിന്റെ റഷ്യക്കെതിരായി ആക്രമണയുദ്ധം

അഴിച്ചുവിട്ടപ്പോൾ ഇന്ത്യയടക്കമുള്ള എല്ലാ അസ്വതന്ത്രരാജ്യങ്ങളിലെയും സാമ്രാജ്യവിരോധികൾ സോവിയറ്റ് റഷ്യക്ക് സ്വാഗതമോതി. തുടർന്നുള്ള നാലഞ്ചു വർഷക്കാലം ഏഷ്യാവൻകരയുടെയാകെ ചരിത്രത്തിൽ പുതിയ ഒരധ്യായം എഴുതിച്ചേർത്തു. ഏതാണ്ട് എല്ലാ ഏഷ്യൻരാജ്യങ്ങളിലും വീരോചിതമായ സാമ്രാജ്യവിരുദ്ധസമരങ്ങൾ അലയടിച്ചുകയറി.

ഇതിന്റെ ഇന്ത്യൻ രൂപമാണ് 1919–'22 കാലത്ത് രാജ്യവ്യാപകമായി ഉയർന്നുവന്ന ഇന്ത്യൻ സ്വാതന്ത്ര്യസമരമുന്നേറ്റം. ഭരണപരിഷ്കാരങ്ങൾക്കുവേണ്ടി വാദിക്കുന്ന ബൂർഷ്വാമിതവാദികൾ, സ്വരാജിനുവേണ്ടി വാദിക്കുന്ന ബൂർഷ്വാതീവ്രവാദികൾ (ഇവരുടെ നേതാവായ തിലകൻ റഷ്യൻ വിപ്ലവത്തെ ഹൃദയപൂർവം സ്വാഗതം ചെയ്തുവെന്നത് ശ്രദ്ധേയമാണ്) ബ്രിട്ടീഷുകാർ ഇസ്ലാമിനോട് ചെയ്തത അനീതിക്കെതിരായി ഉയർന്നുവന്ന ഖിലാഫത്തു പ്രസ്ഥാനം, ബൂർഷ്വാമിതവാദികളുടെയും തീവ്രവാദികളുടെയും മാർഗങ്ങളിൽനിന്ന് ഭിന്നമായി "അക്രമരഹിതമായ നിസ്സഹകരണ"ത്തിന്റെ മാർഗവലംബിച്ച ഗാന്ധിയുടെ അനുയായികൾ, ഇവരുടെയെല്ലാം ആഹ്വാനംകേട്ട് ആവേശഭരിതരായി മുന്നോട്ടുവന്ന തൊഴിലാളി–കർഷക ജനലക്ഷങ്ങൾ–ഇതായിരുന്നു അന്നത്തെ വിപ്ലവത്തിന്റെ സവിശേഷതകൾ.

എന്നാൽ, ഈ വസ്തുനിഷ്ഠസാഹചര്യങ്ങൾ ഉപയോഗിച്ച് വിപ്ലവപ്രസ്ഥാനത്തെ മുന്നോട്ടുകൊണ്ടുപോകാൻ കെൽപ്പുള്ള ഒരു രാഷ്ട്രീയ ശക്തി (ആത്മനിഷ്ഠഘടകം) അന്നു നിലവിൽ വന്നിരുന്നില്ല. അത് നിലവിൽ വരുത്തലാണ് മുഖ്യ കടമയെന്ന കാര്യം ലെനിൻ ചൂണ്ടിക്കാണിച്ചു. മറ്റെല്ലാ രാജ്യങ്ങളിലുമെന്നപോലെ ഇന്ത്യയിലും കൈവിരലിലെണ്ണാവുന്ന കമ്യൂണിസ്റ്റുകാർ അന്നുണ്ടായിരുന്നു. അവരോട് അദ്ദേഹം പറഞ്ഞു:

> ഇന്നുള്ള ഈ വിപ്ലവമുന്നേറ്റത്തിൽ ആണ്ടിറങ്ങി ചെല്ലുക; അതിന്റെ അഭേദ്യഭാഗമായി നിൽക്കുക; പക്ഷേ അതിന്റെ മുൻപന്തിയിൽ നിൽക്കുന്ന ബൂർഷ്വാ ദേശീയവാദികളുടെ വാലാകാതെ കർഷകജനസാമാന്യത്തെ വിപ്ലവപരമായ അടിസ്ഥാനത്തിൽ സംഘടിപ്പിക്കുക; വിപ്ലവപരമായ ഈ കർഷക സമരങ്ങളെ കർഷക സോവിയറ്റുകൾ സ്ഥാപിക്കുകയെന്ന കാഴ്ചപ്പാട് വെച്ചു വളർത്തിക്കൊണ്ടു പോകുക.

വിപ്ലവക്കുഴപ്പത്തിന്റേതായ വസ്തുനിഷ്ഠസാഹചര്യം ഉപയോഗിച്ച് വിപ്ലവപരിതഃസ്ഥിതി വളർത്തിയെടുക്കുകയും, അങ്ങനെ വിജയകരമായ വിപ്ലവത്തിനു കളമൊരുക്കുകയും ചെയ്യുകയെന്ന ഈ ലെനിനിസ്റ്റ് കാഴ്ചപ്പാടിനു പകരം, ബൂർഷ്വാദേശീയവാദികളുടെ അന്നത്തെ നേതാവായിരുന്ന ഗാന്ധിക്ക് മറ്റൊരു കാഴ്ചപ്പാടുണ്ടായിരുന്നു തൊഴിലാളി–കർഷക ജനസാമാന്യത്തിന്റെ വിപ്ലവസമരാവേശത്തെ "അക്രമരാഹിത്യ"ത്തിന്റെ വേലിക്കെട്ടുകൾക്കകത്ത് ഒതുക്കി നിർത്തി, സാമ്രാജ്യമേധാവികളുമായി വിലപേശുന്നതിനുള്ള ഒരു ഉപാധിയായി "അക്രമരഹിതമായ ബഹുജന

സമര"ങ്ങളെ ഉപയോഗപ്പെടുത്തുകയെന്ന കാഴ്ചപ്പാട്-ഇതിന്റെ കുറേക്കൂടി പരിഷ്കൃതവും ആധുനികവുമായ രൂപമാണ് ഗാന്ധിയുടെ ശിഷ്യനായി കണക്കാക്കപ്പെടുന്ന ജവഹർലാൽ നെഹ്റുവിന്റെ സോഷ്യലിസം (ഇതിന്റെ തന്നെ ദുർബലമായ ഒരനുകരണം മാത്രമാണ്. "ഇന്ദിരാ സോഷ്യലിസ"മെന്ന് ഇവടെ പറഞ്ഞുവെക്കട്ടെ).

ഇങ്ങനെ ഒരുവശത്ത് ലെനിനിസം, മറുവശത്ത് ഗാന്ധിസവും നെഹ്റുവിസവുമടക്കം പല ബൂർഷ്വാ ആശയഗതികളും-ഈ രണ്ട് ആത്മനിഷ്ഠ ശക്തികൾ തമ്മിൽ ഏറ്റുമുട്ടാൻ തുടങ്ങിക്കൊണ്ടാണ് ഇന്ത്യയുടെ വിപ്ലവക്കുഴപ്പം വളർച്ച പ്രാപിക്കാൻ തുടങ്ങിയത്. ഇതിൽ ആദ്യത്തേത് ജയിച്ചാൽ മാത്രമേ തൊഴിലാളി-കർഷകജനസാമാന്യത്തിന്റെ അധികാരകയ്യേറ്റത്തിനു വഴിയൊരുക്കുന്ന വിപ്ലവപരിതഃസ്ഥിതി വളർന്നുവരികയുള്ളൂ. അതുകൊണ്ടാണ് എത്ര കുറച്ചു പേരാണെങ്കിലും ഇന്ത്യൻ കമ്യൂണിസ്റ്റുകാർ ഒരു സംഘടിതശക്തിയായി ശത്രുവർഗങ്ങളുടേതായ ചിന്താഗതികൾക്കും രാഷ്ട്രീയ പാർട്ടികൾക്കുമെതിരായി പോരാടുന്ന ഒരു വിപ്ലവസൈന്യനിരയായി പ്രവർത്തിക്കണമെന്ന് ലെനിൻ നിർദേശിച്ചത്. കമ്യൂണിസ്റ്റുകാർക്കുള്ള ഈ മൗലിക കടമ അന്നത്തെപ്പോലെ ഇന്നും നാം നിറവേറ്റിയേ കഴിയൂ. അതിനുണ്ടാകുന്ന വിജയത്തെ ആശ്രയിച്ചാണ് വിപ്ലവപരിതഃസ്ഥിതിയുടെ ഉത്ഭവം കിടക്കുന്നത്.

ഈ വസ്തുത കണക്കിലെടുത്ത് ഒരിന്ത്യൻ കമ്യൂണിസ്റ്റ്പാർട്ടി സംഘടിപ്പിക്കാനുള്ള ധീരശ്രമം നടത്താൻ തുടങ്ങിയിട്ട് അരനൂറ്റാണ്ടു കാലമായി. പല തരത്തിലുമുള്ള ബൂർഷ്വാ ആശയഗതികളുടെ സ്വാധീനവും ഭരണാധികാരികളുടെ ക്രൂരമർദനവും നിമിത്തം വളരെ സാവധാനത്തിലേ അതു പുരോഗമിച്ചുള്ളൂ. അതിന്റെ അണികളിൽ തന്നെ പലപ്പോഴും ബൂർഷ്വാ ആശയഗതികളുടെ സ്വാധീനം വ്യാപിക്കുകയുണ്ടായി. വലതുപക്ഷത്തിന്റെയും "ഇടതുപക്ഷ"ത്തിന്റെയും അവസരവാദങ്ങൾ, സംഘടനാപരമായ പ്രവർത്തനത്തിൽ പ്രകടമാവുന്ന ശിഥിലീകരണ പ്രവണതകൾ മുതലായവ പലപ്പോഴും പാർട്ടിയുടെ വളർച്ച മുട്ടിച്ചിട്ടുണ്ട്.

എന്നാൽ ഈ വിഷമതകളെയെല്ലാം അതിജീവിച്ചുകൊണ്ട് ക്രമേണ ക്രമേണയായി പാർട്ടി മുന്നേറി. അങ്ങനെ രണ്ടാം ലോകമഹായുദ്ധത്തെ തുടർന്നു ഒരു പുതിയ വിപ്ലവസമരവേലിയേറ്റം ഇരച്ചുകയറിയപ്പോൾ അതിൽ സുപ്രധാന പങ്കുവഹിക്കത്തക്ക ഒരു വിപ്ലവപ്രസ്ഥാനത്തിന്റെ നേതാവായി പാർട്ടി ഉയർന്നു. ആർ ഐ എൻ കലാപം, ബംഗാളിലെ തേഭാഗാ സമരം, കേരളമടക്കം പല സംസ്ഥാനങ്ങളിലേയും തൊഴിലാളി-കർഷക സമരങ്ങൾ ഇവയുടെ ഉയർന്ന രൂപങ്ങളായ പുന്നപ്ര-വയലാർ-തെലങ്കാനാ സമരങ്ങൾ-ഇവയിലെല്ലാം നേതൃത്വം വഹിക്കാൻ കഴിവുള്ള ഒരു ശക്തിയായി പാർട്ടി ഉയർന്നു. ലെനിൻ വിവക്ഷിച്ച കർഷക സോവിയറ്റുകളുടെ ഒരു രൂപമായ തെലങ്കാനാസമരം നാലുകൊല്ലത്തോളം നീണ്ടുനിൽക്കുകപോലും ചെയ്തു.

പക്ഷേ, പാർട്ടിക്കുണ്ടായ ഈ വിജയം രാജ്യവ്യാപകമായ വിപ്ലവമുന്നേറ്റത്തിൽ, കടൽവെള്ളത്തിലെ ഏതാനും തുള്ളികളെപ്പോലെ ചെറുതായിരുന്നു. ഗാന്ധിസവും നെഹ്റുവിസവുമടക്കമുള്ള ബൂർഷ്വാ ആശയഗതികൾക്കാണ് ഇന്ത്യൻ ബഹുജനങ്ങളിൽ വ്യാപകമായ സ്വാധീനമുണ്ടായിരുന്നത്.

അതുകൊണ്ട് 1946–47–ൽ ഉയർന്നുവന്ന വിപ്ലവപരിതഃസ്ഥിതി തന്നെ വേണ്ടുംവണ്ണമുപയോഗിച്ച് ഒരു യഥാർഥ വിപ്ലവമാക്കി മാറ്റാൻ കെൽപ്പുള്ള ഒരു രാഷ്ട്രീയശക്തി ഇന്ത്യയിലില്ലാതെ പോയി. വിജയകരമായ വിപ്ലവം നടത്തുന്നതിനു പകരം വിപ്ലവപ്രസ്ഥാനത്തെയാകെ വഞ്ചിക്കുന്ന ബൂർഷ്വാ ദേശീയവാദികൾക്കാണ് ഇന്ത്യൻ രാഷ്ട്രീയത്തിൽ മേധാവിത്വമെന്നു വന്നു. അവരാകട്ടെ, ബ്രിട്ടീഷ് ഭരണാധികാരികളുമായി വിലപേശി "വെളുത്ത സായ്പന്മാർക്കു പകരം കറുത്ത സായ്പന്മാരെ അധികാരത്തിലെത്തിക്കുക"യെന്ന അർഥത്തിൽ "അക്രമരഹിതമായ ഒരു വിപ്ലവം" നടത്തി.

ഇങ്ങനെ 1946–47 ലുണ്ടായിരുന്ന സ്ഥിതി താൽക്കാലികമായി ഇല്ലാതാക്കാൻ കഴിഞ്ഞുവെങ്കിലും പുതിയ ഇന്ത്യൻഭരണാധികാരികൾക്ക് 30 കൊല്ലത്തെ പഴക്കമുള്ള വിപ്ലവക്കുഴപ്പത്തിൽനിന്ന് രക്ഷനേടാൻ കഴിഞ്ഞില്ല. അവർ അധികാരമേറ്റെടുത്ത് ഏതാനും മാസങ്ങൾക്കകത്തു തന്നെ അവരുടെ യഥാർഥ നിറം ജനങ്ങൾക്ക് വ്യക്തമാകാൻ തുടങ്ങി. അവരും ബഹുജനങ്ങളും തമ്മിലുള്ള വിടവ് ഓരോ ദിവസം ചെല്ലുന്തോറും വർധിക്കാൻ തുടങ്ങി. ഈ പ്രക്രിയയിൽ കമ്യൂണിസ്റ്റ് പാർട്ടി ഫലപ്രദമായ പങ്കുവഹിക്കുകയും ചെയ്തു. ഇതിന്റെയെല്ലാം ഫലമായി തങ്ങൾ അധികാരമേറ്റെടുത്ത് നാലു കൊല്ലം കഴിഞ്ഞപ്പോൾ അവർ തേടിയ ജനവിധിയിൽ പുതിയ ഭരണാധികാരികൾക്ക് കനത്ത പ്രഹരങ്ങൾ ഏൽക്കേണ്ടിവന്നു. പുതിയ ഭരണാധികാരികൾക്കെതിരായ ഏറ്റവും സുസംഘടിതരാഷ്ട്രീയശക്തിയെന്ന നിലക്ക് കമ്യൂണിസ്റ്റ് പാർട്ടി ഉയർന്നുവന്നു. സ്വന്തംവർഗത്തിൽനിന്നുതന്നെ പല പ്രതിപക്ഷശക്തികളും ഉയർന്നുവരാൻ തുടങ്ങിയതിന്റെ വിഷമതകളും ഭരണകക്ഷിക്ക് അനുഭവപ്പെട്ടു.

ഈ സ്ഥിതിവിശേഷം നേരിടാൻ വേണ്ടിയാണ് ഇന്ത്യൻ ഭരണാധികാരിവർഗം കഴിഞ്ഞ 19 കൊല്ലക്കാലമായി ശ്രമിച്ചുപോരുന്നത്. നെഹ്റുവിന്റെ ആവടിസോഷ്യലിസം മുതൽ ഇന്നത്തെ ഇന്ദിരാസോഷ്യലിസം വരെ ഭരണാധികാരിവർഗങ്ങൾ (കോൺഗ്രസ് മാത്രമല്ല ജനസംഘം, സ്വതന്ത്ര മുതലായ "പ്രതിപക്ഷ"കക്ഷികൾ കൂടി) അംഗീകരിക്കുന്ന അടവുകളുടെയെല്ലാം മുഖ്യമായ ഉന്നം വിപ്ലവക്കുഴപ്പത്തിൽനിന്നു രക്ഷനേടുകയാണ്. അതുകൊണ്ടാണ് കമ്യൂണിസ്റ്റ് വിരോധവും അതിന്റെ ഇന്നത്തെ രൂപമായ മാർക്സിസ്റ്റ് വിരോധവും ഭരണാധികാരി വർഗങ്ങളുടെ പൊതു വീക്ഷണമായിത്തീർന്നിട്ടുള്ളത്.

അങ്ങനെ ഭരണവർഗങ്ങളെ വിപ്ലവക്കുഴപ്പത്തിൽനിന്ന് രക്ഷപ്പെടു

ത്താൻ ഇന്ദിരാസോഷ്യലിസമെന്ന ആയുധമുപയോഗിച്ചു ഭരണാധികാരിവർഗങ്ങൾ നടത്തിയ ശ്രമമാണ് ഇയ്യിടത്തെ (1971) ലോകസഭാ തിരഞ്ഞെടുപ്പിൽ പ്രതിഫലിച്ചു കാണുന്നത്. എന്നാലിത് വിപ്ലവക്കുഴപ്പമില്ലാതാക്കിയിട്ടില്ല. ഒന്നാം പൊതുതിരഞ്ഞെടുപ്പിൽത്തന്നെ ഉദ്ഘാടനം ചെയ്യപ്പെട്ട ഭരണകക്ഷിയും ജനങ്ങളും തമ്മിലുള്ള അകൽച്ചെയന്ന പ്രതിഭാസം ഇന്നും തുടരുകയാണ്. 1952 ൽ 45 ശതമാനം വോട്ടുകിട്ടിയ അന്നത്തെ അവിഭക്തകോൺഗ്രസിന്റെ പിന്തുടർച്ചാവകാശിയായ ഇന്നത്തെ ഇന്ദിക്കേറ്റു കോൺഗ്രസിനു 43.64 ശതമാനം വോട്ടേ കിട്ടിയുള്ള ഈ "ഗംഭീരവിജയം" നേടുന്നതിൽത്തന്നെ ഒരു വശത്തു ബഹുജനങ്ങളെ നോക്കി നിക്ഷിപ്തതാൽപ്പര്യക്കാർക്കെതിരായി കടുത്ത ആക്രമണം നടത്താമെന്ന് വാഗ്ദാനം നൽകുകയും മറുവശത്ത് അതേ നിക്ഷിപ്തതാൽപ്പര്യക്കാർക്ക് ആവശ്യമായ ഉറപ്പുകൾ നൽകുകയുമാണ് ഇന്ദിക്കേറ്റ് നേതൃത്വം ചെയ്തത്. ഇതു സ്വാഭാവികമായും ഭരണകക്ഷിക്കകത്തെ വൈരുധ്യങ്ങൾ വർധിപ്പിക്കും; അങ്ങനെ വിപ്ലവക്കുഴപ്പം മൂർച്ഛിപ്പിക്കും.

അതായത് 56 കൊല്ലം മുമ്പു തുടങ്ങിയ വിപ്ലവക്കുഴപ്പം ഇന്നും തുടരുകയാണ്. പക്ഷേ, അതിന്റെ ഗതിവിഗതികൾക്ക് പല മാറ്റങ്ങളും പലപ്പോഴും വന്നിട്ടുണ്ട്. ഈ മാറ്റങ്ങളിൽ പ്രധാനമായ ഒന്ന് വിപ്ലവപരിതഃസ്ഥിതി വളർത്തിയെടുക്കുന്നതിലും, അത് ഉപയോഗിച്ചു വിജയകരമായ വിപ്ലവം സംഘടിപ്പിക്കുന്നതിലും പ്രധാന പങ്കു വഹിക്കേണ്ട കമ്യൂണിസ്റ്റ് പാർട്ടിയിൽ പിളർപ്പും തകർച്ചയും സൃഷ്ടിക്കാൻ ശത്രുവർഗചിന്താഗതിയുടെ രൂപഭേദങ്ങളായ വിവിധ അവസരവാദങ്ങൾക്കു കഴിഞ്ഞുവെന്നതാണ്.

ഇതിലാകട്ടെ ലെനിന്റെ പാർട്ടിയായ സോവിയറ്റ് കമ്യൂണിസ്റ്റ് പാർട്ടിയും ലെനിനിസ്റ്റ് മാർഗമനുസരിച്ച് സ്വന്തം രാജ്യത്തു വിജയകരമായ വിപ്ലവം നടത്തിയ ചൈനീസ് കമ്യൂണിസ്റ്റ് പാർട്ടിയും അവരുടെതായ പങ്കുവഹിക്കുകയും ചെയ്തു. ഇന്ത്യൻ പാർട്ടിക്കകത്തു വളർന്നുവരാൻ തുടങ്ങിയ വലതുപക്ഷ അവസരവാദത്തിനു സോവിയറ്റു കമ്യൂണിസ്റ്റ് പാർട്ടിയും "ഇടതുപക്ഷ" അവസരവാദത്തിന് ചൈനീസ് കമ്യൂണിസ്റ്റ് പാർട്ടിയും വളംവെച്ചുകൊടുത്തു.

ഇതിനെയെല്ലാം നേരിട്ടുകൊണ്ട് 1952 –ൽ അന്നത്തെ അവിഭക്തകമ്യൂണിസ്റ്റ് പാർട്ടിക്കുണ്ടായിരുന്ന സ്ഥാനത്തോടു കിടപിടിക്കാവുന്ന ഒരു സ്ഥാനം ഇന്നത്തെ ഇന്ത്യൻ രാഷ്ട്രീയത്തിൽ കമ്യൂണിസ്റ്റ് (മാർക്സിസ്റ്റ്) പാർട്ടിക്കു നേടാൻ കഴിഞ്ഞുവെന്നത് അഭിമാനകരമായ ഒരു നേട്ടമാണ്. പാർലമെന്റിതര മാർഗങ്ങളിൽ മുഖ്യമായി ഊന്നി നിന്നുകൊണ്ടും പാർലമെന്ററി മാർഗങ്ങൾ സമർഥമായി ഉപയോഗിച്ചുകൊണ്ടും ബഹുജനപ്രസ്ഥാനം വളർത്താൻ പാർട്ടി നടത്തിയ ശ്രമമാണ് ഇതിനു കാരണം. ഭരണവർഗങ്ങളിൽ ചില വിഭാഗങ്ങളുടെ കൂടെ നിന്ന് മറ്റു വിഭാഗങ്ങളെ എതിർക്കുകയാണ് ഇതര സോഷ്യലിസ്റ്റ് പാർട്ടികൾ ചെയ്യുന്നത്. ഈ

സമീപനത്തിനുപകരം ഭരണവർഗങ്ങൾക്കു മുഴുവൻ എതിരായി പോരാടുന്ന ഒരു യഥാർഥ വിപ്ലവപാർട്ടി കമ്യൂണിസ്റ്റ് (മാർക്സിസ്റ്റ്) പാർട്ടിയാണെന്നു വ്യക്തമായിരിക്കുന്നു. അതുകൊണ്ടാണ് മറ്റെല്ലാ പ്രതിപക്ഷ പാർട്ടികളുടെയും ജനപിന്തുണകുറഞ്ഞുകൊണ്ടിരിക്കുന്ന സന്ദർഭത്തിൽ കമ്യൂണിസ്റ്റ് (മാർക്സിസ്റ്റ്) പാർട്ടിയുടേതു വർധിച്ചുകൊണ്ടിരിക്കുന്നത്.

ഇത്രയും അഭിമാനകരമായ വളർച്ച ഉണ്ടായിട്ടുണ്ടെങ്കിലും ലെനിനിസ്റ്റ് കാഴ്ചപ്പാടോടെ പ്രവർത്തിക്കുന്ന കമ്യൂണിസ്റ്റ് (മാർക്സിസ്റ്റ്) പാർട്ടി അഖിലേന്ത്യാ നിലവാരത്തിൽ തുച്ഛമായ ഒരു ശക്തിമാത്രമാണ്. അതിന്റെ ശക്തികേന്ദ്രങ്ങളെന്ന് ന്യായമായും അവകാശപ്പെടാവുന്ന കേരളം, ബംഗാൾ, ത്രിപുര എന്നിവിടങ്ങളിൽപ്പോലും പാർട്ടിക്ക് ഭൂരിപക്ഷം ജനങ്ങളുടെ പിന്തുണ അവകാശപ്പെടാറായിട്ടില്ല. ഈ ദൗർബല്യം തീർത്ത് വിപ്ലവക്കുഴപ്പത്തിന്റെ വളർച്ചയിൽ ഫലപ്രദമായ പങ്കുവഹിക്കാൻ കഴിയുന്ന ഒരു ശക്തിയായി ഉയരാൻ പാർട്ടിക്കു കഴിഞ്ഞെങ്കിൽ മാത്രമേ വിജയകരമായ വിപ്ലവത്തിനുവേണ്ട സാഹചര്യം ഇന്ത്യയിൽ വളരുകയുള്ളൂ.

ശത്രുവർഗചിന്താഗതികൾക്കും, അവയുടെ രൂപഭേദങ്ങളായ വലതു-ഇടത് അവസരവാദങ്ങൾക്കുമെതിരായി രൂക്ഷമായ സമരം നടത്തി തൊഴിലാളിവർഗചിന്താഗതിക്കു മുൻതൂക്കം നേടിയാൽ മാത്രമേ വിപ്ലവക്കുഴപ്പത്തെ വിജയകരമായ ഒരു വിപ്ലവമാക്കി മാറ്റാൻ കഴിയുകയുള്ളൂവെന്നർഥം.

പതിനൊന്ന്
വിപ്ലവപാർട്ടി

വിപ്ലവക്കുഴപ്പം പൊട്ടിപ്പുറപ്പെട്ടതിനുശേഷം അതിലുണ്ടാകുന്ന ഗതിവിഗതികൾ എല്ലായ്പ്പോഴും സൂക്ഷ്മമായി പരിശോധിച്ച് വിപ്ലവശക്തികൾക്ക് ബലം കൂട്ടുന്ന രീതിയിൽ ആസൂത്രിതമായി പ്രവർത്തിക്കുക; ഇതിന്റെ ഫലമായി അധികാരകയ്യേറ്റത്തിനു വഴിയൊരുക്കുകയും അങ്ങനെ ഒരു വിപ്ലവ പരിതഃസ്ഥിതി സംജാതമാകുമ്പോൾ അധികാരകയ്യേറ്റം സംഘടിപ്പിക്കുകയും ചെയ്യുക; അധികാരകയ്യേറ്റം കഴിഞ്ഞാൽ പിന്നീടും മുൻഭരണവർഗങ്ങൾ നടത്താനിടയുള്ള പ്രതിവിപ്ലവശ്രമങ്ങളെ തകർത്ത് വിപ്ലവത്തിന്റേതായ പരമാധികാരം അരക്കിട്ടുറപ്പിക്കുക-ഇതെല്ലാം ചെയ്യണമെങ്കിൽ വിപ്ലവകാരികൾക്ക് അവരുടെതായ ഒരു സംഘടിതസൈന്യമുണ്ടാകണം, അതാണ് വിപ്ലവപ്പാർട്ടി.

മുതലാളിത്തസാമൂഹ്യവ്യവസ്ഥ ഒരാഗോള പൊതുകുഴപ്പത്തിൽപ്പെട്ടു കഴിഞ്ഞിട്ടുള്ള ഇന്നത്തെ സാഹചര്യത്തിൽ, വിപ്ലവപാർട്ടി വ്യക്തമായും ഒരു വർഗത്തിന്റെ (തൊഴിലാളി വർഗത്തിന്റെ) രാഷ്ട്രീയപ്പാർട്ടിയായിരിക്കണം. എന്തുകൊണ്ടെന്നാൽ, മുതലാളിത്തസാമൂഹ്യവ്യവസ്ഥക്കകത്ത് അനിവാര്യമായും അനുദിനം വളർന്നുവരുന്ന തൊഴിലാളിവർഗമാണ് ആ സാമൂഹ്യവ്യവസ്ഥിതിയുമായി ഒരിഞ്ചുപോലും വിട്ടു

വീഴ്ചയില്ലാതെ സമരം നടത്തുന്ന ഏകസാമൂഹ്യശക്തി.

മറ്റെല്ലാ വർഗങ്ങളും ജനവിഭാഗങ്ങളും ഒരു തരത്തിലല്ലെങ്കിൽ മറ്റൊരു തരത്തിൽ സ്വകാര്യസ്വത്തിനെ ആശ്രയിച്ച് ജീവിക്കുന്നവരാണ്. ഒരു തരത്തിലും സ്വകാര്യസ്വത്തിനെ ആശ്രയിക്കാതെ, സ്വകാര്യസ്വത്തിന്റെ എത്ര ചെറിയ രൂപത്തോടും സദാ മല്ലിട്ടുകൊണ്ടുമാത്രം, ജീവിക്കാൻ കഴിയുന്ന ഒരേയൊരു ജനവിഭാഗം തൊഴിലാളി വർഗമാണ്. അതുകൊണ്ടാണു മുതലാളിത്തം സ്വയം വളരുന്നതോടൊപ്പം അതിന്റെ വളർച്ചയുടെ തോതിൽത്തന്നെ ആ വ്യവസ്ഥയുടെ ശവക്കുഴിതോണ്ടുന്നവരും (തൊഴിലാളികളെന്നർഥം) വളരുന്നുവെന്നു മാർക്സും എംഗൽസും ചൂണ്ടിക്കാണിച്ചത്.

തൊഴിലാളിവർഗത്തിന്റെ പാർട്ടിയാണ് വിപ്ലവപ്പാർട്ടിയെന്നു പറയുന്നതിൽനിന്ന്, തൊഴിലാളികളല്ലാത്തവരാരും വിപ്ലവകാരികളല്ലെന്നു അർഥമാക്കരുത്. കൃഷിക്കാരടക്കം ചെറുകിടസ്വത്തുടമസ്ഥന്മാരെ മുഴുവൻ കൊള്ളയടിച്ചു പാപ്പരാക്കിക്കൊണ്ടല്ലാതെ മുതലാളിത്തത്തിനു വളരാൻ കഴിയുകയില്ല. അതുകൊണ്ട് മുതലാളിത്തവ്യവസ്ഥക്കകത്തെ മേധാവിവിഭാഗങ്ങൾക്കെതിരായി നിരന്തരം പോരാടാൻ ചെറുകിട സ്വത്തുടമസ്ഥന്മാർ നിർബന്ധിക്കപ്പെടുന്നു.

ഈ സമരം നടത്തുന്ന ഒരു സാധാരണ ചെറുകിട സ്വത്തുടമസ്ഥന്റെ ആഗ്രഹം മേധാവിവിഭാഗങ്ങളുടെ ആക്രമണത്തെ ചെറുത്തു തന്റെ ചെറുകിട സ്വത്തു സംരക്ഷിച്ചു നിലനിർത്തണമെന്നാണ്; ആ അർഥത്തിൽ മുതലാളിത്തത്തിന്റെ സംരക്ഷകന്മാരെന്ന പങ്ക് ഈ ചെറുകിട സ്വത്തുടമസ്ഥന്മാർ നിറവേറ്റുന്നുമുണ്ട്.

എന്നാൽ, സ്വന്തം ചെറുകിട സ്വത്തുക്കൾ സംരക്ഷിക്കുന്നതിനുവേണ്ടി തന്നെ നിലവിലുള്ള ഭരണസംവിധാനത്തോട് സദാ ഏറ്റുമുട്ടാൻ അവർ നിർബന്ധിക്കപ്പെടുന്നു. അതിനാൽ മുതലാളിത്തവ്യവസ്ഥയുടെ ആജന്മശത്രുവായ തൊഴിലാളിവർഗവുമായി സമരസഖ്യമുണ്ടാക്കാൻ അവർ തയാറാവുന്നു. അങ്ങനെ മേധാവിവിഭാഗങ്ങളെന്ന പൊതുശത്രുവിനെതിരായി പോരാടുന്നതിൽ തൊഴിലാളിവർഗവുമായി യോജിച്ചു നിൽക്കുന്ന ചെറുകിട സ്വത്തുടമസ്ഥന്മാരിൽ രാഷ്ട്രീയബോധമുള്ള ഒരു വിഭാഗം ചെറുകിട സ്വത്തുടമസ്ഥന്മാരുടെ മൗലികവീക്ഷണമുപേക്ഷിച്ച് തൊഴിലാളിവർഗത്തിന്റെ വീക്ഷണം സ്വീകരിക്കുന്നു.

ചെറുകിട സ്വത്തുടമസ്ഥന്മാരിൽനിന്ന് മാത്രമല്ല, ബുദ്ധിജീവികൾ സാമ്രാജ്യമേധാവിത്വം നിലനിൽക്കുന്ന രാജ്യങ്ങളിലെ ഭരണവർഗങ്ങളിൽപ്പെട്ട സാമ്രാജ്യവിരോധികൾ, സ്വേച്ഛാധിപത്യ ഭരണസംവിധാനത്തിനെതിരായി പോരാടാൻ തയാറുള്ള ജനാധിപത്യവാദികൾ എന്നിവരും നിലവിലുള്ള ഭരണ സംവിധാനത്തെ ഒരു തരത്തിലല്ലെങ്കിൽ മറ്റൊരു തരത്തിലെതിർക്കാൻ മുന്നോട്ടു വരുന്നു. അവരിൽ ഭൂരിപക്ഷവും തുടക്കത്തിൽ മുതലാളിത്തവ്യവസ്ഥയുമായി സന്ധിയുണ്ടാക്കാൻ ആഗ്രഹിക്കുന്നവരാണ്. എന്നാൽ നിലവിലുള്ള ഭരണസംവിധാനത്തോടു

അവർക്കുള്ള മൗലികമായ എതിർപ്പ് അവരെ തൊഴിലാളിവർഗത്തിന്റെ ചേരിയിലേക്ക് പിടിച്ചുവലിക്കുന്നു. ഇവരിലും രാഷ്ട്രീയബോധമുള്ള വിഭാഗങ്ങൾ സ്വന്തം അനുഭവത്തിന്റെ അടിസ്ഥാനത്തിൽ തൊഴിലാളിവർഗ വീക്ഷണം അംഗീകരിക്കുന്നു.

ഇങ്ങനെ ജന്മനാ തൊഴിലാളിവർഗേതര വിഭാഗങ്ങളിൽപ്പെട്ടവരെങ്കിലും പ്രവൃത്തികൊണ്ട് തൊഴിലാളിവർഗചേരിയിൽ നിലയുറപ്പിച്ച് എല്ലാ വിപ്ലവകാരികൾക്കും വിപ്ലവപ്പാർട്ടിയിൽ സ്ഥാനമുണ്ട്. നേരെമറിച്ച്, ജന്മനാ തൊഴിലാളിവർഗത്തിൽപ്പെട്ടവരാണെങ്കിലും പല കാരണങ്ങളാലും തൊഴിലാളിവർഗേതരവീക്ഷണമുൾക്കൊള്ളുന്ന വിഭാഗങ്ങളും ഉണ്ട്.

കൂലി കൂട്ടിക്കിട്ടാനും മറ്റു സാമ്പത്തികാവശ്യങ്ങൾ നേടിയെടുക്കാനും വേണ്ടി സമരം നടത്തുന്ന തൊഴിലാളികളിൽത്തന്നെ ഒരു വിഭാഗം മുതലാളിത്ത വ്യവസ്ഥയുടെ ആരാധകന്മാരും, സംരക്ഷകന്മാരുമായി രംഗത്തു വരുന്നുണ്ട്. മുതലാളിയുമായുള്ള വിലപേശലിൽ തനിക്കേറ്റവും നല്ല വ്യവസ്ഥകൾ മുതലാളിയെക്കൊണ്ടംഗീകരിപ്പിക്കുക-ഇതാണവരുടെ ലക്ഷ്യം. മാർക്സും എംഗൽസും ചൂണ്ടിക്കാണിച്ചതുപോലെ, തൊഴിലാളിവർഗത്തിന്റെ പരമമായ ലക്ഷ്യം ഇതല്ല, പിന്നെയോ?

മുതലാളിയും തൊഴിലാളിയും തമ്മിൽ വിലപേശിക്കൊണ്ടിരിക്കുന്ന സ്ഥിതിവിശേഷംതന്നെ ഇല്ലാതാക്കുക; തൊഴിലാളിയുടെ ജോലിക്കാവശ്യമായ ഉൽപ്പാദനോപകരണങ്ങൾ മുതലാളിയുടെ സ്വകാര്യസ്വത്തായിരിക്കുന്ന രീതി അവസാനിപ്പിക്കുക; ഈ ഉൽപ്പാദനോപകരണങ്ങൾ രാജ്യത്തിന്റെ പൊതുസ്വത്താക്കി മാറ്റുക, അല്ലെങ്കിൽ തന്റെ ജോലിക്കാസ്പദമായ ഉൽപ്പാദനോപകരണങ്ങളുടെ ഉടമസ്ഥതയിൽ ഓരോ തൊഴിലാളിക്കും കൂട്ടുപങ്കാളിത്തമുണ്ടാക്കുക; ഉൽപ്പാദനോപകരണങ്ങളുടെ ഉടമസ്ഥന്മാരാണെന്ന ന്യായത്തിന്മേൽ ലാഭവും പലിശയും പാട്ടവും പിരിക്കുന്ന ചൂഷകവിഭാഗങ്ങളെ ഇല്ലാതാക്കി സമൂഹത്തിലെ ഓരോ അംഗവും കഴിവനുസരിച്ച് ജോലിചെയ്ത്, ചെയ്യുന്ന ജോലിക്കുസരിച്ച് പ്രതിഫലം പറ്റുന്ന രീതി നിലവിൽ വരുത്തുക-ഇതെല്ലാമാണ് തൊഴിലാളിവർഗത്തിന്റെ മൗലികലക്ഷ്യം.

ഇത് മനസിലാക്കി അതിന്റേതായ വീക്ഷണത്തോടുകൂടി പ്രവർത്തിക്കാൻ കഴിവും തയാറുമുള്ള തൊഴിലാളികൾക്ക് മാത്രമാണ് വിപ്ലവപ്പാർട്ടിയിൽ സ്ഥാനമുള്ളത്.

ഈ ആശയം വിശദീകരിച്ചുകൊണ്ട് ലെനിൻ എഴുതിയ സുപ്രസിദ്ധമായ *എന്തു ചെയ്യണം* എന്ന ഗ്രന്ഥത്തിൽ ഒരു സാധാരണ തൊഴിലാളിയും പാർട്ടിമെമ്പറും തമ്മിലുള്ള വ്യത്യാസം വ്യക്തമായും ലളിതമായും വിശദീകരിച്ചിട്ടുണ്ട്. മുതലാളിത്തവ്യവസ്ഥയ്ക്കു കീഴിൽ ഏതു സാധാരണ തൊഴിലാളിയും വർഗസമരത്തിന്റെ പ്രാഥമിക രൂപമായ പണമുടക്കുസമരങ്ങളിൽ ഏർപ്പെടാൻ നിർബന്ധിക്കപ്പെടുന്നു. ഇത് ഫലപ്രദമായി നടത്തുന്നതിന് തൊഴിലാളികൾ രൂപീകരിക്കുന്ന ട്രേഡ് യൂണിയൻ സംഘ

ടനകളുണ്ട്. ഈ സംഘടനകളിലൂടെയും പണിമുടക്കുകളിലൂടെയും മാത്രം വർഗസമരം ശക്തിപ്പെടുമെന്നും അങ്ങനെ മുതലാളിത്തം സോഷ്യലിസത്തിന് വഴിമാറിക്കൊടുക്കുമെന്നും വാദിക്കുന്നവരെ ലെനിൻ നിശിതമായി വിമർശിക്കുന്നുണ്ട്. ഈ ചിന്താഗതിക്ക് അദ്ദേഹം കൊടുത്ത പേര് സാമ്പത്തികമാത്ര സമരവാദം എന്നാണ്.

ഇതിനെതിരായി ലെനിൻ ആവിഷ്കരിച്ച കാഴ്ചപ്പാട് ചുരുക്കത്തിൽ ഇതാണ്: തൊഴിലാളിവർഗത്തിന്റെ മുഖ്യശത്രുവായ ബൂർഷ്വാഭരണ സംവിധാനത്തിനെതിരായി പരിമിതമായ തോതിൽ സദാ പോരാടിക്കൊണ്ടിരിക്കുന്ന വിവിധ ജനവിഭാഗങ്ങളുണ്ട്. കൃഷിക്കാർ, മറ്റു ചെറുകിട സ്വത്തുടമസ്ഥന്മാർ, അധ്വാനിച്ചു ജീവിക്കുന്ന ബുദ്ധിജീവികൾ, സ്വേച്ഛാധിപത്യസംവിധാനത്തിനെതിരായി ഏറ്റക്കുറച്ചിലുകളോടെ ശബ്ദമുയർത്തുന്ന വിവിധ ജനാധിപത്യവിഭാഗങ്ങൾ ഇവരുടെയെല്ലാം എതിർപ്പുകൾക്കും ചെറുത്തു നിൽപ്പുകൾക്കും ശക്തികൂട്ടുക; അവർ നടത്തുന്ന സമരങ്ങളിൽ എത്ര ചെറുതെങ്കിലും കഴിയുന്ന സഹായം തൊഴിലാളിവർഗം നൽകുക; ഇതിലൂടെ നിലവിലുള്ള ഭരണ സംവിധാനത്തിനെതിരായി വെവ്വേറെ പോരാടുന്ന വിവിധ ജനവിഭാഗങ്ങളെ നിലവിലുള്ള ഭരണ സംവിധാനത്തിനെതിരായി ഒരു സുസംഘടിത സൈന്യത്തിന്റെ വിവിധ ശാഖകളാക്കി മാറ്റുക–ഇതെല്ലാം ചെയ്യാൻ കഴിവുള്ള ഒരു നേതൃസംഘടന (പാർട്ടി) വളർത്തികൊണ്ടുവരണം.

ഈ നേതൃസംഘടനയുടെ അടിസ്ഥാനഘടകം വർഗബോധത്തിലും, രാഷ്ട്രീയവീക്ഷണത്തിലും, സമരപരമായ ഊർജസ്വലതയിലും, സംഘടനാ സാമർഥ്യത്തിലും മുൻനിൽക്കുന്ന തൊഴിലാളികൾതന്നെയാണ്. എന്നാൽ മുമ്പ് സൂചിപ്പിച്ചതുപോലെ മറ്റു ജനവിഭാഗങ്ങളിൽനിന്ന് ഉയർന്നു വരുന്ന വിപ്ലവകാരികളിൽ തൊഴിലാളി വർഗവീക്ഷണം ഉൾക്കൊണ്ടിട്ടുള്ളവർക്കുകൂടി വിപ്ലവപ്പാർട്ടിയിൽ സ്ഥാനമുണ്ടായിരിക്കും.

അപ്പോൾ വിപ്ലവപ്പാർട്ടിയിലെ ഏത് സാധാരണ മെമ്പർക്കും ഉണ്ടായിരിക്കേണ്ട പ്രാഥമിക യോഗ്യത തൊഴിലാളിവർഗവീക്ഷണമാണ്; ഒരു സാധാരണ തൊഴിലാളിക്കുള്ള സാമ്പത്തികമാത്ര സമരവാദത്തിന്റെ വീക്ഷണമല്ല, ബൂർഷ്വാ ഭരണസംവിധാനത്തെ എത്ര പരിമിതമായതോതിലും എതിർക്കുന്ന എല്ലാ ജനവിഭാഗങ്ങളേയും യോജിപ്പിച്ച് അണിനിരത്തി മുതലാളിത്തത്തിനെതിരായി ആഞ്ഞടിക്കുക എന്ന വീക്ഷണമാണ്.

അതുകൊണ്ട് "സോഷ്യലിസ്റ്റ് ബോധ"മെന്ന് ലെനിൻ വിളിക്കുന്ന വിപ്ലവവീക്ഷണം തൊഴിലാളിവർഗത്തിന്റെ അണികളിലേക്ക് വ്യാപിപ്പിക്കുന്നതിന് സംഘടിതവും ആസൂത്രിതവുമായ ഒരു പരിശ്രമംതന്നെ നടത്തേണ്ടിയിരിക്കുന്നു. സയൻസിന്റെ വിവിധ ശാഖകളിലും തത്വജ്ഞാനപരമായ വാദവിവാദങ്ങളിലുമെല്ലാം അപ്പപ്പോൾ ഇടപെട്ട് ആ രംഗങ്ങളിലെല്ലാം ബൂർഷ്വാസിയുടേതിനെതിരായി തൊഴിലാളിവർഗത്തിന്റെ വീക്ഷണഗതിയും, സിദ്ധാന്തങ്ങളും ആവിഷ്കരിക്കാൻ ശ്രമിച്ചാൽ മാത്രമേ, തൊഴിലാളിവർഗത്തിന്റെ മുന്നണിവിഭാഗത്തിന് മറ്റു വർഗങ്ങ

ളിൽനിന്ന് ഉയർന്നുവരുന്ന വിപ്ലവകാരികളുമായി സഹകരിച്ചുകൊണ്ട് വിജയകരമായി വിപ്ലവം നടത്താനാവശ്യമായ ഒരു സംഘടിതസേന (വിപ്ലവപ്പാർട്ടി) ആയി സ്വയം മാറാൻ കഴിയുകയുള്ളൂ.

അപ്പോൾ വിപ്ലവ പാർട്ടിക്ക് താഴെപ്പറയുന്ന മുഖ്യവിശേഷതകൾ ഉണ്ടായിരിക്കണം.

1. തൊഴിലാളിവർഗം നടത്തുന്ന ബൂർഷ്വാവിരുദ്ധസമരത്തിന്റെ ഏറ്റവും പ്രാഥമികരൂപമായ സാമ്പത്തികസമരങ്ങളിലും അതിനുള്ള സംഘടനകളിലും അടിയുറച്ചതായിരിക്കണം പാർട്ടി. ഈ പ്രാഥമിക ജോലി വിട്ടുകൊണ്ടുള്ള ഏതു രാഷ്ട്രീയവും വിപ്ലവരാഷ്ട്രീയമാവുകയില്ല. ഇതിൽ അടിയുറച്ചുനിൽക്കാതെ നടത്തുന്ന ഏതു സോഷ്യലിസ്റ്റ് പ്രചാരവേലയും സോഷ്യലിസ്റ്റ് പ്രസ്ഥാനം വളർത്താൻ ഉപകരിക്കുകയില്ല.

2. അതേ അവസരത്തിൽ തൊഴിലാളിവർഗത്തിൽ സോഷ്യലിസ്റ്റ് ബോധം വളർത്താൻ–മുതലാളിയുമായി വിലപേശലല്ല, മുതലാളിത്തത്തിന്റെ അടിത്തറയായി ഉൽപ്പാദനോപകരണങ്ങളുടെ സ്വകാര്യ സ്വത്തുടമ അവസാനിപ്പിക്കലാണ് തങ്ങളുടെ വർഗ താൽപ്പര്യമെന്ന ബോധം തൊഴിലാളി വർഗത്തിലാകെ വ്യാപിപ്പിക്കാൻ–പാർട്ടി ശ്രമിക്കണം. ഇതിനുവേണ്ടിയുള്ള സംഘടിതമായ പ്രവർത്തനത്തിലൂടെ *പണിമുടക്കുന്ന തൊഴിലാളിയെ സോഷ്യലിസത്തിനുവേണ്ടി പടവെട്ടുന്ന സമരസേനാനിയാക്കി മാറ്റണം.*

3. മുതലാളിയുമായുള്ള വിലപേശലിന്റെ ഭാഗമായി തൊഴിലാളി സ്വയം നടത്തുന്ന സാമ്പത്തികസമരങ്ങളിൽ മാത്രമല്ല; നിലവിലുള്ള ഭരണ സംവിധാനത്തിനെതിരായി ആരുടെ ഭാഗത്തുനിന്ന് എത്ര ചെറിയ നീക്കം വന്നാലും അതിൽക്കൂടി ശ്രദ്ധിക്കാൻ തൊഴിലാളിയെ പഠിപ്പിക്കണം. അങ്ങനെ സ്വന്തം ആവശ്യങ്ങൾക്കുവേണ്ടി പോരാടിക്കൊണ്ടിരിക്കുന്ന തൊഴിലാളിവർഗത്തെ നിലവിലുള്ള ഭരണസംവിധാനത്തിനെതിരായി പോരാടുന്ന മറ്റെല്ലാ ജനവിഭാഗങ്ങളുടെയും നേതാവാക്കി ഉയർത്തണം.

4. മറ്റ് ജനവിഭാഗങ്ങളുടെ നേതാവായി തൊഴിലാളിവർഗം ഉയരുന്നതിനുള്ള പ്രക്രിയയിൽ മറ്റ് ജനവിഭാഗങ്ങളിൽനിന്ന് ഉയർന്നുവരുന്ന വിപ്ലവകാരികളെ തൊഴിലാളികളുടെ വീക്ഷണമുള്ളവരാക്കി മാറ്റണം. അങ്ങനെ തൊഴിലാളി വർഗപ്പാർട്ടിയുടെ സ്വാധീനശക്തി കൂടുതൽ കൂടുതൽ വ്യാപിപ്പിക്കുകയും മറ്റ് ജനവിഭാഗങ്ങളുടെ മേൽ തൊഴിലാളിവർഗത്തിനുള്ള നേതൃത്വം ഉറപ്പിക്കുകയും ചെയ്യണം.

പന്ത്രണ്ട്
തൊഴിലാളി വർഗ സർവാധിപത്യം

മുതലാളിത്തസാമൂഹ്യവ്യവസ്ഥക്കെതിരായ വിപ്ലവസമരം വിജയിച്ചാൽ അതിൽനിന്ന് രൂപംകൊള്ളുന്ന ഭരണകൂടം അതേവരെ നിലവിലി

രുന്ന എല്ലാ ഭരണകൂടങ്ങളിൽനിന്നും വ്യത്യസ്തമായ ഒന്നായിരിക്കും.

ഇതേവരെ രൂപം കൊണ്ടിട്ടുള്ള എല്ലാ ഭരണകൂടങ്ങളും സമൂഹത്തിൽ ന്യൂനപക്ഷം മാത്രം വരുന്ന ഒരു വർഗത്തിന് (അല്ലെങ്കിൽ ഏതാനും വർഗങ്ങൾക്ക്) ഭൂരിപക്ഷത്തിന്റെമേൽ മേധാവിത്വം സ്ഥാപിക്കാനുള്ള ഉപകരണങ്ങളായിരുന്നു. അടിമകളായ ബഹുഭൂരിപക്ഷത്തിന്റെ മേൽ ചെറുന്യൂനപക്ഷം മാത്രം വരുന്ന യജമാനന്മാർ, അടിയാളരുടെയും കുടിയാന്മാരുടെയും മേൽ നാടുവാഴികളും ജന്മികളും; ഇന്ത്യയിലെപ്പോലെ ജാതിമേധാവിത്വം നിലവിലുള്ളിടത്ത് ബഹുഭൂരിപക്ഷം വരുന്ന കീഴ്ജാതിക്കാരുടെമേൽ മേൽജാതിക്കാർ, ഗ്രാമീണസാമൂഹ്യവ്യവസ്ഥയോ കൂട്ടുകുടുംബവ്യവസ്ഥയോ നിലവിലുള്ളേടങ്ങളിൽ ബഹുഭൂരിപക്ഷം വരുന്ന ഗ്രാമീണജനതയുടെമേൽ ഗ്രാമത്തലവന്മാരും തറവാട്ടുകാരണവന്മാരും –ഇങ്ങനെ വിവിധ സാമൂഹ്യവ്യവസ്ഥകളിലോരോന്നിലും ഒരു ന്യൂനപക്ഷം ബഹുഭൂരിപക്ഷം ജനങ്ങളുടെ മേൽ മേധാവിത്വം അടിച്ചേൽപ്പിക്കുമ്പോഴാണ്, അതായത് സാമൂഹ്യവ്യവസ്ഥയുടെ സവിശേഷരൂപമായ ഭരണകൂടങ്ങൾ രൂപംകൊള്ളുന്നത്.

അതുകൊണ്ട്, ഇതേവരെ നടന്ന എല്ലാ വിപ്ലവങ്ങളിലും ഒരു വർഗത്തിന്റെ (അല്ലെങ്കിൽ ഏതാനും വർഗങ്ങളുടേതായ ഒരു കൂട്ടുകെട്ടിന്റെ) സ്ഥാനത്ത് മറ്റൊരു വർഗത്തെ (അല്ലെങ്കിൽ ഏതാനും വർഗങ്ങളുടേതായ മറ്റൊരു കൂട്ടുകെട്ടിനെ) പ്രതിഷ്ഠിക്കുകയാണ് ചെയ്തിട്ടുള്ളത്. അങ്ങനെ മേധാവിവർഗത്തിന്റെ സ്വഭാവം മാറും: പക്ഷേ, മേധാവിത്വമോ മേധാവിത്വം സ്ഥാപിക്കുന്നവരുടെ ന്യൂനപസ്വഭാവമോ ഇല്ലാതാകുന്നില്ല.

ഇതേവരെ നിലനിന്നുപോന്നിട്ടുള്ള എല്ലാ ഭരണകൂടങ്ങളും സമൂഹത്തിൽ ന്യൂനപക്ഷം മാത്രംവരുന്ന ഒരു മേധാവിവർഗത്തിന് ബഹുഭൂരിപക്ഷത്തെ അടക്കിനിർത്താനുപയോഗിക്കുന്ന ഉപകരണമായിട്ടാണ് പ്രവർത്തിച്ചിട്ടുള്ളത്. എന്നു വെച്ചാൽ ബഹുഭൂരിപക്ഷത്തെ അടക്കിനിർത്തുന്ന ഒരു മേധാവിവർഗത്തിനുപകരം മറ്റൊരു മേധാവിവർഗത്തെ പ്രതിഷ്ഠിക്കുകയാണ് ഇതേവരെത്തെ വിപ്ലവങ്ങളെല്ലാം ചെയ്തിട്ടുള്ളത്.

എന്നാൽ മുതലാളിത്തത്തിന്റെ ഉത്ഭവത്തോടുകൂടി സ്ഥിതിഗതികൾ മാറി. ഈ സാമൂഹ്യ വ്യവസ്ഥയിൽ പരസ്പരം ഏറ്റുമുട്ടുന്നത് മുതലാളിയും തൊഴിലാളിയുമാണ്. അതായത് ചൂഷക വർഗവും ചൂഷിത വർഗവുമാണ്. ആ ഏറ്റുമുട്ടൽ അവസാനിക്കുന്നത് എല്ലാ ചൂഷകവർഗങ്ങൾക്കുമെതിരായി എല്ലാ ചൂഷിതവർഗങ്ങളും ചേർന്ന് നേടുന്ന വിജയത്തിലാണ്. കൃഷിക്കാർ, ചെറുകിട സ്വത്തുടമസ്ഥന്മാർ മുതലായവരുടെ നേതാവായി ഉയർന്നുവരുന്ന തൊഴിലാളിവർഗം; മുതലാളികൾക്കിടയിൽത്തന്നെ വിദേശിയരും നാട്ടുകാരുമെന്നോ കുത്തകക്കാരും അല്ലാത്തവരുമെന്നോ ഉള്ള അടിസ്ഥാനത്തിൽ നടക്കുന്ന പരസ്പര മത്സരങ്ങളെയെല്ലാം സമർഥമായി ഉപയോഗിച്ച് ബൂർഷ്വാ ഭരണമേധാവിത്വത്തെ പടിപടിയായി തകർക്കാൻ കഴിവുള്ള വിപ്ലവകരമായ ഒരു തൊഴിലാളിവർഗ നേതൃത്വം (പാർട്ടി)–ഇതാണ് മുതലാളിത്തവ്യവസ്ഥയിൽ നടക്കുന്ന വിപ്ലവത്തിന്റെ

പ്രധാന സവിശേഷതകൾ.

അതുകൊണ്ട്, ഈ വിപ്ലവം അവസാനിക്കുന്നത് ഒരു മേധാവിവർഗത്തിനുപകരം മറ്റൊരു വർഗത്തിന്റെ അധികാരസ്ഥാനാരോഹണത്തിലല്ല; പിന്നെയോ മുതലാളിത്ത സമൂഹത്തിൽ മേധാവിത്വം വഹിക്കുന്ന എല്ലാ വർഗങ്ങളെയും വിഭാഗങ്ങളെയും അധികാരഭ്രഷ്ടമാക്കി അവരുടെ മേധാവിത്വത്തിന് കീഴ്പ്പെട്ടു കിടന്നിരുന്ന എല്ലാ വർഗങ്ങളെയും അധികാരസ്ഥാനത്തു പ്രതിഷ്ഠിക്കുന്നതിലാണ്. എന്നുവെച്ചാൽ, മനുഷ്യസമൂഹത്തിന്റെ ചരിത്രത്തിൽ ആദ്യമായി ബഹുഭൂരിപക്ഷത്തിന്റെ മേധാവിത്വത്തിന് ന്യൂനപക്ഷം കീഴടങ്ങേണ്ടിവരുന്ന പുതിയ തരത്തിലുള്ള ഒരു ഭരണകൂടത്തിന് രൂപം കിട്ടുന്നു. ഇതേവരെ ചൂഷണം നടത്തിയിരുന്നവർക്ക് തങ്ങളുടെ ചൂഷണത്തിന് വിധേയരായിരുന്നവരുടെ മേധാവിത്വം സഹിക്കേണ്ട സ്ഥിതിവിശേഷം ഉളവാകുന്നു.

ഇങ്ങനെ കൃഷിക്കാരും മറ്റു ചെറുകിട സ്വത്തുടമസ്ഥരുമടക്കം ബഹുഭൂരിപക്ഷത്തിന്റെ സജീവപിന്തുണയോടും സഹകരണത്തോടും കൂടി തൊഴിലാളിവർഗം സ്ഥാപിക്കുന്ന പുതിയ ഭരണകൂടംതന്നെ താൽക്കാലികമാണ്. അതേവരെ നിലനിന്നിരുന്ന ചൂഷണവ്യവസ്ഥയുടെ എല്ലാ രൂപങ്ങളെയും അവയോരോന്നിന്റെയും എല്ലാ അവശിഷ്ടങ്ങളെയും നശിപ്പിച്ച് സമൂഹത്തിലെ വ്യക്തികൾ തമ്മിൽ പരി പൂർണസമത്വം സ്ഥാപിക്കുകയെന്ന ചരിത്രപരമായ കടമയാണ് ഈ ഭരണകൂടത്തിന് നിറവേറ്റാനുള്ളത്.

ചൂഷകവർഗങ്ങളുടെ പ്രാതിനിധ്യം വഹിക്കുന്ന ജനവിഭാഗങ്ങളുടെയും വ്യക്തികളുടെയും എതിർപ്പിനെ ഉരുക്കുമുഷ്ടി ഉപയോഗിച്ച് തകർത്തുകളയുക; അങ്ങനെ ബഹുഭൂരിപക്ഷത്തിന്റേതായ ഭരണകൂടത്തെ ഉറപ്പിച്ചു നിർത്തുകയും ശക്തിപ്പെടുത്തുകയും ചെയ്യുക; അതേ അവസരത്തിൽ മുൻചൂഷകവർഗങ്ങളുടെ പ്രാതിനിധ്യം വഹിക്കുന്ന വ്യക്തികളെ പുനർവിദ്യാഭ്യാസം ചെയ്യിച്ച് ചൂഷണരഹിതമായ ഒരു സമൂഹത്തിലെ അംഗങ്ങളാക്കി മാറ്റുക; തങ്ങൾക്ക് കൈവശപ്പെടുത്താൻ കഴിഞ്ഞ ഉൽപ്പാദനോപകരണങ്ങൾ ഏറ്റവുമധികം കാര്യക്ഷമമായി ഉപയോഗിച്ച് സാമ്പത്തികോൽപ്പാദനം അഭൂതപൂർവമാംവിധം വർധിപ്പിക്കുക; ഇതിന്റെ ഫലമായി മനുഷ്യസമൂഹത്തിന്റെ ചരിത്രത്തിൽ ഇതേവരെ സാധിച്ചിട്ടില്ലാത്തത്ര ഉയർന്ന തോതിലും സുഖകരമായും ജീവിക്കാൻ സമൂഹത്തിലെ ഓരോ വ്യക്തിക്കും കഴിവുള്ള ഒരു സ്ഥിതിവിശേഷമുളവാക്കുക–ഇതെല്ലാം ചെയ്തു സമത്വം, സാഹോദര്യം മുതലായ ഉന്നതാദർശങ്ങൾ മുഴുവൻ പ്രായോഗിക ജീവിതത്തിൽ കൈവരുത്താറാക്കുക എന്നതാണ് ഈ പുതിയ ഭരണകൂടത്തിന്റെ ചരിത്രപരമായ കടമ.

അതുകൊണ്ടുതന്നെ ഈ പുതിയ ഭരണകൂടം ന്യൂനപക്ഷത്തിന്റെമേൽ ഭൂരിപക്ഷം മേധാവിത്വം സ്ഥാപിക്കുകയെന്ന അർഥത്തിലുള്ള പുതിയൊരു ഭരണകൂടം മാത്രമല്ല. മനുഷ്യസമൂഹത്തിന്റെ ചരിത്രത്തിൽ രൂപംകൊള്ളുന്ന അവസാനത്തെ ഭരണകൂടരൂപംകൂടിയാണ്.

ഈ ഭരണകൂടത്തിന്റെ ചരിത്രപരമായ കടമകളെന്ന് മുകളിൽ വിവരിച്ച കാര്യങ്ങൾ മുഴുവൻ നടന്നു കഴിഞ്ഞാൽപിന്നെ ന്യൂനപക്ഷം ഭൂരിപക്ഷത്തെയോ ഭൂരിപക്ഷം ന്യൂനപക്ഷത്തെയോ അടക്കിനിർത്തുകയെന്ന പ്രശ്നംതന്നെയില്ലാതാകും; അങ്ങനെ ഭരണകൂടമെന്ന ഒരേർപ്പാട് തന്നെ അപ്രസക്തമായിത്തീരും.

ഭരണകൂടത്തിന്റെ മുഖ്യഘടകമായ ബലപ്രയോഗത്തിന്റെ–അതിനുള്ള ഉപകരണങ്ങളായ പൊലീസ്, പട്ടാളം, ജയിലുകൾ, കോടതികൾ മുതലായവയുടെ–ആവശ്യം ഇല്ലാതാകും. ഈ സ്ഥാപനങ്ങളുടെ സഹായത്തോടെ സ്ഥാപിച്ചിരുന്ന സാമൂഹ്യമായ അച്ചടക്കവും സംഘടനയും ബലപ്രയോഗത്തിന്റേതായ യാതൊരു അവശിഷ്ടവും കൂടാതെ തന്നെ നിലനിർത്താൻ കഴിയും. ബലപ്രയോഗപൂർവമായ സംഘടനക്കും ആസൂത്രണത്തിനും പകരം അംഗങ്ങളുടെ സ്വാഭീഷ്ടമനുസരിച്ച് സമൂഹമാകെ സ്വയം ഊട്ടിയുണ്ടാക്കുന്ന അച്ചടക്കവും സംഘടനയും നിലവിൽ വരും. മറ്റൊരു വിധത്തിൽ പറഞ്ഞാൽ ചൂഷക–ചൂഷിത വ്യത്യാസത്തിന്റെ അടിസ്ഥാനത്തിൽ രൂപംകൊണ്ട വർഗസമൂഹവും അതിന്റെ സൃഷ്ടിയായ ഭരണകൂടവും "കൊഴിഞ്ഞുപോകും."

ഈ സ്ഥിതിവിശേഷത്തിനാണ് വർഗരഹിതമായ സമൂഹം എന്ന് മാർക്സിസം–ലെനിനിസം പേരിട്ടിട്ടുള്ളത്. അതാണ് യഥാർഥത്തിൽ കമ്യൂണിസ്റ്റ് സാമൂഹ്യവ്യവസ്ഥ. ഈ സ്ഥാപിതസ്ഥിതിവിശേഷമുളവാകുന്നതോടുകൂടി മനുഷ്യസമൂഹം ഒരു പുതിയ യുഗത്തിലേക്ക് പ്രവേശിക്കുകയാണ്. ഇതേവരെത്തെപ്പോലെ വർഗവിഭജനവും അതിനെ ആസ്പദമാക്കിക്കൊണ്ടുള്ള സംഘട്ടനങ്ങളും ഇല്ലാതെ സമത്വപൂർണവും, അതുകൊണ്ട് സമാധാനപരവുമായ അന്തരീക്ഷത്തിൽ മനുഷ്യന് മുന്നേറാൻ കഴിയും. ചരിത്രത്തിലിതേവരെ പ്രവാചകന്മാരും ആദർശവാദികളുമെല്ലാംസ്വപ്നം കണ്ടിരുന്ന ശോഭനമായ സാമൂഹ്യ ജീവിതം ഒരു മധുരസ്വപ്നത്തിൽ നിന്ന് ഒരു യാഥാർഥ്യമായി മാറും.

എന്നാൽ, ഇതൊരു യാഥാർഥ്യമായി മാറണമെങ്കിൽ അതിന് അനുപേക്ഷണീയമായ ഒരു മുൻ ഉപാധിയുണ്ട്–സോഷ്യലിസ്റ്റ് വിപ്ലവത്തോടെ അധികാരഭ്രഷ്ടമാക്കപ്പെട്ട മുതലാളിവർഗവും അതിന്റെ കൂട്ടാളികളായ മറ്റു ചൂഷകവിഭാഗങ്ങളും നടത്തുന്ന പ്രതിവിപ്ലവശ്രമങ്ങളെ നിഷ്കരുണം അടിച്ചമർത്തണം. ഇക്കാര്യത്തിൽ തൊഴിലാളിവർഗവും അതിന്റെ സമരസഖാക്കളും വല്ല വിട്ടുവീഴ്ചയും ചെയ്യുന്ന പക്ഷം ഇവിടെ വിഭാവനം ചെയ്യപ്പെടുന്ന ചരിത്ര പ്രക്രിയയാകെ തടയപ്പെട്ടുപോകും. അധികാരഭ്രഷ്ടമാക്കപ്പെട്ട ചൂഷകവർഗങ്ങൾ വീണ്ടും തലയുയർത്തും, ചൂഷണ വ്യവസ്ഥക്ക് പുനർജന്മം കിട്ടും.

ഇതൊഴിവാക്കണമെങ്കിൽ താരതമ്യേന ചുരുങ്ങിയ–ഏതാനും ദശാബ്ദങ്ങൾ, ഒരുപക്ഷേ, രണ്ടോ മൂന്നോ തലമുറകളുടെ കാലഘട്ടം വരെ മാത്രം നീണ്ടു നിൽക്കുന്ന–ഒരു ഘട്ടത്തിൽ ബലപ്രയോഗത്തെ ആസ്പദമാക്കിയ ഭരണകൂടം നിലനിൽക്കണം. മുമ്പ് സൂചിപ്പിച്ചതുപോലെ ചൂഷ

കവർഗങ്ങളുടെ അവശിഷ്ടങ്ങൾക്കെതിരായി മാത്രമാണ് ബലപ്രയോഗം നടത്തുന്നത്, സമൂഹത്തിനെയാകെ സംബന്ധിച്ചിടത്തോളം ബലപ്രയോഗത്തിന്റേതിനെക്കാൾ സാംസ്കാരിക പുനർവിദ്യാഭ്യാസത്തിന്റെയും ആസൂത്രിതമായ സാമ്പത്തിക നിർമാണത്തിന്റെയും കടമകളാണ് ഈ ഭരണകൂടത്തിന് നിറവേറ്റാനുള്ളത്. താൽക്കാലികമായി വിപ്ലവത്തിന്റേതായ അത്തരം കാലഘട്ടത്തിൽ മാത്രം നിലനിൽക്കുന്ന ഈ ഭരണകൂടത്തിന് മാർക്സിസ്റ്റ്–ലെനിനിസ്റ്റ് സയൻസ് നൽകുന്ന പേരാണ് തൊഴിലാളിവർഗ സർവാധിപത്യം.

പതിമൂന്ന്
ജനാധിപത്യപരമായ സർവാധിപത്യം

മുതലാളിത്തസാമൂഹ്യവ്യവസ്ഥ തകർന്നു സോഷ്യലിസ്റ്റ് വ്യവസ്ഥ നിലവിൽ വരുന്നതിനുള്ള അവശ്യോപാധി തൊഴിലാളിവർഗസർവാധിപത്യമാണെന്ന് നാം കണ്ടുവല്ലോ.

തൊഴിലാളിവർഗ സർവാധിപത്യമെന്ന ഈ ആശയം വെറുമൊരു തത്ത്വമായി നിലകൊള്ളാതെ പ്രയോഗത്തിൽ വരാൻ തുടങ്ങിയതിന്റെ ആദ്യത്തെ സൂചനയായിരുന്നു പാരീസ്കമ്യൂൺ. ഇതിനെ തുടർന്ന് 1905 –ലെ റഷ്യൻ വിപ്ലവം, 1917–ലെ റഷ്യൻ വിപ്ലവവും തുടർന്ന് യൂറോപ്യൻ രാജ്യങ്ങളിൽ പലതിലും നടന്ന വിപ്ലവങ്ങളും റഷ്യൻ വിപ്ലവത്തിൽനിന്ന് ആവേശംകൊണ്ട ഏഷ്യൻജനവിഭാഗങ്ങളുടെ സാമ്രാജ്യവിരുദ്ധസമരങ്ങൾ, വിജയത്തിന്റെ വെന്നിക്കൊടി പറപ്പിക്കുന്ന ചൈനീസ്, വിയത്നാം, കൊറിയൻ വിപ്ലവങ്ങൾ, രണ്ടാംലോകമഹായുദ്ധത്തെത്തുടർന്ന് ആഫ്രിക്കയിൽ മുന്നേറിയ വിപ്ലവബഹുജനപ്രസ്ഥാനം, ലാറ്റിൻ അമേരിക്കയിലെ വിവിധ വിപ്ലവസമരങ്ങളും അവയുടെ ഉജ്ജ്വലമാതൃകയായ ക്യൂബൻ വിപ്ലവവും–ഇതെല്ലാം സാർവദേശീയവിപ്ലവപ്രസ്ഥാനത്തെ വളർത്തുകയും ശക്തിപ്പെടുത്തുകയും ചെയ്തു.

ഈ വിപ്ലവങ്ങളിലോരോന്നും സാർവദേശീയ മുതലാളിത്തത്തിനേറ്റ ഓരോ കനത്ത പ്രഹരമായിരുന്നു. മുതലാളിത്തത്തിൽനിന്ന് സോഷ്യലിസത്തിലേക്കുള്ള മനുഷ്യന്റെ പുരോഗതിയിലെ ഓരോ നാഴികക്കല്ലായിരുന്നു.

അതേസമയം, തൊഴിലാളിവർഗ സർവാധിപത്യമെന്ന ആശയത്തെ കൂടുതൽ സംപുഷ്ടമാക്കുന്ന പല മുതൽക്കൂട്ടുകളും ഈ ഓരോ വിപ്ലവത്തിൽനിന്നും തൊഴിലാളിവർഗത്തിന് കിട്ടുകയുണ്ടായി. അതെല്ലാം ചേർന്നതാണ് തൊഴിലാളിവർഗ സർവാധിപത്യമെന്ന മാർക്സിസ്റ്റ്–ലെനിനിസ്റ്റ് സിദ്ധാന്തം.

പാരീസ്കമ്യൂൺ അടിച്ചമർത്തപ്പെട്ട് അധികം കഴിയുന്നതിനുമുമ്പു തന്നെ, അതിന്റെ ജയാപജയങ്ങൾ വിലയിരുത്തിക്കൊണ്ട് വിപ്ലവം നയിക്കുന്നതിൽ തൊഴിലാളിവർഗം അംഗീകരിക്കേണ്ട അടവുകളെപ്പറ്റി പുതിയ പല തത്ത്വങ്ങളും ആവിഷ്കരിക്കാൻ മാർക്സും എംഗൽസും

തയാറായി. കമ്യൂണിന്റെ പ്രായോഗികാനുഭവങ്ങളുടെ വെളിച്ചത്തിൽ കൃഷിക്കാരുടെയും മറ്റു ചെറുകിടസ്വത്തുടമസ്ഥന്മാരുടെയും ജനാധിപത്യസമരങ്ങൾക്ക് തൊഴിലാളിവർഗം നേതൃത്വം നൽകുകയെന്ന മൗലികകടമയുടെ പ്രാധാന്യം അവർ ഊന്നി പറഞ്ഞു. മർദിതരും ചൂഷിതരുമായ ജനങ്ങളുടെമേൽ തൊഴിലാളിവർഗം ആധിപത്യം ചെലുത്തുകയെന്ന അർഥത്തിലല്ല തൊഴിലാളിവർഗസർവാധിപത്യമെന്ന പദം പ്രയോഗിക്കുന്നത്, അവരെക്കൂടി ജനാധിപത്യവിപ്ലവത്തിന്റെ കൊടിക്കീഴിൽ അണിനിരത്തി, അവരുടെയും തൊഴിലാളിവർഗത്തിന്റെയും പൊതുശത്രുവിനെതിരായി സുശക്തമായ ഒരു വിപ്ലവമുന്നണി കെട്ടിപ്പടുത്ത് അവർക്കെല്ലാം പങ്കുള്ള ഒരു വിപ്ലവഭരണകൂടം സ്ഥാപിക്കലാണ് തൊഴിലാളിവർഗത്തിന്റെ കാഴ്ചപ്പാട്. ഇതാണ് അവർ നിർദേശിച്ചത്.

മാർക്സിന്റെയും എംഗൽസിന്റെയും ഈ ചിന്താഗതിയെ ആസ്പദമാക്കി 1905–ലെ റഷ്യൻവിപ്ലവകാലത്ത് ലെനിൻ ഒരു പുതിയ മുദ്രാവാക്യം ഉയർത്തിക്കൊണ്ടുവന്നു–തൊഴിലാളി കർഷകവർഗങ്ങളുടേതായ ജനാധിപത്യസർവാധിപത്യം. സാറിസ്റ്റ് ഭരണകൂടത്തിനെതിരായി പെത്രോഗ്രാദിലും മോസ്കോവിലും മറ്റും ഉയർന്നുവന്ന തൊഴിലാളിവർഗസോവിയറ്റുകളും നാട്ടിൻപുറങ്ങളിലെ കർഷകരുടെ വിപ്ലവസമരങ്ങളിൽ നിന്നുയർന്നുവന്ന സംഘടനകളും ചേർന്ന് അഖിലറഷ്യൻ തോതിൽ രൂപീകരിക്കുന്ന വിപ്ലവഭരണകൂടത്തെയാണ് ഈ പദംകൊണ്ട് ലെനിൻ വിവക്ഷിച്ചത്.

റഷ്യയുടെ ജനസംഖ്യയിൽ ഒരു ചെറുന്യൂനപക്ഷം മാത്രം വരുന്ന തൊഴിലാളിവർഗത്തിനു ഒരു വിപ്ലവഭരണകൂടം സ്ഥാപിക്കുവാൻ കഴിയുകയില്ലെന്ന മെൻഷെവിക്ക് വാദഗതിയെ എതിർത്തുകൊണ്ടാണ് ലെനിൻ ഈ ആശയം അവതരിപ്പിച്ചത്. 1917–ലെ വിപ്ലവത്തിലും ഇതേ ആശയംതന്നെ ലെനിൻ അവതരിപ്പിച്ചു. തൊഴിലാളിവർഗത്തിന്റെ വിപ്ലവപ്രസ്ഥാനത്തിൽ നേതൃത്വം വഹിച്ചിരുന്ന ബോൾഷെവിക് പാർട്ടിയും കൃഷിക്കാരുടെ വിപ്ലവപ്രസ്ഥാനത്തിൽ നേതൃത്വം വഹിച്ചിരുന്ന സോഷ്യലിസ്റ്റ് റവല്യൂഷണറി പാർട്ടിയും തമ്മിൽ ഒരു സഖ്യമുണ്ടാക്കാൻ അദ്ദേഹം തയാറായി. ഈ സഖ്യത്തെ ആശ്രയിച്ചാണ് റഷ്യൻ വിപ്ലവത്തിന്റെ ജയാപജയങ്ങൾ കിടക്കുന്നതെന്ന് അദ്ദേഹം ചൂണ്ടിക്കാട്ടി. ഈ അടിസ്ഥാനത്തിൽ ബോൾഷെവിക് പാർട്ടി ചെയ്ത പ്രവർത്തനമാണ് ഒക്ടോബർ വിപ്ലവത്തെ വിജയത്തിലേക്ക് നയിച്ചത്.

ഒക്ടോബർ വിപ്ലത്തിനുശേഷം വിവിധ ഏഷ്യൻ രാജ്യങ്ങളിൽ ബൂർഷ്വാ നേതൃത്വത്തിലുള്ള ദേശീയവിമോചനപ്രസ്ഥാനങ്ങൾ വളർന്നുവന്നപ്പോൾ, തൊഴിലാളിവർഗസർവാധിപത്യമെന്ന ആശയത്തിന് പുതിയൊരു സംഭാവന ലെനിൻ നൽകി. സാർവദേശീയതൊഴിലാളി വിപ്ലവത്തിൽ തൊഴിലാളിവർഗത്തിന്റെ സഖ്യശക്തികളിൽ ഒന്ന് ദേശീയ വിമോചന പ്രസ്ഥാനങ്ങളാണെന്ന് അദ്ദേഹം ചൂണ്ടിക്കാട്ടി. ബൂർഷ്വാ നേതൃത്വത്തിലാണെങ്കിൽപ്പോലും ലോകസാമ്രാജ്യാധിപത്യത്തിനെതിരായി നട

ക്കുന്ന ഈ സമരങ്ങളെ വിജയിപ്പിക്കുന്നത് തൊഴിലാളിവർഗത്തിന്റെ ഉത്തമതാൽപ്പര്യങ്ങൾക്ക് യോജിച്ചതാണ്, അതുപോലെതന്നെ സോവിയറ്റ് റഷ്യയിൽ ഉയർന്നുവന്ന തൊഴിലാളിവർഗഭരണകൂടവും, ലോകതൊഴിലാളിവർഗസംഘടനയും വളർന്നു ശക്തിപ്പെടുന്നത് ദേശീയ വിമോചന പ്രസ്ഥാനത്തിന്റെ വളർച്ചക്കും സഹായകരമാണ്–ഇതാണ് അദ്ദേഹം ഊന്നിപ്പറഞ്ഞത്.

എന്നാൽ, കർഷകപ്രസ്ഥാനത്തിലും ദേശീയ വിമോചനപ്രസ്ഥാനത്തിലുമുള്ള ബൂർഷ്വാ–പെറ്റിബൂർഷ്വാ പ്രവണതകൾക്കും നേതൃത്വവിഭാഗങ്ങൾക്കുമെതിരായി പോരാടിക്കൊണ്ടുമാത്രമേ തൊഴിലാളി വർഗത്തിനു അതിന്റെ വിപ്ലവകരമായ കടമ നിറവേറ്റാൻ കഴിയുകയുള്ളുവെന്നുകൂടി ലെനിൻ ചൂണ്ടിക്കാണിച്ചു.

സോഷ്യലിസ്റ്റ് റവല്യൂഷണറിപാർട്ടിയുടെ നേതൃത്വത്തിൽ അണിനിരന്ന കൃഷിക്കാരെ സ്വാധീനിച്ചിരുന്ന ബൂർഷ്വാ ചിന്താഗതികൾക്കെതിരായ സമരത്തിൽ ലെനിൻ യാതൊരു വിട്ടുവീഴ്ചയും കാണിച്ചില്ല, ഈ ആശയഗതികളുടെ പ്രാതിനിധ്യം വഹിച്ചിരുന്ന നേതൃത്വത്തിന്റെ പിടിയിൽനിന്ന് കൃഷിക്കാരെ രക്ഷിച്ചെടുക്കാൻ തന്നെയാണ് അദ്ദേഹത്തിന്റെ നേതൃത്വത്തിൽ ബോൾഷെവിക്പാർട്ടി ശ്രമിച്ചത്. അതുകൊണ്ട് സോഷ്യലിസ്റ്റ് റവല്യൂഷണറി പാർട്ടിയുടെ നേതൃത്വം ബോൾഷെവിക് പാർട്ടിക്കും ലെനിനുമെതിരായി, മൃൻഷെവിക് പാർട്ടിയുടെയും ബൂർഷ്വാ പിന്തിരിപ്പൻ സംഘടനകളുടെയും കൂടെ അണിനിരന്നു, സോവിയറ്റ് ഭരണകൂടത്തിനെതിരായി അവർ രൂക്ഷമായ ആക്രമണങ്ങൾ സംഘടിപ്പിച്ചു. ഇതിന്റെ പരിണതഫലമാണ് ലെനിനെ വെടിവെച്ചു കൊല്ലാൻ നടത്തിയ ശ്രമം.

ദേശീയവിമോചനപ്രസ്ഥാനത്തിലാകട്ടെ, നേതൃത്വം വഹിക്കുന്നവർ ബൂർഷ്വാസിയുടെ പിടിയിൽനിന്നും തികച്ചും സ്വതന്ത്രമായി, മുഖ്യമായും കൃഷിക്കാരെ ആശ്രയിച്ചുകൊണ്ട് സാമ്രാജ്യത്വവിരുദ്ധസമരം ശക്തിപ്പെടുത്താനാണ് ശ്രമിക്കേണ്ടതെന്ന് ആ രാജ്യങ്ങളിലെ കമ്യൂണിസ്റ്റുകാരെ ലെനിൻ ഉപദേശിച്ചു. ഈ പ്രവർത്തനത്തിന്റെ എല്ലാം ഫലമായി കൃഷിക്കാരുടെ സ്വതന്ത്രവിപ്ലവസംഘടനകൾ 'കർഷക സോവിയറ്റുകൾ' സ്ഥാപിച്ചു. സോവിയറ്റ് റഷ്യയെപ്പോലുള്ള തൊഴിലാളിവർഗഭരണകൂടങ്ങളുടെ സഹായത്തോടെ സാമ്രാജ്യാധിപത്യത്തെ തുരത്തുകയും, സ്വതന്ത്രഭരണകൂടം സ്ഥാപിക്കുകയും ചെയ്യുകയെന്ന കാഴ്ചപ്പാട് അവരുടെ മുമ്പിൽ അദ്ദേഹം വെച്ചു.

ഈ ലെനിനിസ്റ്റ് കാഴ്ചപ്പാടനുസരിച്ച് വിവിധ രാജ്യങ്ങളിലെ വിപ്ലവ പ്രസ്ഥാനത്തിനു നേതൃത്വം കൊടുക്കാൻ കമ്യൂണിസ്റ്റ് ഇന്റർനാഷണലിനു കഴിഞ്ഞതിനാലാണ് ഇറ്റലിയും ജർമനിയിലും ഫാസിസം വളർന്നുവന്ന് ജപ്പാനിലെ സൈനികമേധാവികളുമായി കൂട്ടുചേർന്ന് ലോകജനതയെ ഭീഷണിപ്പെടുത്തിയപ്പോൾ, ഈ പുതിയ വിപത്തിൽ നിന്ന് മനുഷ്യസമൂഹത്തെ രക്ഷിക്കാൻ ഒരു പുതിയ വിപ്ലവപ്രസ്ഥാനം ഉയർന്നുവ

ന്നത്. ഫാസിസത്തിനും യുദ്ധത്തിനും കൊളോണിയൽ മേധാവിത്വ ത്തിനും എതിരായ ഈ പ്രസ്ഥാനം വളർന്നുവന്നതാകട്ടെ സോവിയറ്റു റഷ്യയുടെ ത്വരിതപുരോഗതി മുഖേന തൊഴിലാളിവർഗത്തിന്റെ ശക്തി വളർന്നുകൊണ്ടിരുന്ന ഒരു പശ്ചാത്തലത്തിലാണുതാനും.

ഈ പുതിയ വിപ്ലവപ്രസ്ഥാനം ഐതിഹാസികമായ ഫാസിസ്റ്റ് വിരുദ്ധ യുദ്ധത്തിന്റെ വിജയകരമായ പരിണാമത്തിലും, ഒരു ഡസനോളം പുതിയ സോഷ്യലിസ്റ്റ് രാഷ്ട്രങ്ങളുടെ ഉത്ഭവത്തിലും ചെന്നു കലാശി ച്ചു. സാർവദേശീയമായ വർഗബന്ധത്തിൽ തൊഴിലാളിവർഗത്തിനനുകൂ ലമായി ഇത്രയും മാറ്റങ്ങൾ വന്നതിനെ തുടർന്നാണ് ഏഷ്യാനാഫ്രിക്കൻ ലാറ്റിനമേരിക്കൻ രാജ്യങ്ങളിൽ പുതിയൊരു വിപ്ലവാന്തരീക്ഷം ഉളവായ ത്.

എന്നാൽ തൊളിലാളിവർഗത്തിന്റെ ഈ സാർവദേശീയവിജയ ത്തിൽ നിന്നുതന്നെ മാർക്സിസ്റ്റ്-ലെനിനിസ്റ്റ് ആശയഗതിക്ക് പുതിയൊരു ഭീഷണി ഉയർന്നുവന്നു, തൊഴിലാളിവർഗത്തിന്റെ സഖ്യശക്തികളായി പ്രവർത്തിക്കേണ്ടവരെക്കുറിച്ചും, അവരുടെ ഇടയിൽ രൂഢമൂലമായിട്ടുള്ള വിപ്ലവവിരുദ്ധ ചിന്താഗതികളെക്കുറിച്ചുമെല്ലാം മാർക്സിസം-ലെനിനിസം അംഗീകരിച്ചിട്ടുള്ള തത്ത്വങ്ങളിൽ വെള്ളംകൂട്ടാനുള്ള ഒരു പ്രവണത ലോകകമ്യൂണിസ്റ്റ് പ്രസ്ഥാനത്തിൽ വളർന്നുവന്നു. ദേശീയവിമോചനപ്ര സ്ഥാനം ബൂർഷ്വാ നേതൃത്വത്തിലാണെങ്കിൽപ്പോലും അതുമായി സഹ കരിക്കണമെന്ന ലെനിന്റെ നിർദേശത്തെ ബൂർഷ്വാനേതൃത്വത്തിന്റേ തിൽനിന്ന് തികച്ചും സ്വതന്ത്രമായി കൃഷിക്കാരെ ആശ്രയിച്ചുകൊണ്ടുള്ള വിപ്ലവപ്രസ്ഥാനമായാണ് സംഘടിപ്പിക്കേണ്ടതെന്ന നിർദേശത്തിൽനിന്ന് അടർത്തിയെടുത്ത് ലെനിനിസത്തെ ദുർവ്യാഖ്യാനിക്കാനുള്ള പ്രവണത വളർന്നു വന്നു.

ഇതിന്റെ പ്രകടമായ ഉദാഹരണമാണ് ഇന്ത്യയുടെയും പാകിസ്താ ന്റെയും കാര്യത്തിൽ സോവിയറ്റു യൂണിയനും ചൈനയും എടുക്കുന്ന നിലപാട്. ഇന്ത്യയിലെ ബൂർഷ്വാ ഭരണകൂടത്തെ പുരോഗമന പരമായി ചിത്രീകരിക്കാനാണ് സോവിയറ്റ് യൂണിയൻ മുതിർന്നിട്ടുള്ളതെങ്കിൽ, ചൈന പാകിസ്താനിലെ പട്ടാളമേധാവിത്വത്തിന്റെ നേരെയാണ് ഈ നില പാട് അംഗീകരിക്കുന്നത്. കാശ്മീരിന്റെ സ്വയംനിർണയാവകാശത്തിന് പിൻതുണ നൽകി ഇന്ത്യൻ ഭരണാധികാരികൾക്കെതിരായ പ്രചാരവേല നടത്തുന്ന ചൈന, ബംഗ്ലാദേശിന്റെ സ്വയം നിർണയാവകാശത്തിനെതി രായി പട്ടാളനടപടികളെടുക്കുന്ന യാഹ്യാഭരണത്തിനാണ് പിന്തുണ നൽകുന്നത്. സോവിയറ്റ്‌യൂണിയനാകട്ടെ, കാശ്മീരിന്റെ കാര്യത്തിൽ ഇന്ത്യക്കനുകൂലമായി നിൽക്കുകയും ബംഗ്ലാദേശ് ജനതക്ക് ധാർമിക പിന്തുണയെങ്കിലും നൽകുകയും ചെയ്യുന്നു.

അങ്ങനെ മാർക്സിസം-ലെനിനിസത്തിന്റെ പേരുപറഞ്ഞു മാർക്സിസ്റ്റ്-ലെനിനിസ്റ്റ് കാഴ്ചപ്പാടിനെതിരായ വിധത്തിൽ പ്രശ്നങ്ങൾ കൈകാര്യം ചെയ്യാൻ സോവിയറ്റ് യൂണിയനും ചൈനയും തയാറായത്

ലോകതൊഴിലാളിപ്രസ്ഥാനത്തിലും കമ്യൂണിസ്റ്റ് പ്രസ്ഥാനത്തിലും അതിഭയങ്കരമായ വിടവുണ്ടാക്കി. ഈ രണ്ടു രാജ്യങ്ങളിലെയും കമ്യൂണിസ്റ്റ് പാർട്ടികൾ മറ്റു രാജ്യങ്ങളിലെ പാർട്ടികളെ പാട്ടിലാക്കാനുള്ള ശ്രമങ്ങൾ നടത്തി, അതിന് കീഴ്വഴങ്ങാതെ സ്വതന്ത്രമായ നിലപാടെടുക്കുന്ന ഇന്ത്യയിലെ കമ്യൂണിസ്റ്റ് (മാർക്സിസ്റ്റ്) പാർട്ടിയെപോലുള്ള പാർട്ടികളെ ഇരുചേരികളും ആക്ഷേപിക്കാനും അപലപിക്കാനും തുടങ്ങി.

ഈ ആശയസമരത്തിൽനിന്ന് ഉയർന്നുവന്ന രണ്ട് പദങ്ങളാണ് ദേശീയജനാധിപത്യവും ജനകീയജനാധിപത്യവും. അതു രണ്ടിന്റെയും അർഥമെന്തെന്ന് ഇന്ത്യൻ സ്ഥിതിഗതികളുടെ അടിസ്ഥാനത്തിൽ ഇനി പരിശോധിക്കാം.

പതിനാല്
ദേശീയജനാധിപത്യവും ജനകീയജനാധിപത്യവും

ജനാധിപത്യപരമായ സർവാധിപത്യമെന്ന ലെനിന്റെ ആശയത്തിനു അനുപേക്ഷണീയമായ ഒരു ഘടകമുണ്ട്-ജനാധിപത്യപ്രസ്ഥാനത്തിൽ, അതിന്റെ വിജയകരമായ സമാപ്തിയോടെ രൂപം കൊള്ളുന്ന പുതിയ ഭരണകൂടത്തിൽ, തൊഴിലാളിവർഗം മറ്റു വർഗങ്ങളെ നയിക്കണം.

അതായത്, പൊതുശത്രുവിന് (സാമ്രാജ്യമേധാവികൾക്കോ ഫ്യൂഡൽ പ്രഭുക്കന്മാർക്കോ കുത്തകമുതലാളിമാർക്കോ) എതിരായ സമരത്തിൽ പരിമിതമായ തോതിൽ തൊഴിലാളിവർഗവുമായി യോജിച്ചു നിൽക്കുന്ന ബൂർഷ്വാസിയുടെ ആശയപരവും രാഷ്ട്രീയവുമായ സ്വാധീനത്തിൽനിന്ന് ജനസാമാന്യത്തെ മോചിപ്പിക്കാൻ തൊഴിലാളിവർഗവും അതിന്റെ രാഷ്ട്രീയപ്പാർട്ടിയും ബോധപൂർവം ശ്രമിക്കണം.

ലെനിനിസത്തിന്റെ ഈ മൗലികതത്ത്വം അംഗീകരിക്കുന്നുണ്ടോ ഇല്ലയോ എന്ന പ്രശ്നം ലോക കമ്യൂണിസ്റ്റ് പ്രസ്ഥാനത്തിൽ രണ്ടാം ലോകമഹായുദ്ധത്തിനുശേഷം ഉയർന്നു വരികയുണ്ടായി. തൊഴിലാളിവർഗനേതൃത്വമെന്ന മുഖ്യഘടകം ഉപേക്ഷിച്ചുകൊണ്ട് ബൂർഷ്വാസിയുമായി ഐക്യമുന്നണിയുണ്ടാക്കുക എന്ന നയപരമായ സമീപനം ലോകകമ്യൂണിസ്റ്റ് പ്രസ്ഥാനത്തിനകത്ത് ഉയർന്നുവന്നു. ബൂർഷ്വാദേശീയപ്രസ്ഥാനത്തിനുള്ളിൽ തൊഴിലാളിവർഗനേതൃത്വം ഉറപ്പിക്കാൻവേണ്ടി സമരം നടത്താതെ, തൊഴിലാളി-മുതലാളി സഹകരണത്തെ ആസ്പദിച്ചു രൂപം നൽകപ്പെടുന്ന ഒരു മുന്നണിയാണ് ദേശീയജനാധിപത്യമുന്നണി. അതിന്റേതായ ഭരണകൂടത്തെ ദേശീയജനാധിപത്യഭരണകൂടമെന്നും വിളിക്കുന്നു.

ഈ ആശയത്തിന്റെ ഏറ്റവും നഗ്നമായ രൂപമായിരുന്നു വലതുകമ്യൂണിസ്റ്റുകാർ അവരുടെ ബോംബെ സമ്മേളനത്തിൽ അംഗീകരിച്ച പാർട്ടി പരിപാടി. ബൂർഷ്വാസിയും തൊഴിലാളിവർഗവും ചേർന്ന് ഒരു മുന്നണിയുണ്ടാക്കുക മാത്രമല്ല, ആ മുന്നണിക്കകത്ത് തൊഴിലാളി-ബൂർഷ്വാവർഗങ്ങളുടെ സംയുക്തനേതൃത്വം സ്ഥാപിക്കുക കൂടി ചെയ്യ

ണമെന്ന് ആ പരിപാടിയിൽ നിർദേശിച്ചിരുന്നു.

ഇത്ര നഗ്നമായ രൂപത്തിൽ തൊഴിലാളിവർഗനേതൃത്വം തിരസ്കരിക്കുന്നത് അബദ്ധമായിരിക്കുമെന്ന് പിന്നീടവർക്ക് മനസിലായി. അതുകൊണ്ട് ആദ്യമംഗീകരിച്ച പാർട്ടി പരിപാടിയുടെ ചില വാചകങ്ങളിൽ അവർ ചില്ലറ മാറ്റങ്ങൾ വരുത്തി. എന്നാൽ മുഖ്യശത്രുവിനെതിരായി യോജിച്ച് പ്രവർത്തിക്കുന്ന ബൂർഷ്വാസിയും തൊഴിലാളിവർഗവും മൗലികമായി നോക്കിയാൽ ശത്രുവർഗങ്ങളാണ്, അതുകൊണ്ട് കൃഷിക്കാരടക്കമുള്ള മറ്റ് ജനവിഭാഗങ്ങളുടെമേൽ ആശയപരവും രാഷ്ട്രീയവുമായ സ്വാധീനം ചെലുത്താൻ ഈ രണ്ട് വർഗങ്ങളും തമ്മിൽ നിരന്തരം പോരാടിക്കൊണ്ടിരിക്കും, അതിൽ ബൂർഷ്വാസിയെ പരാജയപ്പെടുത്തിക്കൊണ്ടല്ലാതെ തൊഴിലാളി–കർഷക സമരസഖ്യമോ വിപുലമായ ജനാധിപത്യ ഐക്യമോ കെട്ടിപ്പടുക്കാൻ കഴിയുകയില്ല. ഈ ലെനിനിസ്റ്റ് തത്ത്വങ്ങൾ അവർ ഇപ്പോഴും ജനങ്ങളിൽ നിന്ന് മറച്ചുവെക്കുന്നു. ബൂർഷ്വാസിക്കെതിരായ സമരം നടത്തുന്നത് 'സെക്ടേറിയനിസ'മാണെന്നും, അത് ജനാധിപത്യ ഐക്യത്തെ തകർക്കുമെന്നും അവർ വാദിക്കുന്നു.

ഇന്ത്യയിലെ വലത് കമ്യൂണിസ്റ്റുകാർ മാത്രമല്ല, സോവിയറ്റ് യൂണിയനിലെയും മറ്റ് ചില സോഷ്യലിസ്റ്റ് രാജ്യങ്ങളിലെയും കമ്യൂണിസ്റ്റ് പാർട്ടികൾ കൂടി ഈ നിലപാടംഗീകരിക്കുന്നു. രണ്ടാം ലോകമഹായുദ്ധത്തിനു ശേഷം ഏഷ്യനാഫ്രിക്കൻ ഭൂഖണ്ഡങ്ങളിൽ ഉയർന്നുവന്ന ബൂർഷ്വാജനാധിപത്യഭരണകൂടങ്ങളെയും അവയുടെ ബൂർഷ്വാ നേതാക്കന്മാരെയും വിലയിരുത്തുന്നതിൽ ലെനിനിസത്തിന്റെതായ നിലപാടിൽ നിന്നു അവർ വ്യതിചലിച്ചു. നെഹ്റു, സുക്കാർണൊ, നാസർ, നെവിൻ മുതലായവരെ 'മുതലാളിത്തേതര മാർഗമംഗീകരിക്കുന്ന ദേശീയനേതാക്കന്മാ'രായി അവർ ചിത്രീകരിച്ചു. അവരുടെ ഭരണത്തിൻ കീഴിൽ നടക്കുന്ന മർദന സംവിധാനങ്ങളെ തുറന്നുകാട്ടുകയും, അതിനിരയായി നരകിക്കുന്ന ജനലക്ഷങ്ങളെ സർവാത്മനാ സഹായിക്കുകയുമെന്ന തൊഴിലാളിവർഗ സാർവദേശീയത്വത്തിന്റെ കടമ അവർ വിസ്മരിച്ചു.

വർഗസഹകരണത്തിന്റെതായ ഈ സമീപനമംഗീകരിക്കുന്നതിനാകട്ടെ, അവർ ലെനിനിസത്തെ ഭയങ്കരമായി ദുർവ്യാഖ്യാനങ്ങൾക്കിരയാക്കി. ബൂർഷ്വാ നേതൃത്വത്തിലുള്ള ദേശീയപ്രസ്ഥാനത്തിൽ നിന്ന് ഒഴിഞ്ഞ് നിൽക്കരുതെന്നും അതിനകത്ത് പ്രവേശിച്ച് സജീവമായി പ്രവർത്തിക്കണമെന്നുമുള്ള ലെനിന്റെ നിർദേശത്തെ, ബൂർഷ്വാ ദേശീയ പ്രസ്ഥാനത്തിൽ അലിഞ്ഞുചേരാതെ കർഷക ജനസാമാന്യത്തെ തൊഴിലാളിവർഗ നേതൃത്വത്തിൽ ഒരു വിപ്ലവ സേനയായി സംഘടിപ്പിക്കുന്നതിനുള്ള വേദിയായി ദേശീയപ്രസ്ഥാനത്തെ ഉപയോഗിക്കണമെന്നുള്ള ലെനിന്റെ നിർദേശത്തിൽ നിന്നു അവർ അടർത്തിയെടുത്തു. അങ്ങനെ ലെനിൻ എന്തിനെതിരായി ഗൗരവപൂർവം താക്കീത് നൽകിയോ അതേ തെറ്റ് (കമ്യൂണിസ്റ്റുകാർ ബൂർഷ്വാദേശീയപ്രസ്ഥാനത്തിൽ അലിഞ്ഞുചേരൽ) ചെയ്യാൻ അവർ ഏഷ്യനാഫ്രിക്കൻ രാജ്യങ്ങളിലെ കമ്യൂണിസ്റ്റുകാരെ

പ്രേരിപ്പിച്ചു.

ഇതിന്റെ പ്രകടമായ ഉദാഹരണമാണ് സോവിയറ്റ് കമ്യൂണിസ്റ്റ് പാർട്ടിയുടെ 24–ാം കോൺഗ്രസിൽ ബ്രഷ്നേവ് സമർപ്പിച്ച രാഷ്ട്രീയ റിപ്പോർട്ടിൽ ഇന്ത്യയിലെ ലോകസഭാ തിരഞ്ഞെടുപ്പ് സംബന്ധിച്ചു നടത്തിയ പരാമർശം. ഈ തിരഞ്ഞെടുപ്പിൽ ഇന്ദിരാഗാന്ധിക്കുണ്ടായ വിജയം പുരോഗമന ശക്തികളുടെ വിജയമാണെന്നും, ഇടതുപക്ഷജനാധിപത്യപാർട്ടികൾക്കു പറ്റിയ ഭീമമായ പരാജയം പിന്തിരിപ്പന്മാരുടെ പരാജയമാണെന്നും പ്രഖ്യാപിക്കാൻ ബ്രഷ്നേവിനു മടിയുണ്ടായില്ല. "ദേശീയജനാധിപത്യപരമായ സമീപന"ത്തെതുടർന്ന് ഇന്ത്യൻ ജനതയുടെ പിന്തുണ നഷ്ടപ്പെട്ട വലതു കമ്യൂണിസ്റ്റ് പാർട്ടി ഇന്ദിക്കേറ്റ് കോൺഗ്രസിന്റെ വെറുമൊരു അനുബന്ധമായി മാറിയതും അങ്ങനെ ഇന്ദിക്കേറ്റ് കോൺഗ്രസിന്റെ അനുബന്ധമായി മാറിയ വലതു കമ്യൂണിസ്റ്റു പാർട്ടിയും സിൻഡിക്കേറ്റ് കോൺഗ്രസുമായി ചേർന്ന് അജയ് മുഖർജി ഗവൺമെന്റിനെ നിലനിർത്തി "മാർക്സിസ്റ്റ്വിപത്തിൽ നിന്ന് ബംഗാളിനെ രക്ഷിക്കു"ന്നതും "പുരോഗമന ശക്തികളുടെ വിജയമാ"ണുപോലും!

ഇതിന്റെതന്നെ മറ്റൊരു രൂപമാണ് പാകിസ്താനിലെ യാഹ്യാഭരണത്തിന് സർവവിധ പിന്തുണയും വാഗ്ദാനം ചെയ്യുന്ന ചൈനീസ് കമ്യൂണിസ്റ്റ് പാർട്ടി. ബ്രഷ്നേവിനെപ്പോലെ മൗ–സെ–ദൊങ്ങും തന്റെ പാർട്ടി നേതൃത്വം വഹിക്കുന്ന ഗവൺമെന്റുമായി സൗഹാർദ ബന്ധത്തിലേർപ്പെട്ടതാണെന്ന ഏകകാരണത്താൽ ഒരു ബൂർഷ്വാ സ്വേച്ഛാധിപത്യ ഗവൺമെന്റിന് സർവവിധ സഹായങ്ങളും നൽകുന്നു, ആ ഗവൺമെന്റ് നടത്തുന്ന ജനമർദനങ്ങളുടെ നേരെ കണ്ണടയ്ക്കുന്നു.

1959–ൽ ഇന്ത്യാഗവൺമെന്റും ചൈനാ ഗവൺമെന്റും തമ്മിൽ ബന്ധം വഷളാകാൻ തുടങ്ങുന്നതുവരെ ചൈനീസ് കമ്യൂണിസ്റ്റ് പാർട്ടിയും നെഹ്റു ഗവൺമെന്റിന്റെ നേരെ ഇന്ന് സോവിയറ്റ് ഗവൺമെന്റ് തുടർന്നുപോകുന്ന നയം തന്നെയാണ് അനുസരിച്ചതെന്നുകൂടി ഇവിടെ എടുത്തുപറയേണ്ടതുണ്ട്.

ഇന്ത്യയുടെയും പാകിസ്താന്റെയും കാര്യത്തിൽ മാത്രമല്ല, മറ്റു പല ഏഷ്യൻ രാജ്യങ്ങളുടെ കാര്യത്തിലും ഇതുതന്നെയാണ് നടന്നത്. മാർക്സിസ്റ്റ്–ലെനിനിസ്റ്റ് വീക്ഷണമനുസരിച്ച് ബൂർഷ്വാ ഗവൺമെന്റുകളെ വിലയിരുത്തുന്നതിനുപകരം നയതന്ത്രപരമായ താൽക്കാലികാവശ്യങ്ങളുണ്ടാകുന്നതിനൊത്ത് വർഗവീക്ഷണം മാറ്റാൻ സോവിയറ്റ് കമ്യൂണിസ്റ്റ് പാർട്ടിയോ ചൈനീസ് കമ്യൂണിസ്റ്റ് പാർട്ടിയോ മടിക്കാറില്ല. സ്വന്തം രാജ്യത്തെ ബഹുജനങ്ങളെ ഉരുക്കുമുഷ്ടിക്കുകീഴിൽ അമർത്തി ഭരിക്കുന്ന ബൂർഷ്വാ ഗവൺമെന്റുകളെ, സോഷ്യലിസ്റ്റ് കോയ്മകളുമായി സൗഹാർദബന്ധത്തിലേർപ്പെടുന്നുണ്ടെന്ന ഏക കാരണത്താൽ പുരോഗമന ശക്തികളായി കണക്കാക്കുകയും അവർക്ക് ആയുധസഹായമടക്കം വിവിധ രൂപങ്ങളിലുള്ള സഹായം നൽകുകയും ചെയ്യാൻ ഇവർ മടിക്കുകയുണ്ടായില്ല. അങ്ങനെ സോഷ്യലിസ്റ്റ് കോയ്മകളിൽനിന്ന് കിട്ടിയ

ആയുധങ്ങളുപയോഗിച്ച് കമ്യൂണിസ്റ്റുകാരെ കൂട്ടക്കൊലക്കിരയാക്കാൻ ഇന്തോനേഷ്യൻ പട്ടാള മേധാവികളും ബംഗ്ലാദേശ് ജനതയെ കുരുതി കഴിക്കാൻ യാഹ്യാഖാനും മറ്റും സൗകര്യം കിട്ടി.

ഇതാണ് ദേശീയജനാധിപത്യമെന്ന കാഴ്ചപ്പാടിന്റെ പ്രായോഗിക ഫലം. ജനകീയജനാധിപത്യമാകട്ടെ, ലെനിൻ വിവക്ഷിച്ചതുപോലെ തൊഴിലാളിവർഗ നേതൃത്വത്തിൽ തൊഴിലാളി-കർഷക സമരസഖ്യത്തെ ആസ്പദമാക്കി, വിപുലമായ ഒരു ജനാധി പത്യമുന്നണി കെട്ടിപ്പടുക്കുകയും അധികാരമേറ്റെടുക്കുകയും ചെയ്യുന്നതിനുള്ള സമരതന്ത്രമാണ്. ഇതാണ് കമ്യൂണിസ്റ്റ് (മാർക്സിസ്റ്റ്) പാർട്ടിയുടെ നയപരിപാടികൾക്ക് അടിസ്ഥാനം.

പതിനഞ്ച്
സോഷ്യലിസ്റ്റ് പരിവർത്തനം

മുതലാളിത്തസാമൂഹ്യവ്യവസ്ഥയെ തകർത്തു സോഷ്യലിസ്റ്റ് വ്യവസ്ഥ നിലവിൽ വരുത്തുന്നതാണല്ലോ തൊഴിലാളിവർഗത്തിന്റെ ലക്ഷ്യം. അതു സാധിക്കുന്നതിനാവശ്യമായ രാഷ്ട്രീയോപാധി സൃഷ്ടിക്കലാണ് സോഷ്യലിസ്റ്റ് വിപ്ലവംകൊണ്ട് തൊഴിലാളിവർഗം ചെയ്യുന്നത്.

വിപ്ലവം നടന്നുകഴിഞ്ഞ ഉടനെ വിപ്ലവത്തിന്റേതായ ഒരു പുതിയ ഭരണകൂടം നിലവിൽ വരുന്നു. പഴയ ഭരണവർഗങ്ങൾ അധികാരഭ്രഷ്ടരാകുന്നു, പുതിയൊരു വർഗം അധികാരസ്ഥാനത്തെത്തുന്നു. എന്നാൽ അതുകൊണ്ട് പഴയ (മുതലാളിത്ത) സാമൂഹ്യവ്യവസ്ഥ പൂർണമായും തകർന്ന് പുതിയ (സോഷ്യലിസ്റ്റ്) സാമൂഹ്യവ്യവസ്ഥ അതിന്റെ പൂർണരൂപത്തിൽ വരുന്നില്ല. മുതലാളിത്ത സാമൂഹ്യവ്യവസ്ഥയുടേതായ സാമ്പത്തികബന്ധങ്ങൾ, സ്വത്തുടമാവ്യവസ്ഥ, സാംസ്കാരികവും നിയമപരവുമായ ധാരണകൾ മുതലായവയെല്ലാം പിന്നെയും തുടരുന്നു. അതായത് സമൂഹമാകുന്ന മേൽപ്പുര (ഭരണകൂടം) മാറിയെങ്കിലും അടിത്തറ മാറിയിട്ടില്ല.

അപ്പോൾ, പുതിയ (തൊഴിലാളിവർഗ) ഭരണകൂടത്തിനു മുൻഭരണാധികാരിവർഗങ്ങളുടെ അധികാര പുനഃസ്ഥാപനാശ്രമത്തെ തകർക്കുകയെന്ന വിപ്ലവ രാഷ്ട്രീയ കടമ മാത്രമല്ല നിർവഹിക്കാനുള്ളത്. അതോടൊപ്പം മറ്റൊരു കടമ കൂടിയുണ്ട്- മുതലാളിത്ത സമൂഹത്തിന്റെ സാമ്പത്തികവും, സാംസ്കാരികവുമായ അടിത്തറ തകർത്ത് സോഷ്യലിസത്തിന്റേതായ ഒരു പുതിയ അടിത്തറ പണിയുക.

ഏതാനു ദിവസംകൊണ്ടോ ഏതാനും കൊല്ലങ്ങൾകൊണ്ടുപോലുമോ നടത്താൻ കഴിയാത്ത ഒരു ജോലിയാണിത്. ഏതാനും തലമുറകൾ തന്നെ ഇതിനാവശ്യമായി വരും. എന്തുകൊണ്ടെന്നാൽ മുതലാളിത്ത കാലഘട്ടത്തിലും അതിനു മുമ്പത്തെ വിവിധ സാമൂഹ്യവ്യവസ്ഥകൾ നിലവിലിരുന്നപ്പോഴും, അവയുടെയെല്ലാം അഭേദ്യഭാഗമായി നിലവിലിരുന്ന സ്വകാര്യ സ്വത്തുടമവ്യവസ്ഥയും അതിന്റേതായ നിയമങ്ങൾ

സാന്മാർഗികബോധം മുതലായവയുമാണ് പുതിയ ഭരണവർഗത്തിനു പഴയതിന്റെ പൈതൃകമായി കിട്ടിയിട്ടുള്ളത്. ഈ വ്യവസ്ഥയാകെ മാറ്റി പൊതു ഉടമയുടേതായ സാമ്പത്തിക ബന്ധങ്ങൾ, നിയമപരവും ധാർമികവുമായ ധാരണകൾ മുതലായവ വളർത്തിയെടുക്കണം. നൂറ്റാണ്ടുകളായി മനുഷ്യൻ പുലർത്തിപ്പോന്നിട്ടുള്ള ധാരണകൾ, അവയെ ആസ്പദമാക്കിയുള്ള അന്യോന്യബന്ധങ്ങൾ എന്നിവയെല്ലാം മാറ്റി പുതിയ ധാരണകളും അന്യോന്യബന്ധങ്ങളും സ്ഥാപിക്കണം. ഈ ഭാരിച്ച ജോലി പടിപടിയായി മാത്രമേ ചെയ്യാൻ കഴിയുകയുള്ളുവെന്ന് വ്യക്തമാണ്.

ഉൽപ്പാദനം, വിതരണം, വിനിമയം എന്നിവക്കെല്ലാമുള്ള ഉപാധികളും ഉപകരണങ്ങളും മുഴുവൻ പൊതുഉടമയിൽ കൊണ്ടുവരികയാണല്ലൊ സോഷ്യലിസ്റ്റ് വിപ്ലവത്തിന്റെ കേന്ദ്രബിന്ദു. എന്നാൽ തൊഴിലാളിവർഗ നേതൃത്വത്തിലുള്ള പുതിയ ഭരണകൂടത്തിൽ പങ്കാളികളായവരിൽ ഭൂരിഭാഗം ചെറുകിടയിലാണെങ്കിലും സ്വകാര്യ സ്വത്തുടമയുമായി ബന്ധപ്പെട്ടതാണ്. കൃഷിക്കാർ, ചെറുക്കച്ചവടക്കാരും മറ്റിടത്തരം സ്വത്തുകാരും എന്നിവരുമായി സഖ്യത്തിലേർപ്പെട്ടുകൊണ്ടാണ് തൊഴിലാളിവർഗം ഭരണവർഗമായി സ്വയം മാറിയിട്ടുള്ളത്. ഈ ചെറുകിട സ്വത്തുകാരുമായി സഖ്യമുണ്ടാക്കുന്നത് *തൊഴിലാളിവർഗസർവാധിപത്യത്തിന്റെ അഭേദ്യഭാഗമാണ്.* അപ്പോൾ സ്വത്തുടമാവർഗങ്ങളെക്കൂടി സ്വന്തം വർഗ നേതൃത്വത്തിൽ ഉറപ്പിച്ചു നിർത്തിക്കൊണ്ട് അവരെക്കൂടി പൊതുഉടമവ്യവസ്ഥ നിലവിൽ വരുത്തുന്നതിനുള്ള സംരംഭത്തിൽ പങ്കാളികളാക്കേണ്ടിയിരിക്കുന്നു.

എല്ലാ തരത്തിലുമുള്ള സ്വത്തുടമ ഇല്ലാതാക്കി പൂർണമായ പൊതു ഉടമ നിലവിൽ വരുത്തുകയെന്ന തൊഴിലാളിവർഗത്തിന്റെ ലക്ഷ്യം തൊഴിലാളിവർഗഭരണകൂടം സ്ഥാപിക്കുന്നതിൽ ചെറുകിട സ്വത്തുടമകൾക്കുള്ള പങ്ക് എന്നിവ തമ്മിൽ വൈരുധ്യമുണ്ടെന്നും പറയേണ്ടതില്ലല്ലോ. എന്നാൽ ഈ വൈരുധ്യം പരിഹരിക്കാൻ കഴിയാത്തതല്ല.

എന്തുകൊണ്ടെന്നാൽ ഈ ചെറുകിട ഉടമസ്ഥന്മാർ ആഗ്രഹിക്കുന്നതുപോലെ ഓരോരുത്തർക്കും സ്വന്തമായി ചെറുകിട സ്വത്തുക്കൾ നിലനിർത്താൻ കഴിയുന്ന വർത്തമാനകാലത്തിൽനിന്ന് ഇന്നത്തെക്കാൾ എത്രയോ കൂടുതൽ വലിപ്പമുള്ള സാമൂഹ്യസ്വത്തിന്റെ കൂട്ടുടമകളാകാൻ അവർക്കെല്ലാം അവസരം ലഭിക്കുന്ന ഒരു ഭാവിയിലേക്കാണ് മനുഷ്യൻ നീങ്ങിക്കൊണ്ടിരിക്കുന്നത്. ഒരു തുണ്ടം ഭൂമി അതിനുവേണ്ട പണിയായുധങ്ങളും കന്നുകാലികളും എന്നിവ സ്വന്തമായുള്ള കൃഷിക്കാരൻ ഏറ്റവും ആധുനികമായ യന്ത്രോപകരണങ്ങളുപയോഗിച്ച് വൻതോതിൽ കൃഷിപ്പണി നടത്തുന്ന പൊതു കൃഷിസംഘങ്ങളുടേതായ വമ്പിച്ച സാമൂഹ്യസ്വത്തിന്റെ കൂട്ടുടമയാകാൻ പോകുകയാണ്. താനും തന്റെ കുടുംബാംഗങ്ങളുംകൂടി പണിയെടുത്ത് നയിക്കുന്ന ജീവിതത്തെക്കാൾ എത്രയോ കൂടുതൽ ഉയർന്ന തോതിൽ ജീവിക്കാൻ കൂട്ടുകൃഷി വ്യവസ്ഥക്ക് കീഴിൽ കൃഷിക്കാർക്ക് കഴിയുമെന്ന് വ്യക്തമാണ്.

അതുപോലെ കാർഷികേതരരംഗങ്ങളിലും ചെറുകിടസ്വത്തുടമസ്ഥന്മാർക്കു പുതിയ (സോഷ്യലിസ്റ്റ്) സാമൂഹ്യവ്യവസ്ഥക്ക് കീഴിൽ നടക്കാൻ പോകുന്ന അത്ഭുതാവഹമായ സാമ്പത്തിക പുരോഗതി നിമിത്തം ഇന്നത്തെ (മുതലാളിത്ത) സ്വത്തുടമയിൻ കീഴിൽ ഉണ്ടാകുന്നതിനെക്കാൾ എത്രയോ കൂടുതൽ സുഖസമൃദ്ധവും ഐശ്വര്യപൂർണവുമായ ജീവിതം നയിക്കാൻ കഴിയും. അതുകൊണ്ട് ചെറുകിട സ്വത്തുടമസ്ഥന്മാർകൂടി കൂട്ടുടമയുടെ മെച്ചം അനുഭവത്തിൽ നിന്ന് മനസിലാക്കുകയും അങ്ങനെ സോഷ്യലിസ്റ്റ് സാമൂഹ്യവ്യവസ്ഥയുടെ ഉറച്ച അനുഭാവികളായി സ്വയം മാറുകയും ചെയ്യും.

ഈ കാഴ്ചപ്പാടോടെ സോഷ്യലിസ്റ്റ് സാമൂഹ്യവ്യവസ്ഥ നിലവിൽ വരുത്താൻ ശ്രമിക്കുന്ന തൊഴിലാളിവർഗത്തിന്റെ മാർഗം സുഗമമാണെന്ന് ഇതിനർഥമില്ല. ചെറുകിടസ്വത്തുമായി ബന്ധമുള്ളവരാണ് സഖ്യശക്തികളെന്നതിനാൽ സ്വത്തുടമാബന്ധത്തിന്റേതായ ബോധത്തിന്റെ വിവിധ രൂപങ്ങളുമായി സദാ ഏറ്റുമുട്ടിക്കൊണ്ട് മാത്രമേ സമൂഹത്തെയാകെ പൊതു ഉടമയിലേക്ക് നയിക്കുകയെന്ന ചരിത്രപരമായ കടമ നിറവേറ്റാൻ തൊഴിലാളിവർഗത്തിന് കഴിയൂ.

കർഷകജനസാമാന്യത്തിലെ പിന്നണിവിഭാഗങ്ങളുടെ സ്വാഭാവികവികാരങ്ങളായിട്ടാണ് പലപ്പോഴും തൊഴിലാളിവർഗത്തിന് ഏറ്റുമുട്ടേണ്ടി വരിക. എന്നാൽ ചിലപ്പോൾ ഒരുപിടി ധനികകൃഷിക്കാരുടെ ബോധപൂർവമായ എതിർപ്പും നേരിടേണ്ടി വരും. ഇതിലേത് നടന്നാലും, അതിന് മുൻഭരണാധികാരിവർഗങ്ങളുടെ–അധികാരഭ്രഷ്ടരാക്കപ്പെട്ട ജന്മികളുടെയും മുതലാളിമാരുടെയും–പരിപൂർണ പിന്തുണയുണ്ടാകും.

കൂടാതെ ഒന്നോ അതിലധികമോ സോഷ്യലിസ്റ്റ് രാജ്യങ്ങൾ മുതലാളിത്ത രാജ്യങ്ങളാൽ ചുറ്റപ്പെട്ടു കിടക്കുന്ന ഇന്നത്തെ സാർവദേശീയ സാഹചര്യത്തിൽ വിദേശീയശക്തികളുടെ പ്രോത്സാഹനവും ഇവർക്കുണ്ടാകും. ഇതെല്ലാം ചേർന്ന് ചിലപ്പോൾ സോഷ്യലിസ്റ്റ് ഭരണകൂടത്തിന്റെ നിലനിൽപ്പുതന്നെ അപകടപ്പെട്ടേക്കും.

ഈ സ്ഥിതിവിശേഷത്തെ നേരിടണമെങ്കിൽ തൊഴിലാളിവർഗഭരണകൂടം വിദേശീയാക്രമണത്തെയും സ്വന്തം നാട്ടിലെ മുൻ ഭരണാധികാരിവർഗങ്ങളുടെ ഗൂഢാലോചനയെയും പൊളിക്കാനാവശ്യമായ വിപ്ലവജാഗ്രതയോടെ പ്രവർത്തിക്കണം. സോഷ്യലിസ്റ്റ് ഭരണകൂടത്തിന്റെ പട്ടാളം, പൊലീസ്, ജയിൽ, കോടതി മുതലായ ബലപ്രയോഗോപകരണങ്ങൾ കോട്ടം കൂടാതെ നിലനിർത്തുകയും വേണ്ടപ്പോൾ പ്രയോഗിക്കുകയും ചെയ്യണമെന്നർഥം.

അതോടൊപ്പം കർഷകജനസമാന്യത്തിലും മറ്റു ചെറുകിട സ്വത്തുടമസ്ഥന്മാരിലുമുള്ള സ്വകാര്യസ്വത്തുടമാബോധം ഇല്ലാതാക്കി സോഷ്യലിസ്റ്റ് പൊതുഉടമാബോധം വളർത്താൻ വേണ്ട വിദ്യാഭ്യാസപരമായ ചുമതലകൾകൂടി തൊഴിലാളിവർഗം നിറവേറ്റണം. ത്വരിതമായ വ്യവസായവൽക്കരണം ശാസ്ത്രീയമാർഗങ്ങളിലൂടെ ഉൽപ്പാദനവർധനവ്, കൃഷി

യുടെയും കച്ചവടത്തിന്റെയും മറ്റും രംഗങ്ങളിൽ സഹകരണപ്രസ്ഥാനം വ്യാപിപ്പിക്കൽ മുതലായ മാർഗങ്ങളിലൂടെ ചെറുകിടസ്വത്തുടമസ്ഥന്മാരുടെ മുഴുവൻ ജീവിതനിലവാരം അതിവേഗത്തിൽ ഉയർത്തുന്നതോടൊപ്പം ഈ ഉയർച്ച തുടരുകയും പൂർത്തീകരിക്കുകയും ചെയ്യുന്നതിന് സ്വകാര്യ സ്വത്തുടമ തടസമാണെന്ന് പഠിപ്പിക്കുകകൂടി ചെയ്താൽ മാത്രമേ അവരെ സോഷ്യലിസ്റ്റ് സമൂഹത്തിന്റെ നിർമാതാക്കളാക്കാൻ കഴിയൂ.

ഇതിനുവേണ്ട നേതൃത്വമാണ് ആദ്യം ലെനിനും പിന്നീട് സ്റ്റാലിനും സോവിയറ്റ് യൂണിയനിൽ നൽകിയത്. ഫ്യൂഡൽവിരുദ്ധസമരങ്ങളിൽ കർഷകജനസാമാന്യത്തിനു വിപ്ലവകരമായ നേതൃത്വം നൽകിയ റഷ്യൻ തൊഴിലാളിവർഗം കൂട്ടുകൃഷിവ്യവസ്ഥയേർപ്പെടുത്തുന്നതിലൂടെ കൃഷിക്കാരെ സോഷ്യലിസ്റ്റ് വ്യവസ്ഥയുടെ നിർമാതാക്കളാക്കാൻ വേണ്ട ശ്രമം തുടങ്ങി. കർഷക ജനസാമാന്യത്തിൽ കുടികൊള്ളുന്ന സ്വകാര്യസ്വത്തുടമാബോധത്തിനെതിരായി ആശയ രാഷ്ട്രീയ രംഗങ്ങളിലും ധനികകൃഷിക്കാരുടെ ഗൂഢാലോചനകൾക്കെതിരായും രാഷ്ട്രീയ - ഭരണരംഗങ്ങളിലും സമരം നടത്തിക്കൊണ്ട് കർഷകജനസാമാന്യത്തെ തൊഴിലാളിവർഗത്തിന്റെ നേതൃത്വത്തിൽ മുമ്പോട്ടുനീക്കുകയാണ് സോവിയറ്റ് നേതൃത്വം ചെയ്തത്. അങ്ങനെ മുതലാളിത്തത്തിൻ കീഴിൽ ബൂർഷ്വാസിയുടെ കരുതൽ സൈന്യമായി പ്രവർത്തിച്ചിരുന്ന കർഷകജനസാമാന്യം തൊഴിലാളിവർഗഭരണകൂടത്തിൻകീഴിൽ മുതലാളിത്തത്തിന്റെ ഉന്മൂലനാശത്തിനുവേണ്ടി പോരാടുന്ന ഒരു വിപ്ലവവർഗമായി മാറി.

സോവിയറ്റ് യൂണിയനിലെന്നപോലെതന്നെ പിന്നീട് മറ്റു സോഷ്യലിസ്റ്റ് രാജ്യങ്ങളിലും ഇതേ രീതിയിൽത്തന്നെ കാർഷികവ്യവസായികാദിരംഗങ്ങളിൽ സഹകരണപ്രസ്ഥാനം വളർത്തി ചെറുകിട സ്വത്തുടമസ്ഥന്മാരെ തൊഴിലാളിവർഗനേതൃത്വത്തിൽ സോഷ്യലിസ്റ്റ് നിർമാണത്തിനുള്ള അനുകൂല ശക്തികളാക്കി മാറ്റാനുള്ള ശ്രമങ്ങളാണ് നടന്നത്. അതിന്റെ വിജയം ഈ എല്ലാ സോഷ്യലിസ്റ്റ് രാജ്യങ്ങളിലും കാണാം.

മുതലാളിത്തത്തിൽനിന്ന് സോഷ്യലിസത്തിലേക്കുള്ള പരിവർത്തനത്തിലെ ഒരു പ്രധാന ഘടകം ചെറുകിട സ്വത്തുടമസ്ഥന്മാരെ തൊഴിലാളി വർഗത്തിന്റെ സഖ്യശക്തികളാക്കി മാറ്റുകയാണെന്ന്, ഇതിന്റെയെല്ലാം അനുഭവം തെളിയിക്കുന്നു. ഇക്കാര്യത്തിൽ നേരിടുന്ന ജയാപജയങ്ങളാണ് സോഷ്യലിസ്റ്റ് സമൂഹം നിർമിക്കുന്നതിലെ ജയാപജയങ്ങളെ നിയന്ത്രിക്കുന്നത്.

സ്വന്തം രാജ്യത്തെ കൃഷിക്കാർ, ചെറുകിട സ്വത്തുടമസ്ഥർ എന്നിവരെപ്പോലെതന്നെ അന്യരാജ്യങ്ങളിലും ചില സഖ്യശക്തികൾ സോഷ്യലിസ്റ്റ് രാജ്യങ്ങളിലെ തൊഴിലാളിവർഗത്തിനുണ്ട്. മുതലാളിത്തരാജ്യങ്ങളിലെ സംഘടിതതൊഴിലാളിവർഗം, പിന്നണിരാജ്യങ്ങളിലെ ബൂർഷ്വാസിയിലൊരു വിഭാഗമടക്കം സാമ്രാജ്യവിരുദ്ധവും ഫ്യൂഡൽ വിരുദ്ധവുമായ വർഗങ്ങളും ജനവിഭാഗങ്ങളും, ലോകസാമ്രാജ്യകോയ്മകളുടെ

ഫാസിസ്റ്റ് പ്രവണതയ്ക്കും യുദ്ധസന്നാഹങ്ങൾക്കും എതിരായി പോരാടുന്ന സമാധാനകാംക്ഷികളും ജനാധിപത്യവാദികളും–ഈ മൂന്നു വിഭാഗങ്ങൾ സോഷ്യലിസ്റ്റ് പരിവർത്തനകാലഘട്ടത്തിൽ തൊഴിലാളിവർഗത്തിന്റെ സഖ്യശക്തികളാണ്.

ഇവയിൽ ആദ്യത്തെ വിഭാഗം (മുതലാളിത്തരാജ്യങ്ങളിലെ സംഘടിത തൊഴിലാളിവർഗം) മാത്രമാണ് സോഷ്യലിസ്റ്റ് പരിവർത്തനങ്ങൾക്കു വേണ്ടി അചഞ്ചലമായി നിന്ന് പോരാടുന്ന ഒരേ ഒരു സഖ്യശക്തി. മറ്റുള്ളവയിലെല്ലാം ഒരു തരത്തിലല്ലെങ്കിൽ മറ്റൊരു തരത്തിൽ, ഏറ്റക്കുറച്ചിലുകളോടെ, മുതലാളിത്തത്തിന്റെയും പ്രാങ് മുതലാളിത്ത സമൂഹത്തിന്റെയും സാമ്പത്തിക ബന്ധങ്ങൾ, സാംസ്കാരിക ജീവിതം, വികാര വിചാരങ്ങൾ എന്നിവ അന്തർഭവിച്ചു കിടക്കുന്നുണ്ട്. അതുകൊണ്ട് ഇവയെല്ലാം സോഷ്യലിസ്റ്റ് പരിവർത്തനത്തിനു മുമ്പിൽ പല തടസങ്ങളും വലിച്ചുവെക്കുന്നു.

എന്നാൽ ഒരു തരത്തിലല്ലെങ്കിൽ മറ്റൊരുതരത്തിൽ, ഏറ്റക്കുറച്ചിലുകളോടെ മുതലാളിത്തത്തിന്റെ ഏറ്റവും ഉയർന്ന രൂപത്തിനെതിരായി –കുത്തക മുതലാളിത്തം, ഫാസിസം, ആക്രമണയുദ്ധങ്ങൾ, കൊളോണിയൽ അടിമത്തം എന്നിവക്കെല്ലാമെതിരായി പോരാടുന്ന സാമൂഹ്യശക്തികളാണവ. അതുകൊണ്ട് സ്വന്തം രാജ്യത്തിനകത്തുള്ള കൃഷിക്കാരെയും മറ്റ് ചെറുകിട സ്വത്തുടമസ്ഥന്മാരെയുമെന്നപോലെ ഇവരെയും ലോകമുതലാളിത്തത്തിനെതിരായ സമരത്തിൽ പങ്കെടുപ്പിക്കുകയും അതിനാവശ്യമായ ഐക്യമുന്നണി സമരതന്ത്രം ആവിഷ്കരിച്ച് നടപ്പിലാക്കുകയും വേണം. അതേ അവസരത്തിൽ ഇവരിൽ പല വിഭാഗങ്ങളും പലപ്പോഴും പല രൂപത്തിൽ പ്രകടിപ്പിക്കുന്ന ബൂർഷ്വാ പെറ്റിബൂർഷ്വാ പ്രവണതകൾക്കെതിരായി മാർക്സിസം–ലെനിനിസത്തിന്റെ അടിസ്ഥാനത്തിൽ പോരാടുകയും വേണം.

ഈ രണ്ടു കാര്യത്തിലും ഗണ്യമായ വിജയം നേടാൻ 1937 മുതൽ 1945 വരെ സോവിയറ്റ് യൂണിയനും അതിൽ പിന്നീട് സോവിയറ്റ് യൂണിയനടക്കമുള്ള സോഷ്യലിസ്റ്റ് കോയ്മകൾക്കും കഴിഞ്ഞിട്ടുണ്ട്. 'കർഷക രാജ്യ'മെന്ന് പ്രസിദ്ധമായ റഷ്യയിലെ കൃഷിക്കാരെ കൂട്ടുകൃഷി വ്യവസ്ഥയിലേക്കു കൊണ്ടുവന്നത്; ഫാസിസത്തിനും യുദ്ധവിപത്തിനുമെതിരായി സമാധാന–ജനാധിപത്യശക്തികളെയെല്ലാം യോജിപ്പിച്ചണിനിരത്തുകയെന്ന സമരതന്ത്രം ഒരതിരുവരെ വിജയകരമായി പ്രയോഗിച്ചത്; ഈ സമരതന്ത്രത്തിന്റെ വിജയത്തിന് അനുപേക്ഷണീയമായ ഉപാധിയെന്ന നിലയ്ക്ക് സോവിയറ്റ് ഭരണകൂടത്തെയും ചുവപ്പ് പട്ടാളത്തെയും സംഘടിപ്പിച്ച് ശക്തിപ്പെടുത്തിയത്; ഇതിന്റെയെല്ലാം അടിസ്ഥാനത്തിൽ ഫാസിസ്റ്റ് കോയ്മയ്ക്കെതിരായി ഐതിഹാസികസമരം നടത്തി വിജയംവരിച്ചത്; ഈ വിജയത്തെത്തുടർന്ന് കിഴക്കൻ യൂറോപ്പിൽ സോഷ്യലിസ്റ്റ് കോയ്മകൾ രൂപംകൊള്ളാൻ വേണ്ട സാഹചര്യം സൃഷ്ടിച്ചത്; പിന്നീട് ചൈനയിലും ക്യൂബയിലും സോഷ്യലിസ്റ്റ് വിപ്ലവം വിജയകര

മാക്കുകയും വിയത്നാമിലും കൊറിയയിലും നടക്കുന്ന സാമ്രാജ്യവിരുദ്ധ സമരങ്ങൾക്ക് സോഷ്യലിസ്റ്റ് വിപ്ലവത്തിന്റെ ഉള്ളടക്കം നൽകുകയും ചെയ്തത്; ഏഷ്യനാഫ്രിക്കൻ, ലാറ്റിൻ അമേരിക്കൻ രാജ്യങ്ങളിലെ കൊളോണിയൽ വിരുദ്ധയുദ്ധങ്ങൾക്ക് പ്രചോദനം നൽകിയത്; വളർച്ച പ്രാപിച്ച മുതലാളിത്ത രാജ്യങ്ങളിൽ സംഘടിതതൊഴിലാളിവർഗത്തിന്റെയും യുദ്ധവിരുദ്ധശക്തികളുടെയും പ്രസ്ഥാനങ്ങൾക്ക് സർവവിധ സഹായസഹകരണങ്ങളും നൽകിയത്–ഇതെല്ലാം ഇക്കഴിഞ്ഞ 54 കൊല്ലക്കാലത്ത് ലോകതൊഴിലാളിവർഗത്തിനുണ്ടായ നേട്ടങ്ങളാണ്.

എന്നാൽ ഈ നേട്ടങ്ങൾക്കിടയ്ക്കുതന്നെ അവഗണിക്കാൻ വയ്യാത്ത ചില കുറവുകളും ദൗർബല്യങ്ങളും പ്രകടമായിട്ടുണ്ട്. അവയുടെ ഫലമായി ചിലപ്പോഴെല്ലാം സോഷ്യലിസ്റ്റ് രാജ്യങ്ങളിലെ പുരോഗതി തടയുന്ന ചില സംഭവങ്ങൾ നടന്നിട്ടുണ്ട്. നയപരമായ ചില ദൗർബല്യങ്ങളുടെ ഫലമായി ജനങ്ങളിലൊരു വിഭാഗത്തിൽ വളർന്നുവന്ന അസംതൃപ്തിയുപയോഗിച്ച് സോഷ്യലിസ്റ്റ് ഭരണകൂടത്തിനും അതിന്റേതായ സാമൂഹ്യനേട്ടങ്ങൾക്കുമെതിരായി കലാപങ്ങൾ സംഘടിപ്പിക്കാൻ ചില സോഷ്യലിസ്റ്റ് രാജ്യങ്ങളിലെ മുൻഭരണാധികാരിവർഗങ്ങളുടെ അവശിഷ്ടങ്ങൾക്കും വിദേശകോയ്മകൾക്കും കഴിഞ്ഞിട്ടുണ്ട്. 1953–ൽ ജർമൻ ജനാധിപത്യ റിപ്പബ്ലിക്കിൽ; 1956–ൽ ഹംഗറിയിലും പോളണ്ടിലും; 1968–ൽ ചെക്കോസ്ലാവാക്യയിൽ; 1970–ൽ പോളണ്ടിൽ–ഇവിടങ്ങളിലെല്ലാം ഇത്തരം ആപൽക്കരമായ സംഭവവികാസങ്ങൾ നടക്കുകയുണ്ടായി.

എല്ലാറ്റിലും മീതെ, സോഷ്യലിസ്റ്റ് കോയ്മകൾ തമ്മിൽ തമ്മിലും ലോകകമ്യൂണിസ്റ്റ് പ്രസ്ഥാനത്തിനകത്തും ഗൗരവാവഹമായ അഭിപ്രായവ്യത്യാസങ്ങൾ പൊട്ടിപ്പുറപ്പെട്ട്, രണ്ട് വിരുദ്ധചേരികൾ രൂപംകൊണ്ടുകഴിഞ്ഞിരിക്കുകയാണ്. ഈ വൈരുധ്യം സമർഥമായുപയോഗിച്ച് ലോകതൊഴിലാളി പ്രസ്ഥാനത്തെയാകെ ക്ഷീണിപ്പിക്കാൻ സാമ്രാജ്യകോയ്മകൾക്ക് കഴിയുന്നുണ്ട്.

ഈ സ്ഥിതിയുളവാക്കിയതിൽ സോവിയറ്റ് യൂണിയനിലെയും ചൈനയിലെയും കമ്യൂണിസ്റ്റ് പാർട്ടി നേതാക്കന്മാർക്ക് വിശേഷിച്ച് ഉത്തരവാദിത്വമുണ്ട്. ലോകത്തിലെ ചരിത്രപ്രധാനമായ രണ്ടു വിപ്ലവങ്ങളിൽ ഉജ്വലമായ നേതൃത്വം നൽകിയ ഈ രണ്ടു പാർട്ടികൾ ലോകതൊഴിലാളിപ്രസ്ഥാനത്തിൽ തങ്ങൾക്കുള്ള അതുല്യമായ സ്ഥാനമുപയോഗിച്ചു ലോകവിപ്ലവപ്രസ്ഥാനത്തെ ഏകോപിപ്പിക്കുന്നതിനുപകരം, വിപ്ലവപ്രസ്ഥാനത്തിനകത്തു വിനാശകരമായ ഒരു ചേരിപ്പോരിന് ഇടവരുത്തിയിരിക്കുകയാണ്. ഒരു സോഷ്യലിസ്റ്റ് രാജ്യം മറ്റൊരു സോഷ്യലിസ്റ്റ് രാജ്യത്തിനെതിരായി ഇന്ത്യ, പാക്കിസ്താൻ മുതലായ രാജ്യങ്ങളിലെ ഭരണാധികാരിവർഗങ്ങളുടെയും സാമ്രാജ്യകോയ്മകളുടെയും സഹകരണം തേടാൻ യാതൊരു മടിയും കാണിക്കുന്നില്ല. ഇതുപയോഗിച്ചു വളർച്ച പ്രാപിച്ച മുതലാളിത്തരാജ്യങ്ങളിലെയും ഇന്ത്യ, പാക്കിസ്താൻ മുതലായ പിന്നണിരാജ്യങ്ങളിലെയും ഭരണാധികാരിവർഗങ്ങൾ സ്വന്തം രാജ്യ

ത്തിലെ ബഹുജനങ്ങൾക്കെതിരായി ആക്രമണങ്ങൾ അഴിച്ചുവിടുകയും അതേയവസരത്തിൽ "പുരോഗമന"വേഷം അണിയുകയും ചെയ്യുന്നു.

സോഷ്യലിസ്റ്റ് പരിവർത്തനങ്ങളുടെ കാലഘട്ടത്തിൽ അതിഗൗരവാവഹമായ ഒരു പ്രതിസന്ധി ഇതുമൂലം ഉളവായിരിക്കുകയാണ്.

സോഷ്യലിസ്റ്റ് സമൂഹം ഒന്നും രണ്ടും ഘട്ടങ്ങൾ

*തൊഴിലാളിവർഗസർവാധിപത്യത്തിലൂ*ടെ മാത്രമേ *സോഷ്യലിസ്റ്റ് സമൂഹം* സ്ഥാപിക്കാൻ കഴിയൂ എന്ന് വ്യക്തമാണ്. അതേപോലെത്തന്നെ വ്യക്തമാണ് *തൊഴിലാളിവർഗസർവാധിപത്യത്തിന്റെ താൽക്കാലിക സ്വഭാവം.*

മുതലാളിത്തത്തിൽനിന്ന് സോഷ്യലിസത്തിലേക്കുള്ള പരിവർത്തനത്തിന് ഒഴിവാക്കാൻ വയ്യാത്ത ഒരു ഉപാധി മാത്രമായ തൊഴിലാളിവർഗസർവാധിപത്യം സോഷ്യലിസ്റ്റ് പരിവർത്തനങ്ങളുടെ പൂർത്തീകരണത്തോടുകൂടി അന്തർധാനം ചെയ്യുമെന്നർഥം.

അപ്പോൾ, സോഷ്യലിസ്റ്റ് വിപ്ലവം പൂർത്തിയായി കഴിഞ്ഞാൽ പിന്നീടുള്ള സാമൂഹ്യപുരോഗതിയിൽ വ്യക്തമായ രണ്ടു ദശാഘട്ടങ്ങളുണ്ട്. ഇതിലാദ്യത്തെ ഘട്ടത്തിൽ *തൊഴിലാളിവർഗസർവാധിപത്യ*മെന്ന രൂപത്തിൽ *ഭരണകൂട*മുണ്ട്; രണ്ടാം ഘട്ടത്തിൽ, ഭരണകൂടം തന്നെയില്ല.

ആദ്യത്തെ ഘട്ടത്തിൽ മുൻഭരണവർഗങ്ങളുടെ അവശിഷ്ടങ്ങൾ നിലവിലുണ്ട്; അവയ്ക്കെതിരായി ആശയപരമായും, ഭരണപരമായും ഫലപ്രദമായി നടപടികൾ എടുക്കേണ്ട ചുമതല പുതിയ ഭരണവർഗമായ തൊഴിലാളിവർഗത്തിനുണ്ട്.

രണ്ടാം ഘട്ടമാവുമ്പോഴേക്കാകട്ടെ, മുൻഭരണവർഗങ്ങളുടെ അവസാനഅവശിഷ്ടങ്ങൾ പോലും തൂത്തുമാറ്റപ്പെട്ടു കഴിഞ്ഞിരിക്കും. അതുകൊണ്ട് തൊഴിലാളിവർഗത്തിനു മുൻ(ഒന്നാം)ഘട്ടത്തിൽ നിറവേറ്റാനുണ്ടായിരുന്ന സവിശേഷ ചുമതല ഇപ്പോൾ നിറവേറ്റാനില്ല.

ഈ രണ്ടു ഘട്ടങ്ങളിലുമുള്ള സാമൂഹ്യഘടനകളെ വേർതിരിച്ചു പറയുന്നതിന് മാർക്സിസ്റ്റ് ആചാര്യന്മാർ രണ്ടു വ്യത്യസ്ത പദങ്ങൾ ഉപയോഗിച്ചിരുന്നു. *സോഷ്യലിസ്റ്റ് സമൂഹം: കമ്യൂണിസ്റ്റ് സമൂഹം.* ഇവ തമ്മിലുള്ള വ്യത്യാസത്തിന്റെ ഉള്ളടക്കം സാമ്പത്തികോൽപ്പാദനവും വിതരണവും സംബന്ധിച്ച രണ്ടു നിയമങ്ങളുടെ രൂപത്തിലാണ് മാർക്സും എംഗൽസും ലെനിനും വിവരിക്കുന്നത്.

"ഓരോ വ്യക്തിയും തന്റെ കഴിവിന്റെ പരമാവധി ജോലി ചെയ്യുക; ചെയ്യുന്ന ജോലിക്കൊത്തു പ്രതിഫലം വാങ്ങുക"–ഇതാണ് ഒന്നാം ഘട്ടത്തിലെ ഉൽപ്പാദനവിതരണനിയമം.

രണ്ടാം ഘട്ടമാകുമ്പോഴാകട്ടെ, "കഴിവിനൊത്തു ജോലി ചെയ്യുക; ആവശ്യത്തിനൊത്ത് ഉപഭോഗസാമഗ്രികൾ ഓരോരുത്തർക്കും കിട്ടുക" എന്ന നിയമമാണ് പ്രവർത്തിക്കുക.

ഇരു ഘട്ടങ്ങളിലെയും ഉൽപ്പാദനം മുതലാളിത്ത സമൂഹത്തിലെ

തിൽനിന്ന് വ്യത്യസ്തമാണ്. പണിയെടുക്കുന്ന തൊഴിലാളിയുടെയും പണിയെടുപ്പിക്കുന്ന മുതലാളിയുടെയും വർഗതാൽപ്പര്യങ്ങൾ തമ്മിൽ വൈരുധ്യമുണ്ടെന്നതാണല്ലോ മുതലാളിത്തസമൂഹത്തിന്റെ മുഖ്യസവിശേഷത. ഈ വൈരുധ്യത്തിന്റെ പ്രായോഗികരൂപം അധ്വാനത്തിന്റെ കാര്യത്തിൽ ഈ രണ്ടു വർഗങ്ങൾക്കുമുള്ള വീക്ഷണങ്ങളുടെ വൈരുധ്യമെന്ന രൂപത്തിലാണ് പ്രത്യക്ഷപ്പെടുന്നത്.

ഏറ്റവും കഷ്ടപ്പെട്ട് പണിയെടുത്ത് ഏറ്റവും അധികം സമ്പത്തു ഉൽപ്പാദിപ്പിക്കുന്നതുകൊണ്ട് മുതലാളിയുടെ ലാഭം വർധിക്കുന്നു. തൊഴിലാളിക്കാകട്ടെ, വരുമാനം വർധിക്കുന്നില്ലെന്ന് മാത്രമല്ല ആരോഗ്യം നശിക്കുക കൂടി ചെയ്യുന്നു. അതുകൊണ്ട് തൊഴിലാളിയെക്കൊണ്ട് ഏറ്റവും അധികം കഠിനമായി അധ്വാനിപ്പിക്കാൻ മുതലാളി ശ്രമിക്കുന്നു; ഏറ്റവും കുറച്ചുമാത്രം അധ്വാനിക്കാൻ തൊഴിലാളിയും-അങ്ങനെ അധ്വാനഭാരത്താൽ ഏറ്റക്കുറച്ചിലുകൾ വരുത്തുന്നത് സംബന്ധിച്ച് ഈ രണ്ട് വർഗങ്ങൾ ഏറ്റുമുട്ടുന്നു.

സോഷ്യലിസ്റ്റ് വിപ്ലവത്തോടുകൂടി സ്ഥിതിഗതികളിൽ മൗലികമായ മാറ്റം വരികയാണ്. ഉൽപ്പാദനോപകരണങ്ങൾ സമൂഹത്തിന്റെ പൊതുസ്വത്താണ്. ഉൽപ്പാദിപ്പിക്കപ്പെടുന്ന സ്വത്തു മുഴുവൻ സമൂഹത്തിന്റെ പൊതുസ്വത്താണ്. ഉൽപ്പാദനം വർധിക്കുന്നതിന്റെ തോതിൽ വർധിച്ച ലാഭം എടുക്കുന്ന ഒരു വർഗമില്ലെന്നർഥം. സമൂഹത്തിനു കൂട്ടായോ അതിലെ അംഗങ്ങൾക്ക് വ്യക്തിപരമായോ വിതരണം ചെയ്യപ്പെടുന്ന സ്വത്തിന്റെ ആകത്തുകയാണ് ഉൽപ്പാദനവർധനവിന്റെ ഫലമായി വർധിക്കുന്നത്.

അതുകൊണ്ട് സോഷ്യലിസ്റ്റ് വിപ്ലവത്തോടെ ഉൽപ്പാദനം വർധിച്ചു കാണുന്നതിൽ തൊഴിലാളിക്ക് താൽപ്പര്യമുണ്ടാവുന്നു. താൻ കഠിനമായി അധ്വാനിക്കുന്നത്, "ആരാന്റെ ലാഭം" വർധിപ്പിക്കാനല്ല, സ്വന്തം ജീവിതത്തോതുതന്നെ ഉയർത്താനാണെന്നു വരുന്നു. അപ്പോൾ, കഴിവിന്റെ പരമാവധി പണിപ്പെട്ടു ജോലി ചെയ്യുന്നത് ഓരോ തൊഴിലാളിയുടെയും വർഗതാൽപ്പര്യത്തിനൊത്തതാകുന്നു.

അതായത്, ഇതേവരെത്തെപ്പോലെ മുതലാളിയുടെയോ മറ്റേതെങ്കിലും ചൂഷകവിഭാഗങ്ങളുടെയോ നിർബന്ധമോ ബലപ്രയോഗമോ ഇല്ലാതെ തന്നെ സ്വന്തം ഇഷ്ടമനുസരിച്ച്, പരമാവധി പണിപ്പെട്ട് ജോലി ചെയ്യാൻ തൊഴിലാളിജനസാമാന്യത്തിന് പ്രേരണയും, പ്രചോദനവും നൽകുന്ന സാമൂഹ്യബന്ധങ്ങൾ സോഷ്യലിസ്റ്റ് വിപ്ലവത്തോടുകൂടി രൂപം കൊള്ളുന്നു.

എന്നാൽ മുതലാളിത്തത്തിന്റെയും അതിനുമുമ്പത്തെയും ചൂഷണവ്യവസ്ഥകളുടെ ഫലമായി പണിയെടുത്ത് ജീവിക്കേണ്ടിവരുന്ന സ്ഥിതിവിശേഷവും ചെയ്യുന്ന പണിക്ക് കിട്ടേണ്ട പ്രതിഫലവും സംബന്ധിച്ച് ചില ബോധങ്ങൾ സമൂഹത്തിൽ രൂപംകൊണ്ടിട്ടുണ്ട്. സോഷ്യലിസ്റ്റ് വിപ്ലവത്തോടുകൂടി ഒറ്റയടിക്ക് ആ ബോധങ്ങൾ ഇല്ലാതാകുന്നില്ല.

"ആരാന്ന് വേണ്ടി പണിയെടുത്തു"കൊണ്ടു നിരവധി നൂറ്റാണ്ടുകളോളം കഴിച്ചുകൂട്ടിയ മനുഷ്യൻ അധ്വാനിച്ചു പണിയെടുക്കുന്നതിനെ തന്നെ വെറുക്കുന്ന ഒരു മാനസികാവസ്ഥയ്ക്ക് വശംവദനായിരിക്കുകയാണ്.

ഈ സാഹചര്യത്തിൽ സോഷ്യലിസ്റ്റ് വിപ്ലവത്തിനുശേഷവും കുറെക്കാലത്തേക്ക് ഏറ്റവുമധികം കഠിനമായി ജോലി ചെയ്യുന്നതിനു അയാൾക്ക് പ്രചോദനം വേണം. അതനുസരിച്ചുള്ള വിതരണതത്ത്വമാണ് സോഷ്യലിസ്റ്റ് സമൂഹത്തിന്റെ ഒന്നാം ഘട്ടത്തിൽ പ്രയോഗത്തിലിരിക്കുന്നത്-*ചെയ്യുന്ന ജോലിയനുസരിച്ച് പ്രതിഫലം.*

ഏറ്റവുമധികം കഠിനമായി-അല്ലെങ്കിൽ ഏറ്റവും ഉൽപ്പാദനക്ഷമമായി ജോലി ചെയ്യുന്നവർക്ക് ഏറ്റവുമധികം ഉയർന്ന തോതിൽ ജീവിക്കാൻ കഴിയും. ഏറ്റവും കുറഞ്ഞ ഉൽപ്പാദനക്ഷമതയോടെ ജോലി ചെയ്യുന്നവരുടെ ജീവിതത്തോത് ഏറ്റവും താണതായിരിക്കും. ഈ സാഹചര്യത്തിൽ കഠിനമായി അധ്വാനിക്കാനുള്ള "ഭൗതികപ്രചോദനം" ഉൽപ്പാദകർക്കുണ്ടാവുന്നു.

ഈ ഒന്നാം ഘട്ടത്തിൽ ഈ വിതരണരീതി അംഗീകരിക്കുന്നതിനു പ്രസക്തമായ മറ്റൊരു കാര്യം കൂടിയുണ്ട്. ഈ ഒന്നാംഘട്ടത്തിൽ സാമൂഹ്യമായ ഉൽപ്പാദനം താരതമ്യേന താണനിലവാരത്തിലാണ്. സമൂഹത്തിലെ വ്യക്തികൾക്ക് മുഴുവൻ തങ്ങളുടെ ആവശ്യവും ഇഷ്ടവുമനുസരിച്ച് ഉപഭോഗസാമഗ്രികൾ കൈവശപ്പെടുത്താൻ വേണ്ടിടത്തോളം ഉൽപ്പാദനം വളർന്നു കഴിഞ്ഞിട്ടില്ല. സമൂഹത്തിലെ ഒരു സാധാരണ മെമ്പറുടെ നിത്യോപയോഗത്തിന് അനുപേക്ഷണീയമായ ഉപഭോഗസാമഗ്രികൾപോലും അനിയന്ത്രിതമായ രീതിയിൽ വിതരണം ചെയ്യാൻ വേണ്ടിടത്തോളം ഉൽപ്പാദിപ്പിക്കപ്പെടുന്നില്ല. അതുകൊണ്ട് സമൂഹത്തിൽ ഉൽപ്പാദിപ്പിക്കപ്പെടുന്ന മൊത്തം സമ്പത്തിൽ എത്ര ഭാഗം അതിലെ ഓരോ മെമ്പർക്കും കിട്ടാൻ അവകാശമുണ്ടെന്ന് നിർണയിക്കുന്നതിന് ന്യായമായ ഏതെങ്കിലും തത്ത്വം അംഗീകരിക്കേണ്ടിയിരിക്കുന്നു. ആ തത്ത്വമാകട്ടെ, ഉൽപ്പാദനം വീണ്ടും വർധിക്കുന്നതിന് സഹായമാവുകയും വേണം. അതാണ് *ചെയ്യുന്ന ജോലിക്കൊത്ത പ്രതിഫലമെന്ന* തത്ത്വം.

ഈ അടിസ്ഥാനത്തിൽ കുറെക്കാലം പ്രവർത്തിക്കുമ്പോൾ സ്ഥിതിഗതികളിൽ അതിപ്രധാനമായ രണ്ടു മാറ്റങ്ങൾ വരുന്നു.

1. ഉൽപ്പാദനം വർധിക്കുന്നതിന്റെ ഫലമായി വിതരണം ചെയ്യപ്പെടാവുന്ന സ്വത്ത് അതിവേഗം വർധിക്കുന്നു. അങ്ങനെ സമൂഹത്തിന്റെ കൂട്ടായ ജോലിയുടെ ഫലമായുണ്ടാകുന്ന സമ്പത്ത് അതിലെ മെമ്പർമാർക്കിടയിൽ വിതരണം ചെയ്യുന്നതിന് ആദ്യകാലത്ത് ഏർപ്പെടുത്തിയിരുന്ന നിയന്ത്രണത്തിന്റെ ആവശ്യം കുറഞ്ഞു കുറഞ്ഞു വരുന്നു.

2. അതോടൊപ്പം തന്നെ ചൂഷകവർഗങ്ങളില്ലാത്ത ഒരു സമൂഹത്തിൽ ജോലിചെയ്തു ജീവിക്കുകയെന്ന ഒരു സ്വഭാവം സമൂഹത്തിലെ അംഗങ്ങൾക്ക് വന്നുകഴിഞ്ഞിട്ടുള്ളതിനാൽ യാതൊരു "ഭൗതിക പ്രചോദനവും" ഇല്ലാതെ തന്നെ, താൻകൂടി അംഗമായ സമൂഹത്തിന്റെ ക്ഷേമൈ

ശ്വര്യങ്ങൾക്ക് ആവശ്യമായ കഠിനാധ്വാനം നടത്താൻ സമൂഹത്തിലെ ഓരോ അംഗവും തയാറാകുന്നു. അതുകൊണ്ട് ചെയ്യുന്ന ജോലിക്കൊത്തു മാത്രമേ പ്രതിഫലം കിട്ടുകയുള്ളൂവെന്ന നിയമമില്ലാതെതന്നെ സമൂഹത്തിന്റെ ക്ഷേമൈശ്വര്യങ്ങളും, സ്വന്തം താൽപ്പര്യവും തമ്മിൽ പൂർണമായ ഐക്യമുണ്ടെന്ന ബോധത്തോടെ, കഴിവിന്റെ പരമാവധി ജോലി ചെയ്യാൻ സമൂഹത്തിലെ ഓരോ അംഗവും തയാറാവുന്നു.

ഈ രണ്ടാംഘട്ടത്തോടുകൂടി ചൂഷണവ്യവസ്ഥയുടെ അവസാന അവശിഷ്ടങ്ങൾപോലും സമൂഹത്തിൽനിന്ന് അന്തർധാനം ചെയ്യും. "ഓരോ വ്യക്തിയും എല്ലാവർക്കുംവേണ്ടി, എല്ലാവരും ഓരോരുത്തർക്കും വേണ്ടി"–ഈ തത്ത്വം ഒരു ജീവിതയാഥാർഥ്യമായി മാറും. ഇതാണ് യഥാർഥ *വർഗരഹിത സമൂഹം.*

ഇതിന് രൂപം നൽകാൻ–ഇത് നിലവിൽ വരുത്തുന്നതിനുവേണ്ട സംഘടിതപ്രവർത്തനം നടത്താൻ–തൊഴിലാളിവർഗം സൃഷ്ടിക്കുന്ന ഭരണകൂടമാണ് *തൊഴിലാളിവർഗസർവാധിപത്യം.* ആ ഭരണകൂടത്തിൻ കീഴിൽ നടക്കുന്ന സാമൂഹ്യപരിവർത്തനങ്ങളുടെ ആകത്തുകയാണ് *സോഷ്യലിസ്റ്റ് സമൂഹത്തിന്റെ ഒന്നാം ഘട്ടം.*

മാർക്സും എംഗൽസും ലെനിനും വിശദീകരിച്ച ഈ മൗലിക തത്ത്വങ്ങളിൽനിന്നു വ്യതിചലിച്ചുകൊണ്ട് സോഷ്യലിസ്റ്റ് സമൂഹത്തിന്റെ ഒന്നും രണ്ടും ഘട്ടങ്ങൾ തമ്മിൽ കൂട്ടിക്കുഴയ്ക്കാനുള്ള ഒരു ശ്രമം സോവിയറ്റ് കമ്യൂണിസ്റ്റ് പാർട്ടിയുടെ റിവിഷനിസ്റ്റ് നേതൃത്വം നടത്തുന്നുണ്ട്. സോഷ്യലിസ്റ്റ് നിർമാണം പൂർത്തിയാക്കി കമ്യൂണിസ്റ്റ് നിർമാണം തുടങ്ങിയ ഒരു രാജ്യമാണ് സോവിയറ്റ് യൂണിനെന്ന് അവർ അവകാശപ്പെടുന്നു. അതുകൊണ്ട് സോവിയറ്റ് യൂണിയനിലെ ഭരണകൂടം തൊഴിലാളിവർഗത്തിന്റേതല്ല, മുഴുവൻ ജനങ്ങളുടേതുമാണ് എന്നുമവർ സമർഥിക്കാൻ ശ്രമിക്കുന്നു.

എന്നാൽ, സമ്പത്തിന്റെ വിതരണം സംബന്ധിച്ച നിയമം, *ചെയ്യുന്ന ജോലിക്കൊത്ത പ്രതിഫലം, അല്ലെങ്കിൽ ഭൗതിക പ്രചോദനം* ആണെന്ന് അവർ ഉറപ്പിച്ചു പറയുന്നു. ഇതേവരെ ഇല്ലാതിരുന്ന പല പുതിയ രൂപങ്ങളിലും ഭൗതികപ്രചോദനം നൽകാൻ അവർ ശ്രമിക്കുകയാണ്.

സോഷ്യലിസ്റ്റ് സമൂഹത്തിന്റെ ഒന്നും രണ്ടും ഘട്ടങ്ങളെ സംബന്ധിച്ച് മാർക്സിസം–ലെനിനിസം അംഗീകരിച്ചിട്ടുള്ള തത്ത്വങ്ങളിൽനിന്ന് വ്യക്തമായ ഒരു വ്യതിചലനമാണിത്.

തൊഴിലാളിവർഗ രാഷ്ട്രീയത്തിന്റെ ശാസ്ത്രവും കലയും

ഒന്ന്
വിപ്ലവസിദ്ധാന്തവും വിപ്ലവത്തിന്റെ സമരതന്ത്രവും

ലെനിന്റെ പ്രശസ്ത കൃതികളിലൊന്നാണ് *ഭരണകൂടവും വിപ്ലവവും.* മാർക്സും എംഗൽസും ആവിഷ്കരിച്ച വിപ്ലവസിദ്ധാന്തത്തെ വലതുപക്ഷ സോഷ്യൽ ഡമോക്രാറ്റുകാരുടെ ആക്രമണത്തിൽനിന്നു രക്ഷപ്പെടുത്താൻവേണ്ടി അദ്ദേഹം രചിച്ച ഒരു സൈദ്ധാന്തിക ഗ്രന്ഥമാണിത്. അതിന്റെ 7-ാം അധ്യായത്തിന്റെ തലവാചകം ഇതായിരുന്നു; *1905-ലെയും 1917-ലെയും റഷ്യൻ വിപ്ലവത്തിന്റെ അനുഭവങ്ങൾ.*

ഈ അധ്യായത്തിന്റെ ആദ്യത്തെ ഖണ്ഡികപോലും മുഴുമിക്കാൻ അദ്ദേഹത്തിന് കഴിഞ്ഞില്ല. പുസ്തകം പ്രസിദ്ധീകരിക്കുന്ന അവസരത്തിൽ അദ്ദേഹം ഇങ്ങനെ എഴുതി:

> ഈ അധ്യായത്തിന്റെ ഒരുവരി പോലും എഴുതാൻ എനിക്ക് സമയം കിട്ടിയില്ല; 1917-ലെ ഒക്ടോബർ വിപ്ലവത്തിന്റെ തൊട്ടുമുമ്പുണ്ടായ ഒരു രാഷ്ട്രീയപ്രതിസന്ധി 'ഇടയ്ക്കുകയറി വന്നു.' അത്തരമൊരു 'ഇടക്കുകയറലി'നെ സ്വാഗതം ചെയ്യാൻ മാത്രമേ കഴിയുകയുള്ളൂ. പക്ഷെ, ലഘുലേഖയുടെ രണ്ടാംഭാഗം ("1905-ലെയും 1917-ലെയും റഷ്യൻ വിപ്ലവത്തിന്റെ അനുഭവം") എഴതുന്നത് ഒരു പക്ഷെ, ദീർഘകാലത്തേക്ക് നിർത്തിവെക്കേണ്ടിവന്നേക്കും. 'വിപ്ലവത്തിന്റെ അനുഭവ'ത്തിലൂടെ കടന്നുപോകുന്നത് അതേപ്പറ്റി എഴുതുന്നതിനേക്കാൾ എത്രയോ കൂടുതൽ ആഹ്ലാദകരവും പ്രയോജനപ്രദവുമാണല്ലൊ.

ഇതുകഴിഞ്ഞ് ആറുകൊല്ലത്തിലധികം ലെനിൻ ജീവിച്ചു. എന്നാൽ വിപ്ലവത്തിന്റെ 'ഇടയ്ക്കുകയറൽ' നിമിത്തം നിർത്തിവെക്കേണ്ടിവന്ന ആ

അധ്യായം പൂർത്തിയാക്കാൻ അദ്ദേഹത്തിന് സമയം കിട്ടിയില്ല. അതിനെക്കാൾ 'ആഹ്ലാദകരവും പ്രയോജനപ്രദവുമായ' പ്രായോഗികവിപ്ലവ പ്രവർത്തനത്തിൽ അദ്ദേഹം മുഴുകി ഇരിക്കുകയായിരുന്നു. 1917-ലെ രണ്ടാം (ഒക്ടോബർ) വിപ്ലവത്തിനും, അതിൽനിന്ന് രൂപംപ്രാപിച്ച ലോകത്തിലെ ആദ്യത്തെ തൊഴിലാളിവർഗ ഭരണകൂടത്തിനും ആവശ്യമായ പ്രായോഗികനേതൃത്വം കൊടുക്കുന്ന ജോലിയിൽ ഇക്കാലത്ത് അദ്ദേഹം വ്യാപൃതനായിരുന്നു. ഒക്ടോബർവിപ്ലവത്തിന്റെ അലയടിച്ച് ലോകത്തിലെമ്പാടും ഉയർന്നു കൊണ്ടിരിക്കുന്ന പുതിയൊരു വിപ്ലവവേലിയേറ്റത്തെ സുസംഘടിതമായ ഒരു ലോകകമ്യൂണിസ്റ്റ് പ്രസ്ഥാനവും സംഘടനയുമാക്കി മാറ്റുന്ന ജോലിയും ഇതോടൊപ്പം അദ്ദേഹം സ്വയം ഏറ്റെടുത്തു.

ഈ പ്രായോഗിക ജോലിയാകട്ടെ, മാർക്സിസ്റ്റ് സിദ്ധാന്തത്തിന് മറ്റൊരുതരത്തിലുള്ള മുതൽക്കൂട്ടുണ്ടാക്കി. ഭരണകൂടവും വിപ്ലവവും സംബന്ധിച്ച തന്റെ സൈദ്ധാന്തികകൃതി പൂർത്തിയാക്കാൻ കഴിഞ്ഞില്ലെങ്കിലും, താനേറ്റെടുത്ത ' ആഹ്ലാദകരവും പ്രയോജനപ്രദവുമായ ജോലിയുടെ ഭാഗമായി വിപ്ലവസമരതന്ത്രത്തിന്റെ വിവിധങ്ങളായ വിശദാംശങ്ങൾ പ്രതിപാദിക്കുന്ന നിരവധി ലഘു ഗ്രന്ഥങ്ങൾ, ലേഖനങ്ങൾ, കത്തുകൾ, കുറിപ്പുകൾ മുതലായവ അദ്ദേഹം ഇക്കാലത്തെഴുതി. കൂടാതെ സോവിയറ്റ് റഷ്യയിലും വെളിയിലുമുള്ള പതിനായിരക്കണക്കിന് വിപ്ലവകാരികളെ വെവ്വേറെയും കൂട്ടായും കണ്ട് സംസാരിച്ച് തന്റെ ആശയങ്ങൾക്ക് അദ്ദേഹം രൂപം നൽകി. അതിവേഗത്തിൽ മാറിക്കൊണ്ടിരിക്കുന്നതും വൈവിധ്യം നിറഞ്ഞതുമായ പരിതഃസ്ഥിതികൾക്ക് യോജിച്ചവിധം നയങ്ങളിൽ മാറ്റംവരുത്തുമ്പോൾത്തന്നെ, തൊഴിലാളിവർഗത്തിന്റേതായ വിപ്ലവസമീപനത്തിൽ ഒരുതുള്ളി വെള്ളംപോലും ചേരാനനുവദിക്കാതെ കാത്തുസൂക്ഷിക്കേണ്ടതെങ്ങനെയെന്ന് ലോകകമ്യൂണിസ്റ്റ് പ്രസ്ഥാനത്തിന് അദ്ദേഹം കാണിച്ചുകൊടുത്തു. ഇതിന്റെ ഉജ്വലമാതൃകകളാണ് അക്കാലത്ത് രൂപംകൊണ്ടിരുന്ന കമ്യൂണിസ്റ്റ് ഇന്റർനാഷണലിനുവേണ്ടി അദ്ദേഹം തയാറാക്കിയ രേഖകൾ.

ബൂർഷ്വാപാർലമെന്ററി വ്യവസ്ഥയോടും അതിന്റെ കൂടപ്പിറപ്പായ വൃത്തികേടുകളോടും കടുകിടപോലും സന്ധിചെയ്യാതെ, ശത്രുവിന്റെ കോട്ടയ്ക്കകത്ത് കടന്നുചെന്ന് അവന് കനത്ത പ്രഹരം കൊടുക്കുകയെന്ന വിപ്ലവമനോഭാവത്തോടെ, ബൂർഷ്വാപാർലമെന്റുകളിൽ പ്രവർത്തിക്കുകയെന്ന കലയ്ക്ക് അദ്ദേഹം ആദ്യം രൂപം നൽകി.

വലതുപക്ഷ സോഷ്യൽ ഡമോക്രാറ്റുകൾക്കും അവരുടെ നേതൃത്വത്തിൽ ഉദ്യോഗസ്ഥമേധാവിത്വപരമായി പ്രവർത്തിക്കുന്ന ട്രേഡ്യൂണിയൻ സംഘടനകൾക്കുമെതിരായി വിട്ടുവീഴ്ച കൂടാതെ പോരാടിക്കൊണ്ടിരിക്കുമ്പോൾത്തന്നെ, സോഷ്യൽ ഡമോക്രാറ്റ് അണികളിലും അവരുടെ നേതൃത്വത്തിലുള്ള ട്രേഡ്യൂണിയൻ സംഘടനകളിലുമുള്ള

സാധാരണ തൊഴിലാളികളുമായി സാഹോദര്യബന്ധം പുലർത്തി അവരുടെ രാഷ്ട്രീയനിലവാരം ഉയർത്താനും അദ്ദേഹം ലോകകമ്യൂണിസ്റ്റ് പ്രസ്ഥാനത്തെ പഠിപ്പിച്ചു.

സോഷ്യലിസ്റ്റ് പരിവർത്തനത്തിന്റെ അനുപേക്ഷണീയ ഉപാധി എന്ന നിലക്ക് *ഭൂസ്വത്തുക്കളുടെ ദേശവൽക്കരണ*മെന്ന തത്ത്വം മുറുകെ പിടിച്ചുകൊണ്ടുതന്നെ, ചെറുകിടസ്വത്ത് കൈവശം വെക്കുന്ന കർഷക ജനസാമാന്യവുമായി സഹകരിച്ചുകൊണ്ടും, അവരെ സഹകരണാടിസ്ഥാനത്തിലുള്ള കൂട്ടുകൃഷിയുടെ മാർഗത്തിലേക്ക് ആകർഷിക്കുകയെന്ന കാഴ്ചപ്പാട് റഷ്യയിലും വെളിയിലുമുള്ള കമ്യൂണിസ്റ്റുകാർക്ക് അദ്ദേഹം നൽകി.

വിപ്ലവവും അതിനെത്തുടർന്ന് പൊട്ടിപ്പുറപ്പെട്ട ആഭ്യന്തരയുദ്ധവും നിമിത്തം വിഷമാവസ്ഥയിൽ കിടന്നിരുന്ന സോവിയറ്റ് റഷ്യയെ 'ആദ്യം യുദ്ധകമ്യൂണിസ'ത്തിന്റെ കർശനനിയമങ്ങൾക്ക് വിധേയമാക്കാനും സ്ഥിതിഗതികൾ സ്വല്പമൊന്നു ഭേദപ്പെട്ടപ്പോൾ പരിമിതമായ തോതിൽ സ്വകാര്യസ്വത്തവകാശവും കമ്പോളത്തിന്റെ പ്രവർത്തനവും പുനരുദ്ധരിക്കുന്ന 'പുതിയ സമ്പദ്‌വ്യവസ്ഥ'ക്ക് രൂപം നൽകാനും അദ്ദേഹം നേതൃത്വം നൽകി.

ചുരുക്കത്തിൽ, ഒട്ടേറെ വളവുകളും തിരിവുകളുമുള്ള ഒരു പ്രക്രിയയാണ് വിപ്ലവകരമായ സാമൂഹ്യപരിവർത്തനമെന്ന അടിസ്ഥാനത്തിൽ 'രണ്ടടി മുന്നോട്ടു വെക്കുന്നതിനുവേണ്ടി ചിലപ്പോൾ ഒരടി പിറകോട്ട്' വെക്കാൻവേണ്ട ധൈര്യവും തന്റേടവും അദ്ദേഹം കാണിച്ചു. ഇങ്ങനെ പിറകോട്ടുവെക്കുമ്പോഴാകട്ടെ, അതൊരു പിറകോട്ടുവെക്കലാണെന്ന് ജനങ്ങളോട് തുറന്നുപറഞ്ഞ് ഈ പിറകോട്ടു വെക്കലിന്റെ ആവശ്യവും മുന്നോട്ടുവെക്കാനുള്ള മാർഗവും ജനങ്ങളെ ബോധ്യപ്പെടുത്താനും അദ്ദേഹം ശ്രദ്ധിച്ചു.

അതായത്, വിപ്ലവസിദ്ധാന്തത്തിന്റെ കാര്യത്തിൽ ഒരിഞ്ചുപോലും വിട്ടുകൊടുക്കാതെ, അങ്ങനെ വിട്ടുകൊടുക്കാനുള്ള പ്രവണതകൾക്കെതിരായി രൂക്ഷസമരം നടത്തികൊണ്ടുതന്നെ, ആ സിദ്ധാന്തം പ്രയോഗത്തിൽ വരുത്തുകയെന്ന ഒറ്റ ഉദ്ദേശ്യത്തോടെ വിപ്ലവതന്ത്രം ആവിഷ്കരിക്കുന്നതിൽ അങ്ങേയറ്റം അയവേറിയ ഒരു സമീപനം താൻ സ്വയം അംഗീകരിക്കുക മാത്രമല്ല, ലോകകമ്യൂണിസ്റ്റ് പ്രസ്ഥാനത്തെക്കൊണ്ട് മുഴുവൻ അംഗീകരിപ്പിക്കുകകൂടി ചെയ്യാൻ ഒക്ടോബർ വിപ്ലവത്തിനു ശേഷമുള്ള കാലം അദ്ദേഹം ഉപയോഗിച്ചു.

ലെനിന് മുമ്പ് മാർക്സും എംഗൽസും ചെയ്തതും ഇതുതന്നെയാണ്. മനുഷ്യവിജ്ഞാനത്തിന്റെ എല്ലാ തുറകളിലും ഒന്നൊഴിയാതെ കൈവെക്കുകയും, അവയ്ക്കോരോന്നിനും തങ്ങളുടേതായ അതുല്യ സംഭാവനകൾ നൽകുകയും ചെയ്ത ആ രണ്ട് തൊഴിലാളി വർഗാചാര്യൻമാർ ദന്തഗോപുരത്തിലിരുന്ന് ഗഹനവിഷയങ്ങൾ പ്രതിപാദിക്കുന്ന പുസ്തകപ്പുഴുക്കളായിരുന്നില്ല. ആധുനിക ശാസ്ത്രകാരൻമാരുടെതായ

നിഷ്കർഷയോടെ വൈജ്ഞാനിക പ്രശ്നങ്ങൾ പഠിക്കുന്നതോടൊപ്പംതന്നെ, ആ പഠനത്തിന്റെ ഭാഗമായി, പ്രായോഗികവിപ്ലവപ്രവർത്തനം നടത്തുകകൂടി ചെയ്യുന്ന വിപ്ലവാചാര്യൻമാരുമായിരുന്നു. ദാർശനികൻമാരുടെയും ശാസ്ത്രകാരൻമാരുടെയും ചർച്ചാവിഷയങ്ങളായ പ്രശ്നങ്ങളെപ്പോലെതന്നെ ഫാക്ടറിത്തൊഴിലാളികളുടെയും ഗ്രാമീണദരിദ്രരുടെയും പ്രായോഗിക ജീവിതപ്രശ്നങ്ങളും അവയ്ക്ക് പരിഹാരം കാണാൻവേണ്ടി അംഗീകരിക്കേണ്ട സമരമുറകളും അവരുടെ പരാമർശങ്ങൾക്ക് വിഷയമായിരുന്നു.

1848–50 കാലത്തെ യൂറോപ്യൻ വിപ്ലവകാരികൾ ഉയർത്തിയ ബാരിക്കേഡുകൾ; 1871 പാരീസിൽ നടന്ന ആദ്യത്തെ ലോകതൊഴിലാളി വിപ്ലവം; അത് അടിച്ചമർത്തപ്പെട്ടതിൽ പിന്നീട് ഫ്രാൻസിലെയും മറ്റു യൂറോപ്യൻ രാജ്യങ്ങളിലെയും വിപ്ലവപ്രസ്ഥാനത്തിന്റെ പ്രവർത്തനങ്ങളിൽ അംഗീകരിക്കേണ്ട തന്ത്രവും അടവുകളും–ഇവയെക്കുറിച്ചെല്ലാം വിശദാഭിപ്രായങ്ങൾ രൂപീകരിക്കുകയും വിശദീകരിക്കുകയും ചെയ്യുന്നതിനിടക്കാണ് *മൂലധനം* അടക്കമുള്ള ഗഹനശാസ്ത്രഗ്രന്ഥങ്ങൾ മാർക്സും എംഗൽസും എഴുതിയത്. ഒന്നാം ഇന്റർനാഷണലിന്റെ മുഖ്യ സംഘാടകൻമാരായിരുന്നു മാർക്സും എംഗൽസുമെങ്കിൽ, രണ്ടാം ഇന്റർനാഷണലിന്റെ ചരിത്രത്തിന്റെ ആദ്യഘട്ടത്തിൽ (മാർക്സിന്റെ മരണത്തിനുശേഷം) അതിന്റെ പ്രധാന ഉപദേശകനും ആചാര്യനുമായി പ്രവർത്തിച്ചത് എംഗൽ സാണ്. തന്റെ ആജീവനാന്തസുഹൃത്തും സഹപ്രവർത്തകനും ഗുരുഭൂതനുമെല്ലാമായിരുന്ന മാർക്സ് അന്തരിച്ചതിനുശേഷം അദ്ദേഹത്തിന്റെ *മൂലധനം* തിരുത്തിയെഴുതി പ്രസിദ്ധീകരിക്കുക മാത്രമല്ല, ലോകത്തിലെല്ലായിടത്തുമുള്ള സോഷ്യലിസ്റ്റ്പാർട്ടികൾക്ക് പ്രായോഗികനിർദേശങ്ങളും ഉപദേശങ്ങളും കൊടുക്കുകകൂടി ചെയ്യുന്നത് തന്റെ കടമയായി എംഗൽസ് കണക്കാക്കി. ഇക്കാലത്ത് എംഗൽസെഴുതിയ നിരവധി ലഘുഗ്രന്ഥങ്ങൾ, ലേഖനങ്ങൾ, കത്തുകൾ, കുറിപ്പുകൾ മുതലായവയാണ് ലെനിനുതന്നെ മാർഗദർശകമായത്. ലെനിന്റെ സംഭാവനയായി ഇതിനുമുമ്പ് ചൂണ്ടിക്കാണിച്ച കാർഷികപ്രശ്നപരിഹാരം, ബൂർഷ്വാപാർലമെന്റുകളെ വിപ്ലവകരമായി ഉപയോഗിക്കൽ മുതലായതെല്ലാം മാർക്സിന്റെയും എംഗൽസിന്റെയും കാലടികൾ പിന്തുടർന്നാവിഷ്കരിക്കപ്പെട്ട സമരതന്ത്രങ്ങളാണ്.

ഇതാകട്ടെ, തികച്ചും സ്വാഭാവികമാണുതാനും. എന്തുകൊണ്ടെന്നാൽ പ്രപഞ്ചത്തെ മാറ്റിമറിക്കുന്ന ബഹുജനങ്ങളുടെ പ്രായോഗികപ്രവർത്തനങ്ങളിൽനിന്നും, അവയുടെ ഭാഗമായി വിവിധ ചരിത്ര കാലഘട്ടങ്ങളിൽ നടക്കുന്ന സാമൂഹ്യവിപ്ലവങ്ങളിൽനിന്നുമാണ്. ഏറ്റവും ഗഹനമായ ദാർശനികശാഖകളടക്കം, മനുഷ്യവിജ്ഞാനം മുഴുവൻ ഉയർന്നുവരുന്നതെന്ന സത്യമാണ് മാർക്സിസ്റ്റ്–ലെനിനിസ്റ്റ് പ്രപഞ്ചവീക്ഷണത്തിന്റെ കാതലായ ഭാഗം. മാർക്സിന്റെ പ്രസിദ്ധമായ ശൈലി ഉപയോ

ഗിക്കാമെങ്കിൽ, 'പ്രപഞ്ചത്തെ മാറ്റിത്തീർക്കാ'നുള്ള പ്രവർത്തനത്തെയും 'പ്രപഞ്ചത്തെ വ്യാഖ്യാനിക്കാ'നുള്ള പരിശ്രമത്തെയും പരസ്പരം വേർതിരിച്ചുനിർത്താനാവില്ല.

പ്രപഞ്ചത്തെ മാറ്റിത്തീർക്കാനുള്ള പ്രവർത്തനം തുടങ്ങിയപ്പോഴാണ് പ്രപഞ്ചത്തെ വ്യാഖ്യാനിക്കാൻ മനുഷ്യനു കഴിവുണ്ടായത്. ഈ കഴിവിൽനിന്നാണ് സയൻസുകളും കലകളും രൂപംകൊണ്ടത്. സയൻസുകളുടെയും കലകളുടെയും ഉത്ഭവമാകട്ടെ, പ്രപഞ്ചത്തെ മാറ്റിത്തീർക്കാനുള്ള മനുഷ്യന്റെ കഴിവ് വർധിപ്പിക്കുകയും ചെയ്യുന്നു. ഇങ്ങനെ പ്രപഞ്ചത്തെ മാറ്റിത്തീർക്കാനും വ്യാഖ്യാനിക്കാനുമുള്ള കഴിവുകൾ പരസ്പരം വലുതാക്കുകയും ശക്തിപ്പെടുത്തുകയും ചെയ്തുകൊണ്ട് അനുസ്യൂതം മുമ്പോട്ടു പോയിട്ടാണ്, പ്രകൃതിവസ്തുക്കളുടെ പ്രവർത്തനം കണ്ട് അമ്പരക്കുകയും ഭയപ്പെടുകയും ചെയ്തിരുന്ന ആദിമ മനുഷ്യൻ ക്രമേണ പ്രകൃതിയെ ഒരതിരുവരെ കീഴടക്കുന്ന ആധുനിക മനുഷ്യനായി മാറിയത്.

ശതാബ്ദങ്ങളിലൂടെയും സഹസ്രാബ്ദങ്ങളിലൂടെയും മനുഷ്യൻ നേടിയ ഈ പുരോഗതിയുടെ ഒരു ഘട്ടത്തിൽ, പ്രപഞ്ചത്തെ മാറ്റിമറിക്കുന്ന ഒരു പുതിയ വർഗവും ഒരു പുതിയ പ്രപഞ്ചവീക്ഷണവും രൂപം കൊണ്ടു. ആ പുതിയ വർഗമാണ് *തൊഴിലാളി വർഗം;* ആ പുതിയ പ്രപഞ്ചവീക്ഷണമാണ് *വൈരുധ്യാത്മകവും ചരിത്രപരവുമായ ഭൗതികവാദം.*

ഈ പുതിയ വർഗത്തിന്റെയും പുതിയ വിപ്ലവത്തിന്റെയും ഉത്തമ പ്രതിനിധികളായ മാർക്സിനും എംഗൽസിനും ലെനിനും വിപ്ലവപ്രവർത്തനത്തിൽനിന്ന് വേറിട്ടുകൊണ്ടുള്ള വിപ്ലവസിദ്ധാന്തമോ വിപ്ലവസിദ്ധാന്തത്തിൽനിന്ന് വേറിട്ടു കൊണ്ടുള്ള വിപ്ലവപ്രവർത്തനമോ ഊഹിക്കാൻപോലും വയ്യ. വിപ്ലവപ്രവർത്തനവും വിപ്ലവസിദ്ധാന്തവും തമ്മിലുള്ള പൂർണമായ പൊരുത്തമാണ് മാർക്സിസത്തിന്റെ ജീവൻ.

എന്നാൽ, തമ്മിൽ പൊരുത്തമുള്ളവയാണെന്നതുകൊണ്ട് വിപ്ലവ പ്രവർത്തനത്തെയും വിപ്ലവസിദ്ധാന്തത്തെയും ഒന്നായി കാണുന്നത് തെറ്റായിരിക്കും. എന്നുമാത്രമല്ല, ഇതിനുമുമ്പ് ചൂണ്ടിക്കാണിച്ചതുപോലെ, വിപ്ലവപ്രവർത്തനത്തിനുവേണ്ടി ചിലപ്പോൾ അംഗീകരിക്കുന്ന നയങ്ങളും തന്ത്രങ്ങളും അടവുകളും വിപ്ലവസിദ്ധാന്തത്തിന് പ്രത്യക്ഷത്തിൽ വിരുദ്ധമാണെന്ന് തോന്നിയേക്കാനും ഇടയുണ്ട്. അത്തരം ഘട്ടങ്ങളിൽ വിപ്ലവസിദ്ധാന്തത്തിൽ മാത്രം ഊന്നിനിന്ന് വിപ്ലവപ്രവർത്തനത്തിന്റെ പ്രായോഗികാവശ്യങ്ങൾ ബലികഴിക്കുന്നത് പ്രപഞ്ചത്തെ മാറ്റിത്തീർക്കാൻ ശ്രമിക്കുന്നവർക്ക് യോജിച്ചതല്ല. നേരെമറിച്ച്, വിപ്ലവപ്രവർത്തനത്തിന്റെ പ്രായോഗികപ്രശ്നങ്ങളിൽ മാത്രം ഊന്നിനിന്ന് വിപ്ലവസിദ്ധാന്തത്തെ ബലികഴിക്കുകയാണെങ്കിൽ അതും വിപ്ലവപ്രസ്ഥാനത്തിന്റെ പുരോഗതിയെ തടയുകയേ ഉള്ളൂ.

വിപ്ലവപ്രവർത്തനവും വിപ്ലവസിദ്ധാന്തവും തമ്മിലുള്ള ഈ

ബന്ധത്തിന്റെ നിരവധി ഉദാഹരണങ്ങൾ ഈ ലഘുഗ്രന്ഥത്തിന്റെ അടുത്ത ഖണ്ഡങ്ങളിൽ നാം കാണുന്നതായിരിക്കും. ഇവിടെ ചർച്ച ചെയ്യാൻ ഉദ്ദേശിക്കുന്നത് വിപ്ലവസിദ്ധാന്തത്തെയും വിപ്ലവപ്രവർത്തനത്തെയും പരസ്പരം പൊരുത്തപ്പെടുത്തുന്നതിന് നാം അംഗീകരിക്കേണ്ട പൊതുസമീപനമാണ്.

മുമ്പ് നിലവിൽ വന്നിരുന്ന മറ്റു സാമൂഹ്യവ്യവസ്ഥകളെന്നപോലെ മുതലാളിത്തവും അതിലടങ്ങിയ ആഭ്യന്തരവൈരുധ്യങ്ങളുടെ വളർച്ചയിലൂടെ അനിവാര്യനാശത്തിലേക്ക് നീങ്ങിക്കൊണ്ടിരിക്കുകയാണ്. അതിന്റെ നാശത്തെത്തുടർന്ന് ഒരു പുതിയ (സോഷ്യലിസ്റ്റ്) സാമൂഹ്യവ്യവസ്ഥ നിലവിൽവരും, അത് നിലവിൽവരുത്തുന്നതിൽ മുഖ്യപങ്ക് വഹിക്കേണ്ട വിപ്ലവശക്തിയാണ് തൊഴിലാളിവർഗം–ഇതാണ് മാർക്സിസ്റ്റ്–ലെനിനിസ്റ്റ് വിപ്ലവസിദ്ധാന്തത്തിന്റെ കാതലായ ഭാഗം.

ഇത് വിശദീകരിക്കുന്നതിനാണ് *കമ്യൂണിസ്റ്റ് മാനിഫെസ്റ്റോ* മുതൽ ലെനിന്റെ അവസാനകൃതിവരെ മാർക്സും എംഗൽസും ലെനിനും എഴുതിയ ഓരോ ഗ്രന്ഥവും ലേഖനവും കത്തും കുറിപ്പും ഉപയോഗിച്ചിട്ടുള്ളത്.

എന്നാൽ ആത്മീയവാദി ആശ്രയിക്കുന്ന 'ദൈവവിധി'യല്ല മാർക്സിസം–ലെനിനിസം വിഭാവനം ചെയ്യുന്ന സോഷ്യലിസ്റ്റ് ഭാവിക്ക് അടിസ്ഥാനം. മനുഷ്യസമുദായം അനിവാര്യമായും സോഷ്യലിസത്തിലേക്ക് നീങ്ങുകയാണെന്ന സിദ്ധാന്തം അംഗീകരിക്കുന്നുവെന്ന പേരിൽ സോഷ്യലിസത്തിനുവേണ്ടി നാമാരും യാതൊന്നും ചെയ്യേണ്ടതില്ലെന്ന നിഗമനത്തിലെത്തുന്നതും അബദ്ധമായിരിക്കും.

സോഷ്യലിസത്തിലേക്കുള്ള അനിവാര്യപുരോഗതി സുഗമവും ത്വരിതവുമാക്കാൻ വിപ്ലവതൊഴിലാളിവർഗത്തിനും അതിന്റെ ഗതി മന്ദീഭവിപ്പിക്കുക, അല്ലെങ്കിൽ താൽക്കാലികമായി തടഞ്ഞുനിർത്തുക മുതലായതെല്ലാം ചെയ്യാൻ പിന്തിരിപ്പൻമാർക്കും കഴിയുമെന്ന വസ്തുത മാർക്സിസം–ലെനിനിസം മനസിലാക്കുന്നു. അതുകൊണ്ട് വർഗങ്ങൾ, സംഘടനകൾ, വിവിധ ആശയഗതികളുടെ പ്രതിനിധികളായ വ്യക്തികൾപോലും, വിപ്ലവപ്രക്രിയയിൽ സജീവമായ പങ്കുവഹിക്കുന്നുവെന്ന വസ്തുത മാർക്സിസം–ലെനിനിസം ചൂണ്ടിക്കാണിക്കുന്നു.

മാർക്സിസം–ലെനിനിസത്തിന്റെ ആദ്യകൃതിയായ *കമ്യൂണിസ്റ്റ് മാനിഫെസ്റ്റോ* പരിശോധിച്ചാൽ ഇതു വ്യക്തമാവും. മുതലാളിത്തത്തിന്റെ നാശവും സോഷ്യലിസത്തിന്റെ ഉദയവും അനിവാര്യമാണെന്നു സ്ഥാപിക്കാൻ ശ്രമിക്കുന്ന ആ ഗ്രന്ഥത്തിന്റെ അനന്തരഭാഗങ്ങളിൽ ഈ പ്രക്രിയയെ താൽക്കാലികമായെങ്കിലും തടഞ്ഞുനിർത്തുന്ന ചിന്താഗതികളെയും പ്രസ്ഥാനങ്ങളെയും ഓരോന്നോരാന്നായി പേരെടുത്ത്പറഞ്ഞ് തുറന്നുകാട്ടുന്നു; അവയ്ക്കുപകരം തൊഴിലാളിവർഗചിന്താഗതിയും പ്രസ്ഥാനവും വളർന്നുവരുന്നതെങ്ങനെയെന്നു വിശദീകരിക്കുന്നു. അവസാനം തൊഴിലാളിവർഗപ്രസ്ഥാനത്തിന്റെ സഖ്യശക്തി

കൾ ഏവയെന്നും, അവയോരോന്നായി ഏതടിസ്ഥാനത്തിൽ സഹകരിക്കണമെന്നും, ഇങ്ങനെ സഹകരിക്കുമ്പോൾത്തന്നെ തൊഴിലാളിവർഗ വിപ്ലവപ്രസ്ഥാനത്തിന്റെ സവിശേഷവ്യക്തിത്വം എങ്ങനെ നിലനിർത്തണമെന്നും അർഥശങ്കക്കിടയില്ലാത്തവിധം വെട്ടിത്തുറന്ന് പറയുന്നു.

അതായത്, സോഷ്യലിസ്റ്റ് സമൂഹത്തിനുവേണ്ടിയുള്ള വിപ്ലവപ്രവർത്തനത്തിന്റെ മുഖ്യോപാധികളായി വിഭിന്നവും അവിഭാജ്യവുമായ മൂന്ന് ഘടകങ്ങളുണ്ട്:

1. മുതലാളിത്തത്തിന്റെ നാശത്തിലും സോഷ്യലിസത്തിന്റെ ഭാവിയിലും കറകളഞ്ഞ വിശ്വാസം ജനിപ്പിക്കുന്ന ശാസ്ത്രീയപ്രപഞ്ചവീക്ഷണം; ഈ വീക്ഷണത്തെ അനുദിനമുണ്ടാകുന്ന പ്രായോഗികാനുഭവങ്ങളിലൂടെ സംപുഷ്ടമാക്കാനാവശ്യമായ നിരന്തര താത്ത്വികപ്രവർത്തനം.

2. 'മുതലാളിത്തത്തിന്റെ ശവക്കുഴി തോണ്ടുന്ന' സാമൂഹ്യശക്തിയായ തൊഴിലാളിവർഗവും അതിന്റെ സംഘടിത വിപ്ലവപ്രസ്ഥാനവും.

3. തൊഴിലാളിവർഗത്തിന്റേതിൽനിന്ന് വ്യത്യസ്തമായ വികാരവിചാരങ്ങളോടുകൂടിയാണെങ്കിലും, മുതലാളിത്തത്തിന്റെ നാശം ത്വരിതപ്പെടുത്തുന്നതിൽ സജീവമായ പങ്കുവഹിക്കാൻ കഴിവുള്ള മറ്റു വർഗങ്ങൾ, സംഘടനകൾ, പാർട്ടികൾ, വ്യക്തികൾ മുതലായവ; അവരുമായി തൊഴിലാളിവർഗത്തിനുണ്ടായിരിക്കേണ്ട-സഹകരണാത്മകവും അതേയവസരത്തിൽ സ്വതന്ത്രവുമായ-ബന്ധം.

ഇതിൽ രണ്ടും മൂന്നും ഘടകങ്ങൾ നിലവിൽവരുത്തുകയും അവയെ ഒന്നാമത്തെഘടകവുമായി പൊരുത്തപ്പെടുത്തുകയും ചെയ്യുന്നതിലാണ് തൊഴിലാളിവർഗരാഷ്ട്രീയത്തിന്റെ ശാസ്ത്രവും കലയും കിടക്കുന്നത്. ഈ സയൻസും കലയും ശാശ്വതമാക്കണമെങ്കിൽ വിപ്ലവസിദ്ധാന്തം, വിപ്ലവത്തിന്റെ അടവുകൾ എന്നിവ തമ്മിലുള്ള വ്യത്യാസവും പൊരുത്തവും മനസിലാക്കണം.

ഇതിനുമുമ്പ് ചൂണ്ടിക്കാണിച്ചതുപോലെ, മുതലാളിത്തത്തിൽനിന്ന് സോഷ്യലിസത്തിലേക്കുള്ള പരിവർത്തനത്തിന്റെ കാലഘട്ടത്തിലാണ് നാമിപ്പോൾ ജീവിക്കുന്നത്. ഏറ്റവുമധികം വളർച്ച പ്രാപിച്ചവയെന്നപോലെ ഏറ്റവും പിന്നണിയിൽകിടക്കുന്ന രാജ്യങ്ങൾക്കും ബാധകമായ ഒരു സത്യമാണിത്. സ്വാതന്ത്ര്യത്തിനോ ജനാധിപത്യത്തിനോ സമാധാനത്തിനോ വേണ്ടിയുള്ള ഏതു പ്രസ്ഥാനവും ഈ സോഷ്യലിസ്റ്റ് പ്രസ്ഥാനത്തിന്റെ അഭേദ്യഭാഗമാണെന്നർഥം.

എന്നാൽ, സോഷ്യലിസത്തിലേക്കുള്ള ഈ നീക്കത്തിൽ വിവിധ രാജ്യങ്ങൾ ഇന്നു നിൽക്കുന്നത് വിവിധ ദശാഘട്ടങ്ങളിലാണ്. അവയിൽ ചിലേടത്ത് ഫ്യൂഡലോ അതിലും പുരാതനമോ ആയ സാമൂഹ്യവ്യവസ്ഥകൾ ഇന്നും നിലവിലുണ്ട്. വേറെ ചിലേടത്ത് മുതലാളിത്തം വളർച്ചപ്രാപിച്ചുവെന്നു മാത്രമല്ല, കുത്തകമുതലാളിത്തം രൂപംകൊള്ളുകയും ചെയ്തിരിക്കുന്നു. കുത്തകമുതലാളിത്തം രൂപംപ്രാപിച്ച ചില

രാജ്യങ്ങൾ മറ്റു ചില രാജ്യങ്ങളുടെമേൽ പലതരത്തിലും ആധിപത്യം സ്ഥാപിച്ചിട്ടുമുണ്ട്.

ഈ വ്യത്യാസങ്ങളുടെയെല്ലാം അടിസ്ഥാനത്തിൽ, ഈ ഓരോ തരത്തിലുംപെട്ട രാജ്യങ്ങൾക്ക് അതതിനൊത്ത വിപ്ലവങ്ങളാണ് ഉടൻ നടത്തേണ്ടത്. ചിലേടത്ത് സോഷ്യലിസ്റ്റ് വിപ്ലവം, മറ്റു ചിലേടത്ത് സാമ്രാജ്യവിരുദ്ധവിപ്ലവം, ഇനിയും ചിലേടത്ത് ഫ്യൂഡൽവിരുദ്ധവിപ്ലവം, നിരവധി രാജ്യങ്ങളിൽ സാമ്രാജ്യവിരുദ്ധവും അതേയവസരത്തിൽ ഫ്യൂഡൽവിരുദ്ധവുമായ വിപ്ലവം-ഇങ്ങനെ പലതരത്തിലും വിപ്ലവം നടക്കേണ്ടതുണ്ട്. ഇതോരോന്നിനും അതതിന്റെ വർഗബന്ധങ്ങളുണ്ട്.

ഒരു രാജ്യത്തിൽത്തന്നെ വിവിധ ഘട്ടങ്ങളിൽ വിവിധ രൂപത്തിലുള്ള വിപ്ലവങ്ങളാണ് നടക്കേണ്ടത്. ഉദാഹരണത്തിന്, റഷ്യയിൽ 1917 ഫെബ്രുവരിവരെ ജനാധിപത്യവിപ്ലവവും പിന്നീട് സോഷ്യലിസ്റ്റ് വിപ്ലവവുമായിരുന്നു. ഏഷ്യനാഫ്രിക്കൻ രാജ്യങ്ങളിൽ മിക്കതിലും സാമ്രാജ്യത്വവിരുദ്ധ-ഫ്യൂഡൽവിരുദ്ധ വിപ്ലവങ്ങളെന്ന ഒന്നാം ഘട്ടം; അതിന്റെ തന്നെ ആദ്യകാലത്ത് (രാഷ്ട്രീയാധികാരം വിദേശീയരുടെ കൈയിലായിരിക്കുമ്പോൾ) സാമ്രാജ്യവിരുദ്ധ കടമകൾക്ക് മുൻതൂക്കമുള്ളതും, പിന്നീട് (പുത്തൻ കൊളോണിയലിസത്തിന്റെ രൂപത്തിൽ വിദേശീയരുടെ നേരിട്ടുള്ള ഭരണമല്ലാതെ നാടൻ ചൂഷകവർഗം ഭരണവർഗമായി മാറിയപ്പോൾ) ഫ്യൂഡൽവിരുദ്ധ കടമകൾക്ക് മുൻതൂക്കമുള്ളതുമായ രണ്ട് ഉപഘട്ടങ്ങൾ; ഈ രണ്ടു കടമകളും പൂർത്തിയായാൽ സോഷ്യലിസ്റ്റ് വിപ്ലവത്തിന്റെ ഘട്ടം- ഈ ക്രമത്തിലാണ് കാര്യങ്ങൾ നീങ്ങുക.

ഈ ഓരോ ഘട്ടത്തിലും സഖ്യശക്തികളേവ, മുഖ്യശത്രുവിനെതിരായി സഖ്യശക്തികളുമായി എങ്ങനെ സഹകരിക്കാം, ഈ സഹകരണ പ്രക്രിയയിൽത്തന്നെ തൊഴിലാളിവർഗത്തിന്റെ വ്യക്തിത്വം നിലനിർത്തി അതിന്റെ ആശയപരവും പ്രായോഗികവുമായ നേതൃത്വം എങ്ങനെ സ്ഥാപിക്കാം-ഈ പ്രശ്നം പൊന്തിവരുന്നു. ഇതിന് പരിഹാരം കാണുന്നതിനാണ് *വിപ്ലവസമരതന്ത്രം* എന്നു പറയുന്നത്. സ്റ്റാലിന്റെ ഭാഷയിൽ, "മുഖ്യ വിപ്ലവശക്തികൾ, അവയെ സഹായിക്കുന്ന പോഷകശക്തികൾ എന്നിവയെയാണ് *വിപ്ലവതന്ത്രം* കൈകാര്യം ചെയ്യുന്നത്. വിപ്ലവത്തിന്റെ ഒരു ഘട്ടമവസാനിച്ച് മറ്റൊരു ഘട്ടം തുടങ്ങുമ്പോൾ തന്ത്രം മാറുന്നു. പക്ഷെ, ഒരു ഘട്ടത്തിൽ മുഴുവൻ ഒരേ തന്ത്രം മാറ്റമില്ലാതെ തുടരുന്നു."

വിവിധരാജ്യങ്ങൾക്കും, ഒരേ രാജ്യത്തിന്റെ വിപ്ലവത്തിൽതന്നെയുള്ള വിവിധ ഘട്ടങ്ങൾക്കും, അതതിന്റെ സവിശേഷതന്ത്രങ്ങളുണ്ടെങ്കിലും അവയെല്ലാം സോഷ്യലിസ്റ്റ്പരിവർത്തനമെന്ന സൈദ്ധാന്തിക കാഴ്ചപ്പാടിന് വിധേയമായാണിരിക്കുന്നത്. അതിനു സഹായകമാകുന്ന വിധത്തിൽ, തൊഴിലാളിവർഗത്തെയും സഖ്യശക്തികളെയും അണിനിരത്തുകയും ശക്തിപ്പെടുത്തുകയും ചെയ്യലാണ് വിപ്ലവതന്ത്രത്തിന്റെ ലക്ഷ്യം.

എന്നാൽ, സൈദ്ധാന്തിക കാഴ്ചപ്പാടും വിപ്ലവസമരതന്ത്രവും ആവിഷ്കരിക്കുന്നതുകൊണ്ടുമാത്രം ഒരു വിപ്ലവവും വിജയകരമായി മുന്നേറുകയില്ല. ഒരു വിപ്ലവകാലഘട്ടത്തിൽത്തന്നെ പ്രസ്ഥാനത്തിന്റെ പുരോഗതിയിൽ വേലിയേറ്റങ്ങളും വേലിയിറക്കങ്ങളും ഉണ്ടാകുന്നത് അതതു സന്ദർഭത്തിനു പറ്റിയ സമരമുറകൾ, അല്ലെങ്കിൽ അടവുകൾ അംഗീകരിച്ചാൽ മാത്രമേ ഒരു കാലഘട്ടത്തിനു മുഴുവൻ ബാധകമായ വിപ്ലവസമരതന്ത്രം വിജയകരമാവുകയുള്ളൂ. സ്റ്റാലിൻ പറയുന്നു:

> പ്രസ്ഥാനത്തിന്റെ വേലിയേറ്റവും വേലിയിറക്കവുമനുസരിച്ച് അടവുകൾ മാറുന്നു. റഷ്യൻവിപ്ലവത്തിന്റെ ഒന്നാം ഘട്ടത്തിൽ (1903 മുതൽ 1917 ഫെബ്രുവരിവരെ) വിപ്ലവതന്ത്രത്തിന്റെ കാഴ്ചപ്പാടിൽ യാതൊരു മാറ്റവും വന്നില്ല. പക്ഷേ, അടവ് പല തവണ മാറുകയുണ്ടായി. 1903 മുതൽ 1905 വരെ കയറിയടിക്കുകയെന്ന അടവാണ് പാർട്ടി അംഗീകരിച്ചത്. എന്തുകൊണ്ടെന്നാൽ, അന്ന് വിപ്ലവത്തിന്റെ വേലിയേറ്റമായിരുന്നു; പ്രസ്ഥാനം മുന്നോട്ട് കുതിക്കുകയായിരുന്നു; ഈ യാഥാർത്ഥ്യത്തെ ആസ്പദമാക്കിയായിരിക്കണം അന്നത്തെ അടവുകൾ. അങ്ങനെ വിപ്ലവപരമായ സമരമാർഗങ്ങൾ അന്ന് അംഗീകരിക്കപ്പെട്ടു. വിപ്ലവത്തിന്റെ വേലിയേറ്റത്തിന്റെ സാഹചര്യത്തിൽ അതാണാവശ്യമായിരുന്നത്. പ്രാദേശീയ-രാഷ്ട്രീയ പണിമുടക്കങ്ങൾ, രാഷ്ട്രീയപ്രകടനങ്ങൾ, രാജ്യവ്യാപക രാഷ്ട്രീയ പണിമുടക്കങ്ങൾ, തിരഞ്ഞെടുപ്പ് ബഹിഷ്കരണം, സായുധകലാപം, വിപ്ലവപരമായ സമരമുദ്രാവാക്യങ്ങൾ-ഇതൊക്കെയാണ് ഒന്നിനുമീതെ മറ്റൊന്നായി, അക്കാലത്ത് അംഗീകരിക്കപ്പെട്ട സമരമാർഗങ്ങൾ. സമരമാർഗങ്ങളിൽ വന്ന ഈ മാറ്റത്തോടൊപ്പം സംഘടനാരൂപങ്ങളിലും മാറ്റങ്ങൾ വന്നു. ഫാക്ടറികമ്മിറ്റികൾ, വിപ്ലവ-കർഷകകമ്മിറ്റികൾ, പണിമുടക്കുകമ്മിറ്റികൾ, തൊഴിലാളി സോവിയറ്റുകൾ, മിക്കവാറും പരസ്യമായി പ്രവർത്തിക്കുന്ന തൊഴിലാളിവർഗ പാർട്ടി-ഇതെല്ലാമായിരുന്നു അന്നത്തെ സംഘടനാരൂപങ്ങൾ.
>
> 1907-മുതൽ 1912-വരെയുള്ള ഘട്ടത്തിൽ പിൻവാങ്ങലിന്റേതായ അടവുകൾ അംഗീകരിക്കാൻ പാർട്ടി നിർബന്ധിക്കപ്പെട്ടു. എന്തുകൊണ്ടെന്നാൽ, അന്ന് നമുക്ക് നേരിടാനുണ്ടായിരുന്നത് പ്രസ്ഥാനത്തിൽവന്ന ഒരു തിരിച്ചടിയെയാണ്, വിപ്ലവത്തിന്റെ വേലിയിറക്കത്തെയാണ്. ഈ യാഥാർഥ്യം കണക്കിലെടുത്തുകൊണ്ടുള്ള അടവുകളാണ് അന്ന് ആവശ്യമായിരുന്നത്. അങ്ങനെ സമരമാർഗങ്ങൾ, സംഘടനാരൂപങ്ങൾ എന്നിവയിലും മാറ്റം വന്നു. തിരഞ്ഞെടുപ്പുകൾ ബഹിഷ്കരിക്കുന്നതിനുപകരം അവയിൽ നാം പങ്കെടുത്തു. പാർലമെന്റിന് വെളിയിൽ പ്രത്യക്ഷമായ വിപ്ലവസമരത്തിനുപകരം അവയ്ക്കകത്തുള്ള പ്രസംഗങ്ങളും പ്രവർത്തനങ്ങളിലും നാമേർപ്പെട്ടു. പൊതുരാഷ്ട്രീയ പണിമുട

ക്കുകൾക്കുപകരം ഭാഗിക സാമ്പത്തികപണിമുടക്കുകളോ പ്രവർത്തനരാഹിത്യമോ വന്നു. അക്കാലത്ത് പാർട്ടിക്ക് ഒളിവിൽ പ്രവർത്തിക്കേണ്ടിവന്നു. വിപ്ലവസംഘടനകൾക്കുപകരം സാംസ്കാരികവും വിദ്യാഭ്യാസപരവും പരസ്പരസഹായവും മറ്റുമായ നിയമവിധേയ സംഘടനകൾ നിലവിൽവന്നു.

വിപ്ലവത്തിന്റെ രണ്ടും മൂന്നും ഘട്ടങ്ങൾക്കും ഇത് ബാധകമാണ്. വിപ്ലവതന്ത്രം യാതൊരുമാറ്റവും കൂടാതെ നിലനിന്നുവെങ്കിലും അടവുകളിൽ ഡസൻകണക്കിന് മാറ്റങ്ങൾ വന്നു.

തൊഴിലാളിവർഗത്തിന്റെ സമരമാർഗങ്ങളെയും സംഘടനാരൂപങ്ങളെയുമാണ്, അവയിൽ വരുന്ന മാറ്റങ്ങളെയും കൂട്ടിച്ചേർക്കലുകളെയുമാണ് അടവുകൾ കൈകാര്യം ചെയ്യുന്നത്. വിപ്ലവത്തിന്റെ വേലിയേറ്റവും വേലിയിറക്കവും മുന്നേറ്റവും തിരിച്ചടിയും നിമിത്തം ഒരു വിപ്ലവകാലഘട്ടത്തിൽ അടവുകൾ പലതവണ മാറും.

ഇങ്ങനെ അടവുകൾ, തന്ത്രം, സിദ്ധാന്തം എന്നിവ തമ്മിലുള്ള വ്യത്യാസം മനസിലാക്കുകയും അവയെ പൊരുത്തപ്പെടുത്തുകയും ചെയ്യുന്നതിലാണ് വിപ്ലവനേതൃത്വം കിടക്കുന്നത്.

രണ്ട്
ഇന്ത്യൻ വിപ്ലവത്തിന്റെ സമരതന്ത്രം

സോഷ്യലിസത്തിലേക്കുള്ള പരിവർത്തനത്തിന്റെ കാലഘട്ടത്തിലാണ് നാമിന്ന് ജീവിക്കുന്നതെന്ന് സത്യം മറ്റു രാജ്യങ്ങൾക്കെന്നപോലെ ഇന്ത്യക്കും ബാധകമാണ്. ഈ യാഥാർഥ്യം ആദ്യമായംഗീകരിച്ചത് 1920–കളുടെ ആദ്യവർഷങ്ങളിൽ ഇന്ത്യയുടെ ചില ഭാഗങ്ങളിൽ രൂപം പ്രാപിക്കാൻ തുടങ്ങിയ ചെറു കമ്യൂണിസ്റ്റു ഗ്രൂപ്പുകളാണ്.

ഈ ഗ്രൂപ്പുകളുടെ ഉത്ഭവത്തിനുമുമ്പുതന്നെ, 1917–ലെ റഷ്യൻവിപ്ലവം ഇന്ത്യൻ ദേശീയപ്രസ്ഥാനത്തിനകത്ത് പുതിയ ചലനങ്ങളുണ്ടാക്കിയിരുന്നു. ലോകമാന്യതിലകനെപ്പോലുള്ള പല ഇന്ത്യൻ ദേശാഭിമാനികളും റഷ്യൻവിപ്ലവത്തെ ആവേശപൂർവം സ്വാഗതം ചെയ്തു. എന്നാൽ ആദ്യമെല്ലാം ഒരു അന്യരാജ്യത്ത് നടക്കുന്ന വിപ്ലവത്തോടുള്ള അനുഭവവും വിപ്ലവം നടത്തുന്നവരോടുള്ള ബഹുമാനവും മാത്രമായി അത് ഒതുങ്ങിനിന്നു. ക്രമേണ ക്രമേണയാണ് ഇന്ത്യയടക്കം, ലോകത്തിലെല്ലായിടത്തും ഉയർന്നുവരാൻ പോകുന്നതും ഉയർന്നുവരേണ്ടതുമായ ഒരു പുതിയ സാമൂഹ്യവ്യവസ്ഥയുടെ പ്രതീകമാണ് റഷ്യൻവിപ്ലവമെന്ന ധാരണ ഇന്ത്യൻ രാഷ്ട്രീയത്തിൽ കരുപ്പിടിച്ചത്. അതിവേഗത്തിൽ ദേശീയപ്രസ്ഥാനത്തിലാകെ ഇത് വ്യാപിക്കുകയും ചെയ്തു. ഇതാണ് കമ്യൂണിസ്റ്റ് ഗ്രൂപ്പുകൾക്ക് ജന്മം നൽകിയത്.

എന്നാൽ, ലോകവ്യാപിയായ സോഷ്യലിസ്റ്റ് പ്രസ്ഥാനത്തിന്റെ ഭാഗമാണ് ഇന്ത്യയുടെ സ്വാതന്ത്ര്യപ്രസ്ഥാനം എന്നതുപോലെതന്നെ

മറ്റൊരു അടിസ്ഥാനതത്ത്വവും അന്നത്തെ കമ്യൂണിസ്റ്റ്-സോഷ്യലിസ്റ്റ് ചിന്താഗതിയുടെ ഭാഗമായുണ്ടായിരുന്നു. സോഷ്യലിസത്തിലേക്കുള്ള ഇന്ത്യയുടെ പരിവർത്തനം രണ്ടു ഘട്ടങ്ങളിലായി നടക്കണം; ബ്രിട്ടീഷ്മേധാവിത്വത്തിൽനിന്ന് പൂർണമായും മോചനമെന്ന അർഥത്തിൽ ദേശീയ സ്വാതന്ത്ര്യം നേടുക; ഫ്യൂഡൽ-നാടുവാഴി മേധാവിത്വം തകർത്ത് ജനങ്ങളുടേതായ ഭരണകൂടം നിലവിൽവരുത്തി യഥാർഥ ജനാധിപത്യം സ്ഥാപിക്കുക-ഇതും രണ്ടും ഉൾക്കൊള്ളുന്ന ഒന്നാമത്തെ ഘട്ടം; ഇതിന്റെ വിജയകരമായ സമാപ്തിയെ തുടർന്ന് പാവപ്പെട്ട ബഹുജനങ്ങളുടെ അധികാരം സ്ഥാപിച്ച് സോഷ്യലിസ്റ്റ് സമൂഹം കെട്ടിപ്പടുക്കുകയെന്ന രണ്ടാംഘട്ടം.

വിപ്ലവത്തിന്റെ രണ്ടുഘട്ടങ്ങൾ സംബന്ധിച്ച ഈ ധാരണ ഏറ്റവുമധികം വ്യക്തമായ രൂപത്തിൽ ഉണ്ടായിരുന്നത് കമ്യൂണിസ്റ്റുകാർക്കാണ്. ബ്രിട്ടീഷ് ഭരണമേധാവികൾക്കെതിരായ സമരത്തിൽ തൊഴിലാളിവർഗത്തിന്റെ കൂടെ നിൽക്കാൻ തയാറുള്ള ദേശീയബൂർഷ്വാസിയുമായി സഹകരിച്ച് അവർക്കുകൂടി പങ്കുള്ള ഒരു സാമ്രാജ്യവിരുദ്ധമുന്നണി ഉണ്ടാക്കുക; അതേയവസരത്തിൽ ദേശീയബൂർഷ്വാസിയുടേതിൽനിന്ന് തികച്ചും സ്വതന്ത്രമായ, അതിന്റെ വർഗസമീപനത്തെ മൗലികമായെതിർക്കുന്ന, ഒരു തൊഴിലാളിവർഗ വിപ്ലവപാർട്ടി വളർത്തി ശക്തിപ്പെടുത്തുക; പാർട്ടിയുടെ നേതൃത്വത്തിൽ തൊഴിലാളിവർഗത്തിന്റെയും കൃഷിക്കാരുടെയും സമരസംഘടനകൾ കെട്ടിപ്പടുത്ത് സമരപരമായ വർഗൈക്യം വളർത്തുക-ഈ കാഴ്ചപ്പാടോടെ പാർട്ടി പ്രവർത്തിച്ചുപോന്നു. കോൺഗ്രസിനെത്തന്നെ സോഷ്യലിസ്റ്റ് വിപ്ലവത്തിനുള്ള ഒരു ഉപകരണമാക്കി മാറ്റാമെന്ന മറ്റ് സോഷ്യലിസ്റ്റുകാരുടെ വ്യാമോഹം ഇല്ലാതാക്കാൻ കമ്യൂണിസ്റ്റ്പാർട്ടി അതിന്റെ കഴിവുകൾ മുഴുവൻ ഉപയോഗിച്ചു.

ലോകതൊഴിലാളി പ്രസ്ഥാനത്തോടും അതിന്റെ സൃഷ്ടിയായ സോവിയറ്റ്യൂണിയനോടും കൂറ് പുലർത്തുകയെന്ന മൗലികസമീപനമാണ് മറ്റ് സോഷ്യലിസ്റ്റുകാരിൽനിന്ന് കമ്യൂണിസ്റ്റുകാരെ വേർതിരിച്ചു നിർത്തിയ ഒരു പ്രധാനഘടകം. ഇതാകട്ടെ, രണ്ടാം ലോകമഹായുദ്ധകാലത്ത് കമ്യൂണിസ്റ്റുകാരെ ഒരു പരീക്ഷണഘട്ടത്തിലെത്തിക്കുകയും ചെയ്തു. "ശത്രുവിന്റെ ശത്രു മിത്രം" എന്ന ന്യായമനുസരിച്ച് ഫാസിസ്റ്റുകോയ്മകളുമായി സഹകരിച്ച് ബ്രിട്ടീഷ് ഭരണമേധാവികളെ എതിർത്തു തോൽപ്പിക്കുകയെന്ന ബൂർഷ്വാദേശീയതയുടെ ഒഴുക്കിൽപ്പെട്ട് നീന്താൻ മറ്റെല്ലാ സോഷ്യലിസ്റ്റുകാരും തയാറായി. കമ്യൂണിസ്റ്റുപാർട്ടിയാകട്ടെ, ലോകതൊഴിലാളിവർഗത്തിന്റെ ബദ്ധശത്രുവായ ഫാസിസവുമായി യാതൊരു വിട്ടുവീഴ്ചക്കും തയാറായില്ലായിരുന്നു. ലോകതൊഴിലാളി പ്രസ്ഥാനത്തിന്റെ നെടുംകോട്ടയായ സോവിയറ്റ് യൂണിയനെ ഫാസിസ്റ്റാക്രമണത്തിൽനിന്ന് രക്ഷിക്കുന്നതിൽ ഇന്ത്യൻദേശീയപ്രസ്ഥാനത്തിനും അതിന്റേതായ പങ്ക് നിറവേറ്റാൻ ഉണ്ടെന്ന നിലപാടാണ് പാർട്ടി അംഗീകരിച്ചത്.

ഇത് താൽക്കാലികമായി ഇന്ത്യൻ കമ്യൂണിസ്റ്റുകാരെ ദേശീയ പ്രസ്ഥാനത്തിനകത്ത് 'ഒറ്റപ്പെടുത്തി'. സാമ്രാജ്യത്വവിരോധികളായ ലക്ഷോപലക്ഷം ജനങ്ങൾ കമ്യൂണിസ്റ്റുകാരുടെ സാമ്രാജ്യത്വവിരോധത്തെയും ആത്മാർഥതയെയും ചോദ്യം ചെയ്തു. പക്ഷേ, ബൂർഷ്വാദേശീയതയുടെതായ ഒഴുക്കിനെതിരായി നീന്തി തൊഴിലാളിവർഗത്തിന്റേതായ സാർവദേശീയതയുടെ സമീപനം അംഗീകരിക്കാൻ കഴിവുള്ള ഒരു പാർട്ടിയാണ് തങ്ങളുടേതെന്ന് കമ്യൂണിസ്റ്റുകാർ തെളിയിച്ചു.

ഇതിൽപിന്നീട് പല ഘട്ടങ്ങളിലും മറ്റു ദേശീയവാദികളുടെയും സോഷ്യലിസ്റ്റുകാരുടെയും ഇടയിൽ ഇതേപോലെ കമ്യൂണിസ്റ്റുകാർക്ക് 'ഒറ്റപ്പെടേ'ണ്ടിവന്നിട്ടുണ്ട് (ഉദാഹരണത്തിന്, 1956–ൽ ഹംഗറിയിലും 1968–ൽ ചെക്കോസ്ലാവാക്യയിലും പ്രതിവിപ്ലവത്തെ തകർത്ത് സോഷ്യലിസ്റ്റ് വ്യവസ്ഥയെ രക്ഷിക്കാൻ സോവിയറ്റ് പട്ടാളം ഇടപെട്ടതും 1959–നെ തുടർന്ന് ഇന്ത്യ–ചൈന ബന്ധം സംഘർഷാത്മകമായിത്തീർന്ന്, 1962–ൽ സൈനികമായ ഏറ്റുമുട്ടൽ നടന്നതുമായ സംഭവങ്ങൾ). ഈ ഓരോ ഘട്ടത്തിലും ഈ "ഒറ്റപ്പെടൽ" നിമിത്തം താൽക്കാലികമായി ചില നഷ്ടങ്ങളെല്ലാം പാർട്ടിക്ക് സംഭവിച്ചിട്ടുമുണ്ട്. എന്നാൽ "ഒറ്റപ്പെടലി"ന്റേതായ ഈ സ്ഥിതിവിശേഷം ധീരതയോടെ നേരിടാൻ പാർട്ടി മടിച്ചില്ല. ഇതാണ് ലോകസോഷ്യലിസ്റ്റ് പ്രസ്ഥാനത്തിന്റെ അഭേദ്യഭാഗമെന്നനിലയ്ക്ക് ഇന്ത്യൻ തൊഴിലാളിവർഗത്തിൽ മറ്റൊരു പാർട്ടിക്കുമില്ലാത്ത ഒരു സ്ഥാനം പാർട്ടിക്കു നൽകിയത്.

ഇന്ത്യൻ കമ്യൂണിസ്റ്റ് പ്രസ്ഥാനത്തിൽ വിലപിടിച്ച ഒരു സ്വത്താണിത്. ഇതിനെതിരായാണ് കമ്യൂണിസ്റ്റ് പ്രസ്ഥാനത്തിനകത്ത് കടന്നുകൂടിയ റിവിഷനിസ്റ്റ് ചിന്താഗതി അതിന്റെ രൂക്ഷമായ ആക്രമണം അഴിച്ചുവിട്ടത്. തൊഴിലാളിവർഗ സാർവദേശീയത്വത്തിന്റെ കൊടിതാഴ്ത്തി ബൂർഷ്വാ ദേശീയത ഉയർത്തിക്കൊണ്ടാണ് റിവിഷനിസം രംഗപ്രവേശം ചെയ്തത്. ചൈനാ വിരുദ്ധ നിലപാട് അംഗീകരിക്കുക മാത്രമല്ല ഇന്ത്യ–ചൈന സൗഹൃദത്തിനുവേണ്ടി വാദിക്കുന്നവരെ മുഴുവൻ "ചൈനാ ഏജന്റു"മാരായി മുദ്രകുത്തുന്നതിൽ മറ്റ് ഏത് ബൂർഷ്വാദേശീയവാദിയെയും കവച്ചുവെക്കുന്ന ഒരു സ്ഥിതിയിലേക്ക് അവർ അധഃപതിക്കുക കൂടി ചെയ്തു.

ഈ ബൂർഷ്വാദേശീയസമീപനത്തെ ന്യായീകരിക്കാൻ റിവിഷനിസ്റ്റുകാർ പറഞ്ഞ ന്യായം, തങ്ങൾക്ക് സോവിയറ്റ് യൂണിയനോടാണ് കൂറുള്ളതെന്നായിരുന്നു. എന്നാൽ 1956–ൽ ഹംഗറിയിലും 1968–ൽ ചെക്കോസ്ലാവാക്യയിലും പ്രതിവിപ്ലവത്തിനെതിരായി സോവിയറ്റ് പട്ടാളത്തിന് ഇടപെടേണ്ടിവന്നപ്പോൾ റിവിഷനിസം അതിന്റെ തനിനിറത്തിൽ പുറത്തുവന്നു. സോവിയറ്റ് യൂണിയനോടോ മറ്റേതെങ്കിലും സോഷ്യലിസ്റ്റ് രാഷ്ട്രത്തോടോ അല്ല, ബൂർഷ്വാദേശീയതയോടാണ് തങ്ങൾക്കു കൂറുള്ളതെന്ന് ഈ രണ്ടവസരത്തിലും റിവിഷനിസ്റ്റുകാർ തെളിയിച്ചു.

കമ്യൂണിസ്റ്റ് (മാർക്സിസ്റ്റ്) പാർട്ടിയാകട്ടെ, ലോക സോഷ്യലിസ്റ്റ് പ്രസ്ഥാനത്തോടും സോഷ്യലിസ്റ്റ് കോയ്മകളോടും തൊഴിലാളിവർഗ സാർവദേശീയത്വത്തിന്റേതായ സമീപനമാണ് അംഗീകരിക്കുന്നത്. സോവിയറ്റ് രാജ്യത്തിലും നിലനിൽക്കുന്ന തൊഴിലാളിവർഗഭരണകൂടത്തെ വർഗശത്രുവിന്റെ ആക്രമണത്തിൽനിന്ന് രക്ഷിക്കുന്നത് മറ്റു രാജ്യങ്ങളിലെന്നപോലെ ഇന്ത്യയിലെയും തൊഴിലാളിവർഗത്തിന്റെയും കടമയാണെന്ന് പാർട്ടി കരുതുന്നു.

ഈ രാജ്യങ്ങളിൽ പലതിന്റെയും നേതാക്കന്മാർ തുടർന്നുപോരുന്ന നയങ്ങളിൽ പലതും തെറ്റാണെന്ന് പാർട്ടി കരുതുന്നു. അത്തരം കാര്യങ്ങളിൽ സ്വന്തം അഭിപ്രായം മറച്ചുവെക്കാതെ അതത് പാർട്ടികളോട് സ്വകാര്യമായി (വേണ്ടിവന്നാൽ പരസ്യമായിത്തന്നെയും) പറയുന്നത് പാർട്ടിയുടെ കടമയായും പാർട്ടി കണക്കാക്കുന്നു. ഈ നിലപാട് അംഗീകരിക്കുന്നതിനാൽ സോവിയറ്റ് യൂണിയനിലേതടക്കം പല സോഷ്യലിസ്റ്റ് രാജ്യങ്ങളിലേയും പാർട്ടികൾ കമ്യൂണിസ്റ്റ് (മാർക്സിസ്റ്റ്) പാർട്ടിയുമായി ബന്ധം വെക്കാൻ തയ്യാറില്ല. അതുകൊണ്ട് പാർട്ടിക്കുള്ള അഭിപ്രായം പരസ്യമായിത്തന്നെ പറയേണ്ടിവരുന്നു.

എന്നാൽ, ലോകതൊഴിലാളി പ്രസ്ഥാനത്തിനകത്ത് നടക്കുന്ന ആശയവിനിമയത്തിന്റെ ഫലമായി ഇന്നല്ലെങ്കിൽ നാളെ തിരുത്തപ്പെടാവുന്ന തെറ്റുകൾ മാത്രമാണിവയെന്നാണ് പാർട്ടി കരുതുന്നത്. പോരെങ്കിൽ എന്തു മാർഗമവലംബിച്ചും ഈ രാജ്യങ്ങളിലെ സോഷ്യലിസ്റ്റ് വ്യവസ്ഥയെ തകർത്ത് മുതലാളിത്തം പുനഃസ്ഥാപിക്കാൻ സാമ്രാജ്യകോയ്മകൾ ഒരുങ്ങിയിരിക്കുന്നുണ്ട്. അവരുടെ ഈ ശ്രമം ഏതെങ്കിലും ഒരു രാജ്യത്ത് വിജയിക്കുകയാണെങ്കിൽപ്പോലും ഇന്ത്യയുടേതടക്കം ലോകത്തിലെ തൊഴിലാളിവർഗ പ്രസ്ഥാനത്തിനാകെ അതൊരു ഭയങ്കര തിരിച്ചടിയായിരിക്കും.

അതുകൊണ്ട്, 1942–44 ലും 1959–62 വും 1965–66 ലും മറ്റും നടന്നതുപോലെ താൽക്കാലികമായി ബൂർഷ്വാദേശീയപ്രസ്ഥാനത്തിൽ 'ഒറ്റപ്പെടേ'ണ്ടിവന്നാലും, തൊഴിലാളിവർഗ സാർവദേശീയതയുടെ സമീപനമംഗീകരിക്കുവാൻ നമുക്ക് ബാധ്യതയുണ്ട്. അതേയവസരത്തിൽ, തൊഴിലാളിവർഗ സാർവദേശീയതയിലും അധ്വാനിക്കുന്ന ബഹുജനങ്ങളുടേതായ ജനാധിപത്യത്തിലും അടിയുറച്ചുനിൽക്കുന്ന പക്ഷം, ഏതൊരു "ഒറ്റപ്പെട'ലിനെയും നേരിട്ട് ധീരതയോടെ മുന്നോട്ടുപോകാൻ നമുക്ക് കഴിയുകയും ചെയ്യും. ഇതാണ് 1945–നു ശേഷം അവിഭക്ത കമ്യൂണിസ്റ്റ് പാർട്ടിക്കും 1965–നു ശേഷം കമ്യൂണിസ്റ്റ് (മാർക്സിസ്റ്റ്) പാർട്ടിക്കും ഉണ്ടാക്കാൻ കഴിഞ്ഞ നേട്ടങ്ങൾ സൂചിപ്പിക്കുന്നത്.

കഴിഞ്ഞ ഒരു ദശാബ്ദത്തോളം കാലമായി റിവിഷനിസ്റ്റുകാരുടെ സഹായത്തോടെ ഇന്ത്യയിലെ പിന്തിരിപ്പൻ ഭരണാധികാരിവർഗങ്ങൾ നടത്തിയ ചൈനാവിരുദ്ധ പ്രചാരവേലയുടെ പരിണാമം ഇവിടെ പ്രത്യേകിച്ചും ശ്രദ്ധേയമാണ്.

സോഷ്യലിസ്റ്റ് ചേരിയിൽവന്ന വിടവ് ഉപയോഗിച്ച് ചൈനയെ ഒറ്റപ്പെടുത്താമെന്നും അതിന് സോവിയറ്റ് യൂണിയനെ ഒരു കരുവാക്കാമെന്നുമാണ് ലോകസാമ്രാജ്യമേധാവികൾ കരുതിയത്. അതിന് ഒരതിരുവരെ സോവിയറ്റ് നേതൃത്വവും അരുനിന്നു. ഇന്ത്യൻ റിവിഷനിസ്റ്റുകാർ ഇളക്കിവിട്ട ചൈനാവിരുദ്ധ പ്രചാരവേലക്ക് സോവിയറ്റ് യൂണിയനും നിർലോഭമായ പിന്തുണ നൽകി. ചൈനയെ മുഖ്യശത്രുവായി കണക്കാക്കുകയും അതിനെതിരായ 'ദേശീയസമര'ത്തിൽ വിജയം നേടുന്നതിന് അമേരിക്കയുടെ ആയുധസഹായം തേടുകയും ചെയ്ത ഇന്ത്യൻ ഭരണാധികാരവർഗത്തിന്റെ 'പുരോഗമന'സ്വാഭാവമംഗീകരിക്കാത്ത ഇന്ത്യൻ കമ്യൂണിസ്റ്റ് (മാർക്സിസ്റ്റ്) പാർട്ടി 'സെക്ടേറിയ'നാണെന്നാണ് സോവിയറ്റ് നേതാക്കൻമാർ കരുതുന്നത്! ഇതിനുമുമ്പ് ചൂണ്ടിക്കാണിച്ചതുപോലെ 1965–ലും 1968–ലും സോവിയറ്റ് വിരോധപരവും പ്രതിവിപ്ലവത്തെ സഹായിക്കുന്നതുമായ നിലപാടെടുത്തും മറ്റെല്ലാതരത്തിലും ബൂർഷ്വാദേശീയതയുടെ കൊടി ഉയർത്തിപ്പിടിക്കുന്ന ഇന്ത്യൻ റിവിഷനിസ്റ്റുകാർ 'മാർക്സിസ്റ്റ് –ലെനിനിസ്റ്റ്'കാരുമാണ്!!

അവസാനമിതാ, ചൈനക്കെതിരായി ഉപയോഗിക്കാമെന്ന് കരുതപ്പെട്ട അമേരിക്കതന്നെ, ചൈനയുമായി യോജിപ്പുണ്ടാക്കാൻ ശ്രമിക്കുകയാണ്; 'ചൈനയും അമേരിക്കയും ചേർന്ന് സോവിയറ്റ് യൂണിയനെ ഒറ്റപ്പെടുത്തുവാൻ ശ്രമിക്കുന്നു'വെന്ന് സോവിയറ്റ് നേതാക്കൻമാർ പരാതിപ്പെടുകയാണ്; ഇന്ത്യൻ റിവിഷനിസ്റ്റുകാരും അതേറ്റുപാടുകയാണ്.

ഇതേവരെ സ്ഥിതി മറിച്ചായിരുന്നു. 'സമാധാനപരമായ സഹവർത്തിത്വ'ത്തിന്റെ പേരിൽ അമേരിക്കൻ പ്രസിഡന്റുമായി കൂടിയാലോചിച്ചിട്ട് സാർവദേശീയപ്രശ്നങ്ങൾക്ക് പരിഹാരം കാണുകയെന്ന കാഴ്ചപ്പാടോടെ ക്രൂഷ്ചേവ് പ്രവർത്തിക്കാൻ തുടങ്ങിയതുമുതൽ സോവിയറ്റ്–അമേരിക്കൻ കൂട്ടുകെട്ടിനെ നിശിതമായി വിമർശിക്കുകയായിരുന്നു ചൈന. ഇപ്പോഴോ? ചൈനയും സോവിയറ്റ് യൂണിയനെപ്പോലെതന്നെ അമേരിക്കയുമായി സൗഹൃദത്തിലേർപ്പെടാൻ ശ്രമിക്കുകയാണ്. മുമ്പ് സോവിയറ്റ് യൂണിയനെതിരായി ചൈന നടത്തിയ ആക്ഷേപങ്ങളെല്ലാം ചൈനക്കെതിരായി ഇന്ത്യൻ റിവിഷനിസ്റ്റുകാരും അവരുടെ സോവിയറ്റ് സുഹൃത്തുക്കളും ചൊരിഞ്ഞുകൊണ്ടിരിക്കുകയാണ്.

കമ്യൂണിസ്റ്റ് (മാർക്സിസ്റ്റ്) പാർട്ടിയാകട്ടെ, ചൈനയുടെ സോവിയറ്റ് വിരോധത്തെയെന്നപോലെതന്നെ സോവിയറ്റ് യൂണിയന്റെ ചൈനാവിരോധത്തെയും എതിർക്കുന്നു. സോവിയറ്റ് യൂണിയനായാലും ചൈനയായാലും, ഗവൺമെന്റ് നിലവാരത്തിൽ മുതലാളിത്തരാജ്യങ്ങളുമായി സൗഹൃദത്തിലേർപ്പെടുന്നത് ശരിയാണെന്നാണ് പാർട്ടിയുടെ അഭിപ്രായം. അതുകൊണ്ട് മുമ്പ് സോവിയറ്റ് യൂണിയൻ അമേരിക്കയുമായി സൗഹൃദബന്ധത്തിലേർപ്പെട്ടതിനെയോ, ഇപ്പോൾ ചൈന സൗഹൃദബന്ധത്തിലേർപ്പെടുന്നതിനെയോ പാർട്ടി എതിർക്കുന്നില്ല.

നേരെമറിച്ച്, 'കമ്യൂണിസത്തെ തടഞ്ഞുനിർത്തുക'യെന്ന സാമ്രാജ്യത്വതന്ത്രത്തിനു കിട്ടിയ കനത്ത പരാജയത്തിന്റെ രണ്ട് ഘട്ടങ്ങളാണ് ആദ്യം സോവിയറ്റ് യൂണിയനായും പിന്നീട് ചൈനയായും സൗഹൃദത്തിലേർപ്പെടാൻ അമേരിക്കയെ നിർബന്ധിച്ച സംഭവവികാസങ്ങളെന്ന് പാർട്ടി കരുതുന്നു. അതേയവസരത്തിൽ, 'സമാധാനപരമായ സഹവർത്തിത്വ'ത്തിന്റെ പേരിൽ, ബൂർഷ്വാഗവൺമെന്റുകളുടെ ജനവിരുദ്ധ നടപടികൾക്ക് പ്രത്യക്ഷമോ പരോക്ഷമോ ആയ സഹായം നൽകാൻ ഏതെങ്കിലും സോഷ്യലിസ്റ്റ് രാജ്യം ശ്രമിക്കുന്നതിനോട് യോജിക്കാൻ പാർട്ടിക്ക് സാധ്യമല്ല.

ഉദാഹരണത്തിന്, 'ദേശീയജനാധിപത്യ'മെന്ന ഓമനപ്പേരിട്ട് വിളിക്കപ്പെടുന്ന പല ഏഷ്യനാഫ്രിക്കൻ രാജ്യങ്ങളിലെയും ബൂർഷ്വാ ഗവൺമെന്റുകളുടെ ജനാധിപത്യധ്വംസനത്തിനെതിരായി ഫലപ്രദമായി എന്തെങ്കിലും ചെയ്യാൻ സോവിയറ്റ് നേതൃത്വം തയാറില്ല. ആ ഗവൺമെന്റുകൾക്ക് ആയുധസഹായം നൽകാൻ പോലും അവർ മടിക്കുന്നില്ല. മറുവശത്ത്, 'ദേശീയവിപ്ലവപ്രസ്ഥാനങ്ങൾക്ക് സർവവിധ പിന്തുണയും നൽകുന്നു'വെന്ന് അവകാശപ്പെടുന്ന ചൈന ബംഗ്ലാദേശിലെയും മറ്റു സംസ്ഥാനങ്ങളിലെയും ജനാധിപത്യപ്രസ്ഥാനത്തെ അടിച്ചമർത്താൻ ശ്രമിക്കുന്ന യാഹ്യാഖാന് പിന്തുണനൽകുകയാണ്. ലോക തൊഴിലാളിവർഗ വിപ്ലവത്തിന്റെ നെടുംകോട്ടകളായിനിന്ന് ലോകവ്യാപകമായി നടക്കുന്ന വർഗസമരത്തിലെ മുന്നണിവിഭാഗങ്ങളായി പോരാടുകയാണ് സോഷ്യലിസ്റ്റ് രാജ്യങ്ങളുടെ കടമയെന്ന മാർക്സിസ്റ്റ്-ലെനിനിസ്റ്റ് സിദ്ധാന്തത്തിന്റെ നഗ്നമായ നിഷേധമാണിത് രണ്ടുമെന്നാണ് പാർട്ടി കരുതുന്നത്.

യാഹ്യാപട്ടാളമേധാവിത്വത്തിന് ചൈന ഇതേവരെ നൽകിയ സഹായത്തിന്റെ പശ്ചാത്തലത്തിൽ പരിശോധിക്കുമ്പോൾ ചൈനയുടെ പുതിയ അമേരിക്കൻ സൗഹൃദശ്രമം പല ആശങ്കകൾക്കും വഴിവെക്കുന്നു. മുമ്പ് അമേരിക്കയുമായി സൗഹൃദം ഉണ്ടാക്കിയ ക്രൂഷ്ചേവിന്റെ മാർഗത്തിലൂടെ ചൈനയും സഞ്ചരിക്കുമോ എന്ന് സംശയം തോന്നുന്ന ഒരു സ്ഥിതിവിശേഷം ഉളവാക്കാൻ തുടങ്ങിയിട്ടുണ്ടെന്നർഥം. സോവിയറ്റ് യൂണിയനാകട്ടെ, ക്രൂഷ്ചേവിന്റെ മാർഗത്തിൽനിന്ന് വ്യതിചലിച്ചിട്ടില്ലതാനും.

അതുകൊണ്ട്, റിവിഷനിസ്റ്റുകാരോ 'തീവ്രവാദി'കളെന്നു വിളിക്കപ്പെടുന്നവരോ ചെയ്യുന്നതുപോലെ, ഏതെങ്കിലും ഒരു സോഷ്യലിസ്റ്റ് രാജ്യത്തിലെ നേതൃത്വത്തെ കണ്ണുംപൂട്ടി പിന്താങ്ങാൻ സോഷ്യലിസ്റ്റ് പ്രസ്ഥാനത്തോട് കൂറുള്ള ഒരാൾക്കും സാധ്യമാവുകയില്ല. അവരുടെയെല്ലാം പ്രവൃത്തികളെ വിമർശനാത്മകമായി പരിശോധിച്ച്, തെറ്റുള്ളിടത്ത് സ്വാഭിപ്രായം പറയാൻ നാമാരും മടിക്കരുത്. അതേയവസരത്തിൽ, സോഷ്യലിസ്റ്റ് രാജ്യങ്ങളുടെ നേതാക്കൻമാർ ചെയ്യുന്ന പലതും തെറ്റാണെന്ന കാരണത്താൽ ആ രാജ്യങ്ങളെ കരിതേച്ചുകാണിക്കാ

നുള്ള ഒരു ശ്രമത്തിനും നാം കൂട്ടുനിൽക്കയുമരുത്. സോഷ്യലിസ്റ്റ് രാജ്യങ്ങളിലുള്ള ജനങ്ങളുടെ സ്വന്തം അനുഭവവും അന്യരാജ്യങ്ങളിലെ സഹോദരപാർട്ടികളിലെ വിമർശനങ്ങളും ചേർന്ന് തെറ്റ് തിരുത്തപ്പെടുമെന്ന പൂർണ വിശ്വാസത്തോടെ അതിന്റേതായ സാർവദേശീയ വിമർശന-സ്വയം വിമർശനങ്ങളിൽ സജീവമായി പങ്കെടുത്തുകൊണ്ട് സോഷ്യലിസ്റ്റ്ചേരിയെ സാമ്രാജ്യാധിപത്യത്തിന്റെ ആക്രമണത്തിൽനിന്ന് രക്ഷിക്കുകയാണ് തൊഴിലാളിവർഗത്തിന്റെ സാർവദേശീയത്വത്തിൽ വിശ്വസിക്കുന്ന ഏതൊരാളുടെയും കടമ.

ഈ വസ്തുത വ്യക്തമാക്കുന്ന ഒരു സംഭവമാണ് അമേരിക്കൻ പ്രസിഡന്റ് നിക്സൻ ചൈന സന്ദർശിക്കാൻ ചെയ്ത തീരുമാനം. ലോക കമ്യൂണിസ്റ്റ് പ്രസ്ഥാനത്തിൽ ഭിന്നിപ്പ് പൊട്ടിപ്പുറപ്പെട്ട കാലം മുതൽ ഇന്ത്യൻ കമ്യൂണിസ്റ്റ് പ്രസ്ഥാനത്തിലെ മാർക്സിസ്റ്റുകാരെടുത്ത നിലപാട് നൂറ് ശതമാനവും ശരിയാണെന്ന് ഈ സംഭവം തെളിയിക്കുന്നു. നേരെമറിച്ച്, സോവിയറ്റ് യൂണിയനും ഇന്ത്യയിലെ റിവിഷനിസ്റ്റുകാരടക്കമുള്ള ബൂർഷ്വാദേശീയവാദികളും തുടർന്നുപോന്ന 'ചൈനയെ ഒറ്റപ്പെടുത്തൽ' നയം തികച്ചും പാപ്പരാണെന്നും തെളിഞ്ഞിരിക്കുന്നു. അമേരിക്കൻ സാമ്രാജ്യാധിപത്യത്തിന് നേരിട്ട കനത്ത പ്രഹരം പൂർണമാക്കാൻ യോജിച്ചുനിന്ന് പോരാടുമോ, അതോ ഇവിടത്തെ ചേരിപ്പോര് തുടർന്ന് സാമ്രാജ്യമേധാവികളെ സഹായിക്കുമോ-ഇതാണ് സോവിയറ്റ്-ചൈന നേതാക്കൻമാരുടെയും ഇന്ത്യൻ റിവിഷനിസ്റ്റുകാരുടെയും മുമ്പിലുള്ള പ്രശ്നം.

അതായത്, മുതലാളിത്തത്തിൽനിന്ന് സോഷ്യലിസത്തിലേക്കുള്ള ലോകവ്യാപിയായ പരിവർത്തനപ്രക്രിയയുടെ അഭേദ്യഭാഗമാണ് ഇന്ത്യൻ വിപ്ലവം. എന്നാൽ മുതലാളിത്തത്തിൽനിന്ന് സോഷ്യലിസത്തിലേക്കുള്ള പരിവർത്തനത്തിന് ഇന്ത്യ പക്വമായി എന്ന് ഇതിനർഥമില്ല. സോഷ്യലിസത്തിലേക്കുള്ള പരിവർത്തനം നടക്കുന്നതിനുമുമ്പ്, അതിന്റെ മുഖ്യോപാധിയെന്ന നിലക്ക് ഇന്ത്യയിൽ നടത്തേണ്ട ഒരു വിപ്ലവമുണ്ട്. അതിന് മാർക്സിസം-ലെനിനിസം നൽകിയിട്ടുള്ള പേര് *ജനകീയ ജനാധിപത്യവിപ്ലവം* എന്നാണ്.

18 ഉം 19-ഉം നൂറ്റാണ്ടുകളിൽ യൂറോപ്പിലും അമേരിക്കയിലും നിരവധി വിപ്ലവങ്ങൾ നടക്കുകയുണ്ടായി. അന്നവിടെ നിലനിന്നിരുന്ന ഫ്യൂഡൽവ്യവസ്ഥയുടെ അടി തകർത്ത് പുതിയൊരു (മുതലാളിത്ത) വ്യവസ്ഥ നിലവിൽവരുത്തലായിരുന്നു ആ വിപ്ലവങ്ങളുടെ ലക്ഷ്യം. അതിന്റെ ഫലമാകട്ടെ, അധികാര ഭ്രഷ്ടരാക്കി ന്യൂനപക്ഷം വരുന്ന മറ്റൊരു ചൂഷകവർഗത്തെ (ബൂർഷ്വാസിയെ) അധികാരത്തിലേറ്റുകയായിരുന്നു. അതുകൊണ്ട് ആ വിപ്ലവങ്ങളെ 'ബൂർഷ്വാ ജനാധിപത്യവിപ്ലവ'ങ്ങളെന്നു വിളിക്കുന്നു.

19-ാം നൂറ്റാണ്ടിൽത്തന്നെ, ബൂർഷ്വാസിയെ അധികാരസ്ഥാനത്തുനിന്ന് മാറ്റി തൊഴിലാളിവർഗത്തെ അധികാരത്തിലേറ്റുകയെന്ന ലക്ഷ്യ

ത്തോടെ ഒരു വിപ്ലവം ഫ്രാൻസിൽ നടക്കുകയുണ്ടായി. 1871–ലെ പാരീസ് കമ്യൂൺ എന്നറിയപ്പെടുന്ന ആ വിപ്ലവം പരാജയപ്പെട്ടു. 1905–ൽ റഷ്യയിലും അതാവർത്തിച്ചു, പക്ഷേ, 1917–ൽ റഷ്യയിൽ അതു വിജയിച്ചു. 1918–ൽ ജർമനിയിലും ഹംഗറിയിലും മറ്റും ഇതേപോലെ വിപ്ലവങ്ങൾ നടന്നു. പക്ഷേ, അവയെല്ലാം പരാജയപ്പെടുകയാണുണ്ടായത്. ഇതിന്റെയെല്ലാം ഉള്ളടക്കം മുതലാളിത്തത്തിൽനിന്ന് സോഷ്യലിസത്തിലേക്കുള്ള പരിവർത്തനമാകയാൽ ഇവയെ 'സോഷ്യലിസ്റ്റ് വിപ്ലവ'ങ്ങളെന്നു വിളിക്കുന്നു.

ഈ രണ്ടിനത്തിലും പെട്ടതല്ല ഇന്ത്യയുടെ വിപ്ലവം. എന്തുകൊണ്ടെന്നാൽ,

> ഇന്ത്യയിലെ മുതലാളിത്തവികസനം പടിഞ്ഞാറൻ യൂറോപ്പിലും മറ്റു വികസിത മുതലാളിത്ത രാജ്യങ്ങളിലും ഉണ്ടായ തരത്തിലുള്ള ഒന്നല്ല. ഇന്ത്യൻ സമൂഹം മുതലാളിത്തമാർഗത്തിലൂടെയാണ് വളരുന്നതെങ്കിലും അതിൽ ഇപ്പോഴും പ്രാങ്മുതലാളിത്ത സമൂഹത്തിന്റെ പ്രബലമായ ഘടകങ്ങൾ അടങ്ങിയിട്ടുണ്ട്. വികസിത മുതലാളിത്ത രാജ്യങ്ങളിൽ ഉയർന്നുവരുന്ന ബൂർഷ്വാസി പ്രാങ്മുതലാളിത്ത സമൂഹത്തെ നശിപ്പിച്ചശേഷം അതിന്റെ ചാരത്തിൽനിന്നാണ് മുതലാളിത്തം വളർന്നുവന്നത്. ഇതിൽനിന്ന് വ്യത്യസ്തമായി ഇന്ത്യയിൽ പ്രാങ്മുതലാളിത്ത സമൂഹത്തിൻമേൽ മുതലാളിത്തം കെട്ടിയേൽപ്പിക്കപ്പെടുകയാണുണ്ടായത്. പ്രാങ്മുതലാളിത്ത സമൂഹത്തിൻമേൽ തകർപ്പൻ പ്രഹരം ഏൽപ്പിക്കേണ്ടത് മുതലാളിത്തസമൂഹത്തിന്റെ സ്വതന്ത്രമായ വളർച്ചക്കും, തുടർന്ന് അതിന്റെ സ്ഥാനത്ത് സോഷ്യലിസ്റ്റ് സമൂഹം സ്ഥാപിക്കുന്നതിനും ആവശ്യമാണ്. എന്നാൽ, ഒരു നൂറ്റാണ്ടിലേറെ കാലം ഭരണം നടത്തിയ ബ്രിട്ടീഷ് കോളനിമേധാവികളോ 1947–ൽ അധികാരമേറ്റ ഇന്ത്യൻ ബൂർഷ്വാസിയോ പ്രാങ്മുതലാളിത്ത സമൂഹത്തിന്മേൽ ഇത്തരമൊരു പ്രഹരമേൽപ്പിക്കുകയുണ്ടായില്ല. അതുകൊണ്ട് ഇന്നത്തെ ഇന്ത്യൻ സമൂഹം കുത്തകമുതലാളിത്താധിപത്യത്തോടൊപ്പം ജാതീയ–സമുദായിക–ഗോത്ര–വർഗസ്ഥാപനങ്ങളും ചേർന്നു കൊണ്ടുള്ള ഒരു പ്രത്യേകതരം സംയോജനമാണ്. പ്രാങ്മുതലാളിത്ത സമൂഹത്തെ നശിപ്പിക്കുന്നതിൽ താൽപ്പര്യമുള്ള എല്ലാ പുരോഗമനശക്തികളെയും ഏകോപിപ്പിക്കുകയും അങ്ങനെ ജനാധിപത്യവിപ്ലവം എത്രയും വേഗം പൂർത്തിയാക്കുകയും സോഷ്യലിസത്തിലേക്കുള്ള പരിവർത്തനത്തിനു കളമൊരുക്കുകയും ചെയ്യുകയെന്നത് സുഖകരമാക്കിത്തീർക്കുന്നതിന്, അതിനകത്തെ വിപ്ലവശക്തികളെ സംയോജിപ്പിച്ച് ദൃഢീകരിക്കുകയും ചെയ്യുകയെന്നത് തൊഴിലാളിവർഗത്തിന്റെയും തൊഴിലാളിവർഗപാർട്ടിയുടെയും ചുമതലയായിത്തീർന്നിരിക്കുന്നു.

അതായത്, സോഷ്യലിസത്തിലേക്കുള്ള പരിവർത്തനത്തിനുമുമ്പ് അവശ്യം നിറവേറ്റണ്ട ചില കടമകളുണ്ട്: നൂറ്റാണ്ടുകളോളമായി നില നിന്നുവരുന്ന ജാതി-മത-ഗോത്ര-വർഗാദിവ്യവസ്ഥയുടെ അവശിഷ്ട ങ്ങൾ നിമിത്തം വളർച്ചമുട്ടിനിൽക്കുന്ന ബഹുജനങ്ങളെ അവയുടേതാ യ ആശയങ്ങളുടെയും ആചാരങ്ങളുടെയും ചങ്ങലക്കെട്ടിൽനിന്ന് വിമു ക്തരാക്കണം; ഈ പിന്തിരിപ്പൻ സാമൂഹ്യ കൂട്ടുകെട്ടുകളുടെ അടിത്തറ മേൽ ഉയർന്നുവന്നിട്ടുള്ള ജൻമിവ്യവസ്ഥയുടെ അവശിഷ്ടങ്ങൾ, അതി വേഗം വളർന്നുകൊണ്ടിരിക്കുന്ന മുതലാളിത്ത കർഷകപ്രഭുത്വം എന്നി വക്കെല്ലാമെതിരായി പോരാടുന്ന കർഷകജനസാമാന്യത്തിന്റെ വിപ്ലവ വീര്യം കെട്ടഴിച്ചുവിടണം; കർഷകജനസാമാന്യത്തിന്റെ ഈ വിപ്ലവസമ രങ്ങളെ ഇടത്തരം ജീവനക്കാരടക്കമുള്ള തൊഴിലാളിവർഗത്തിന്റെ സമ രങ്ങളുമായി കൂട്ടിയിണക്കണം; ഇതിന്റെ ഫലമായി ഉയർന്നുവരുന്ന തൊഴിലാളി-കർഷക സമരസഖ്യമെന്ന മൂർച്ചയേറിയ ആയുധം ഉപ യോഗിച്ച് നിലവിലുള്ള ബൂർഷ്വാ-ഫ്യൂഡൽ ഭരണകൂടത്തെയും അതിന്റെ സംരക്ഷണത്തിൽ വളർന്നുകൊണ്ടിരിക്കുന്ന വിദേശീയ-നാടൻ കുത്തക കൂട്ടുകെട്ടിനെയും തകർക്കണം.

ഇങ്ങനെ സാമ്രാജ്യാധിപത്യത്തിനും, ഫ്യൂഡൽ മേധാവിത്വ ത്തിനും ഈ രണ്ട് പിന്തിരിപ്പൻ ശക്തികളുമായി കൂട്ടുകൂടുന്ന നാടൻ കുത്തകക്കാർക്കുമെതിരായി തൊഴിലാളിവർഗം, കർഷകത്തൊഴിലാളി കളടക്കമുള്ള കർഷകജനസാമാന്യം, ചെറുകിടസ്വത്തുകാരായ ഇടത്ത രക്കാർ, വിദേശീയ-നാടൻകുത്തകകളുടെയും ഫ്യൂഡൽമേധാവികളു ടെയും ചൂഷണത്തിൽനിന്ന് രക്ഷപ്പെടാൻ വെമ്പുന്ന വിഭാഗങ്ങളിൽപ്പെട്ട ദേശീയബൂർഷ്വാസി എന്നിവരെല്ലാം ഉൾക്കൊള്ളുന്ന ഒരു മുന്നണി കെട്ടിപ്പടുത്ത് 'ജനാധിപത്യവിപ്ലവം' വിജയിപ്പിക്കുകയാണ് ഇന്നത്തെ കടമ.

ഈ കടമ നിറവേറ്റുന്നതിനുപകരം, അതിന്റെ ഭാഗമായി നശിപ്പി ക്കപ്പെടേണ്ട വിദേശീയ-നാടൻ കുത്തകക്കാരും ഫ്യൂഡൽമേധാവികളു മായി കൂട്ടുകൂടിക്കൊണ്ട്, തൊഴിലാളി-കർഷകാദി ബഹുജനങ്ങളുടെ പ്രക്ഷോഭസമരങ്ങളെ അടിച്ചമർത്തുകയാണ് ഇന്ദിരാഗാന്ധിയും കൂട്ടരും ചെയ്യുന്നത്. ഈ പിന്തിരിപ്പൻ കൂട്ടുകെട്ടിനെ ജനരോഷ ത്തിൽനിന്നും രക്ഷപ്പെടുത്താൻവേണ്ടി 'തങ്ങളും' സോഷ്യലിസ്റ്റുകാരാ ണെന്ന് അവർ അവകാശപ്പെടുന്നു.

ആ അവകാശവാദം അംഗീകരിച്ചുകൊടുത്ത് അവരുമായി സഹക രിച്ചുകൊണ്ട് സോഷ്യലിസം നടപ്പാക്കാമെന്നാണ് റിവിഷനിസ്റ്റുകാരട ക്കമുള്ള പെറ്റിബൂർഷ്വാ സോഷ്യലിസ്റ്റുകാർ പറഞ്ഞു പരത്തുന്നത്. ഇത് അംഗീകരിക്കാത്ത കമ്യൂണിസ്റ്റ് (മാർക്സിസ്റ്റ്) പാർട്ടി 'സെക്ടേ റിയ'നാണെന്നു മുദ്രയടിക്കാൻ ഇന്ത്യയിലെ പെറ്റിബൂർഷ്വാ സോഷ്യലി സ്റ്റുകാരും അവർക്കു പിന്തുണനൽകുന്ന സോവിയറ്റ് നേതാക്കൻമാരും മടിക്കുന്നില്ലതാനും.

ഇന്നത്തെ റിവിഷനിസ്റ്റുകാർകൂടി ഉൾക്കൊണ്ടിരുന്ന അവിഭക്ത കമ്യൂണിസ്റ്റ് പാർട്ടി നെഹ്റുസോഷ്യലിസത്തെക്കുറിച്ച് ഒരു വിലയിരുത്തൽ നടത്തുകയുണ്ടായിട്ടുണ്ട്. ആവടികോൺഗ്രസ് സോഷ്യലിസ്റ്റ് പ്രമേയം അംഗീകരിച്ചിരുന്ന കാലത്ത് പാർട്ടിയുടെ ജനറൽസെക്രട്ടറിയായിരുന്ന അജയ്ഘോഷ് അതിനെ തുറന്നുകാട്ടിക്കൊണ്ട് എഴുതിയ ലഘുലേഖയുടെ തലക്കെട്ടുതന്നെ *നെഹ്റു സോഷ്യലിസം: ഒരു തട്ടിപ്പ്* എന്നായിരുന്നു.

അതേ തട്ടിപ്പുതന്നെയാണ് ഇന്ന് ഇന്ദിരാഗാന്ധിയും തുടരുന്നതെന്ന് വർഗവിശകലനസ്വഭാവം ഉപേക്ഷിച്ചിട്ടില്ലാത്ത ആർക്കും ബോധ്യപ്പെടും. പക്ഷേ, ഇന്ത്യൻ റിവിഷനിസ്റ്റുകാർക്കും അവരുടെ സാർവദേശീയ ഗുരുനാഥൻമാർക്കും അതിപ്പോഴും ബോധ്യപ്പെട്ടിട്ടില്ല.

ഉടൻ സോഷ്യലിസം സ്ഥാപിക്കാനല്ല സോഷ്യലിസം സ്ഥാപിക്കാനാവശ്യമായ ഉപാധികൾ സൃഷ്ടിക്കാനാണ്, ഇന്ത്യൻ തൊഴിലാളിവർഗം ഇന്ന് ശ്രമിക്കുന്നത്. ഈ ഉപാധികൾ സൃഷ്ടിക്കുന്ന കടമയാകട്ടെ, വർഗവിശകലനത്തിന്റെ അടിസ്ഥാനത്തിൽ പരിശോധിച്ചാൽ ബൂർഷ്വാ-ജനാധിപത്യ സ്വഭാവമുള്ളവയാണുതാനും. എന്നാൽ ജാതിവ്യവസ്ഥയടക്കമുള്ള പിന്തിരിപ്പൻ സാമൂഹ്യസംവിധാനം, ജൻമി-വൻകിട ഭൂവുടമവ്യവസ്ഥ, വിദേശീയ കുത്തകക്കാരുമായിട്ടുള്ള കൂട്ടുകച്ചവടം എന്നിവയോടെല്ലാം ഇഴുകിച്ചേർന്ന ഒരു വർഗമാണ് ഇന്ത്യൻ ബൂർഷ്വാസി. അതിൽ മുൻകയ്യുള്ളതാകട്ടെ, വിദേശീയ കുത്തകക്കാരുമായി കൂട്ടുകച്ചവടം നടത്തിക്കൊണ്ട് അതിവേഗം വളർന്നുകൊണ്ടിരിക്കുന്ന ഇന്ത്യൻകുത്തകക്കാർക്കാണുതാനും. അതുകൊണ്ട് ശാസ്ത്രീയനിർവചനം അനുസരിച്ചുള്ള 'ബൂർഷ്വാ ജനാധിപത്യവിപ്ലവ'ത്തിന്റെ കടമകൾ ഇന്ത്യയിൽ നിറവേറ്റണ്ടത് ബൂർഷ്വാസിയുടെ വർഗശത്രുവായ തൊഴിലാളിവർഗമാണ്. അതിനുമാത്രമേ ഈ കടമകൾ നിറവേറ്റാൻ കഴിയുകയുള്ളൂ.

ബൂർഷ്വാസിയിൽത്തന്നെ എണ്ണത്തിൽ ഭൂരിപക്ഷംവരുന്ന ഒരു വിഭാഗം 'ജനകീയ ജനാധിപത്യവിപ്ലവം' വിജയിച്ചുകാണണമെന്നാഗ്രഹിക്കുന്നവരാണ്. എന്തുകൊണ്ടെന്നാൽ, അവരുടെ സ്വന്തം താൽപ്പര്യങ്ങൾ വിദേശീയ നാടൻ കുത്തകക്കാർ, വൻകിട പ്രഭുക്കൻമാർ എന്നിവരുടെ താൽപ്പര്യങ്ങളുമായി സദാ ഏറ്റുമുട്ടിക്കൊണ്ടിരിക്കുന്നവയാണ്. പക്ഷേ, ഈ വിഭാഗത്തിൽപ്പെട്ട ബൂർഷ്വാസി പോലും തൊഴിലാളിവർഗത്തിന്റെയും കർഷകജനസാമാന്യത്തിന്റെയും വിപ്ലവസമരങ്ങളുമായി ഇണങ്ങിച്ചേരുന്നില്ല. തൊഴിലാളി-കർഷകാദി ബഹുജനങ്ങളുടെ പ്രക്ഷോഭസമരങ്ങളെ അടിച്ചമർത്തുന്നതിൽ അത് പലപ്പോഴും ബൂർഷ്വാ-ജന്മി ഭരണകൂടത്തിന് സർവസഹായങ്ങളും നൽകുന്നു. മറ്റു പലപ്പോഴും ഭരണകൂടത്തിനെതിരായി, തൊഴിലാളി-കർഷകാദി ബഹുജനങ്ങളുടെ കൂടെ നിൽക്കാനവർ തയാറാവുന്നു.

ദേശീയബൂർഷ്വാസിക്ക് സഹജമായുള്ള ഈ അസ്ഥിരരാഷ്ട്രീയ

നിലപാടാണ് ഐക്യം-സമരം-വീണ്ടും ഐക്യം' എന്ന അടിസ്ഥാനത്തിൽ ദേശീയ ബൂർഷ്വാസിക്കുകൂടി പങ്കുള്ള 'ജനകീയ ജനാധിപത്യമുന്നണി' രൂപീകരിക്കാനുള്ള സാധ്യത ഉളവാക്കുന്നത്. ഈ മുന്നണിക്കുള്ള അവശ്യോപാധിയാകട്ടെ; തൊഴിലാളിവർഗ നേതൃത്വത്തിൽ തൊഴിലാളി-കർഷകജനസാമാന്യങ്ങളുടെ ഉറപ്പേറിയ സമരസഖ്യമാണുതാനും.

മൂന്ന്
തൊഴിലാളിവർഗനേതൃത്വം

"എല്ലാ പാർട്ടികളും സോഷ്യലിസം സ്വീകരിക്കുകയാണെ"ന്നും സോഷ്യലിസത്തിനെതിരായി ആരുമില്ലെന്നുമുള്ള ഒരു വാദം ബൂർഷ്വാ-പെറ്റിബൂർഷ്വാ സോഷ്യലിസ്റ്റുകാർ സാധാരണ ഉന്നയിക്കാറുണ്ട്. ആവടിയിൽവെച്ച് ഇന്ത്യൻ നാഷണൽകോൺഗ്രസ് സോഷ്യലിസ്റ്റ് ലക്ഷ്യം അംഗീകരിച്ചതിൽ പിന്നീട് ഇന്ത്യയിൽ ഈ പ്രവണത ശക്തിപ്പെടുകയാണുതാനും.

ഇവരെല്ലാം അംഗീകരിക്കുന്ന 'സോഷ്യലിസം' യഥാർഥ സോഷ്യലിസമല്ലെന്ന് മാർക്സിസ്റ്റ്-ലെനിനിസ്റ്റുകാർ ചൂണ്ടിക്കാണിക്കാറുണ്ട്. ആവടിയിൽവെച്ച് കോൺഗ്രസ് അംഗീകരിച്ച സോഷ്യലിസം ഒരു വഞ്ചനയാണെന്ന് തെളിയിക്കുന്നതിനുവേണ്ടി അന്നത്തെ അവിഭക്തകമ്യൂണിസ്റ്റ് പാർട്ടിയുടെ ജനറൽ സെക്രട്ടറി അജയ്ഘോഷ് ഒരു ലഘുലേഖതന്നെ എഴുതുകയുണ്ടായെന്ന് ഇതിനുമുമ്പ് എടുത്തുപറഞ്ഞുവല്ലൊ. അതേ അവിഭക്ത കമ്യൂണിസ്റ്റ് പാർട്ടിയുടെ പിൻതുടർച്ചക്കാരാണെന്ന് അവകാശപ്പെടുന്ന ഇന്നത്തെ വലതുകമ്യൂണിസ്റ്റുകാരാകട്ടെ, അതേ ഇന്ത്യൻനാഷണൽ കോൺഗ്രസിന്റെ 'സോഷ്യലിസ'ത്തെ പാടിപ്പുകഴ്ത്തുകയാണ്. അവരുടെ ഈ നിലപാടിനെ ചോദ്യം ചെയ്യുന്ന കമ്യൂണിസ്റ്റ് (മാർക്സിസ്റ്റ്) പാർട്ടിയോട് അവർ പറയുകയാണ്: "ആരെല്ലാം സോഷ്യലിസ്റ്റുകാരാണെന്നും സോഷ്യലിസ്റ്റുകാരല്ലെന്നും നിശ്ചയിക്കുന്നതിന് നിങ്ങളുടെ തിട്ടൂരമൊന്നും ആവശ്യമില്ല."

ശാസ്ത്രീയ സോഷ്യലിസത്തിന് മാർക്സിസം-ലെനിനിസം വ്യക്തമായ ഒരർഥം കൽപ്പിച്ചുണ്ടെന്നും, അതിന്റെ കാതലായ ഭാഗം തൊഴിലാളിവർഗനേതൃത്വത്തിൽ അധ്വാനിക്കുന്ന ബഹുജനങ്ങൾ നടത്തുന്ന സമരങ്ങളാണെന്നുമുള്ള മൗലികസത്യം മറച്ചുവെക്കുകയാണ് ഇവർ ചെയ്യുന്നത്. മാർക്സും എംഗൽസുംകൂടി തയാറാക്കിയ *കമ്യൂണിസ്റ്റ് മാനിഫെസ്റ്റോ*വിൽ ഫ്യൂഡൽ സോഷ്യലിസം, ക്രിസ്ത്യൻ സോഷ്യലിസം ബൂർഷ്വാസോഷ്യലിസം, പെറ്റിബൂർഷ്വാസോഷ്യലിസം മുതലായ ഓരോന്നിനെയുംകുറിച്ച് സംക്ഷിപ്തമായി പരമാർശിച്ചതിനുശേഷം അവയിൽനിന്നെല്ലാം വ്യത്യസ്തമായി തൊഴിലാളിവർഗത്തിന്റെ മൗലികവീക്ഷണത്തോടുകൂടിയുള്ള പ്രസ്ഥാനമാണ് ശാസ്ത്രീയ സോഷ്യലിസം അല്ലെങ്കിൽ കമ്യൂണിസം എന്നു വ്യക്തമാക്കിയിട്ടുണ്ട്.

അവരും അവരുടെ പിൻഗാമിയായ ലെനിനും ശാസ്ത്രീയസോഷ്യലിസത്തിന്റെ ഹൃദയഭാഗം കിടക്കുന്നത് തൊഴിലാളിവർഗ സർവാധിപത്യത്തിലാണെന്ന് ഊന്നിയൂന്നി പറഞ്ഞിട്ടുമുണ്ട്. കൗത്സ്ക്യുവിന്റെയും പ്ലഹനൊവിന്റെയും മറ്റും നേതൃത്വത്തിലായിരുന്ന രണ്ടാം ഇന്റർനാഷണലിന്റെ റിവിഷനിസ്റ്റ് കാഴ്ചപ്പാടിന്റെ കേന്ദ്ര ബിന്ദു തൊഴിലാളിവർഗ സർവാധിപത്യത്തിനെതിരായി ബൂർഷ്വാ 'ജനാധിപത്യ'ത്തെ ആരാധിക്കുന്നതാണെന്ന സംഗതി ലെനിൻ തന്റെ കൃതികളിൽ തുറന്നുകാട്ടി.

ഇന്ത്യയിലെ കമ്യൂണിസ്റ്റ് പ്രസ്ഥാനത്തിലും റിവിഷനിസം രൂപം കൊള്ളാൻ തുടങ്ങിയത് ഇന്ത്യൻ വിപ്ലവത്തിൽ തൊഴിലാളിവർഗത്തിനുള്ള പങ്ക് നിഷേധിക്കുന്ന മൗലിക കാഴ്ചപ്പാടിൽനിന്നാണ്. ലെനിന്റെ നിശിതവിമർശനത്തിനിരയായ ബൂർഷ്വാ 'ജനാധിപത്യ'ത്തെ ആരാധിക്കാനുള്ള പ്രവണത, 1952–നു ശേഷം അന്നത്തെ അവിഭക്ത കമ്യൂണിസ്റ്റ് പാർട്ടിയിൽ വൻതോതിൽ വളർന്നുവന്നു. ഇതിന് വമ്പിച്ച പ്രോത്സാഹനം നൽകുന്ന സംഭവമാണ് സോവിയറ്റ് കമ്യൂണിസ്റ്റ് പാർട്ടിയുടെ 20–ാം കോൺഗ്രസ്. അതിൽ വെച്ചംഗീകരിക്കപ്പെട്ട 'സമാധാനപരമായ മാർഗ'മെന്ന കാഴ്ചപ്പാട് തൊഴിലാളിവർഗ സർവാധിപത്യവും അതിലേക്ക് ചെന്നെത്തുന്ന വിപ്ലവസമരമാർഗവും പഴഞ്ചനായിക്കഴിഞ്ഞുവെന്ന ധാരണയിലേക്കാണ് ചെന്നെത്തിയത്. ഇതിന്റെ പൂർണരൂപമെന്ന നിലക്ക് 'തൊഴിലാളിവർഗത്തിന്റെയും ബൂർഷ്വാസിയുടെയും സംയുക്ത നേതൃത്വത്തിൽ രൂപംകൊള്ളുന്ന ദേശീയജനാധിപത്യമുന്നണി' എന്ന 'പുതിയൊരു കാഴ്ചപ്പാട്' വലതുകമ്യൂണിസ്റ്റ് പാർട്ടി അംഗീകരിച്ച പുതിയ പാർട്ടി പരിപാടിയിൽ ഉൾക്കൊള്ളിക്കുകയും ചെയ്തു. കമ്യൂണിസ്റ്റ് (മാർക്സിസ്റ്റ്) പാർട്ടി ഈ സമീപനത്തെ പൂർണമായും നിരാകരിക്കുന്നു.

ഇതിനുമുമ്പ് ചൂണ്ടിക്കാണിച്ചതുപോലെ സോഷ്യലിസ്റ്റ് സാമൂഹ്യവ്യവസ്ഥ രൂപംകൊള്ളുന്നതിന് പരിപക്വമായ പരിത:സ്ഥിതി ഇന്ത്യയിൽ വളർന്നുകഴിഞ്ഞിട്ടില്ല; സാമ്രാജ്യത്വവിരുദ്ധവും ഫ്യൂഡൽവിരുദ്ധവും കുത്തകവിരുദ്ധവുമായ ജനാധിപത്യ വിപ്ലവമാണ് ഇന്നത്തെ അജണ്ടയിലുള്ളത്; ആ നിലക്ക് സാമ്രാജ്യത്വവിരുദ്ധവും ഫ്യൂഡൽ വിരുദ്ധവും കുത്തകവിരുദ്ധവുമായ സമരത്തിൽ പങ്കെടുക്കാൻ തയാറുള്ള ബൂർഷ്വാ വിഭാഗവും തൊഴിലാളി വിഭാഗവും തമ്മിൽ ഐക്യത്തിനുള്ള സാധ്യത ഉണ്ടുതാനും.

എന്നാൽ, ഈ ഐക്യം ഉറപ്പുള്ളതോ സ്ഥിരമോ അല്ല. പലപ്പോഴും ബൂർഷ്വാ–തൊഴിലാളി വർഗങ്ങൾ തമ്മിൽ ഇടയേണ്ടിവരും. ഈ യാഥാർഥ്യം മനസിലാക്കി കർഷകജനസാമാന്യത്തെയും, മറ്റധ്വാനിക്കുന്ന ബഹുജനങ്ങളെയും തൊഴിലാളിവർഗത്തിന്റെ ഉറച്ച സമരസഖാക്കളാക്കി തീർക്കാൻവേണ്ടി ബോധപൂർവം പ്രവർത്തിക്കുന്ന മുന്നണിവിഭാഗമാണ് കമ്യൂണിസ്റ്റ് പാർട്ടി.

ഇതിനുപകരം കർഷകജനസാമാന്യത്തെ മാത്രമല്ല തൊഴിലാളി

വർഗത്തെപ്പോലും ബൂർഷ്വാസിയുടെ ചേരിയിൽ അണിനിരത്തുന്നതിന് ബോധപൂർവം ശ്രമിക്കുകയെന്ന വർഗവഞ്ചനാനയമാണ് ബൂർഷ്വാ-പെറ്റിബൂർഷ്വാ സോഷ്യലിസ്റ്റ് പാർട്ടികളും അവയിലൊന്നായി സ്വയം മാറിക്കഴിഞ്ഞ വലത്കമ്യൂണിസ്റ്റ് പാർട്ടിയും ചെയ്യുന്നത്.

അതായത്, ഇന്ത്യയുടെതുപോലെ പ്രാങ്മുതലാളിത്തവ്യവസ്ഥയുടെ നിരവധി അംശങ്ങൾ ഇന്നും ബാക്കി നിൽക്കുന്ന രാജ്യങ്ങളിലെ ജനാധിപത്യവിപ്ലവം വിജയിക്കണമെങ്കിലും, അതിന്റെ വിജയത്തെ തുടർന്ന് സോഷ്യലിസത്തിലേക്കുള്ള പരിവർത്തനം ആരംഭിക്കണമെങ്കിലും, കർഷകജനസാമാന്യമടക്കം അധ്വാനിക്കുന്ന ബഹുജനങ്ങളെയാകെ, തൊഴിലാളിവർഗത്തിന്റെ കൊടിക്കീഴിൽ കൊണ്ടുവരണം; അതിനുവേണ്ടിയുള്ള പ്രവർത്തനത്തിന്റെ ഭാഗമായി സാമ്രാജ്യാധിപത്യത്തിനും ഫ്യൂഡലിസത്തിനും കുത്തകമുതലാളിത്തത്തിനുമെതിരായി തൊഴിലാളിവർഗത്തോടുചേർന്ന് പോരാടാൻ തയാറുള്ള ബൂർഷ്വാവിഭാഗങ്ങളായിട്ടുപോലും തൊഴിലാളിവർഗം നിരന്തരമായി പോരാടണം. ജനാധിപത്യവിപ്ലവത്തിന്റെ വിജയത്തിനും സോഷ്യലിസ്റ്റ് വിപ്ലവത്തിന്റെ പുരോഗതിക്കും ഒരുപോലെ അനുപേക്ഷണീയമായ ഒരു ഘടകമാണ് തൊഴിലാളി വർഗനേതൃത്വമെന്നർഥം. ഈ നിലപാടെന്തുകൊണ്ടാണ് മാർക്സിസം-ലെനിനിസം അംഗീകരിക്കുന്നതെന്ന് സ്റ്റാലിൻ ഇങ്ങനെ വിവിരിക്കുന്നു:

> എണ്ണത്തിൽ കുറവാണെങ്കിലും ഏറ്റവും അധികം പുരോഗമനാത്മകമായ ഒരു സമ്പദ്വ്യവസ്ഥയുമായി, ഭാവിവളർച്ചക്ക് വമ്പിച്ച സാധ്യതകളുള്ള വൻകിട ഉൽപ്പാദനവ്യവസ്ഥയുമായി ബന്ധപ്പെട്ടുകൊണ്ട് പണിയെടുക്കുന്നവരാണ് തൊഴിലാളിവർഗം.
>
> പ്രതിവർഷം എണ്ണത്തിൽ പെരുകുക മാത്രമല്ല, രാഷ്ട്രീയമായി വളരുകകൂടി ചെയ്യുന്ന ഒരു വർഗമാണത്. വൻകിട ഉൽപ്പാദനവ്യവസ്ഥയുടെ സാഹചര്യത്തിൽ പണിയെടുക്കുന്ന ഈ വർഗത്തിന് സംഘടിതരാകുന്നത് എളുപ്പമാണ്. തങ്ങളെ കെട്ടിയിട്ട ചങ്ങലയല്ലാതെ യാതൊന്നും വിപ്ലവംകൊണ്ട് നഷ്ടപ്പെടാനില്ലാത്ത തൊഴിലാളിവർഗപദവി നിമിത്തം, അത് മറ്റേത് വർഗത്തേയുംകാൾ കൂടുതൽ വിപ്ലവകാരിയായ ഒരു വർഗമാണ്.

ഇതിന് നേരെ വിപരീതമാണ് കൃഷിക്കാരുടെ സ്ഥിതിയെന്ന് സ്റ്റാലിൻ ചൂണ്ടിക്കാണിക്കുന്നു. എണ്ണത്തിൽ ധാരാളമുണ്ടെങ്കിലും ഏറ്റവും പിന്നണിയിൽ കിടക്കുന്ന ഒരു സമ്പദ് (ചെറുകിട ഉൽപ്പാദന) വ്യവസ്ഥയുമായി ബന്ധപ്പെട്ടുകൊണ്ട് ജോലിയെടുക്കുന്നവരാണ് കൃഷിക്കാർ. പോരെങ്കിൽ ഒരു വർഗമെന്ന നിലക്ക് പെരുകുന്നതിനുപകരം ബൂർഷ്വാകൃഷിക്കാരും ദരിദ്രകൃഷിക്കാരുമെന്ന രണ്ടുവിഭാഗമായി അത് ഭിന്നിച്ചു പോയ്ക്കൊണ്ടിരിക്കുന്നു. മാത്രമല്ല, രാജ്യത്തിന്റെ പലേടത്തുമായി ചിന്നിച്ചിതറിക്കിടക്കുന്നതിനാൽ എളുപ്പത്തിൽ സംഘടി

ക്കാൻ അവർക്ക് കഴിയുകയില്ല; ചെറുകിട ഉൽപ്പാദകൻമാരായ അവർ വിപ്ലവപ്രസ്ഥാനത്തിൽ പങ്കുചേരുന്നതും തൊഴിലാളികളേക്കാൾ താമസിച്ചാണ്.

അടുത്ത ഖണ്ഡത്തിൽ ചൂണ്ടിക്കാണിക്കാൻ പോകുന്നതുപോലെ, വിപ്ലവപ്രസ്ഥാനത്തിന്റെ വളർച്ചയിൽ കൃഷിക്കാർക്ക് പ്രധാനമായ പങ്കുണ്ട്. അത് കുറച്ചുകാണിക്കാനല്ല ഈ സംഗതികൾ എല്ലാം ഇവിടെ എടുത്തുപറഞ്ഞത്. നേരെമറിച്ച്, കൃഷിക്കാരുമായി സഖ്യമുണ്ടാക്കിക്കൊണ്ടല്ലാതെ തൊഴിലാളി വർഗത്തിന് അതിന്റെ വിപ്ലവകരമായ കടമകൾ നിറവേറ്റാൻ കഴിയുകയില്ല. പക്ഷേ, രണ്ട് വിപ്ലവശക്തികൾ തമ്മിലുള്ള ഈ സഖ്യത്തിൽത്തന്നെ നേതൃത്വപരമായ പങ്കുവഹിക്കാൻ കഴിവുള്ളത് തൊഴിലാളിവർഗത്തിനാണ്. ഇതാണിവിടെ ഊന്നിപ്പറയുന്നത്.

തൊഴിലാളിവർഗത്തിന് വിപ്ലവപ്രക്രിയയിലുള്ള പങ്കിനെക്കുറിച്ച് ഇവിടെ പറഞ്ഞതെല്ലാം മറ്റു രാജ്യങ്ങൾക്കെന്നപോലെ ഇന്ത്യക്കും ബാധകമാണ്.

ജനസംഖ്യയിൽ ഒരു ചെറിയ ന്യൂനപക്ഷം മാത്രമാണെങ്കിൽ വ്യവസായത്തൊഴിലാളികൾ എണ്ണത്തിൽ അനുദിനം പെരുകിവരികയാണ്. ബ്രിട്ടീഷ് മേധാവിത്വത്തിൻകീഴിൽ തുടങ്ങിവെച്ചതും കോൺഗ്രസ് ഭരണത്തിൻകീഴിൽ തുടർന്നുപോരുന്നതുമായ മുതലാളിത്തവളർച്ച തൊഴിലാളികളുടെ എണ്ണത്തെ സദാ വർധിപ്പിച്ചുകൊണ്ടിരിക്കുകയാണ്.

എണ്ണത്തിലുള്ള ഈ വളർച്ചയാകട്ടെ, തൊഴിലാളിവർഗത്തിന്റെ ബഹുമുഖമായ സംഘടനകൾക്ക് രൂപം നൽകുന്നു. അര നൂറ്റാണ്ടിലധികം കാലത്തെ പഴക്കമുള്ള ഒരു സംഘടിത ട്രേഡ് യൂണിയൻ പ്രസ്ഥാനം അതിന്റെ നേതൃത്വത്തിൽ ലക്ഷോപലക്ഷം തൊഴിലാളികൾ പങ്കെടുത്തുകൊണ്ട് നടക്കുന്ന പണിമുടക്കുകൾ; ഈ പണിമുടക്കുകളുടെയും സംഘടിത ട്രേഡ് യൂണിയൻ പ്രസ്ഥാനത്തിന്റെയും മാതൃക പിടിച്ച് സ്വന്തം സംഘടനകൾ കെട്ടിപ്പടുക്കുകയും പ്രക്ഷോഭസമരങ്ങൾ സംഘടിപ്പിക്കുകയും ചെയ്യുന്ന കർഷകത്തൊഴിലാളികളും കൃഷിക്കാരും ഇടത്തരം ജീവനക്കാരും; ഈ വിവിധ പ്രസ്ഥാനങ്ങളുടെ അണികളിൽ നിന്നുയർന്നുവന്ന ബുദ്ധിജീവികളും ചേർന്ന് രൂപം നൽകുന്ന സോഷ്യലിസ്റ്റ് — കമ്യൂണിസ്റ്റ് ആശയങ്ങൾ — ഇതെല്ലാം ചേർന്നാണ് മറ്റു രാജ്യങ്ങളിലെന്നപോലെ ഇന്ത്യയിലും കമ്യൂണിസ്റ്റ് പ്രസ്ഥാനം ഉയർന്നുവന്നിട്ടുള്ളത്.

ഇന്ത്യയിലാദ്യമായി ചുകപ്പുകൊടി ഉയർന്നത് താരതമ്യേന കൂടുതൽ വ്യവസായവൽകൃതമായ മുംബൈ, കൊൽക്കത്ത മുതലായ നഗരങ്ങളിലാണ്; അവിടങ്ങളിലെ തൊഴിലാളികളുടെ ഇടയിലാണ്. തൊഴിലാളിവർഗത്തിന്റെ പ്രാഥമികസമരരൂപമായ സാമ്പത്തികപണിമുടക്ക്, പ്രാഥമിക സംഘടനാരൂപമായ ട്രേഡ് യൂണിയനുകൾ എന്നിവയും പൊതുജനാധിപത്യ പ്രസ്ഥാനത്തിൽ രൂപം കൊണ്ട് തീവ്രവാദചിന്താഗ

തികളും, അതിലൊന്നായ സോഷ്യലിസ്റ്റ് ആശയഗതിയുമെല്ലാം ചേർന്നപ്പോഴാണ് കമ്യൂണിസ്റ്റ് പ്രസ്ഥാനം ഇവിടെയും ഉടലെടുത്തതെന്നർഥം.

താരതമ്യേന കുറച്ചുമാത്രം വ്യവസായവൽകൃതമായ കേരളത്തിലും ആലപ്പുഴ, കോഴിക്കോട് മുതലായ വ്യവസായകേന്ദ്രങ്ങളിൽ ഉയർന്നുവന്ന ചെറു ചെറു ട്രേഡ് യൂണിയൻ സംഘടനകളും പണിമുടക്കുകളും ഒരു വശത്ത്; മറുവശത്ത്, ദേശീയ പ്രസ്ഥാനത്തിനകത്ത് രൂപംകൊണ്ട സോഷ്യലിസ്റ്റ് രാഷ്ട്രീയ പ്രസ്ഥാനം — ഇത് രണ്ടും ചേർന്നാണ് ആദ്യം കോൺഗ്രസ് സോഷ്യലിസ്റ്റ് പാർട്ടി ഉടലെടുത്തതും അത് പിന്നീട് കമ്യൂണിസ്റ്റ് പാർട്ടിയായി വളർന്ന് ശക്തിപ്പെട്ടതും.

പക്ഷേ, കേരളത്തിലായാലും ഇന്ത്യയിലാകെയായാലും ലോകത്തിലെ മറ്റേതു രാജ്യത്തായാലും തൊഴിലാളിവർഗം തനിയെ അല്ല, കർഷകസാമാന്യമടക്കം അധ്വാനിക്കുന്ന ബഹുജനങ്ങളാകെ ചേർന്നാണ്, സോഷ്യലിസ്റ്റ് വിപ്ലവം വിജയകരമായി നടത്തുന്നത്. ഇന്ത്യയെപ്പോലെ ജനാധിപത്യവിപ്ലവത്തിന്റെ കടമകൾ പൂർത്തിയാക്കിക്കഴിഞ്ഞിട്ടില്ലാത്ത രാജ്യങ്ങളിലാകട്ടെ, വിപ്ലവത്തിന്റെ മുഖ്യശക്തി കർഷകജനസാമാന്യമാണ്. അവരുടെ ഫ്യൂഡൽവിരുദ്ധവും സാമ്രാജ്യത്വവിരുദ്ധവുമായ സമരങ്ങളെ ഏകോപിപ്പിച്ച് ജനാധിപത്യവിപ്ലവം പൂർത്തീകരിക്കാനും തുടർന്ന് സോഷ്യലിസ്റ്റ് വിപ്ലവത്തിന്റെ അടിത്തറ പാകാനും കഴിവുള്ള ഏകവർഗം തൊഴിലാളിവർഗമാണെന്നതാണ് അതിന്റെ മേന്മ. ഇതാണ് തൊഴിലാളി വർഗത്തെ മറ്റെല്ലാ അധ്വാനിക്കുന്ന ബഹുജനങ്ങളുടെയും നേതാവെന്ന സ്ഥാനത്തേക്കുയർത്തുന്നത്.

ശാസ്ത്രീയസോഷ്യലിസത്തിന്റേതായ ഈ സിദ്ധാന്തത്തെ രണ്ടു തരത്തിൽ എതിർക്കാൻ മാർക്സിസ്റ്റ്‌വിരോധികൾ ശ്രമിക്കാറുണ്ട്.

ഇന്ത്യയെപ്പോലെയുള്ള രാജ്യങ്ങളിൽ ജനസംഖ്യയിലെ ബഹുഭൂരിപക്ഷം കൃഷിക്കാരാകയാൽ, ഇവിടത്തെ മുഖ്യവിപ്ലവശക്തി കൃഷിക്കാരാണ്, തൊഴിലാളിവർഗനേതൃത്വം ഈ രാജ്യങ്ങൾക്കെങ്കിലും ബാധകമല്ല — ഇതാണ് ഒരു മാർക്സിസ്റ്റ് വിരുദ്ധ വാദഗതി. ഈ പ്രവണത ഇവിടത്തെ എല്ലാ ബൂർഷ്വാ-പെറ്റിബൂർഷ്വാ പാർട്ടികളിലും കാണാം.

മറ്റേതാകട്ടെ, വിപ്ലവനേതൃത്വം തൊഴിലാളിവർഗത്തിനാണെന്ന സിദ്ധാന്തം ദുർവ്യാഖ്യാനിച്ച്, തൊഴിലാളിവർഗം മാത്രമേ വിപ്ലവശക്തിയായിട്ടുള്ളുവെന്നും മറ്റെല്ലാ ജനവിഭാഗങ്ങളും പിന്തിരിപ്പൻമാരാണെന്നുമുള്ള വാദഗതിയനുസരിച്ച്, തൊഴിലാളിവർഗത്തെ അതിന്റെ സമരസഖാക്കളിൽനിന്ന് ഒറ്റപ്പെടുത്തി നിർത്തുന്നു. ഇതാണ് കേരളത്തിലെ ആർ എസ് പി നേതൃത്വത്തിന് ശക്തിയായിട്ടുള്ളത്.

ഇതിലാദ്യത്തെ പ്രവണത വിപ്ലവപ്രസ്ഥാനത്തെ കർഷകജനസാമാന്യത്തിന്റെ നിലവാരത്തിലേക്ക് താഴ്ത്തുകയാണ് ചെയ്യുന്നതെങ്കിൽ, രണ്ടാമത്തേത് കർഷകജനസാമാന്യത്തെയും മറ്റധ്വാനിക്കുന്ന ബഹുജനങ്ങളെയും ബൂർഷ്വാസിയുടെ സ്വാധീനവലയത്തിലേക്ക് വിട്ടുകൊടു

ക്കുന്നു. രണ്ടും ചേർന്നിട്ടാകട്ടെ ബൂർഷ്വാസിക്കെതിരായി ആഞ്ഞടിക്കാനുള്ള മുഖ്യായുധത്തിന്റെ മൂർച്ച കുറക്കുകയും ചെയ്യുന്നു.

ഇതിനെതിരായി പോരാടി, കർഷകജനസാമാന്യമടക്കമുള്ള ബഹുജനങ്ങളുടെ നേതാവെന്ന നിലയിലേക്ക് തൊഴിലാളിവർഗത്തെ ഉയർത്തണമെങ്കിൽ അതിന് അനിവാര്യമായ ചില ഉപാധികളുണ്ട്. അവയോരോന്നിന്റെയും കാര്യത്തിൽ റിവിഷനിസത്തിന്റെയും സെക്ടേറിയനിസത്തിന്റെയും പ്രവണതകൾ നമ്മുടെ പ്രവർത്തനത്തിലും സംഘടനാരീതിയിലും വൻതോതിൽ വ്യാപിക്കുകയുണ്ടായി. അവയ്ക്കെതിരായ സമരം സംബന്ധിച്ച ചില പ്രശ്നങ്ങൾ പാർട്ടിയുടെ സെൻട്രൽ കമ്മിറ്റി അംഗീകരിച്ച ട്രേഡ് യൂണിയൻ മുന്നണിയിലെ കടമകൾ എന്ന പ്രമേയത്തിൽ വിശദീകരിച്ചിട്ടുണ്ട്.

അതിന്റെ അടിസ്ഥാനത്തിൽ പല തെറ്റുകളും തിരുത്തപ്പെട്ടിട്ടുമുണ്ട്. എന്നാൽ, ഇന്നും അവയിൽ പലതും പല രൂപങ്ങളിലും ബാക്കി നിൽക്കുന്നുണ്ട്. അവ നമ്മുടെ പ്രവർത്തനത്തെ പ്രതികൂലമായി ബാധിക്കുന്നുമുണ്ട്.

ഉദാഹരണത്തിന്, കോൺഗ്രസ് ഗവൺമെന്റ് തുടർന്നുപോരുന്ന മുതലാളിത്ത വികസനപദ്ധതികൾ രാജ്യത്തെയാകെ ആഴമേറിയ ഒരു സാമ്പത്തികക്കുഴപ്പത്തിലേക്ക് നയിച്ചുകൊണ്ടിരിക്കുകയാണെന്നും, അതിന്റെ ഫലമായി നീറുന്ന പലപ്രശ്നങ്ങളും തൊഴിലാളികൾ നേരിടുന്നുണ്ടെന്നും മനസിലാക്കി ഈ പ്രശ്നങ്ങൾക്ക് പരിഹാരം കാണുന്നതിനുള്ള പ്രക്ഷോഭ സമരങ്ങൾ നയിക്കുകകയാണ് തൊഴിലാളിവർഗ പാർട്ടിയുടെ പ്രാഥമിക കടമയെന്ന സത്യം കാണാതിരിക്കാനുള്ള ഒരു പ്രവണത ഇന്നും ശക്തിയായി നിലനിൽക്കുന്നുണ്ട്. വിലവർധനവിനൊത്ത ക്ഷാമബത്ത മുതലായ സാമ്പത്തികാവശ്യങ്ങൾക്കുവേണ്ടി ഭാഗിക പണിമുടക്കുകളും മറ്റു സമരങ്ങളും നടക്കുന്നതിന്റെ വിപ്ലവരാഷ്ട്രീയ പ്രാധാന്യം കാണാൻ കൂട്ടാക്കാതിരിക്കലാണ് ഇതിന്റെ ഫലം. ഇത്തരം ബഹുജനപ്രസ്ഥാനങ്ങളും പ്രക്ഷോഭസമരങ്ങളും സംഘടിപ്പിക്കുന്നതിനേക്കാൾ കൂടുതൽ ശ്രദ്ധയർഹിക്കുന്ന രാഷ്ട്രീയപ്രശ്നങ്ങളാണ് തിരഞ്ഞെടുപ്പുകളും ഗവൺമെന്റ് നിലവാരത്തിലുള്ള പ്രവർത്തനങ്ങളും മറ്റുമെന്ന ധാരണ പരത്താനും ഇത് വഴിവെക്കുന്നു.

സാമ്പത്തിക പ്രശ്നങ്ങളും അവ പരിഹരിച്ചുകിട്ടാൻ വേണ്ടിയുള്ള പ്രവർത്തനവും പ്രധാനമാണെന്ന് അംഗീകരിച്ചു കഴിഞ്ഞാൽപ്പോലും, അതിനുള്ള മാർഗമായി തൊഴിലാളികളുടെ സംഘടിത സമരത്തെ കാണുന്നതിനുപകരം, ത്രികക്ഷിസമ്മേളനങ്ങൾ, ട്രൈബ്യൂണലുകൾ മുതലായ കൂടിയാലോചനാമാർഗങ്ങളിലും, സത്യഗ്രഹം, നിരാഹാരം മുതലായ പ്രത്യക്ഷസമര മാർഗങ്ങളിലും ഒതുങ്ങി നിൽക്കാനുള്ള പ്രവണത നമ്മുടെ ഇടയിൽ വേരൂന്നിയിട്ടുണ്ട്. തൊഴിലാളിയുടെ കേസ് വാദിക്കാനും, മുതലാളിയോ ഗവൺമെന്റോ ആയി വിലപേശാനും വേണ്ട കഴിവ്; നിരാഹാരം കിടക്കാനും മറ്റുമുള്ള 'ത്യാഗ സന്നദ്ധത' —

ഇതാണ് തൊഴിലാളിവർഗത്തെയാകെ സമരരംഗത്തിറക്കി സമരത്തിൽ അവർക്ക് സമർഥമായ നേതൃത്വം നൽകാനുള്ള കഴിവല്ല, തൊഴിലാളി നേതൃത്വത്തിനുണ്ടായിരിക്കേണ്ട സ്വഭാവഗുണം എന്ന ധാരണയാണ് ഇതുമൂലം പരന്നിട്ടുള്ളത്. ഗാന്ധിസം, പെറ്റിബൂർഷ്വാസോഷ്യലിസം, റിവിഷനിസം, ജാതിമതാദി ചിന്തകൾ എന്നീ അന്യവർഗചിന്താഗതികളുടെ പ്രതിഫലനമായ ഈ പ്രവണത നമ്മുടെ ഇടയിൽ വ്യാപകമായ തോതിൽ ഇന്നും നിലനിൽക്കുന്നുണ്ട്.

ഏതെങ്കിലുമൊരു വ്യവസായത്തിൽ, അല്ലെങ്കിൽ പ്രദേശത്ത്, ജോലി ചെയ്യുന്ന തൊഴിലാളികൾക്ക് ഇന്ന് നേടിയെടുക്കേണ്ട പരിമിതമായ സാമ്പത്തികാവശ്യങ്ങളെ മറ്റു വ്യവസായങ്ങളിൽ, അല്ലെങ്കിൽ പ്രദേശങ്ങളിൽ പണിയെടുക്കുന്ന തൊഴിലാളികളുടെയും കൃഷിക്കാർ മുതലായ മറ്റധ്വാനിക്കുന്ന ബഹുജനങ്ങളുടെയും പ്രശ്നങ്ങളിൽ നിന്ന് ഒറ്റതിരിച്ചു നിർത്താനുള്ള പ്രവണതയും നമ്മുടെ ഇടയിൽ വൻതോതിൽ വ്യാപിച്ചിട്ടുണ്ട്. ഓരോ വ്യവസായത്തിലെയും തൊഴിലാളിക്ക് ഇന്ന് നേടിയെടുക്കാനുള്ള സാമ്പത്തികാവശ്യങ്ങളും അവയ്ക്കുവേണ്ടിയുള്ള സമരങ്ങളും കോൺഗ്രസ് ഗവൺമെന്റ് തുടർന്നുപോരുന്ന നയങ്ങളുടെ ഫലമായ സാമ്പത്തികക്കുഴപ്പത്തിന്റെ ബഹിർപ്രകടനമാണെന്ന വാസ്തവം ഒന്നുകിൽ കാണാതിരിക്കുക, അല്ലെങ്കിൽ കണ്ടിട്ടും അതുസംബന്ധിച്ച ബോധം തൊഴിലാളികൾക്ക് നൽകാതിരിക്കുക; ഏതായാലും ഗവൺമെന്റിന്റെ പൊതുനയങ്ങൾക്കെതിരായ സമരത്തിൽനിന്ന് സംഘടിതതൊഴിലാളി പ്രസ്ഥാനത്തെ മാറ്റിനിർത്തുക — ഇതാണ് പലപ്പോഴും നമ്മുടെ ട്രേഡ് യൂണിയൻ നേതാക്കന്മാർ ചെയ്യുന്നത്.

ഒരു വിപ്ലവട്രേഡ്യൂണിയൻ സംഘടന എന്ന നിലക്ക് സി ഐ ടി യു രൂപമെടുത്തതുമുതൽ ഇതിൽ കാര്യമായ പല മാറ്റങ്ങളും വന്നിട്ടുണ്ടെന്നുള്ളത് ശരിയാണ്. കേന്ദ്ര-കേരള ഗവൺമെന്റുകളുടെ നികുതി നയത്തിനും പൊലീസ് നയത്തിനും മറ്റുമെതിരായ പൊതുപ്രക്ഷോഭത്തിൽ സി ഐ ടി യു യൂണിയനുകൾ സജീവമായ പങ്കു വഹിക്കുന്നുണ്ട്. ഈയിടെ ആലുവയിൽ നടന്നതുപോലെ, ഒരു വ്യവസായ കേന്ദ്രത്തിലെ തൊഴിലാളികൾ ഒന്നടങ്കം പണിമുടക്കി അവിടത്തെ ചില വ്യവസായങ്ങളിലെ തൊഴിലാളികളോട് അനുഭാവം പ്രകടിപ്പിച്ചുവെന്നതും ഒരു നേട്ടം തന്നെയാണ്.

എന്നാൽ പഴയ സമീപനത്തിന്റെയും പ്രവർത്തനശൈലിയുടെയും അവശിഷ്ടങ്ങൾ പലതും ഇന്നും ബാക്കിനിൽക്കുന്നുണ്ട്. അധ്വാനിക്കുന്ന ജനവിഭാഗങ്ങളെയാകെ ബാധിക്കുന്ന വിലവർധനവ്, തൊഴിലില്ലായ്മ, നികുതിചുമത്തൽ മുതലായ സാമ്പത്തിക പ്രശ്നങ്ങളെയും, ആഭ്യന്തരസുരക്ഷിതത്വനിയമം മുതലായ രാഷ്ട്രീയ പ്രശ്നങ്ങളെയും ആസ്പദമാക്കിക്കൊണ്ടുള്ള പൊതു രാഷ്ട്രീയ പണിമുടക്കുകൾ സംഘടിപ്പിക്കാനുള്ള ശക്തി നമ്മുടെ തൊഴിലാളിവർഗം ഇനിയും സംഭ

രിക്കേണ്ടതായാണ് ഇരിക്കുന്നത്; അതിനാവശ്യമായ നേതൃത്വം നൽകാനുള്ള കഴിവ് സി ഐ ടി യുവും നമ്മുടെ പാർട്ടിയും ഇനിയും നേടേണ്ടതായിട്ടുണ്ട്.

ഇവിടെ ചൂണ്ടിക്കാണിച്ച തെറ്റായ പ്രവണതകളുടെ മുഴുവൻ വേര് കിടക്കുന്നത് 'സാമ്പത്തിക സമരമാത്രവാദ'മെന്ന് ലെനിൻ വിളിച്ച തൊഴിലാളിവർഗ വിരുദ്ധ ചിന്താഗതിയിലാണ്. പരിമിതമായ ചില സാമ്പത്തികാവശ്യങ്ങൾ മാത്രമാണ് ഒരു വർഗമെന്ന നിലക്ക് തൊഴിലാളികൾക്ക് നേടിയെടുക്കാനുള്ളത്, ആ ചിന്താഗതി തൊഴിലാളികൾക്കുണ്ടാക്കുന്നതിൽ ബൂർഷ്വാസിക്ക് താൽപ്പര്യമുണ്ട്. അത് രൂഢമൂലമാക്കുന്നതിൽ റിവിഷനിസ്റ്റുകാരടക്കമുള്ള പെറ്റിബൂർഷ്വാ സോഷ്യലിസ്റ്റുകാർ അവരുടെ കഴിവ് മുഴുവൻ ഉപയോഗിക്കുന്നുമുണ്ട്. തൊഴിലാളിവർഗത്തിന് സ്വന്തമായി അതിന്റേതായ രാഷ്ട്രീയമുണ്ടായിക്കൂടാ. ഏതെങ്കിലും ഒരു ബൂർഷ്വാ അല്ലെങ്കിൽ പെറ്റിബൂർഷ്വാ പാർട്ടിയുടെ വാലായി മാത്രമേ തൊഴിലാളിവർഗം പ്രവർത്തിക്കാവൂ എന്ന് വരുത്തിത്തീർക്കാനുള്ള ഈ ശ്രമം ഒരുതരത്തിൽ നമ്മെയും ബാധിച്ചിട്ടുണ്ട്. സംഘടിത തൊഴിലാളിവർഗത്തിന് ഒരു വർഗമെന്ന നിലയ്ക്ക് നിറവേറ്റാനുള്ള രാഷ്ട്രീയ കടമകളെക്കുറിച്ച് അവരെ ബോധവാൻമാരാക്കുന്നതിൽ പാർട്ടിക്ക് പൊതുവിനും ട്രേഡ് യൂണിയൻ രംഗത്തെ പാർട്ടി പ്രവർത്തകർക്ക് വിശേഷിച്ചുമുള്ള കടമ നിറവേറ്റുന്നതിൽ നാം വേണ്ടത്ര വിജയിച്ചിട്ടില്ലെന്നർഥം.

സ്വയം സംഘടിച്ച് മുതലാളിക്കെതിരായി പോരാടുക മാത്രമല്ല, കർഷകജനസാമാന്യമടക്കമുള്ള മറ്റ് അധ്വാനിക്കുന്ന ബഹുജനങ്ങൾ നടത്തുന്ന സംഘടിത സമരങ്ങൾക്ക്, പൊതുപണിമുടക്കം അടക്കമുള്ള എല്ലാ മാർഗങ്ങളുമുപയോഗിച്ച്, സർവവിധ സഹായങ്ങളും നൽകുക കൂടി ചെയ്യുന്നത് തങ്ങളുടെ കടമയാണെന്നും അതാണ് സോഷ്യലിസ്റ്റ് പരിവർത്തനത്തിൽ തൊഴിലാളി വർഗത്തിന് നേതൃത്വം നേടാനുള്ള മാർഗമെന്നും തൊഴിലാളിവർഗത്തെ പഠിപ്പിക്കുന്നതിൽ ഇന്ന് നാം വേണ്ടത്ര ശ്രദ്ധ പതിപ്പിക്കുന്നില്ല. ഇതിന്റെ ഫലമാകട്ടെ, തങ്ങളുടെ പരിമിതമായ സാമ്പത്തികാവശ്യങ്ങൾ നേടാൻ ട്രേഡ് യൂണിയനുകൾ; രാഷ്ട്രീയത്തിന് ഭരണകക്ഷിയടക്കമുള്ള ഏതെങ്കിലും രാഷ്ട്രീയ പാർട്ടി; എന്ന നിലപാടിലേക്ക് തൊഴിലാളികൾ അധഃപതിക്കുന്നു.

അവസാനമായി, എങ്കിലും പ്രധാനമായി, പറയാനുള്ള മറ്റൊരു സംഗതി സംഘടിതതൊഴിലാളി പ്രസ്ഥാനത്തിനകത്ത് അംഗീകരിക്കപ്പെട്ടുപോരുന്ന *പ്രവർത്തനശൈലി* വിപ്ലവത്തൊഴിലാളി പ്രവർത്തനത്തിന്റെ അഭേദ്യഭാഗമെന്ന *ട്രേഡ് യൂണിയൻ ജനാധിപത്യം പുലർത്തുന്നതിൽ* വേണ്ടത്ര ശ്രദ്ധ ചെലുത്തപ്പെടുന്നില്ല എന്നതാണ്. ഫാക്ടറി കമ്മിറ്റികൾ, വൻകിടഫാക്ടറികളിൽ ഡിപ്പാർട്ടുമെന്റൽ കമ്മിറ്റികൾ എന്നിവ സംഘടിപ്പിച്ച്, തൊഴിലാളി പ്രസ്ഥാനത്തിന്റെ ഏറ്റവും കീഴെ നിലവാരത്തിലെ സംഘടന ഉറപ്പിച്ചാൽ മാത്രമേ തൊഴിലാളിവർഗ

ത്തിന് അതിന്റെ സ്വന്തമായ ഒരു സംഘടിത പ്രസ്ഥാനമുണ്ടാക്കാൻ കഴിയുകയുള്ളൂ.

ഈ തത്ത്വം നമ്മുടെ തൊഴിലാളി പ്രസ്ഥാന ചരിത്രത്തിൽ ഒരു കാലത്ത് അംഗീകരിക്കപ്പെടുകയും നടപ്പിലാവുകയും ചെയ്തിരുന്നു. എന്നാൽ റിവിഷനിസ്റ്റ് ചിന്താഗതി ഈ സംഘടനാരീതിയുടെ അടി തകർത്തു. ഫാക്ടറികമ്മിറ്റികളും ഡിപ്പാർട്ടുമെന്റൽ കമ്മിറ്റികളും വേണ്ടെന്നു മാത്രമല്ല, മാനേജിംങ് കമ്മിറ്റി, ജനറൽബോഡിയോഗം മുതലായവപോലും നടത്തേണ്ടതില്ലെന്നു വന്നു. ഒരു നേതാവിന്റെ, അല്ലെങ്കിൽ ഏതാനും നേതാക്കന്മാർ ഉൾപ്പെടുന്ന ഒരു ചെറു ഗ്രൂപ്പിന്റെ ഇഷ്ടത്തിനൊത്ത് എന്തും ചെയ്യാമെന്ന നില ഓരോ ട്രേഡ് യൂണിയനകത്തും വന്നു. ഇതിന്റെ അവശിഷ്ടങ്ങൾ ഇന്നും നമ്മുടെ പ്രവർത്തനത്തിൽ കാണാം.

ഈ കുറവുകളെല്ലാം പരിഹരിച്ച് തൊഴിലാളിവർഗത്തെ ഒരു വർഗമെന്ന നിലയ്ക്ക് സംഘടിതശക്തിയായി വളർത്തിയാൽ മാത്രമേ തൊഴിലാളി വർഗനേതൃത്വമെന്ന ആശയം പ്രയോഗത്തിൽ വരികയുള്ളൂ.

നാല്
തൊഴിലാളി-കർഷക സമരസഖ്യം

പഴയ കാർഷികയുദ്ധത്തിന്റെ ഒരു രണ്ടാം പതിപ്പുകൊണ്ട് തൊഴിലാളിവിപ്ലവത്തിന് പിന്തുണനൽകാൻ കഴിയുമോ എന്നതിനെ ആശ്രയിച്ചിരിക്കും ജർമനിയുടെ ഭാവി (കാൾ മാർക്സ്).

ജർമനിക്കു മാത്രമല്ല, ലോകത്തിനു മുഴുവൻ ബാധകമായ തൊഴിലാളിവർഗ വിപ്ലവ സമരതന്ത്രത്തിന്റെ അഭേദ്യഭാഗമാണിത്. അതാണ് ലെനിൻ കൂടുതൽ സംപുഷ്ടമാക്കി *തൊഴിലാളിവർഗവും കൃഷിക്കാരും ചേർന്ന് രൂപം നൽകുന്ന വിപ്ലവപരമായ സർവാധിപത്യം* എന്ന മുദ്രാവാക്യമാക്കി ഉയർത്തിയത്.

പിന്നീട് കമ്യൂണിസ്റ്റ് ഇന്റർനാഷണൽ രൂപം കൊണ്ടപ്പോൾ ദേശീയ വിമോചനപ്രസ്ഥാനത്തിന്റെ മുഖ്യ മുദ്രാവാക്യങ്ങളിലൊന്നായ "കൃഷിക്കാരുടെ സോവിയറ്റുകൾ" രൂപീകരിക്കുകയെന്ന കാഴ്ചപ്പാട് ഇന്ത്യയും ചൈനയുമടക്കമുള്ള രാജ്യങ്ങളിലെ വിപ്ലവകാരികളായ സാമ്രാജ്യത്വവിരോധികളുടെ മുമ്പിൽ ലെനിൻ വെച്ചതും ഇതിന്റെ അടിസ്ഥാനത്തിലാണ്.

ഈ മാർക്സിസ്റ്റ് – ലെനിനിസ്റ്റ് സിദ്ധാന്തമാണ് റഷ്യൻ വിപ്ലവം, ചൈനീസ് വിപ്ലവം, വിയത്നാമിൽ ഇന്നും നടന്നുകൊണ്ടിരിക്കുന്ന ഐതിഹാസികമായ സമരം മുതലായ വിശ്വവിഖ്യാത പ്രസ്ഥാനങ്ങളുടെ വിജയത്തിനടിസ്ഥാനം.

നമ്മുടെ പാർട്ടിക്ക് കേരളം, പശ്ചിമബംഗാൾ, ത്രിപുര എന്നീ മൂന്നു സംസ്ഥാനങ്ങളിലും മറ്റു ചില സംസ്ഥാനങ്ങളിലെ ചില പ്രദേശങ്ങളിലും വളർന്നുശക്തിപ്പെടാൻ കഴിഞ്ഞതും, ഈ മാർക്സിസ്റ്റ് – ലെനി

നിസ്റ്റ് സിദ്ധാന്തം നടപ്പിൽ വരുത്തുന്നതിൽ ഭാഗികമായി നമുക്ക് വിജയിക്കാൻ കഴിഞ്ഞതിനാലാണ്.

മാർക്സും എംഗൽസും ആവിഷ്കരിച്ച തൊഴിലാളി – കർഷക സമരസഖ്യമെന്ന സിദ്ധാന്തം പ്രയോഗത്തിൽ വരുത്തിയതിൽ ലെനിനുണ്ടായ വിജയത്തെ ആസ്പദമാക്കി ലെനിനിസത്തെ കാർഷിക വിപ്ലവപ്രധാനമായ ഒരു സിദ്ധാന്തമായി ദുർവ്യാഖ്യാനിക്കാൻ മാർക്സിസത്തിന്റെ ശത്രുക്കൾ ശ്രമിക്കുകയുണ്ടായി. അവർക്ക് മറുപടി പറഞ്ഞുകൊണ്ട് സ്റ്റാലിൻ ഇങ്ങനെ പ്രസ്താവിച്ചു:

> ലെനിനിസത്തിൽ മുഖ്യമായിട്ടുള്ളത് കാർഷിക പ്രശ്നമാണെന്നും കൃഷിക്കാർക്ക് വിപ്ലവത്തിലുള്ള പങ്കും പ്രാധാന്യവുമാണ് ലെനിനിസത്തെ മറ്റു സിദ്ധാന്തങ്ങളിൽനിന്ന് വേർതിരിച്ചു നിർത്തുന്നതെന്നും ചിലർ കരുതുന്നു. ഇത് തികച്ചും തെറ്റാണ്. ലെനിനിസത്തിന്റെ മുഖ്യപ്രശ്നം മറ്റു സിദ്ധാന്തങ്ങളിൽ നിന്നതിനെ വേർതിരിച്ചുനിർത്തുന്നത്, കാർഷിക പ്രശ്നമല്ല. പിന്നെയോ, തൊഴിലാളിവർഗ സർവാധിപത്യത്തിന്റെ പ്രശ്നമാണ്, അതിന്റെ സ്ഥാപനത്തിനും സ്ഥിരീകരണത്തിനും ആവശ്യമായ ഉപാധികളാണ്. അധികാരം പിടിച്ചുപറ്റുന്നതിന് തൊഴിലാളിവർഗം നടത്തുന്ന സമരത്തിൽ അതിന്റെ സഖ്യശക്തിയെന്ന നിലക്ക് കൃഷിക്കാരുടെ പ്രശ്നം മുഖ്യമാണ്. തൊഴിലാളിവർഗ സർവാധിപത്യത്തിൽനിന്ന് ഉളവാകുന്ന ഒരു പ്രശ്നം മാത്രമാണ് കർഷക പ്രശ്നമെന്നർഥം.

ഇതുകൊണ്ട് കാർഷിക പ്രശ്നത്തിനുള്ള പ്രാധാന്യം കുറയുന്നില്ല. അധികാരം പിടിച്ചടക്കാൻ ശ്രമിക്കുന്ന തൊഴിലാളിവർഗത്തിന് കാർഷിക പ്രശ്നത്തിൽ ശ്രദ്ധ ചെലുത്താതിരിക്കാൻ കഴിയുകയില്ല എന്ന് വ്യക്തമാക്കിക്കൊണ്ട് സ്റ്റാലിൻ ഇങ്ങനെ തുടർന്നു:

രണ്ടാം ഇന്റർനാഷണലിൽപ്പെട്ട പാർട്ടികൾ കാർഷിക പ്രശ്നത്തിന്റെ നേരെ കാണിക്കുന്ന അവഗണനയ്ക്ക് — ചിലപ്പോൾ അവർ കാണിക്കുന്ന തുറന്ന എതിർപ്പിനുതന്നെ — കാരണം താഴെ കൊടുക്കുന്നതാണ്:

> ഈ പാർട്ടികൾ തൊഴിലാളിവർഗ സർവാധിപത്യത്തിൽ വിശ്വസിക്കുന്നില്ല; അവർ വിപ്ലവത്തെ ഭയപ്പെടുന്നു; തൊഴിലാളിവർഗത്തെ അധികാരം പിടിച്ചെടുക്കലിലേക്ക് നയിക്കാൻ അവർ ഉദ്ദേശിക്കുന്നില്ല. വിപ്ലവത്തെ ഭയപ്പെടുകയും, അധികാരം പിടിച്ചെടുക്കലിലേക്ക് തൊഴിലാളി വർഗത്തെ നയിക്കാൻ ഉദ്ദേശിക്കാതിരിക്കുകയും ചെയ്യുന്നവർക്ക് തൊഴിലാളിവർഗത്തിന്റെ സഖ്യശക്തികളുടെ കാര്യത്തിൽ യാതൊരു ശ്രദ്ധയുമുണ്ടാവുകയില്ല.

തൊഴിലാളിവർഗ സർവാധിപത്യവും കാർഷികപ്രശ്നവും തമ്മിലുള്ള ബന്ധത്തിന്റെ പ്രശ്നം സ്റ്റാലിൻ അവതരിപ്പിക്കുന്നതിങ്ങനെയാണ്:

> കർഷക ജനസാമാന്യത്തിന്റെ ജീവിതസാഹചര്യങ്ങളിൽനിന്നുള

> വാകുന്ന അതിന്റെ വിപ്ലവക്കഴിവുകൾ അവസാനിച്ചുകഴിഞ്ഞുവോ ഇല്ലയോ; ഇല്ലെങ്കിൽ അതിന്റെ വിപ്ലവക്കഴിവുകളെ തൊഴിലാളിവർഗ വിപ്ലവത്തിന് അനുകൂലമായി ഉപയോഗിക്കാൻ കഴിയുമോ; പടിഞ്ഞാറൻ യൂറോപ്പിലെ ബൂർഷ്വാവിപ്ലവങ്ങളിൽ ബൂർഷ്വാസിയുടെ സഹായശക്തിയായി പ്രവർത്തിച്ച — ഇന്നും പ്രവർത്തിക്കുന്ന — കർഷക ജനസാമാന്യത്തെ തൊഴിലാളിവർഗത്തിന്റെ സഹായിയും സഖാവുമായി മാറ്റാൻ കഴിയുമോ? ഈ ചോദ്യത്തിന് ലെനിനിസം നൽകുന്ന ഉത്തരം കഴിയുമെന്നാണ്.

തൊഴിലാളിവർഗ സർവാധിപത്യം സ്ഥാപിക്കുകയെന്ന മൗലിക കടമ നിറവേറ്റുന്നതിൽ കർഷകപ്രശ്നത്തിനുള്ള പ്രാധാന്യമെന്താണ്?

ഒന്നാമത്, വളർച്ചയെത്തിയ മുതലാളിത്തരാജ്യങ്ങളിൽ ചുരുക്കം ചിലവയൊഴിച്ച് ലോകത്തിൽ എല്ലായിടത്തും ജനസംഖ്യയിൽ ഭൂരിപക്ഷം വരുന്നത് കർഷകസാമാന്യമാണ്. അവരെ സ്വന്തം കൊടിക്കീഴിൽ അണിനിരത്താതെ തൊഴിലാളിവർഗത്തിന് അധികാരം പിടിച്ചെടുക്കാൻ കഴിയുകയില്ല. കർഷകജനസാമാന്യം അസംഘടിതമായിരിക്കുകയോ ബൂർഷ്വാനേതൃത്വത്തിൽ സംഘടിക്കുകയോ ചെയ്താൽ ബൂർഷ്വാഭരണകൂടം അരക്കിട്ടതുപോലെ ഉറയ്ക്കും. കർഷകജനസാമാന്യത്തിന്റെമേൽ നേതൃത്വംസ്ഥാപിക്കുന്നതിന് ബൂർഷ്വാസിയും തൊഴിലാളിവർഗവും തമ്മിൽ നടക്കുന്ന മത്സരം വർഗസമരത്തിൽ മർമപ്രാധാന്യമുള്ള ഒരു ഘടകമാണെന്നർഥം.

രണ്ടാമത്, ഇന്ത്യയടക്കം ലോകത്തിലെ ബഹുഭൂരിപക്ഷം രാജ്യങ്ങളിലും *ബൂർഷ്വാജനാധിപത്യവിപ്ലവം* പൂർത്തിയായിട്ടില്ല. ഇന്ത്യയെപ്പോലെ ഔപചാരികമായി ബൂർഷ്വാപാർലമെന്ററി ജനാധിപത്യവ്യവസ്ഥ നിലവിൽ വന്നിട്ടുള്ള രാജ്യങ്ങളിൽപ്പോലും, ഫ്യൂഡലിസത്തിന്റേയോ മറ്റു പ്രാങ്മുതലാളിത്ത സാമൂഹ്യവ്യവസ്ഥകളുടെയോ അവശിഷ്ടങ്ങൾ ഇന്നും ധാരാളം കാണാം. ഈ പ്രാങ്മുതലാളിത്ത സാമൂഹ്യവ്യവസ്ഥകളുടെ ഭാരം താങ്ങുന്നവരാണ് കർഷകജനസാമാന്യം. അവർക്കെതിരായ സമരത്തിൽ കർഷകജനസാമാന്യത്തിന്റെ കൂടെ നിന്ന് പ്രാങ്മുതലാളിത്തത്തിന്റെ എല്ലാ രൂപങ്ങളെയും ഉന്മൂലനം ചെയ്യാനല്ല അധികാരത്തിലിരിക്കുന്ന ബൂർഷ്വാസി ശ്രമിക്കുന്നത്. നേരെമറിച്ച്, പ്രാങ്മുതലാളിത്ത സാമൂഹ്യവ്യസ്ഥയുടെ പ്രതിനിധികളുമായി–നാട്ടുരാജാക്കന്മാരും നാടുവാഴികളും ജന്മികളും സെമീന്ദാർമാരും ജാതിമതഗോത്ര–വർഗാദിസംഘടനകളുടെ തലവന്മാർ എന്നിവരെല്ലാമായി– കൂട്ടുകെട്ടുണ്ടാക്കി, കർഷകജനസാമാന്യത്തെ അടക്കിനിർത്താനും ചൂഷണം ചെയ്യാനുമാണ് അവർ ശ്രമിക്കുന്നത്. അതിന് സഹായകമാകുന്ന ഒരു മർദനോപകരണമാണ് ഈ രാജ്യങ്ങളിലെ ഭരണകൂടം. ഇന്ത്യയിലെന്നപോലെ ബൂർഷ്വാ പാർലമെന്ററി ജനാധിപത്യത്തിന്റെ മൂടുപടമിട്ടുകൊണ്ടായാലും പാക്കിസ്ഥാനിലെന്നപോലെ പട്ടാളമേധാവിത്വത്തിന്റെ വിശ്വരൂപം പ്രദർശിപ്പിച്ചുകൊണ്ടായാലും ഇവ രണ്ടിനുമിടയിലുള്ള മറ്റേതുരൂപം കൈക്കൊണ്ടിട്ടായാലും ഏഷ്യനാഫ്രിക്കൻ രാജ്യങ്ങളിലെല്ലാം കർഷകജനസാമാന്യത്തിന്റെ താൽപ്പര്യങ്ങൾക്കെ

തിരായി പ്രാങ്മുതലാളിത്ത സാമൂഹ്യവ്യവസ്ഥയുടെ പ്രതിനിധികളുമായി കൂട്ടുകെട്ടുണ്ടാക്കിയിട്ടുള്ള ഭരണകൂടമാണ് നിലവിലുള്ളത്. അതുകൊണ്ട് പ്രാങ്മുതലാളിത്തരൂപങ്ങൾക്കെതിരായും ജനാധിപത്യത്തിനുവേണ്ടിയും കർഷകജനസമാന്യം നടത്തുന്ന സമരം, ഈ എല്ലാ രാജ്യങ്ങളിലെയും ജനാധിപത്യവിപ്ലവത്തിനുള്ള സമരത്തിൽ മർമപ്രധാനമായ സ്ഥാനം വഹിക്കുന്നു.

മൂന്നാമത്, പൂർണവളർച്ച പ്രാപിച്ച മുതലാളിത്തസാമൂഹ്യവ്യവസ്ഥക്കുകീഴിലും കർഷകജനസാമാന്യം ചൂഷണം ചെയ്യപ്പെടുന്ന ഒരു വിഭാഗമാണ്. ഫ്യൂഡലിസത്തിന്റെ അവസാനാവശിഷ്ടങ്ങൾ നശിപ്പിക്കപ്പെട്ടു കഴിഞ്ഞ രാജ്യങ്ങളിൽപ്പോലും മുതലാളിത്തവ്യവസ്ഥയുടെ അഭേദ്യമായി, മറ്റുൽപ്പാദനോപകരണങ്ങളെപ്പോലെ, ഭൂമി സ്വകാര്യസ്വത്താണ്. വ്യവസായമുതലാളിക്ക് പലിശ കിട്ടുന്നതുപോലെ, ഭൂവുടമസ്ഥന് പാട്ടവും കിട്ടുന്നു. ഇതാണ് മുതലാളിത്തവ്യവസ്ഥ (പൂർണവളർച്ച പ്രാപിച്ച മുതലാളിത്തത്തിൻകീഴിൽ ഭൂവുടമസ്ഥനു കിട്ടുന്ന പാട്ടത്തിന്റെ ഉറവിടമെന്താണെന്നും അത് കൃഷിയെയും മറ്റ് സാമ്പത്തികോൽപ്പാദനമേഖലകളെയും എങ്ങനെ ബാധിക്കുന്നുവെന്നും വിവരിക്കാനാണ് മാർക്സ് *മൂലധന*ത്തിൽ നിരവധി പേജുകൾ വിനിയോഗിച്ചിട്ടുള്ളത്). അതുകൊണ്ട് മുതലാളിത്തവ്യവസ്ഥയിലും കർഷകത്തൊഴിലാളികൾ, സ്വന്തം ഭൂമിയിൽ സ്വയം പണിയെടുക്കുന്ന (ചെറുകിടയിലും ഇടത്തരത്തിലുംപെട്ട) കൃഷിക്കാർ എന്നിവർ സ്വകാര്യഭൂവുടമയുടെ ചൂഷണത്തിന് വിധേയരാണ്. പോരെങ്കിൽ ബാങ്കുകാർ, മൊത്തക്കച്ചവടക്കാർ, വ്യാവസായിക കുത്തകക്കാർ മുതലായ കാർഷികേതരരംഗങ്ങളിൽ പ്രവർത്തിക്കുന്ന മുതലാളിമാരുടെ ചൂഷണം നിമിത്തം കാർഷികോൽപ്പന്നങ്ങൾക്ക് ന്യായമായ വില കിട്ടാതിരിക്കുന്നു. കൃഷിക്കാരുടെ ഉപഭോഗത്തിനും ഉൽപ്പാദനത്തിനും വേണ്ട ചരക്കുകളുടെ വിലയാകട്ടെ, അമിതമായ തോതിൽ നിലനിർത്തപ്പെടുകയും ചെയ്യുന്നു. ഇതിനെല്ലാം പുറമെയാണ് മുതലാളിത്തഗവൺമെന്റുകൾ തുടർന്നുപോരുന്ന നികുതിനയങ്ങളുടെ ഫലമായി കൃഷിക്കാർ താങ്ങേണ്ടിവരുന്ന ഭാരം. ഇതെല്ലാം കാരണം പൂർണവളർച്ച പ്രാപിച്ച മുതലാളിത്തരാജ്യങ്ങളിൽപ്പോലും കർഷകജനസാമാന്യം ഒരു ചൂഷിത ജനവിഭാഗമാണ്.

ഇന്ത്യയെ സംബന്ധിച്ച് പറയുകയാണെങ്കിൽ, പ്രാങ് മുതലാളിത്തത്തിന്റെ ഫലമായി ചൂഷണരൂപങ്ങളിൽ പലതും പഴയരൂപത്തിൽ തന്നെയോ പുതിയ രൂപങ്ങളിലോ തുടർന്നുവരികയാണ്. അതോടൊപ്പം മുതലാളിത്തവളർച്ചയുടെ ഫലമായ പല പുതിയ ചൂഷണമുറകളും ഇവിടെ രൂപംകൊണ്ടിട്ടുമുണ്ട്. ഇതിലാദ്യത്തേതിന്റെ മൂർച്ച കുറയ്ക്കുക, അല്ലെങ്കിൽ മൂർച്ച കുറഞ്ഞുവെന്ന് തോന്നിക്കുക–ഇതാണ് കോൺഗ്രസ്ഗവൺമെന്റ് നടപ്പിലാക്കിയിട്ടുള്ള ഭൂപരിഷ്കാരങ്ങളുടെയും മറ്റ് സാമൂഹ്യപരിഷ്കാരങ്ങളുടെയും ഉദ്ദേശ്യവും ഫലവും. രണ്ടാമത്തെ ഇനത്തിൽപ്പെട്ട ചൂഷണമുറകളാകട്ടെ, അനുദിനം കൂടുതൽ കൂടുതൽ രൂക്ഷമായി വരികയുമാണ്.

ഉദാഹരണത്തിന് ഭൂപരിഷ്കരണത്തിന്റെ കാര്യമെടുക്കുക: കഴിഞ്ഞ 24 കൊല്ലക്കാലമായി നിരവധി ഭൂപരിഷ്കരണ നിയമങ്ങൾ നടപ്പിൽ വന്നിട്ടുണ്ട്. സെമീന്ദാരി മുതലായ പല രൂപത്തിലും നിലനിന്നിരുന്ന നഗ്നമായ ഫ്യൂഡൽ ഭൂവുടമ വ്യവസ്ഥ ഇതുമൂലം ഇല്ലാതായി. അതോടൊപ്പം കടമായും സൗജന്യമായും വളരെയേറെ സഹായം പഞ്ചവത്സരപദ്ധതിയുടെ ഭാഗമായി കൃഷിക്കാർക്ക് കൊടുക്കുന്നുമുണ്ട്. കൃഷിഭൂമിയുടെ ഉൽപ്പാദനക്ഷമത വർധിപ്പിക്കുന്ന ജലസേചന പദ്ധതികൾ, അത്യുൽപ്പാദന കഴിവുള്ള വിത്തുകൾ, രാസവളങ്ങളും കീടനാശിനികളും മുതലായവയെല്ലാം അടങ്ങുന്ന പുതിയ സാങ്കേതികമാർഗങ്ങൾ അംഗീകരിക്കാൻ കൃഷിക്കാർക്ക് പ്രേരണയും സഹായവും കിട്ടിയിട്ടുണ്ട്. ഇതിന്റെയെല്ലാം ആകത്തുകയാണ് 'ഹരിതവിപ്ലവ'മെന്ന് പറയപ്പെടുന്ന ഗ്രാമീണ പരിവർത്തനം.

ഇതിന്റെ ഫലമായി ഫ്യൂഡലിസത്തിന്റെ അവശിഷ്ടങ്ങൾ തുടച്ചുനീക്കപ്പെട്ടുകഴിഞ്ഞിരിക്കുന്നുവെന്നും കൃഷിക്കാരുടെ ജീവിതം അഭിവൃദ്ധിപ്പെട്ടുവരികയാണെന്നുമുള്ള ഒരു പ്രതീതി ഉളവായിട്ടുണ്ട്. അതുളവാക്കാൻ ഭരണവർഗങ്ങൾ കിണഞ്ഞു ശ്രമിക്കുന്നുണ്ട്. പക്ഷേ. യാഥാർഥ്യമെന്താണ്?

(എ) ഓരോ ഭൂപരിഷ്കരണനിയമവും നടപ്പിലാവുന്നതിന്റെ മുന്നോടിയായി അതേവരെ ഭൂമി കൈവശം വെച്ച് കൃഷിചെയ്തുപോന്നിരുന്ന പതിനായിരക്കണക്കിന് പാട്ടക്കുടിയാൻമാർ ഒഴിപ്പിക്കപ്പെടുന്നു. കോൺഗ്രസ് മോഡൽ 'ഭൂപരിഷ്കരണനിയമ'ത്തിന്റെ ഫലമായി ഭൂരഹിതരായിത്തീർന്ന ലക്ഷക്കണക്കിനാളുകളില്ലാത്ത ഒരു സംസ്ഥാനവും ഇന്ത്യയിലില്ലെന്നതാണ് സത്യം.

(ബി) ഒഴിപ്പിക്കൽ നടപടികൾക്ക് ഇരയാകാതെ ഭൂമി കൈവശം വയ്ക്കാൻ അവസരം കിട്ടിയ പാട്ടക്കുടിയാൻമാരിൽത്തന്നെ ഒരു വിഭാഗത്തിന് നഷ്ടപരിഹാരമെന്ന പേരിൽ ജൻമിക്ക് കൊടുക്കേണ്ട സംഖ്യയുടെ ഭാരം താങ്ങേണ്ടിവരുന്നു. അതും പല കാരണങ്ങൾക്കായി വാങ്ങുന്ന കടസംഖ്യകളും കൃത്യസമയത്തടയ്ക്കാൻ കഴിയാത്തതിനാൽ കാലക്രമേണ ഉള്ള ഭൂമിതന്നെ നഷ്ടപ്പെടുകയെന്ന ആപത്ത് ഈ വിഭാഗം കൃഷിക്കാരെ തുറിച്ചുനോക്കുന്നു.

(സി) ഭൂപരിഷ്കരണനിയമത്തിന്റെ മുന്നോടിയായി ഒഴിപ്പിക്കപ്പെടുകയോ നഷ്ടപരിഹാരസംഖ്യയും കടവും തിരിച്ചടയ്ക്കാൻ കഴിയാത്തതിനാൽ ഭൂമി നഷ്ടപ്പെടുകയോ ചെയ്യുന്ന കൃഷിക്കാരിൽ നിന്ന് ഭൂമി പിടിച്ചെടുത്തും മറ്റും കൂടുതൽ ഭൂമി കൈവശപ്പെടുത്തി മുതലാളിത്തരീതിയിൽ കൃഷി നടത്തി ലാഭമുണ്ടാക്കുന്ന ഒരു പുത്തൻ ഭൂവുടമ വർഗം ഉയർന്നുവരുന്നുണ്ട്. അവരിൽ ചിലർ പഴയ ഫ്യൂഡൽജൻമികളുടെ പുതിയ രൂപമാണ്. ഭൂപരിഷ്കരണനിയമത്തിന്റെ ഒരു മുഖ്യവ്യവസ്ഥയായ 'സ്വന്തം കൃഷി'ക്ക് ഒഴിപ്പിച്ചെടുക്കാനുള്ള അധികാരമുപയോഗിച്ച് കിട്ടുന്ന ഭൂമിയും "നഷ്ട പരിഹാര"മായി കിട്ടുന്ന സംഖ്യയും ഉപയോഗിച്ച് കാർഷികമുതലാളിമാരായി സ്വയം മാറിയവരാണിവർ. മുമ്പുതന്നെ കാർഷികമുതലാളിമാരായി വളർന്നുകഴിഞ്ഞിട്ടുള്ളവരും ഇക്കൂട്ട

ത്തിൽപ്പെടും. കൂടാതെ, ഭൂപരിഷ്കരണനിയമത്തിന്റെ ആനുകൂല്യമുപയോഗിച്ച് കൂടുതൽ ലാഭകരമായി കൃഷി നടത്താൻ കഴിഞ്ഞതിനാൽ കാർഷിക മുതലാളിത്തത്തിലേക്കുയർന്ന മുമ്പത്തെ ധനികകൃഷിക്കാരുണ്ട്; മറ്റു രംഗങ്ങളിൽ ഉണ്ടാക്കാൻ കഴിഞ്ഞ സമ്പാദ്യം ഭൂമി വാങ്ങാൻ ഉപയോഗിച്ച് കാർഷികമുതലാളിമാരായി മാറിയവരുണ്ട്. ഈ വിവിധ വിഭാഗങ്ങളിൽപ്പെട്ട കാർഷികമുതലാളിമാരും പഴയ ഫ്യൂഡൽ ഭൂവുടമകളും തമ്മിലുള്ള പ്രധാന വ്യത്യാസം ഇതാണ്; പാട്ടവ്യവസ്ഥക്ക് കുടിയാന് ഭൂമികൊടുത്ത് അയാളിൽനിന്ന് പാട്ടം പിരിക്കുകയെന്നതാണ് പഴയ ഫ്യൂഡൽഭൂവുടമസ്ഥതയുടെ മുഖ്യമായ ഉള്ളടക്കം. പുതിയതിന്റേതാകട്ടെ, കൂലിക്കാരെവെച്ച് പണിയെടുപ്പിച്ച് കൂടുതൽ ആദായകരമായി കൃഷിനടത്തി ലാഭമെടുക്കലാണ്. ഈ പുതിയ (മുതലാളിത്ത) ചൂഷണമുറ കൂടുതൽ ഫലപ്രദമാക്കാനാണ് 'ഹരിതവിപ്ലവ'ത്തെ കേന്ദ്രീകരിച്ചുകൊണ്ടുള്ള കാർഷികോൽപ്പാദന പദ്ധതികളെല്ലാം പ്രയോജനപ്പെടുന്നത്. ജലസേചന പദ്ധതികൾ, വിത്തിന്റെയും വളത്തിന്റെയും വിതരണം, സഹകരണപ്രസ്ഥാനത്തിന്റെ പുരോഗതി, ബ്ലോക്കിന്റെയും പഞ്ചായത്തിന്റെയും പ്രവർത്തനം മുതലായവയെല്ലാം ഈ പ്രക്രിയയെ സഹായിക്കുന്നു. അങ്ങനെ പഴയ (ഫ്യൂഡൽ) ചൂഷകവർഗത്തിനുപകരം പുതിയൊരു (മുതലാളിത്ത) ചൂഷകവർഗം നാട്ടിൻപുറങ്ങളിൽ ഉടലെടുക്കുന്നു. ഈ പുതിയ ചൂഷകവർഗം പഴയതിനെപ്പോലെതന്നെ നാട്ടിൻപുറങ്ങളിലെ പട്ടിണിപ്പാവങ്ങളിൽ ബഹുഭൂരിപക്ഷത്തെ കൊള്ളയടിച്ചുകൊണ്ടാണ് നിലനിൽക്കുന്നതും വളരുന്നതും.

(ഡി) പക്ഷേ, ചൂഷണത്തിന്റെ രീതി പഴയതല്ലാത്തതിനാൽ പഴയ ചൂഷണരീതിക്കെതിരായി ഉയർന്നുവന്ന കർഷപ്രസ്ഥാനം ശിഥിലമാകുന്നു. പാട്ടം കുറച്ചുകിട്ടുക, ഒഴിപ്പിക്കൽ നിരോധിക്കുക മുതലായവയുൾക്കൊള്ളുന്ന നിയമം പാസാക്കിക്കിട്ടണമെന്ന ആവശ്യത്തിൽ മുഖ്യമായും ഊന്നിനിന്നുകൊണ്ടാണ് മുമ്പ് കർഷസംഘം വളർന്നുവന്നത്. കോൺഗ്രസ്മോഡൽ ഒരു വലിയ ആശയക്കുഴപ്പം സൃഷ്ടിച്ചിരിക്കുന്നു. ഗവൺമെന്റ് പാസാക്കിയ 'ഭൂപരിഷ്കരണനിയമ'ത്തിന്റെ ഗുണഗണങ്ങളെയും 'ഹരിതവിപ്ലവ'ത്തിന്റെ മേൻമയെയുംകുറിച്ചുള്ള ഔദ്യോഗിക പ്രചാരവേല അവരെ സ്തംഭിപ്പിച്ചു നിർത്തുന്നു. ജലസേചനപദ്ധതികൾ, കാർഷികോൽപ്പാദനം വർധിപ്പിക്കുന്നതിനാവശ്യമായ മറ്റു നടപടികൾ എന്നിവ മുഖേന കൃഷിക്കാരെ ഗവൺമെന്റ് സഹായിക്കുന്നുവെന്ന പ്രചാരവേല അവരെ ആശയപരമായി നിരായുധരാക്കുന്നു. ചൂഷണരീതിയും ചൂഷകസ്വഭാവവും മാറിയിട്ടേയുള്ളൂ. അവസാനിച്ചിട്ടില്ല, എന്ന യാഥാർഥ്യം മനസിലാക്കാനും പുതിയ ചൂഷണരൂപത്തിനെതിരായി പോരാടുന്നതെങ്ങനെയെന്ന് പഠിക്കാനും കഴിയാത്തതിനാൽ കർഷകസംഘം നേതൃത്വത്തിന് ഈ സ്ഥിതി നേരിടാനൊട്ടു കഴിയുന്നുമില്ല.

(ഇ) ഇതേയവസരത്തിൽ, കർഷകജനസാമാന്യത്തിൽപ്പെട്ട പല പുതിയ വിഭാഗങ്ങളും സമരരംഗത്തേക്ക് ആദ്യമായി പ്രവേശിക്കുന്നു. കർഷകത്തൊഴിലാളികളുടെയും കുടികിടപ്പുകാരുടെയും മുന്നേറ്റമാണ് ഇതിലേറ്റവും മുഖ്യം. പക്ഷേ, അവർ ഒറ്റയ്ക്കല്ല. ഇപ്പോഴും ഒഴിപ്പിക്ക

ലിനോ ഒഴിപ്പിക്കൽ ഭീഷണിക്കോ ഇരയാവുന്ന പാട്ടക്കൃഷിക്കാരുണ്ട്. തങ്ങളുണ്ടാക്കുന്ന ഉൽപ്പന്നങ്ങൾക്ക് ന്യായമായ വില കിട്ടുകയില്ലെന്ന പരാതിയുള്ള കൃഷിക്കാരുണ്ട്. 'ഹരിതവിപ്ലവം' വിജയിപ്പിക്കാനാവശ്യ മായ ആനുകൂല്യങ്ങളെല്ലാം ഒരുപിടി വൻകിടക്കാർ കൈവശം വെച്ചി ട്ടുള്ള സ്ഥിതിവിശേഷം അവസാനിപ്പിച്ച് അതെല്ലാം തങ്ങൾക്ക് കിട്ടാറാ ക്കണമെന്നാഗ്രഹിക്കുന്ന ബഹുഭൂരിപക്ഷം കൃഷിക്കാരുണ്ട്. കേന്ദ്ര-കേ രള ഗവൺമെന്റുകളുടെ നികുതിനയത്തിൽ കൃഷിക്കാർക്കു മുഴുവൻ പ്രതിഷേധമുണ്ട്. ഇതെല്ലാം കണക്കിലെടുത്ത് ഇതിനെല്ലാം പരിഹാരം കാണത്തക്ക പുതിയൊരു പ്രസ്ഥാനമായി കർഷകസംഘത്തെ മാറ്റുക യാണ് ഇന്നത്തെ മുഖ്യകടമ.

ഈ കടമ ചെയ്തുതീർക്കണമെങ്കിൽ കർഷക-കർഷകത്തൊഴി ലാളിപ്രസ്ഥാനത്തിൽ ഇന്നുള്ള കുറവുകൾ തീർത്ത് അവയുടെ പ്രവർത്തനം പുനഃസംഘടിപ്പിക്കുകയും ഏകീകരിക്കുകയും ചെയ്യേ ണ്ടിയിരിക്കുന്നു. അതായത്,

(1) കഴിഞ്ഞ ഏതാനും വർഷക്കാലത്തെ മുഖ്യനേട്ടമായ കർഷക ത്തൊഴിലാളി പ്രസ്ഥാനത്തെ സംസ്ഥാനവ്യാപകമായി സംഘടിപ്പിക്കു കയും വളർത്തി ശക്തിപ്പെടുത്തുകയും ചെയ്യണം. കർഷകത്തൊഴി ലാളി യൂണിയനുകൾ ഇല്ലാത്തിടത്തെല്ലാം അത് സംഘടിപ്പിക്കുകയും ഉള്ളേടങ്ങളിൽ അവയുടെ പ്രവർത്തനം കൂടുതൽ സംഘടിതമാക്കു കയും വേണം.

(2) കർഷകത്തൊഴിലാളിപ്രസ്ഥാനത്തിന്റെ സംഘാടകൻമാർ ക്കും മെമ്പർമാർക്കും തങ്ങളുടെ പ്രസ്ഥാനത്തിന്റെ ചരിത്രപരമായ പങ്ക് മനസിലാക്കിക്കൊടുക്കുന്നതിന് ബോധപൂർവമായ ഒരു ശ്രമം നടത്ത ണം. കൂലിവർധനവ് മുതലായ സാമ്പത്തികാവശ്യങ്ങൾ നേടിയെടു ക്കൽ മാത്രമല്ല തങ്ങളുടെ ജോലിയെന്നും, കൂലി മുതലായ കാര്യങ്ങ ളിൽ തങ്ങളുമായി വൈരുധ്യമുള്ള കൃഷിക്കാർകൂടി ഉൾക്കൊള്ളുന്ന ഒരു സാമ്രാജ്യത്വവിരുദ്ധ-ഫ്യൂഡൽവിരുദ്ധ-കുത്തകവിരുദ്ധ വിപ്ലവ മാണ് തങ്ങളുടെ ലക്ഷ്യമെന്നുമുള്ള ബോധം അവരിൽ ജനിപ്പിക്കണം. സ്വന്തം ആവശ്യങ്ങൾക്കുവേണ്ടി ഉറച്ചുനിന്ന് പോരാടുമ്പോൾത്തന്നെ, കൃഷിക്കാരടക്കം മറ്റെല്ലാ ജനാധിപത്യശക്തികളുടെയും ആവശ്യ ങ്ങൾക്കുവേണ്ടിയുള്ള സമരത്തിൽ സജീവമായി പങ്കെടുക്കുകകൂടി ചെയ്യാൻ കർഷകത്തൊഴിലാളി സംഘടനകൾക്ക് നേതൃത്വം നൽകണം.

(3) കർഷകത്തൊഴിലാളിപ്രസ്ഥാനത്തിന് സമാന്തരമായി ത്തന്നെ, കർഷകപ്രസ്ഥാനവും സ്വതന്ത്രമായി സംഘടിപ്പിക്കുകയും വളർത്തി ശക്തിപ്പെടുത്തുകയും ചെയ്യണം. ഇക്കാര്യത്തിൽ ഇന്നുള്ള ഉപേക്ഷ അവസാനിപ്പിക്കണം. അങ്ങനെ ചെയ്യുമ്പോൾ പഴയ ഫ്യൂഡൽവിരുദ്ധ മുദ്രാവാക്യങ്ങളുടെ ആവർത്തനം മാത്രംഉൾക്കൊ ള്ളുന്ന ഒരു പരിപാടി ആസ്പദമാക്കിയാവരുത് പ്രവർത്തനം. അതി വേഗം വളർന്നുവരുന്ന ബൂർഷ്വാ ചൂഷണവ്യവസ്ഥയുടെ ഫലമായി കർഷകജനസാമാന്യം അനുഭവിക്കുന്ന ദുരിതങ്ങൾക്കെല്ലാമെതിരായി പോരാടുന്ന ഒരു സംഘടനയായി കർഷകസംഘം സ്വയം മാറണം.

ഏതാനും മാസം മുമ്പ് നടന്ന കാപ്പിക്കൃഷിക്കാരുടെ സമ്മേളനവും ഈയിടെ നടന്ന ചെറുകിട റബർ കർഷകസമ്മേളനവും ഉന്നയിച്ചതു പോലെ, കൃഷിക്കാരിലൊരു വിഭാഗത്തെ പ്രത്യേകമായി ബാധിക്കുന്ന പ്രശ്നങ്ങളെ ആസ്പദമാക്കിയ പ്രക്ഷോഭങ്ങളും സംഘടനകളും വളർത്തണം; അവയെ ഔപചാരികമായി കർഷകസംഘവുമായി ബന്ധപ്പെടുത്താൻ കഴിയുമെങ്കിൽ അങ്ങനെയും. അല്ലെങ്കിൽ മറ്റു രൂപങ്ങളിലും, കർഷകസംഘത്തിന്റെ നേതൃത്വത്തിലുള്ള പൊതുപ്രസ്ഥാനവുമായി അവയെ ഘടിപ്പിക്കണം. അതുപോലെ 'ഹരിതവിപ്ലവ'ത്തിന്റെ പേരു പറഞ്ഞ് പൊതുഖജനാവിൽനിന്ന് കോടിക്കണക്കിനു പണം ചെലവുചെയ്തു നൽകുന്ന സൗജന്യങ്ങൾ ചെറുകിടയിലും ഇടത്തരത്തിലുംപെട്ട കൃഷിക്കാർക്ക് മാത്രമായി കിട്ടണമെന്ന ആവശ്യം ഉന്നയിക്കണം; വൻകിടക്കാരായ കർഷകമുതലാളിമാരെയും ധനികകൃഷിക്കാരെയും തടിപ്പിക്കുന്നതിന് പൊതുഖജനാവിൽനിന്ന് പണം ചെലവിടുന്നതിനെ എതിർക്കുന്നതിൽ മറ്റെല്ലാ ജനാധിപത്യവിഭാഗങ്ങളുടെയും സംഘടനകളുടെയും ആനുകൂല്യം നേടണം. അങ്ങനെ കോൺഗ്രസ് ഗവൺമെന്റിന്റെ അനുഗ്രഹാശിസുകളോടെ നാട്ടിൻപുറങ്ങളിൽ വളർന്നുവരുന്ന ചൂഷകവർഗത്തിനെതിരായി സ്വയം പോരാടുകയും മറ്റ് ചൂഷിതവിഭാഗങ്ങളെ അണിനിരത്തുകയും ചെയ്യുന്ന ഒരു പ്രസ്ഥാനമായി കർഷകസംഘം വളരണം.

(4) ഈ കടമകളെല്ലാം നിറവേറ്റാൻ കഴിയണമെങ്കിൽ കർഷകസംഘവും കർഷകത്തൊഴിലാളി യൂണിയനും താന്താങ്ങളുടെ സ്വതന്ത്രമായ സംഘടനകൾ വളർത്തി സജീവമായി പ്രവർത്തിക്കുന്നതോടൊപ്പംതന്നെ അവയെ ഏകോപിപ്പിക്കുകകൂടി ചെയ്യണം. സങ്കുചിതമായ വിഭാഗീയ സാമ്പത്തികതാൽപ്പര്യങ്ങളിൽ ശ്രദ്ധ കേന്ദ്രീകരിക്കാനുള്ള പ്രവണതയിൽനിന്ന് ഇരുവിഭാഗക്കാരെയും വിമുക്തരാക്കിയാലേ ഇതു സാധിക്കൂ. കർഷകത്തൊഴിലാളികളുടെ കൂലിത്തോത്, കാർഷികോൽപ്പന്നങ്ങൾക്കുകിട്ടേണ്ട വില മുതലായ പല കാര്യങ്ങളിലും കർഷകത്തൊഴിലാളികളുടെയും കൃഷിക്കാരുടെയും താൽപ്പര്യങ്ങൾ പലപ്പോഴും ഏറ്റുമുട്ടിയെന്നുവരും. പക്ഷേ, ഇരുവിഭാഗക്കാർക്കും പൊതുശത്രുക്കളായി പഴയ ഫ്യൂഡൽ ചൂഷണത്തിന്റെ അവശിഷ്ടങ്ങളും വളർന്നുവന്ന മുതലാളിത്തചൂഷണത്തിന്റെ വിവിധ രൂപങ്ങളുമുണ്ടെന്ന സത്യം മനസ്സിലാക്കിയാൽ ഈ വൈരുധ്യങ്ങൾ പരിഹരിക്കണമെന്ന കാഴ്ചപ്പാടോടെ ബോധപൂർവം പ്രവർത്തിക്കാൻ ഇരുവിഭാഗക്കാരും തയാറാവും. അതിനവരെ പ്രേരിപ്പിക്കുന്നതിന്റെ ഉത്തരവാദിത്വം ഇരു സംഘടനകളുടെയും നേതാക്കൻമാർക്കുണ്ട്.

പക്ഷേ, ഇത് ചെയ്യുമ്പോൾ കർഷകത്തൊഴിലാളികളുടെ മുന്നേറ്റത്തെ ബോധപൂർവം വളർത്തിക്കൊണ്ടുവരികയെന്ന മൗലിക കാഴ്ചപ്പാടിൽ യാതൊരു അയവും വരുത്തിക്കൂടാ. നൂറ്റാണ്ടുകളോളമായി തുടർന്നുകൊണ്ടിരിക്കുന്ന സാമൂഹ്യമർദനത്തിന് ഇരയായിട്ടുള്ള പട്ടികജാതി-പട്ടികവർഗക്കാരും സ്ത്രീകളുമുൾക്കൊള്ളുന്ന ഒരു വിഭാഗമാണ് കർഷകത്തൊഴിലാളികളെന്നും അവരുടെ ഉയിർത്തെഴുന്നേൽപ്പാണ്

ജനകീയ ജനാധിപത്യവിപ്ലവത്തിന്റെ മുഖ്യഘടകങ്ങളിലൊന്നെന്നുമുള്ള വസ്തുത പ്രത്യേകം എടുത്തു പറയണം: അതാണ് ചൂഷകവർഗങ്ങൾക്കെതിരായ തങ്ങളുടെ സമരത്തിന്റെതന്നെ വിജയത്തിന് ഏറ്റവും വലിയ ഉറപ്പെന്ന് കൃഷിക്കാരെ ബോധ്യപ്പെടുത്താൻ ശ്രമിക്കണം.

അതേ അവസരത്തിൽ, തങ്ങളുടേതിനേക്കാൾ അൽപ്പസ്വൽപ്പം ഭേദപ്പെട്ട രീതിയിൽ ജീവിക്കുന്നുണ്ടെങ്കിലും കൃഷിക്കാർ ഫ്യൂഡൽ-ബൂർഷ്വാ ചൂഷണങ്ങൾക്കിരയാകുന്നുണ്ടെന്നും, അതിനെതിരായി അവർ നടത്തുന്ന സമരം തങ്ങളുടെ സ്വന്തം സമരത്തെത്തന്നെ ശക്തിപ്പെടുത്തുമെന്നും കർഷകത്തൊഴിലാളികളെയും ബോധ്യപ്പെടുത്തണം.

(5) കൃഷിക്കാരും കർഷകത്തൊഴിലാളികളും തമ്മിലുള്ള ഈ ഐക്യത്തിന്റെ പരിധിയിൽ നാട്ടിൻപുറങ്ങളിലെ മറ്റു പട്ടിണിപ്പാവങ്ങളെക്കൂടി ഉൾപ്പെടുത്തണം. കർഷകേതരങ്ങളായ വിവിധ മേഖലകളിൽ കൂലിവേല നടത്തി ജീവിക്കുന്ന ഗ്രാമീണതൊഴിലാളികൾ; ഭൂമിയില്ലാതെ മറ്റ് ഉൽപ്പാദനോപകരണങ്ങൾ സ്വയമായുള്ളവരും അതുപയോഗിച്ച് സ്വയം ജോലിചെയ്ത് ജീവിക്കുന്നവരുമായ കൈത്തൊഴിൽക്കാർ; മുതലാളിത്ത ചൂഷണത്തിന്റെ ഫലമായി പാപ്പരീകരിക്കപ്പെട്ടുവരുന്ന മറ്റു ചെറുകിടസ്വത്തുടമസ്ഥന്മാർ; ജാതിയുടെയും മറ്റു സാമൂഹ്യവിവേചനങ്ങളുടെയും ഫലമായി പിന്നണിയിൽ കിടക്കുന്ന സമുദായക്കാർ; ജീവിക്കാൻ വേണ്ട ജോലികിട്ടാതെ അലയേണ്ടിവരുന്ന യുവതീ-യുവാക്കൻമാർ; പലവിധ സാമൂഹ്യാവശതകൾ അനുഭവിക്കേണ്ടിവരുന്ന സ്ത്രീസമുദായം-ഇവരെല്ലാം കർഷകത്തൊഴിലാളികളെയും കൃഷിക്കാരെയുമെന്നപോലെതന്നെ, ഫ്യൂഡൽ ചൂഷണത്തിന്റെ അവശിഷ്ടങ്ങൾക്കും വളർന്നുവരുന്ന മുതലാളിത്തത്തിന്റെ വിവിധ ചൂഷണരൂപങ്ങൾക്കും കീഴ്പ്പെട്ട് നരകിച്ചുകൊണ്ടിരിക്കുന്നവരാണ്. ഈ ഓരോ വിഭാഗവും താന്താങ്ങൾ അനുഭവിച്ചുവരുന്ന അവശതകൾക്കെതിരായി സംഘടിച്ചുവരികയാണ്. അവയെയെല്ലാം ഏകോപിപ്പിച്ച്, സുസംഘടിതമായ ഒരു വിപ്ലവജനാധിപത്യശക്തി നാട്ടിൻപുറങ്ങളിൽ ഉടലെടുക്കുന്നതിന് കർഷകത്തൊഴിലാളികളുടെയും കൃഷിക്കാരുടെയും സംയുക്തപ്രസ്ഥാനം പ്രയോജനപ്പെടണം.

എല്ലാറ്റിലുംമീതെ, മറ്റു ഗ്രാമീണദരിദ്ര വിഭാഗങ്ങളെക്കൂടി ഉൾക്കൊള്ളിച്ചുകൊണ്ടുള്ള കർഷക-കർഷകത്തൊഴിലാളി പ്രസ്ഥാനം പട്ടണങ്ങളിലെ വ്യവസായത്തൊഴിലാളികളുടെയും മറ്റ് ജനാധിപത്യവാദികളുടെയും പ്രസ്ഥാനവുമായി പൂർണമായും സഹകരിച്ചുകൊണ്ട് പ്രവർത്തിക്കണം. നാട്ടിൻപുറങ്ങളിലെ പട്ടിണിപ്പാവങ്ങൾ മുഴുവൻ ഒന്നിച്ചണിനിരന്നാലും അവരുടേത് ഒരു യഥാർഥ വിപ്ലവശക്തിയായി ഉയരണമെങ്കിൽ, പട്ടണപ്രദേശങ്ങളിലെ വിപ്ലവപ്രസ്ഥാനങ്ങളുമായി അത് തികച്ചും ഇണങ്ങിച്ചേരണം. ഫ്യൂഡൽചൂഷണത്തിന്റെ അവസാനാവശിഷ്ടംകൂടി തുടച്ചുനീക്കി മുതലാളിത്തചൂഷണത്തിന്റെ വിവിധ രൂപങ്ങൾക്കെതിരായി പോരാടുന്നതിൽ മറ്റെല്ലാ വർഗങ്ങൾക്കും നേതൃത്വം കൊടുക്കാൻ തൊഴിലാളിവർഗത്തിനുമാത്രമേ കഴിയൂ എന്ന സത്യം കർഷക-കർഷകത്തൊഴിലാളി പ്രസ്ഥാനത്തിന്റെ സാമൂഹ്യവീ

ക്ഷണത്തിന്റെ അഭേദ്യഭാഗമാവണം. എങ്കിൽമാത്രമേ കർഷകത്തൊഴിലാളികളുടെയും കൃഷിക്കാരുടെയും സംഘടിതസമരം ജനകീയജനാധിപത്യവിപ്ലവത്തിന്റെ മുഖ്യഘടകമായി വളരുകയുള്ളൂ.

അഞ്ച്

ജനകീയജനാധിപത്യമുന്നണിയുടെ സമരതന്ത്രം

തൊഴിലാളിവർഗനേതൃത്വത്തിലുള്ള തൊഴിലാളി-കർഷക സഖ്യമാണ് ഇന്ത്യൻ വിപ്ലവത്തിന്റെ അച്ചുതണ്ടെന്ന് നാം കണ്ടുകഴിഞ്ഞു. പക്ഷേ, അതൊരു അച്ചുതണ്ടുമാത്രമാണ്. അതിനുചുറ്റും മറ്റു വർഗങ്ങളും ജനവിഭാഗങ്ങളും ചേർന്നുകൊണ്ടുള്ള വിപുലമായ ഒരു ജനാധിപത്യമുന്നണികൂടിയുണ്ട്. ആ മുന്നണിയുടെ പേരാണ് *ജനകീയ ജനാധിപത്യമുന്നണി.*

ഇതാണ് കമ്യൂണിസ്റ്റ് (മാർക്സിസ്റ്റ്) പാർട്ടി ആവിഷ്കരിച്ച സമരതന്ത്രത്തിന്റെ കേന്ദ്രബിന്ദു. ഇതും റിവിഷനിസ്റ്റുകാരുടെ പരിപാടിയിലെ കേന്ദ്രബിന്ദുവായ *ദേശീയ ജനാധിപത്യമുന്നണി*യും തമ്മിൽ മൗലികമായ വൈരുധ്യമുണ്ട്-മാർക്സിസവും റിവിഷനിസവും തമ്മിലുള്ള വൈരുധ്യം.

ഈ വൈരുധ്യം മൂർച്ഛിച്ച് മുമ്പത്തെ അവിഭക്ത കമ്യൂണിസ്റ്റ് പാർട്ടി പിളർന്ന് രണ്ടാവാൻ തുടങ്ങിയപ്പോൾ, ഇന്ത്യ-ചൈന അതിർത്തിത്തർക്കമാണ് പിളർപ്പിന് കാരണമെന്ന് റിവിഷനിസ്റ്റുകാർ പറഞ്ഞുപരത്താൻ നോക്കി. ബൂർഷ്വാപത്രങ്ങളും കോൺഗ്രസ് അടക്കമുള്ള ബൂർഷ്വാപാർട്ടികളും കേന്ദ്ര ഗവൺമെന്റുമെല്ലാം അതേറ്റുപാടുകയും ചെയ്തു. അങ്ങനെ കമ്യൂണിസ്റ്റ് (മാർക്സിസ്റ്റ്) പാർട്ടിയെ 'ചൈനാഏജന്റാ'യി മുദ്രകുത്തുന്നതിൽ ഭരണാധികാരിവർഗങ്ങളും റിവിഷനിസ്റ്റുകാരും ഒരുപോലെ പങ്കുകൊണ്ടു. 'ചൈനാ ഏജന്റു'മാർക്കെതിരായി നടപടിയെടുക്കുകയെന്ന പേരിൽ കേന്ദ്രഗവൺമെന്റ് 1962-ലും 1964-65-ലും നടത്തിയ കൂട്ട അറസ്റ്റിന് പരോക്ഷമായെങ്കിലും റിവിഷനിസ്റ്റുകാർ പിന്തുണ നൽകി.

ഈ പ്രചാരവേലയിലൂടെ റിവിഷനിസ്റ്റുകാർ യഥാർഥത്തിൽ ചെയ്തത് തങ്ങൾ കോൺഗ്രസുമായുണ്ടാക്കാൻ ശ്രമിക്കുന്ന കൂട്ടുകെട്ടിനെ മറച്ചുപിടിക്കുകയാണെന്ന് കമ്യൂണിസ്റ്റ് (മാർക്സിസ്റ്റ്)പാർട്ടി അന്നുതന്നെ ചൂണ്ടിക്കാണിക്കുകയുണ്ടായി. അത് ശക്തിയായി റിവിഷനിസ്റ്റുകാർ നിഷേധിക്കുകയും ചെയ്തു.

എന്നാൽ 1970-71-ഓടുകൂടിയെങ്കിലും അവർക്കുപോലും നിഷേധിക്കാൻ വയ്യാത്തവിധം റിവിഷനിസ്റ്റുകാരുടെ കോൺഗ്രസ് കൂട്ടുകെട്ട് പ്രകടമായി. തങ്ങൾ ആവർത്തിച്ചാവർത്തിച്ച് പ്രഖ്യാപിക്കുന്ന 'ഇടതുപക്ഷ-ജനാധിപത്യശക്തികളുടെ ഐക്യ'ത്തിൽ മുൻകയ്യുള്ള രാഷ്ട്രീയശക്തി കോൺഗ്രസാണെന്ന് അവർ വ്യക്തമാക്കിയിരിക്കുന്നു. 1970-71-ലെ കേരളരാഷ്ട്രീയ ചരിത്രവും, 1971-ൽ ബംഗാളിലും ബീഹാറിലും നടന്ന സംഭവങ്ങളും സംശയത്തിനിടയില്ലാത്തവിധം റിവിഷനിസ്റ്റ്-കോൺഗ്രസ് കൂട്ടുകെട്ട് പരസ്യമാക്കിയിരിക്കുന്നു.

ഇന്ത്യ-ചൈന തർക്കത്തിന്റെ കാര്യത്തിൽ മാർക്സിസവും റിവിഷനിസവും തമ്മിൽ അഭിപ്രായവ്യത്യാസമില്ലെന്നല്ല ഇവിടെ സൂചിപ്പിക്കുന്നത്. ഭരണാധികാരിവർഗങ്ങളോടും അവരുടേതായ ഭരണകൂടത്തോടുമുള്ള സമീപനത്തിന്റെ കാര്യത്തിൽ മാർക്സിസവും റിവിഷനിസവും തമ്മിലുണ്ടായ ഏറ്റുമുട്ടലിന്റെ ഒരു ഭാഗം മാത്രമാണ് ഇന്ത്യ-ചൈന തർക്കം സംബന്ധിച്ച അഭിപ്രായവ്യത്യാസമെന്നാണ് ഇവിടെ സൂചിപ്പിക്കുന്നത്.

ബൂർഷ്വാ-ഫ്യൂഡൽവർഗങ്ങൾ ഒരു വശത്തും തൊഴിലാളിവർഗം മറുവശത്തുമായി നടക്കുന്ന രാഷ്ട്രീയസമരത്തിൽ റിവിഷനിസം ഭരണാധികാരിവർഗങ്ങളുടെയും മാർക്സിസം തൊഴിലാളിവർഗത്തിന്റെയും കൂടെ നിൽക്കുന്നു. ഈ യാഥാർഥ്യത്തിന്റെ ഒരു ബാഹ്യപ്രകടനം മാത്രമാണ് സോഷ്യലിസ്റ്റ് ചൈനക്കെതിരായി ബൂർഷ്വാദേശീയവാദത്തിന്റെ നിലപാടെടുക്കാൻ റിവിഷനിസ്റ്റുകാരും തൊഴിലാളി വർഗ സാർവദേശീയത്വത്തിന്റെ സമീപനം അംഗീകരിക്കാൻ മാർക്സിസ്റ്റുകാരും തയാറായത്. ഇതാണ് സത്യം.

ഇതുതന്നെയാണ് വലതു കമ്യൂണിസ്റ്റ് പാർട്ടി അംഗീകരിച്ച *ദേശീയ ജനാധിപത്യമുന്നണി*യെന്ന കേന്ദ്രമുദ്രാവാക്യവും കമ്യൂണിസ്റ്റ് (മാർക്സിസ്റ്റ്) പാർട്ടിയുടെ *ജനകീയജനാധിപത്യമുന്നണി*യും തമ്മിലുള്ള മൗലികവ്യത്യാസം. ഇവിടെയും ജനങ്ങളെ തെറ്റിദ്ധരിപ്പിക്കാൻ *ജനകീയ ജനാധിപത്യമുന്നണി*യെന്നാൽ 'ഉടൻവിപ്ലവമെന്നർഥമാണ്; അതിന്റെ പ്രായോഗിക രാഷ്ട്രീയനയത്തിൽ തിരഞ്ഞെടുപ്പുകൾക്കും പാർലമെന്ററി പ്രവർത്തനത്തിനും യാതൊരു സ്ഥാനവുമില്ല; സാമ്രാജ്യാധിപത്യത്തിനും ഫ്യൂഡലിസത്തിനുമെതിരായ സമരത്തിൽ ദേശീയ ബൂർഷ്വാസിയുമായി ഐക്യമുന്നണിയുണ്ടാക്കുകയെന്ന കാഴ്ചപ്പാടുതന്നെ കമ്യൂണിസ്റ്റ് (മാർക്സിസ്റ്റ്) പാർട്ടിക്കില്ല; കോൺഗ്രസ് ഗവൺമെന്റ് ചെയ്യുന്നതെന്തിനെയും കണ്ണുംപൂട്ടി എതിർക്കലാണ് മാർക്സിസ്റ്റുകാരുടെ നയം'-ഇങ്ങനെയെല്ലാമുള്ള ഒരു പ്രചാരവേല വലതുകമ്യൂണിസ്റ്റുകാർ അഴിച്ചുവിട്ടു. ഈ പ്രചാരവേലയുടെ അടിസ്ഥാനത്തിലാണ് പിന്നീട് നക്സലൈറ്റ് ഗ്രൂപ്പ് രൂപംകൊണ്ടപ്പോൾ "മാർക്സിസ്റ്റുകാർ പഠിപ്പിച്ചത് നടപ്പാക്കുകയാണ് നക്സലൈറ്റുകാർ ചെയ്യുന്ന"തെന്ന അപവാദപ്രചാരണം നടത്തുന്നതിൽ മറ്റു പെറ്റിബൂർഷ്വാ-ബൂർഷ്വാപാർട്ടികളുടെ കൂടെ റിവിഷനിസ്റ്റുകാരും ചേർന്നത്.

ഈ പ്രചാരവേലയും യാഥാർഥ്യവുമായി യാതൊരു പൊരുത്തവുമില്ലെന്ന് കമ്യൂണിസ്റ്റ് (മാർക്സിസ്റ്റ്) പാർട്ടി കൊൽക്കത്തയിൽവെച്ച് അംഗീകരിച്ച പരിപാടിയിലും, ആ പരിപാടി അംഗീകരിക്കുന്നതോടൊപ്പം പാസാക്കിയ മറ്റു രാഷ്ട്രീയ പ്രമേയങ്ങളിലും നിന്നുതന്നെ വ്യക്തമാവും. ഉദാഹരണത്തിന്:

(എ) തിരഞ്ഞെടുപ്പുകളിലും പാർലമെന്ററി പരിപാടികളിലും വിശ്വസിക്കുന്നില്ലെന്ന് പാർട്ടിപരിപാടി ഒരിടത്തും പറഞ്ഞിട്ടില്ലെന്നു മാത്രമല്ല, മറിച്ച് പറഞ്ഞിട്ടുമുണ്ട് (*പാർട്ടിപരിപാടി*, ഖണ്ഡിക 112). ഇന്നത്തെ ഭരണാധികാരിവർഗങ്ങളെ സ്ഥാനഭ്രംശം ചെയ്യിച്ച് ജനകീയ

ജനാധിപത്യത്തിന്റേതായ ഒരു ഭരണകൂടം സ്ഥാപിക്കുകയെന്ന കാഴ്ചപ്പാട് മുന്നിൽവെച്ചുകൊണ്ടുതന്നെ, ബഹുജനങ്ങൾക്ക് അടിയന്തരാശ്വാസം നൽകാൻ പ്രയോജനപ്പെടുന്ന ഒരു മിനിമം പരിപാടിയുടെ അടിസ്ഥാനത്തിൽ, ബദൽ ഗവൺമെന്റുകൾ രൂപീകരിക്കാൻ പാർട്ടി ശ്രമിക്കുമെന്ന് വ്യക്തമായിത്തന്നെ ആ ഖണ്ഡികയിൽ പറഞ്ഞിട്ടുണ്ട്.

(ബി) ഈ പൊതു കാഴ്ചപ്പാടനുസരിച്ച് കേരളത്തിൽ ഉടൻ നടക്കാനിരിക്കുന്ന തിരഞ്ഞെടുപ്പിനെ നേരിടാനുള്ള അടവുകൾ ഉൾക്കൊള്ളുന്ന ഒരു പ്രത്യേക രാഷ്ട്രീയ പ്രമേയവും പാർട്ടി കോൺഗ്രസ് അംഗീകരിക്കുകയുണ്ടായി. തിരഞ്ഞെടുപ്പിൽ കോൺഗ്രസിനെ തോൽപ്പിച്ച് 'കമ്യൂണിസ്റ്റുകാർ, സോഷ്യലിസ്റ്റുകാർ, മറ്റു പുരോഗമനജനാധിപത്യപാർട്ടികളും ഗ്രൂപ്പുകളും വ്യക്തികളും എന്നിവർ ചേർന്നുകൊണ്ടുള്ള ഒരു കോൺഗ്രസിതര ജനാധിപത്യ ഗവൺമെന്റ് രൂപീകരിക്കാൻ' കേരളത്തിലെ ജനങ്ങളോട് അഭ്യർഥിക്കുന്ന ഒരു പ്രമേയമായിരുന്നു അത്.

(സി) രാജ്യത്താകെയുള്ള സാമ്പത്തിക രാഷ്ട്രീയ സ്ഥിതിഗതികളെ വിശകലനം ചെയ്യുന്ന മറ്റൊരു പ്രമേയവും പാർട്ടി കോൺഗ്രസ് അംഗീകരിക്കുകയുണ്ടായി. അതിൽ കോൺഗ്രസ് ഗവൺമെന്റ് തുടർന്നുപോരുന്ന മുതലാളിത്ത വികസന മാർഗത്തിന്റെ ദുഷ്ഫലങ്ങളും തന്നിമിത്തം പൊട്ടിപ്പുറപ്പെടുന്ന ബഹുജനസമരങ്ങളും വിലയിരുത്തിയതിനുശേഷം, 'ബഹുജനസംഘടനകളുടെ — വിശേഷിച്ച് ട്രേഡ് യൂണിയനുകളുടെയും കിസാൻസഭകളുടെയും കർഷകത്തൊഴിലാളി യൂണിയനുകളുടെയും — ദൗർബല്യത്തിൽനിന്നുളവാകുന്ന ആപത്തു'കളെക്കുറിച്ച് താക്കീതു നൽകുകയുണ്ടായി. ഈ ദൗർബല്യം തീർത്ത് ബഹുജനസംഘടനകളെ വളർത്തി ശക്തിപ്പെടുത്തുകയും അവയുടെ നേതൃത്വത്തിൽ നടക്കുന്ന സമരങ്ങളിലൂടെ ഐക്യം കെട്ടിപ്പടുക്കുകയുമെന്ന കേന്ദ്ര കടമയിലാണ് പ്രമേയം ഊന്നൽ കൊടുത്തത്. ബഹുജന ഐക്യം കെട്ടിപ്പടുക്കാനുള്ള ഈ സമരത്തിൽ മറ്റെല്ലാ ജനാധിപത്യ പാർട്ടികളും ബഹുജനസംഘടനകളുമായി സഹകരിക്കാൻ പാർട്ടി തയാറാവുമെന്ന് വ്യക്തമാക്കുകയും ചെയ്തു ('ബഹുജനങ്ങളുടെ നിത്യജീവിത താൽപ്പര്യങ്ങൾ സംരക്ഷിക്കാനോ സമാധാനം, ദേശീയസ്വാതന്ത്ര്യം, കൊളോണിയൽ വിരുദ്ധസമരം എന്നിവക്ക് വേണ്ടിയോ നടക്കുന്ന ഏതു സമരത്തിലും ഏതു പാർട്ടിയുമായും ഗ്രൂപ്പുമായും സഹകരിക്കാൻ പാർട്ടിക്ക് യാതൊരു മടിയുമുണ്ടാവുകയില്ല' എന്നാണ് പ്രമേയത്തിൽ പറയുന്നത്).

(ഡി) *രാഷ്ട്രീയ പ്രമേയ*ത്തിൽ മാത്രമല്ല, *പരിപാടി*യിൽത്തന്നെയും ഒരിടത്ത് (108–ാം ഖണ്ഡികയിൽ) ഇങ്ങനെ പറഞ്ഞിട്ടുണ്ട്:

> സമരതന്ത്രത്തിന്റേതായ നിലവാരത്തിൽ കോൺഗ്രസ് ഭരണകക്ഷിയുമായി ഐക്യമോ ഐക്യമുന്നണിയോ ഉണ്ടാക്കാമെന്ന യാതൊരു വ്യാമോഹവും പാർട്ടിക്കില്ല. എന്നാൽ യഥാർഥ രാജ്യതാൽപ്പര്യങ്ങൾക്കനുകൂലമായതും ലോകസമാധാനം, കൊളോ

ണിയൽ വിരുദ്ധസമരം എന്നിവയെ ബാധിക്കുന്നതുമായ എല്ലാ പ്രശ്നങ്ങളിലും സാമ്രാജ്യാധിപത്യവുമായി ഏറ്റുമുട്ടലിനിടയാക്കുന്ന എല്ലാ സാമ്പത്തിക-രാഷ്ട്രീയ പ്രശ്നങ്ങളിലും നമ്മുടെ ദേശീയ പരമാധികാരത്തെയും സ്വതന്ത്രവിദേശനയത്തെയും ശക്തിപ്പെടുത്തുന്ന എല്ലാ പ്രശ്നങ്ങളിലും -- ഇതിലെല്ലാം ഗവൺമെന്റിന് കലവറയില്ലാത്ത പിന്തുണ നൽകാൻ പാർട്ടി തയാറായിരിക്കും.

ഈ കാഴ്ചപ്പാടനുസരിച്ചാണ് കഴിഞ്ഞ ഏഴു കൊല്ലക്കാലത്ത് പല സന്ദർഭങ്ങളിലും പല പ്രശ്നങ്ങളിലും കോൺഗ്രസ് ഗവൺമെന്റിന്റെ നയങ്ങൾക്ക് പാർട്ടി പിന്തുണ നൽകിയത്. 1969–70 കാലത്ത് കോൺഗ്രസ് പിളർന്ന് രണ്ടാവുകയും അതിന്റെ പശ്ചാത്തലത്തിൽ 'താൽക്കാലികവും സോപാധികവുമായ പിന്തുണ ഒരതിരുവരെ' ഇന്ദിരാകോൺഗ്രസിനും അതിന്റെ ഗവൺമെന്റിനും പാർട്ടി കൊടുത്തതും ഈ അടിസ്ഥാനത്തിലാണ്.

ചില പ്രത്യേക സന്ദർഭങ്ങളിൽ താൽക്കാലികവും ഭാഗികവുമായി കമ്യൂണിസ്റ്റ് (മാർക്സിസ്റ്റ്) പാർട്ടി ഭരണകക്ഷിക്ക് പിന്തുണ കൊടുക്കുമ്പോൾത്തന്നെ ഭരണകക്ഷിയും ഗവൺമെന്റും തുടർന്നുപോരുന്ന മുതലാളിത്ത വികസന മാർഗത്തിനും അതിനെ ആസ്പദമാക്കിയ സാമ്പത്തിക-രാഷ്ട്രീയ നയങ്ങൾക്കുമെതിരായി തൊഴിലാളിവർഗ നേതൃത്വത്തിൽ തൊഴിലാളി - കർഷക സഖ്യത്തെ ആസ്പദമാക്കി അധ്വാനിക്കുന്ന ബഹുജനങ്ങളെയാകെ സമരരംഗത്തിറക്കാൻ പാർട്ടി ശ്രമിക്കുന്നു. ഈ സമരത്തിലേക്ക് സാമ്രാജ്യത്വവിരോധികളും ജനാധിപത്യവാദികളുമായ മറ്റെല്ലാ ജനവിഭാഗങ്ങളെയും ആകർഷിക്കാനും പാർട്ടി ശ്രമിക്കുന്നു. ഇതിൽ യാതൊരു വിട്ടുവീഴ്ചയും ചെയ്യാൻ പാർട്ടി തയാറില്ല. അതുകൊണ്ടാണ് ഇന്ദിരാഗാന്ധിയുടെ നേതൃത്വത്തിലുള്ള 'പുരോഗമന' കോൺഗ്രസ് കൂടി പങ്കെടുക്കുന്ന ഒരു 'ഇടതുപക്ഷ-ജനാധിപത്യമുന്നണി'യെന്ന റിവിഷനിസ്റ്റ് മുദ്രാവാക്യത്തെ എതിർക്കുന്നതിൽ പാർട്ടി യാതൊരു വിട്ടുവീഴ്ചയും കാണിക്കാത്തത്.

ഇന്ത്യയിലെ ഇന്നത്തെ സാമ്പത്തിക-രാഷ്ട്രീയ സാഹചര്യങ്ങൾ സത്യസന്ധമായി പരിശോധിക്കുന്ന ഏതൊരാൾക്കും ഒരു സത്യം അംഗീകരിക്കേണ്ടി വരും. 'പുരോഗമനവാദി'യെന്നു വിശേഷിക്കപ്പെടുന്ന ഇന്ദിരാഗാന്ധിയുടെയും അവരുടെ ഗവൺമെന്റിന്റെയും പ്രായോഗിക നടപടികളിൽ സാമ്രാജ്യാധിപത്യത്തിനും ഫ്യൂഡലിസത്തിനും കുത്തകമുതലാളിത്തത്തിനുമെതിരായവ എത്രയോ ദുർലഭമാണ്; പിന്തിരിപ്പൻശക്തികളുമായി സന്ധിചെയ്യുക, അവയ്ക്കു കീഴടങ്ങുക, അങ്ങനെ ദേശീയ താൽപ്പര്യങ്ങൾ അപകടപ്പെടുത്തുക മുതലായവ ഉൾക്കൊള്ളുന്ന നടപടികളാകട്ടെ അനുദിനം നടക്കുന്നുണ്ടുതാനും. അതിനുംപുറമെ, അധ്വാനിക്കുന്ന ബഹുജനങ്ങൾക്കും മറ്റു ജനാധിപത്യശക്തികൾക്കുമെതിരായ ആക്രമണങ്ങൾ രൂക്ഷമായ നിലയിൽ നിരന്തരം നടത്തുന്നുണ്ടുതാനും.

അതുകൊണ്ട് ഈ ഭരണകക്ഷിയും ഗവൺമെന്റുമായി സഹകരിക്കാനുള്ള സന്ദർഭം വളരെവളരെ ദുർലഭമായേ വരികയുള്ളൂ. ഏറ്റുമുട്ടലുകളാകട്ടെ, അനുദിനം, അനുനിമിഷം നടക്കുന്നുണ്ടുതാനും. ഈ യാഥാർഥ്യം കണക്കിലെടുത്തിട്ടാണ് കമ്യൂണിസ്റ്റ് (മാർക്സിസ്റ്റ്) പാർട്ടി അതിന്റെ നയപരിപാടികൾ ആവിഷ്കരിക്കുന്നത്.

ഭരണകക്ഷിക്കും ഗവൺമെന്റിനുമെതിരായ ബഹുമുഖസമരങ്ങളിൽ ജനലക്ഷങ്ങളെ അണിനിരത്തി ജനകീയ ജനാധിപത്യഭരണകൂടം സ്ഥാപിക്കുകയെന്ന ചരിത്രപരമായ കടമയുടെ നിർവഹണത്തിലേക്ക് മുന്നേറുകയെന്ന കാഴ്ചപ്പാടോടെയാണ് പാർട്ടി പ്രവർത്തിക്കുന്നത്. അതേഅവസരത്തിൽ സാമ്രാജ്യാധിപത്യമോ ഫ്യൂഡലിസമോ കുത്തകമുതലാളിത്തമോ ആയി എത്ര ചെറിയതരത്തിലായാലും ഏറ്റുമുട്ടാൻ ഭരണകക്ഷിയും ഗവൺമെന്റും തയാറാകുന്ന ഒരു സന്ദർഭവും വിട്ടുകളയാതെ, വിപ്ലവപ്രസ്ഥാനത്തിന്റെ പുരോഗതിയെ സഹായിക്കത്തക്കവിധത്തിൽ അവയെ ഉപയോഗപ്പെടുത്താൻ പാർട്ടി മടിക്കുകയില്ല.

ഇന്നത്തെ സാമ്പത്തിക-രാഷ്ട്രീയ സ്ഥിതിഗതികളെ സംബന്ധിച്ച കമ്യൂണിസ്റ്റ് (മാർക്സിസ്റ്റ്) പാർട്ടിയുടെ ഈ വിശകലനവും അതിനെ ആസ്പദമാക്കിയ നയപരിപാടികളുമാകട്ടെ, മൗലികമായ ഒരു വിപ്ലവവീക്ഷണത്തിന്റെ—1947-ഓടുകൂടി ഉദ്ഘാടനം ചെയ്യപ്പെട്ട ഇന്ത്യൻ വിപ്ലവകാലഘട്ടം, ഈ കാലഘട്ടത്തിൽ വിപ്ലവത്തിനനുകൂലവും പ്രതികൂലവുമായ ശക്തികൾ എന്നിവയെ സംബന്ധിച്ച വിശകലനത്തിന്റെയും അതിൽനിന്നുളവാകുന്ന വിപ്ലവസമരതന്ത്രത്തിന്റെയും—ഭാഗമാണ്. ഈ വിശകലനത്തിന്റെയും വിപ്ലവസമരതന്ത്രത്തിന്റെയും കാര്യത്തിൽ രൂക്ഷമായ ഉൾപ്പാർട്ടിസമരം 1947 മുതൽക്കേ നടക്കുകയുണ്ടായിട്ടുണ്ടുതാനും.

ഇതിന്റെ പരിണാമമായി 1964-ൽ അതേവരെത്തെ അവിഭക്ത കമ്യൂണിസ്റ്റ് പാർട്ടിയിലെ മാർക്സിസ്റ്റ്-റിവിഷനിസ്റ്റ് വിഭാഗങ്ങൾ ഭിന്നിച്ച് രണ്ട് പാർട്ടികൾ രൂപംകൊണ്ടു. അവ യഥാക്രമം ജനകീയജനാധിപത്യത്തിന്റെയും ദേശീയജനാധിപത്യത്തിന്റെയും കാഴ്ചപ്പാട്അംഗീകരിച്ചു. ഇതെങ്ങനെയാണ് വളർന്നുവന്നത്?

(1) രാഷ്ട്രീയാധികാരത്തിനുവേണ്ടി സാമ്രാജ്യാധിപത്യത്തോട് പോരാടിയിരുന്ന ഇന്ത്യൻ ബൂർഷ്വാസിയുടെ കയ്യിലേക്ക് അധികാരം പകരുകയാണല്ലൊ 1947 ആഗസ്റ്റ് 15-ന് നടന്നത്. ഈ അധികാര കൈമാറ്റത്തിന്റെ അർഥമെന്താണെന്ന കാര്യത്തിലാണ് ആദ്യം പാർട്ടിയിൽ അഭിപ്രായവ്യത്യാസം പൊട്ടിപ്പുറപ്പെട്ടത്. കിട്ടിയ അധികാരം പൂർണമല്ല. അത് പൂർണമാക്കാനുള്ള സമരം ഇനിയും നടത്തേണ്ടിയിരിക്കുന്നു. അതുകൊണ്ട് ബൂർഷ്വാസികൂടി ഉൾക്കൊള്ളുന്ന സാമ്രാജ്യത്വവിരുദ്ധ മുന്നണി ഇനിയും തുടരണം — ഇതായിരുന്നു ഒരഭിപ്രായം. നേരെമറിച്ച് ബൂർഷ്വാസിക്ക് അധികാരം കിട്ടിക്കഴിഞ്ഞു ആ അധികാരം ഉറപ്പിക്കുന്നതിനുവേണ്ടി സാമ്രാജ്യാധിപത്യവും ഫ്യൂഡലിസവുമായി ബൂർഷ്വാസി ഇഴുകിച്ചേരുകയാണ്. അതുകൊണ്ട് സാമ്രാജ്യത്വ-ഫ്യൂഡൽ-ബൂർഷ്വാ കൂട്ടുകെട്ടിന്റേതായ പുതിയ ഇന്ത്യൻ ഭരണകൂടത്തിനും

അതിന്റെ നേതൃത്വത്തിലിരിക്കുന്ന ബൂർഷ്വാസിക്കുമെതിരായി വിപ്ലവപരമായ സമരങ്ങൾ സംഘടിപ്പിച്ച് ജനങ്ങളുടേതായ ഒരു ഭരണകൂടം സ്ഥാപിക്കണം– ഈ അഭിപ്രായവും പാർട്ടിക്കകത്ത് രൂപംകൊണ്ടു.

(2) ഇതിൽ ആദ്യത്തേതിന് 1947–ൽ നിലവിലിരുന്ന പാർട്ടി നേതൃത്വത്തിൽ ഭൂരിപക്ഷത്തിന്റെ ആനുകൂല്യം കിട്ടി. പക്ഷേ, അണികളിൽ രണ്ടാമത്തെ ചിന്താഗതി അതിവേഗം പരന്നു. അങ്ങനെ 1948 മാർച്ചിൽ നടന്ന പാർട്ടി കോൺഗ്രസ് മുൻനേതൃത്വത്തിന്റെ നയപരമായ സമീപനത്തെയും നേതൃത്വത്തെത്തന്നെയും മാറ്റി. രണ്ടാമത്തെ സമീപനമുൾക്കൊള്ളുന്ന പുതിയ രാഷ്ട്രീയനയവും പുതിയൊരു, നേതൃത്വവും നിലവിൽവന്നു.

(3) പക്ഷേ, പുതിയ നയം പ്രയോഗത്തിൽവരാൻ തുടങ്ങിയപ്പോൾ അതിന്റെ അപാകതകളും തെറ്റുകളും പാർട്ടിഅണിൾക്ക് അനുഭവപ്പെടാൻ തുടങ്ങി. അങ്ങനെ വീണ്ടും ഉൾപ്പാർട്ടി സമരം മൂർച്ഛിച്ചു. 1950 ജൂണിൽ നേതൃത്വം മാറി. പക്ഷേ തർക്കപ്രശ്നങ്ങൾ പിന്നെയും അവശേഷിച്ചു. ഉൾപ്പാർട്ടി സമരം പിന്നെയും രൂക്ഷമായി തുടർന്നു.

(4) ഈ സാഹചര്യത്തിലാണ് അന്നത്തെ പാർട്ടി നേതൃത്വം സോവിയറ്റ് കമ്യൂണിസ്റ്റ് പാർട്ടിയുടെ സഹായത്തോടെ തർക്കപ്രശ്നം പരിഹരിക്കാൻ ശ്രമിച്ചത്. അതിന്റെ ഫലമാണ് 1951–ൽ അംഗീകരിക്കപ്പെട്ട പുതിയ പാർട്ടിപരിപാടിയുടെയും നയപ്രഖ്യാപനവും. അതിന് പാർട്ടി അണികളിൽ മിഥവൊറും ഏകകണ്ഠമായ അംഗീകരണം ലഭിച്ചു.

(5) പക്ഷേ, ഈ യോജിപ്പിൽത്തന്നെ ഭാവിഭിന്നിപ്പിന്റെ ബീജം ഒളിഞ്ഞുകിടന്നിരുന്നു. 1952–ലെ പൊതുതിരഞ്ഞെടുപ്പ്, അതിനെത്തുടർന്ന് പാർലമെന്റിലും ചില സംസ്ഥാനനിയമസഭകളിലും പാർട്ടിക്കുണ്ടായ നേട്ടം എന്നിവ പാർട്ടിയിലാകെ പാർലമെന്ററിസത്തിന്റേതായ ഒരന്തരീക്ഷം പരത്തി. രണ്ടുകൊല്ലത്തിനുശേഷം ഇന്ത്യൻ നാഷണൽ കോൺഗ്രസ് പരിമിതമായ തോതിൽ കൊളോണിയലിസത്തിനും നാടൻ നിക്ഷിപ്ത താൽപ്പര്യങ്ങൾക്കുമെതിരായി ചില നടപടികളെടുക്കാൻ തുടങ്ങിയപ്പോൾ 1951–ലെ പരിപാടിയുടെ വീക്ഷണമാകെ ചോദ്യം ചെയ്യാൻ ഒരു വിഭാഗം തയാറായി. ആ പരിപാടിയിൽ വിഭാവനം ചെയ്തതുപോലെ ഭരണാധികാരത്തിലിരിക്കുന്ന ബൂർഷ്വാസിക്കും അതിന്റെ രാഷ്ട്രീയ പാർട്ടിക്കും എതിരായി വിപ്ലവസമരം സംഘടിപ്പിക്കുന്നതിനുപകരം, സാമ്രാജ്യാധിപത്യത്തിനും ഫ്യൂഡലിസത്തിനുമെതിരായി നടപടികളെടുക്കുന്ന ഭരണകക്ഷിയെയും ഗവൺമെന്റിനെയും സഹായിക്കുകയാണ് വേണ്ടതെന്ന അഭിപ്രായം പാർട്ടിക്കകത്ത് വളരാൻ തുടങ്ങി. നേരെമറിച്ച് പാർട്ടിപരിപാടിയിൽ വിഭാവനം ചെയ്തതുപോലെ ഭരണകക്ഷിക്കും ഗവൺമെന്റിനുമെതിരായി ഏറ്റവും വിപുലമായ ജനാധിപത്യഐക്യം കെട്ടിപ്പടുക്കുകയാണ് പാർട്ടിയുടെ കടമയെന്ന അഭിപ്രായവും പാർട്ടിക്കകത്തുണ്ടായിരുന്നു. ഇത് രണ്ടും തമ്മിൽ ഏറ്റുമുട്ടി. "ഒരു കൂട്ടുകക്ഷി ഗവൺമെന്റിൽ ചെന്നെത്താവുന്നതും, കോൺഗ്രസ് കമ്യൂണിസ്റ്റ് പാർട്ടികൾ ഉൾക്കൊള്ളുന്നതുമായ ഒരു ദേശീയ മുന്നണി"യെന്ന മുദ്രാവാക്യവും "ഭരണകക്ഷിക്കെതിരായി ഒരു പ്രതിപക്ഷകക്ഷിയെന്ന നിലയിൽ

പ്രവർത്തിക്കുന്ന കമ്യൂണിസ്റ്റ് പാർട്ടിയുടെ നേതൃത്വത്തിൽ ജനാധിപത്യ മുന്നണി" എന്ന മറുമുദ്രാവാക്യങ്ങളും രൂപംകൊണ്ടു. ഈ രണ്ടു മുദ്രാവാക്യങ്ങളും പ്രതിനിധാനം ചെയ്യുന്ന രാഷ്ട്രീയസമീപനങ്ങൾ 1956–ലെ പാർട്ടികോൺഗ്രസിൽ (പാലക്കാട്ട്) വെച്ചേറ്റുമുട്ടി. രണ്ടാമത്തെ ചിന്താഗതിക്കായിരുന്നു ഭൂരിപക്ഷം. പക്ഷേ, ആദ്യത്തേതിന് പ്രതിനിധികളിൽ 1/3ന്റെ പിൻബലം കിട്ടി.

(6) ഈ അഭിപ്രായവ്യത്യാസം നിലവിലിരിക്കുമ്പോൾത്തന്നെയാണ് സോവിയറ്റ് കമ്യൂണിസ്റ്റ് പാർട്ടിയുടെ 20–ാം കോൺഗ്രസ് കൂടിയത്. അതിൽ ആവിഷ്കരിക്കപ്പെട്ട പുതിയ കാഴ്ചപ്പാട് ഇന്ത്യൻ പാർട്ടിയിലെ 'ദേശീയമുന്നണി'ക്കാർക്ക് ശക്തികൂട്ടി. പാലക്കാട് കോൺഗ്രസിൽ 'ജനാധിപത്യമുന്നണി'ക്കു വേണ്ടി വാദിച്ചവരിൽത്തന്നെ ഒരു വിഭാഗം ദേശീയമുന്നണി വാദത്തോടടുക്കാൻ തുടങ്ങി. 1959–ൽ ഇന്ത്യ–ചൈനാതർക്കം പൊട്ടിപ്പുറപ്പെട്ടപ്പോൾ ഈ പ്രവണത കുറെക്കൂടി ശക്തിപ്പെടുകയും ചെയ്തു. ഇങ്ങനെ വളർന്നുവരാൻ തുടങ്ങിയ ഉൾപ്പാർട്ടി സമരമാണ് 1962–ൽ പാർട്ടിയെ ഭിന്നിപ്പിന്റെ വക്കത്തെത്തിച്ചത്, 1964–ൽ പാർട്ടിയുടെ ഭിന്നിപ്പിനിടയാക്കിയതും.

(7) അതുകൊണ്ട്, പാർട്ടി പിളർന്നു രണ്ടായപ്പോൾ ഇന്നത്തെ കാലഘട്ടത്തിനാകെ ബാധകമായ വിപ്ലവസമരതന്ത്രമെന്ന നിലക്ക് *ജനകീയജനാധിപത്യം* മാർക്സിസ്റ്റുകാരും *ദേശീയജനാധിപത്യം* റിവിഷനിസ്റ്റുകാരും അംഗീകരിച്ചു. *ദേശീയജനാധിപത്യ*ത്തിനുള്ള വിശദീകരണമെന്ന നിലക്ക് 'ബൂർഷ്വാസിയുടെയും തൊഴിലാളിവർഗത്തിന്റെയും സംയുക്തനേതൃത്വ'മെന്ന ആശയവും റിവിഷനിസ്റ്റുകാർ അംഗീകരിച്ചു. മാർക്സിസ്റ്റുകാരാകട്ടെ 'തൊഴിലാളി വർഗനേതൃത്വത്തിലും തൊഴിലാളി–കർഷകസഖ്യത്തെ ആസ്പദമാക്കിയുമുള്ള'താണ് *ജനകീയജനാധിപത്യ*മെന്ന് വ്യക്തമാക്കി.

(8) *ജനകീയജനാധിപത്യ*ത്തിന്റെ സമരതന്ത്രമംഗീകരിച്ച മാർക്സിസ്റ്റുകാരുടെ ഇടയിൽത്തന്നെ അതിന്റെ കാഴ്ചപ്പാട് തികച്ചും ദഹിക്കാത്ത വിഭാഗങ്ങളുണ്ടായിരുന്നു. ഒരുവശത്ത് സോവിയറ്റ് കമ്യൂണിസ്റ്റ് പാർട്ടിയുടെയും മറുവശത്ത് ചൈനീസ് പാർട്ടിയുടെയും ആശയഗതികൾ പരസ്പരം ഏറ്റുമുട്ടിക്കൊണ്ടിരിക്കുന്നതിന്റെ അല നമ്മുടെ പാർട്ടിയിലും അടിച്ചു. ഇവ രണ്ടിൽ നിന്നും സ്വതന്ത്രമായി നിന്നുകൊണ്ട് സ്വന്തം അനുഭവത്തിലൂടെ ഇന്ത്യൻ പ്രശ്നങ്ങളിലും ലോകപ്രശ്നങ്ങളിലും മാർക്സിസം–ലെനിനിസം പ്രയോഗത്തിൽ വരുത്താൻ പാർട്ടി നേതൃത്വം ചെയ്ത പരിശ്രമം എളുപ്പത്തിൽ വിജയിച്ചില്ല. രണ്ടുമൂന്ന് സെൻട്രൽ കമ്മിറ്റി മെമ്പർമാരടക്കം പാർട്ടിയിലൊരു വിഭാഗം പാർട്ടിയുടെ വിപ്ലവതന്ത്രത്തെയും നയപരമായ സമീപനങ്ങളെയും 'തീവ്രവാദ'ത്തിന്റെ കാഴ്ചപ്പാടിലൂടെ എതിർത്തു. എങ്കിലും ഏഴാം പാർട്ടി കോൺഗ്രസ് കഴിഞ്ഞ് എട്ടാം പാർട്ടി കോൺഗ്രസിനുമുമ്പ് പാർട്ടിയിലെ ബഹുഭൂരിപക്ഷം നേതൃത്വത്തിന്റെ സമീപനത്തെ ശരിവെച്ചു. എതിർപ്പുകാർ പാർട്ടി വിട്ട് പ്രത്യേകം 'തീവ്രവാദ' ഗ്രൂപ്പുകളായി പ്രവർത്തിക്കാൻ തുടങ്ങി. അവർ ക്രമേണ അധഃപതിച്ച് കോൺഗ്ര

സിന്റെ ചേരിയിലോ സാമൂഹ്യവിരുദ്ധന്മാരുടെ കൂടെയോ താവളമടിച്ചു. പക്ഷേ, ആശയപരവും നയപരവുമായ പാപ്പരത്തം നിമിത്തം അവർ പല പല ചെറുഗ്രൂപ്പുകളായി ശിഥിലീഭവിച്ചു.

ഈ പ്രക്രിയയിലൂടെ അനിഷേധ്യമായ ഒരു പരമാർഥം പുറത്തു വന്നു. ഭരണാധികാരിവർഗങ്ങളുടെ മൗലികനയങ്ങൾക്കെതിരായി വിട്ടുവീഴ്ച കൂടാതെയും നിരന്തരമായും പോരാടിക്കൊണ്ടിരിക്കുന്ന ഏകരാഷ്ട്രീയശക്തി കമ്യൂണിസ്റ്റ് (മാർക്സിസ്റ്റ്) പാർട്ടിയാണ്. അതുകൊണ്ടാണ് പ്രതിപക്ഷപാർട്ടി എന്നവകാശപ്പെടുന്ന മറ്റെല്ലാ പാർട്ടികളും ഇന്ദിരാകോൺഗ്രസിന്റെ സംഘടിതമായ രാഷ്ട്രീയാക്രമണത്തിൽ തകർന്നുവീണപ്പോൾ കമ്യൂണിസ്റ്റ് (മാർക്സിസ്റ്റ്) പാർട്ടി അതിന്റെ സ്വതന്ത്രനയത്തെ ആസ്പദമാക്കി ഭരണകക്ഷിയെ വെല്ലുവിളിച്ചുകൊണ്ട് തലയുയർത്തി നിൽക്കുന്നത്.

ഇങ്ങനെ തികച്ചും ശരിയെന്ന് ചരിത്രം തെളിയിച്ചുകഴിഞ്ഞിട്ടുള്ള കമ്യൂണിസ്റ്റ് (മാർക്സിസ്റ്റ്) പാർട്ടിയുടെ ജനകീയജനാധിപത്യമെന്ന സമരതന്ത്രത്തിന്റെ കാതലായ ഭാഗമെന്താണ്? അതും റിവിഷനിസ്റ്റ്–'തീവ്രവാദ'ചിന്താഗതികളും തമ്മിലുള്ള വ്യത്യാസമെന്താണ്?

തകർക്കപ്പെടേണ്ട മുഖ്യശക്തികൾ സാമ്രാജ്യാധിപത്യം, ഫ്യൂഡലിസം കുത്തകമുതലാളിത്തം എന്നിവയാണ്, അവയെ തകർക്കുന്നതിനുള്ള മുഖ്യവിപ്ലവശക്തികളാകട്ടെ, തൊഴിലാളി വർഗവും അതിന്റെ നേതൃത്വത്തിൽ അണിനിരക്കുന്ന കർഷകജനസാമാന്യവുമാണ്.

ഇവയ്ക്ക് രണ്ടിനുമിടയിലുള്ള ജനവിഭാഗങ്ങളിലോരോന്നിനെയും –സാമ്രാജ്യാധിപത്യമോ ഫ്യൂഡലിസമോ ആയി ബന്ധമില്ലാത്തവരും കുത്തകക്കാരല്ലാത്തവരുമായ ബൂർഷ്വാസിയെ വിശേഷിച്ചും–വിലയിരുത്തേണ്ടത് അവർ സാമ്രാജ്യാധിപത്യത്തെയോ ഫ്യൂഡലിസത്തെയോ കുത്തകമുതലാളിത്തത്തെയോ എതിർക്കുന്നുണ്ടോ ഇല്ലയോ എന്ന് നോക്കിയാണ്. എതിർക്കുന്നുണ്ടെങ്കിൽ ആ എതിർപ്പ് എത്ര ഭാഗികമോ താൽക്കാലികമോ ആണെങ്കിലും അതിന് മൂർച്ച കൂട്ടുക, എതിർപ്പ് പ്രകടിപ്പിക്കുന്നവർക്ക് കഴിവുള്ള എല്ലാ സഹായവും നൽകുക, ഇതാണ് *ജനകീയജനാധിപത്യതന്ത്ര*ത്തിന്റെ കാതലായ ഭാഗം.

മുഖ്യശത്രുക്കൾക്കെതിരായ സമരത്തിൽ പങ്കെടുക്കുന്നവരുടെ വൃത്തം എത്ര വലുതാക്കാമോ അത്രയേറെ വലുതാക്കണം. അതേയവസരത്തിൽ തൊഴിലാളിവർഗവും കർഷകജനസാമാന്യവുമൊഴിച്ച് മറ്റ് വിഭാഗങ്ങളുടെ (വിശേഷിച്ച് ബൂർഷ്വാസിയുടെ) എതിർപ്പ് ഭാഗികവും താൽക്കാലികവുമാവുകയെന്നത് അനിവാര്യമാണെന്ന് മനസിലാക്കി. ഭാഗികമോ താൽക്കാലികമോ ആയി ശത്രുപക്ഷത്ത് നിൽക്കുന്ന ഈ വിഭാഗങ്ങളോട് അവരാപക്ഷത്ത് നിൽക്കുന്നിടത്തോളം കാലം പോരാടുകയും വേണം.

അതായത്, സമരതന്ത്രത്തിന്റെ കാഴ്ചപ്പാടിൽ ശത്രുക്കളായിട്ടുള്ള വർഗങ്ങളും ജനവിഭാഗങ്ങളും ചിലപ്പോൾ താൽക്കാലികവും ഭാഗികവുമായി ബന്ധുത്വത്തിലേക്ക് നീങ്ങും, നേരെമറിച്ച് സമരതന്ത്രപരമായി ബന്ധുക്കളായിരിക്കേണ്ടവരിൽ ചിലർ ചിലപ്പോൾ താൽക്കാലികവും

ഭാഗികവുമായി ശത്രുക്കളായി മാറുകയും ചെയ്യും. ഈ ഗതിവിഗതികളും മാറ്റംമറിച്ചിലുകളും നോക്കി അപ്പോഴത്തെ സ്ഥിതിഗതികൾക്കനുസരിച്ച് തൊഴിലാളിവർഗനേതൃത്വത്തിൽ തൊഴിലാളി-കർഷകസമര സഖ്യം ഏറ്റവും ഫലപ്രദമായി ഊട്ടിയുണ്ടാക്കാൻ പ്രയോജനപ്പെടുന്ന ഒരടവും ഉപേക്ഷിച്ചുകൂടാ, അതിന് തടസമാകുന്ന ഒരടവും സ്വീകരിച്ചുകൂടാ.

ഈ മാർക്സിസ്റ്റ്-ലെനിനിസ്റ്റ് സമീപനത്തിനുപകരം തൊഴിലാളിവർഗത്തെയും കർഷകജനസാമാന്യത്തെയും ദേശീയ ബൂർ ഷ്വാസിയുടെ അനുയായിവർഗമാക്കി അധഃപതിപ്പിക്കുകയാണ് റിവിഷനിസം ചെയ്യുന്നത്. ദേശീയബൂർഷ്വാസിയെന്ന് അവർ വിളിക്കുന്ന ഭരണാധികാരിവർഗത്തിന് സ്വീകാര്യമല്ലാത്ത യാതൊരു നയവും അംഗീകരിച്ചുകൂടെന്ന സിദ്ധാന്തമാണവർക്കുള്ളത്. ഇതിനവർ പറയുന്ന ന്യായമെന്താണ്? സാമ്രാജ്യാധിപത്യത്തിനും ഫ്യൂഡലിസത്തിനും കുത്തകമുതലാളിത്തത്തിനും എതിരായ ബൂർഷ്വാവിഭാഗങ്ങളാണ് ഇന്ന് ഭരണത്തിലിരിക്കുന്നതെന്ന്; സാമ്രാജ്യാധിപത്യത്തിന്റെയും ഫ്യൂഡലിസത്തിന്റെയും കുത്തകമുതലാളിത്തത്തിന്റെയും പ്രാതിനിധ്യം വഹിക്കുന്നത് ഇന്ന് ഭരണത്തിലിരിക്കാത്ത പിന്തിരിപ്പൻ പ്രതിപക്ഷപാർട്ടികളാണെന്ന്.

പക്ഷേ, 1962-ൽ ചൈനാവിരോധം വൻതോതിൽ പ്രചരിച്ചപ്പോഴും 1970-നു ശേഷം കമ്യൂണിസ്റ്റ് (മാർക്സിസ്റ്റ്) പാർട്ടിക്കെതിരായി ശക്തി മുഴുവൻ കേന്ദ്രീകരിക്കാൻ തുടങ്ങിയപ്പോഴും ഈ പിന്തിരിപ്പൻ പ്രതിപക്ഷപാർട്ടികൾകൂടി ഉൾക്കൊള്ളുന്ന മാർക്സിസ്റ്റ് വിരുദ്ധ ചേരിയിൽ പങ്കാളികളാവാൻ റിവിഷനിസ്റ്റുകാർക്ക് മടിയുണ്ടായില്ല. ഇന്നാകട്ടെ കരിനിയമങ്ങൾ ഉപയോഗിച്ച് ബഹുജനപ്രസ്ഥാനങ്ങളെ അടിച്ചമർത്തുകയും, അതിനുവേണ്ടി നടപ്പിലാക്കുന്ന മർദനനയങ്ങളുടെ മറവിൽ ജനങ്ങളുടെമേൽ പുതിയ ഭാരങ്ങൾ വെച്ചുകെട്ടുകയും ചെയ്യുന്ന ഭരണകക്ഷിയെ താങ്ങിനിർത്താനാണ് അവർ ശ്രമിക്കുന്നത്.

ചുരുക്കത്തിൽ *തൊഴിലാളിവർഗനേതൃത്വത്തിൽ തൊഴിലാളി-കർഷകസമരസഖ്യത്തിനു പകരം തൊഴിലാളി-കുത്തക-ബൂർഷ്വാവർഗസഹകരണമാണ് അവരുടെ കാഴ്ചപ്പാട്.*

'തീവ്രവാദി'കളാകട്ടെ, പ്രബലരായ മൂന്ന് ശത്രുക്കൾക്കെതിരായ സമരത്തിൽ വിജയം വരിക്കുന്നതിന് തൊഴിലാളിവർഗവും കർഷകജനസാമാന്യവും ചേർന്ന് വമ്പിച്ച ഒരു ബഹുജനവിപ്ലവപ്രസ്ഥാനം ഉയർത്തിക്കൊണ്ടു വരണമെന്നും ഈ പ്രസ്ഥാനത്തിലേക്ക് മറ്റ് ജനവിഭാഗങ്ങളിൽനിന്ന് എത്രയധികം സഖ്യശക്തികളെ ആകർഷിച്ചണിനിരത്താൻ കഴിയുമോ അത്രയും പേരെ അണിനിരത്തണമെന്നുമുള്ള ലെനിനിസ്റ്റ് സമരതന്ത്രത്തിന്റെ അടിസ്ഥാനം തന്നെ ചോദ്യം ചെയ്യുന്നു. തൊഴിലാളി-കർഷകസഖ്യത്തിന്റെയും അതിനെ ആസ്പദിച്ചുണ്ടാക്കുന്ന ബഹുജനഐക്യത്തിന്റെയും അടിത്തറ ബഹുജനസംഘടനകളും അവ സംഘടിപ്പിക്കുന്ന പ്രക്ഷോഭസമരങ്ങളുമാണെന്ന തത്ത്വവും അവർ തള്ളിക്കളയുന്നു. ലെനിനിസത്തിന്റേതായ ഈ ബഹുജനസമരതന്ത്രത്തിനുപകരം ഒരുപിടി വീരസാഹസികൻമാർ നടത്തുന്ന പരാക്രമങ്ങളാണ് അവരുടെ ദൃഷ്ടിയിൽ 'വിപ്ലവപ്രവർത്തനം.'

ഈ പരാക്രമങ്ങളാകട്ടെ, വിപ്ലവബഹുജനപ്രസ്ഥാനത്തിന്റെ അടി തകർക്കാൻ ഭരണാധികാരികളെ സഹായിക്കുകയാണ് ചെയ്യുന്നതെന്ന് അനുഭവം തെളിയിച്ചിരിക്കുന്നു.

ഇത് അവസാനിപ്പിക്കുന്നതിനുമുമ്പ് വിപ്ലവതന്ത്രത്തിലും അതിന് അനുസരിച്ച് ആവിഷ്കരിക്കുന്ന അടവുകളിലും പാർലമെന്ററി പ്രവർത്തനം, ബലപ്രയോഗം എന്നിവയ്ക്കുള്ള സ്ഥാനത്തെപ്പറ്റി ഈ മൂന്നു സമീപനങ്ങളും തമ്മിലുള്ള വ്യത്യാസത്തെക്കുറിച്ചുകൂടി ഏതാനും വാക്കുകൾ പറയേണ്ടതുണ്ട്.

ഇന്ത്യയിലെ 'ജനാധിപത്യം' ലെനിന്റെ നിശിതവിമർശനത്തിനിര യായ ബൂർഷ്വാജനാധിപത്യമാണ്; ആ നിലയ്ക്ക് ഈ ബൂർഷ്വാ പാർല മെന്ററി ജനാധിപത്യത്തിലൂടെ ഇന്നത്തെ ഭരണാധികാരിവർഗത്തെ അധികാരഭ്രഷ്ടരാക്കുകയെന്ന പ്രശ്നം ഉദിക്കുന്നേയില്ല.

ഒന്നോ രണ്ടോ സംസ്ഥാനങ്ങളിൽ ചിലപ്പോൾ താൽക്കാലികമായി ഭരണകക്ഷിയായ കോൺഗ്രസിന്റേതിനുപകരം ജനാധിപത്യപ്രതിപ ക്ഷകക്ഷികൾക്ക് മുൻതൂക്കമുള്ള ഗവൺമെന്റുകൾ സ്ഥാപിക്കാൻ കഴി ഞ്ഞെന്നുവരും. അത്തരം, സന്ദർഭങ്ങളെല്ലാം ഉപയോഗപ്പെടുത്തുകയും വേണം. എന്നാൽ ഇത്തരം സംഭവവികാസങ്ങൾ നടന്നാൽപ്പോലും കോൺഗ്രസിന് വീണ്ടും അധികാരത്തിൽ വരാനുള്ള എല്ലാ കുത്തിത്തി രിപ്പുകളും ഭരണാധികാരിവർഗങ്ങൾ നടത്തും. അങ്ങനെ കോൺഗ്രസി തര ഗവൺമെന്റുകൾ മുഴുവനും അൽപ്പായുസ്സുകളായിരിക്കും. അവ നിലനിൽക്കുന്ന കാലത്തുതന്നെ അവയ്ക്കെതിരായി പിന്തിരിപ്പൻ കൂട്ടു കെട്ടുകൾ രൂപംകൊള്ളുകയും ചെയ്യും. ഇതാണ് 1957–59–ലെയും 1967–69–ലെയും അനുഭവങ്ങൾ പഠിപ്പിക്കുന്നത്.

അതുകൊണ്ട്, പാർലമെന്ററിമാർഗം ഉപയോഗിച്ചുകൊണ്ട് സോഷ്യലിസം സ്ഥാപിക്കുകയെന്ന കാര്യം പോകട്ടെ, കാര്യമായ എല്ലാ സാമൂഹ്യപരിഷ്കാരങ്ങളും നടപ്പിൽ വരുത്താൻ പോലും കഴിയുകയി ല്ലെന്ന് വ്യക്തമാണ്.

പക്ഷെ, ബൂർഷ്വാപാർലമെന്ററിസത്തിന്റേതല്ലാത്ത, വിപ്ലവത്തിന്റേ തായ മാർഗത്തിലൂടെ മുന്നോട്ടുപോകേണ്ട ബഹുജനങ്ങളുടെ കയ്യിൽ ഉള്ള മറ്റായുധങ്ങളുടെ കൂട്ടത്തിൽ ഒരു ആയുധമാണ് പാർലമെന്ററി പ്രവർത്തനം. പണിമുടക്കുകളടക്കമുള്ള ബഹുജനസമരങ്ങൾ സംഘടി പ്പിക്കുന്നതോടൊപ്പം അവയ്ക്ക് കീഴ്പ്പെടുത്തിക്കൊണ്ട് പാർലമെന്ററി പ്രവർത്തനം നടത്തുകയെന്ന മാർക്സിസ്റ്റ്–ലെനിനിസ്റ്റ് അടവ് സമർഥ മായുപയോഗിച്ചാൽ തൊഴിലാളിവർഗത്തിന്റെ ഐക്യം ഊട്ടിയുറപ്പി ക്കാനും തൊഴിലാളി–കർഷകസമരസഖ്യം വളർത്തിയെടുക്കാനും അത് പ്രയോജനപ്പെടും.

തിരഞ്ഞെടുപ്പിൽ ന്യൂനപക്ഷം മാത്രം കിട്ടി പ്രതിപക്ഷത്തിരി ക്കേണ്ടി വരുമ്പോഴും, ഭൂരിപക്ഷം കിട്ടി ഭരണകക്ഷിയായി മാറുമ്പോഴും ഒരുപോലെ ഉപയോഗിക്കേണ്ട അടവാണിത്. ഇത് സമർഥമായി ഉപ യോഗിക്കുന്നതിൽ ഒരതിരുവരെയെങ്കിലും വിജയം വരിച്ചതിനാലാണ് കമ്യൂണിസ്റ്റ് (മാർക്സിസ്റ്റ്) പാർട്ടിക്ക് നേട്ടമുണ്ടാക്കാൻ കഴിഞ്ഞത്.

ഇതിനെ രണ്ടുവശത്തുനിന്നും എതിർക്കുകയാണ് റിവിഷനിസവും 'തീവ്രവാദ'വും ചെയ്യുന്നത്. പാർലമെന്ററി പ്രവർത്തനത്തെ ബഹുജനപ്രക്ഷോഭസമരങ്ങൾക്ക് കീഴ്പ്പെടുത്താൻ റിവിഷനിസം തയാറില്ല; ഈ റിവിഷനിസ്റ്റ് സമീപനത്തിന്റെ പരസ്യപ്രഖ്യാപനമാണ് 'ഭരണവും സമരവും ഒരുമിച്ച് പോവുകയില്ല' എന്ന സിദ്ധാന്തം.

അതായത്, പാർലമെന്ററി സ്ഥാപനങ്ങളിലും ഭരണരംഗത്തും നടക്കുന്ന പ്രവർത്തനത്തിന് ബഹുജനങ്ങളുടെ സംഘടിതസമരത്തെ കീഴ്പ്പെടുത്തണമെന്ന് റിവിഷനിസ്റ്റുകാർ ആവശ്യപ്പെടുന്നു. ബൂർഷ്വാ പാർലമെന്ററി ജനാധിപത്യത്തെയും അതിന്റേതായ സ്ഥാപനങ്ങളെയും തുറന്നുകാണിക്കുന്നതും അവരുടെ ദൃഷ്ടിയിൽ അനുവദനീയമല്ല. പാർലമെന്ററി ജനാധിപത്യം ഉപയോഗിച്ചുകൊണ്ടുതന്നെ സോഷ്യലിസത്തിലേക്ക് നീങ്ങാം! വയ്യെന്നു പറയുന്ന മാർക്സിസ്റ്റുകാർ 'പഴഞ്ച'ൻമാരാണ്!!

'തീവ്രവാദി'കളാകട്ടെ, മുഖ്യ വിപ്ലവശക്തിയായ തൊഴിലാളിവർഗനേതൃത്വത്തിൽ തൊഴിലാളി-കർഷകസഖ്യം ഊട്ടിയുണ്ടാക്കാനുള്ള പ്രവർത്തനത്തിൽ ബൂർഷ്വാപാർലമെന്ററി സ്ഥാപനങ്ങൾക്കകത്തെ വിപ്ലവപ്രവർത്തനത്തിനുള്ള പങ്ക് നിഷേധിക്കുന്നു. തിരഞ്ഞെടുപ്പ് ബഹിഷ്കരണവും സായുധകലാപവുമാണവരുടെ പരിപാടി. ഈ നിലപാട് അംഗീകരിക്കുന്ന അവർ തൊഴിലാളിവർഗവിപ്ലവപാർട്ടി അംഗീകരിക്കേണ്ട സമരരൂപങ്ങളെ സംബന്ധിച്ച് ലെനിൻ ആവിഷ്കരിച്ച താഴെക്കൊടുക്കുന്ന മുഖ്യ സിദ്ധാന്തങ്ങളെ മുഴുവൻ വെല്ലുവിളിക്കുകയാണ്.

"സമരരൂപങ്ങളുടെ പ്രശ്നത്തിന്റെ പരിശോധനയിൽ ഓരോ മാർക്സിസ്റ്റിനും മനസിലായിരിക്കേണ്ട അടിസ്ഥാന ഉപാധികൾ എന്തൊക്കെയാണ്? ഒന്നാമതായി, സോഷ്യലിസത്തിന്റെ എല്ലാ പ്രാകൃതരൂപങ്ങളിൽനിന്നും വ്യത്യസ്തമായി മാർക്സിസം പ്രസ്ഥാനത്തെ ഏതെങ്കിലും ഒരു പ്രത്യേക സമരരൂപത്തോട് കെട്ടിയിടുന്നില്ല. സമരങ്ങളുടെ വൈവിധ്യമാർന്ന രൂപങ്ങളെ അത് അംഗീകരിക്കുന്നു; അത് സമരങ്ങളെ കൃത്രിമമായി സൃഷ്ടിക്കുന്നില്ല; മറിച്ച് അവയെ സാമാന്യവൽക്കരിക്കുകയും സംഘടിപ്പിക്കുകയും പ്രസ്ഥാനത്തിന്റെ മുന്നോട്ടുള്ള പ്രയാണത്തിൽ സ്വയം ഉയർന്നുവരുന്ന വിപ്ലവശക്തികളുടെ സമരരൂപങ്ങൾക്ക് ബോധപൂർവമായ പ്രകാശനം നൽകുകയുമാണ് ചെയ്യുന്നത്. എല്ലാ അമൂർത്തങ്ങളായ സൂത്രവിധാനങ്ങൾക്കും സിദ്ധാന്തപ്രധാനമായ വാചകനിർദേശങ്ങൾക്കും പൂർണമായി എതിരായ മാർക്സിസം വളർച്ച പ്രാപിച്ചുകൊണ്ടിരിക്കുന്ന ബഹുജനസമരത്തോട് സശ്രദ്ധമായ സമീപനം ആവശ്യപ്പെടുന്നു. പ്രസ്ഥാനം വികസിക്കുന്നതോടെ, ജനങ്ങളുടെ വർഗബോധം വളരുന്നതോടെ, സാമ്പത്തിക-സാമൂഹ്യക്കുഴപ്പങ്ങൾ മൂർച്ഛിക്കുന്നതോടെ, അത് ആക്രമണത്തിന്റെയും പ്രതിരോധത്തിന്റെയും പുതിയതും, കൂടുതൽ വൈവിധ്യമാർന്നതുമായ സമ്പ്രദായങ്ങൾക്ക് തുടർച്ചയായി ജൻമം നൽകുന്നു. അതുകൊണ്ട് മാർക്സിസം നിശ്ചയമായും ഏതൊരു രൂപത്തിലുള്ള സമരത്തെയും നിരാകരിക്കുന്നില്ല. പക്ഷേ, നിശ്ചിതസന്ദർഭത്തിൽ മാത്രം സാധ്യമായിട്ടുള്ളതും നിലവിലുള്ളതുമായ സമരരൂപങ്ങ

ളിൽ മാത്രമായി മാർക്സിസം യാതൊരു സാഹചര്യത്തിലും ഒതുങ്ങി നിൽക്കുന്നില്ല. ഒരു പ്രത്യേക കാലഘട്ടത്തിലെ പങ്കാളികൾക്കറിയാത്ത പുതിയ സമരരൂപങ്ങൾ, സ്ഥിതിഗതികൾ മാറിവരുമ്പോൾ *അനിവാര്യമായും* ഉയരുമെന്ന് അത് അംഗീകരിക്കുന്നു. ഇതു സംബന്ധിച്ച് ജനകീയ അനുഭവത്തിൽനിന്ന് മാർക്സിസം *പഠിക്കുന്നു* (അങ്ങനെ പറയാമെങ്കിൽ). തങ്ങളുടെ ഒറ്റപ്പെട്ട പഠനത്തിൽ മുഴുകിയിരുന്ന 'സമ്പ്രദായവൽക്കരണത്തിന്റെ പ്രയോക്താക്കൾ' കണ്ടുപിടിച്ച സമരരൂപങ്ങൾ ജനങ്ങളെ *പഠിപ്പിക്കാമെന്ന* യാതൊരു അവകാശവാദവും മാർക്സിസം ഉന്നയിക്കുന്നില്ല. ഉദാഹരണത്തിന്, സാമൂഹ്യവിപ്ലവരൂപങ്ങളെ പരിശോധിക്കുമ്പോൾ കൗത്സ്കി ഇങ്ങനെ പറയുകയുണ്ടായി: 'വരാൻപോകുന്ന കുഴപ്പം, ഇപ്പോൾ മുൻകൂട്ടി കാണാൻകഴിയാത്ത പുതിയ സമരരൂപങ്ങൾ അവതരിപ്പിക്കുമെന്ന് ഞങ്ങൾക്കറിയാം.'

"രണ്ടാമതായി, സമരരൂപങ്ങളുടെ പ്രശ്നത്തെക്കുറിച്ച് *ചരിത്രപരമായ* ഒരു പരിപൂർണ പരിശോധനയാണ് മാർക്സിസം ആവശ്യപ്പെടുന്നത്. ഉറച്ച, ചരിത്രപരമായ സ്ഥിതിഗതികളിൽനിന്ന് വേർപെടുത്തിക്കൊണ്ട് ഇതിനെ കൈകാര്യം ചെയ്യുന്നത് വൈരുധ്യാത്മക ഭൗതികവാദത്തിന്റെ പ്രാഥമിക പാഠങ്ങളെപ്പറ്റിയുള്ള അജ്ഞതയെ വെളിവാക്കുന്നു. സാമ്പത്തികപരിണാമത്തിന്റെ വിവിധ ഘട്ടങ്ങളിൽ രാഷ്ട്രീയവും ദേശീയവും സാംസ്കാരികവും ജീവിതപരവും മറ്റുമായ സാഹചര്യങ്ങളിലുള്ള വ്യത്യാസങ്ങളെയും ആശ്രയിച്ചുകൊണ്ട്, വിവിധ സമരരൂപങ്ങൾ മുൻനിരയിലേക്കു വരികയും, മുഖ്യ സമരരൂപങ്ങളായിത്തീരുകയും ചെയ്യുന്നു. ഇതിനോട് ബന്ധപ്പെട്ടുകൊണ്ട് രണ്ടാംനിരയിലുള്ള ഉപസമരങ്ങൾ അനുസൃതമായ മാറ്റത്തിനു വിധേയമാകും. നിശ്ചിത പ്രസ്ഥാനത്തിന്റെ വികാസത്തിന്റെ നിശ്ചിതഘട്ടത്തിന്റെ മൂർത്തമായ സ്ഥിതികളുടെ വിശദമായ പരിശോധന നടത്താതെ ഏതെങ്കിലും ഒരു പ്രത്യേക സമരമാർഗം ഉപയോഗിക്കണമോ വേണ്ടയോ എന്നുള്ള ചോദ്യത്തിന് വേണം അല്ലെങ്കിൽ വേണ്ട എന്നുത്തരം പറയാൻ ശ്രമിക്കുക എന്നതിന്റെ അർഥം മാർക്സിസ്റ്റ് നിലപാട് ഉപേക്ഷിക്കുകയെന്നതാണ്.

നമ്മെ നയിക്കേണ്ട രണ്ട് മുഖ്യ സൈദ്ധാന്തിക നിർദേശങ്ങളാണിവ. മുകളിൽ പ്രസ്താവിക്കപ്പെട്ടവയോട് പൊരുത്തപ്പെടുന്ന അസംഖ്യം ഉദാഹരണങ്ങൾ പശ്ചിമയൂറോപ്പിലെ മാർക്സിസത്തിന്റെ ചരിത്രം നൽകുന്നുണ്ട്. സമകാലിക യൂറോപ്യൻ സോഷ്യൽ ഡമോക്രസി പാർലമെന്ററി പ്രവർത്തനത്തെയും ട്രേഡ് യൂണിയൻ പ്രസ്ഥാനത്തെയും മുഖ്യ സമരരൂപങ്ങളായി കണക്കാക്കുന്നു. സായുധകലാപത്തെ അവർ കഴിഞ്ഞ കാലത്ത് അംഗീകരിച്ചിരുന്നു. പരിതഃസ്ഥിതികൾ മാറിയാൽ ഭാവിയിൽ അംഗീകരിക്കാനും അവർ ഒരുക്കമാണ്-റഷ്യൻ കാഡറ്റുകൾ, ബെസ്സല്ലാവ്ത്സി എന്നീ ബൂർഷ്വാമിതവാദികളുടെ അഭിപ്രായവ്യത്യാസമുണ്ടായിട്ടുപോലും, പൊതുപണിമുടക്കത്തെ ഒരു സമൂഹ്യസർവരോഗസംഹാരിയെന്നും ബൂർഷ്വാസിയെ ഒരൊറ്റയടിക്ക് തകിടംമറിക്കുന്നതിനുള്ള ഒരു രാഷ്ട്രീയേതര മാർഗമെന്നുമുള്ള വിശ്വാസത്തെ എഴുപതുകളിലെ സോഷ്യൽ ഡമോക്രസി

നിരാകരിച്ചു-പക്ഷേ, സോഷ്യൽ ഡമോക്രസി ജനങ്ങളൊന്നായി പങ്കെടുക്കുന്ന രാഷ്ട്രീയപണിമുടക്കത്തെ, (1905-ൽ റഷ്യയുടെ അനുഭവത്തിനുശേഷം പ്രത്യേകിച്ചും) ചില ഉറച്ച സാഹചര്യങ്ങളിൽ അത്യാവശ്യമായ സമരസമ്പ്രദായങ്ങളിൽ ഒന്നായി അംഗീകരിക്കുന്നുണ്ട്. തെരുവുകളിൽ ബാരിക്കേഡുകളുണ്ടാക്കി സമരംചെയ്യുന്നതിനെ, നാൽപ്പതുകളിൽ സോഷ്യൽ ഡമോക്രസി അംഗീകരിച്ചു; പത്തൊൻപതാം നൂറ്റാണ്ടിന്റെ അന്ത്യത്തിൽ വ്യക്തമായ കാരണങ്ങളാൽ അതിനെ നിരാകരിച്ചു; മോസ്ക്കോയുടെ അനുഭവത്തിനുശേഷം, കൗത്സ്കിയുടെ വാക്കുകളിൽ പറഞ്ഞാൽ 'ബാരിക്കേഡ് യുദ്ധത്തിൽ പുതിയ തന്ത്രങ്ങൾക്ക് തുടക്കം കുറിച്ച ആ അനുഭവത്തിനുശേഷം നേരത്തെ പ്രകടിപ്പിച്ച അഭിപ്രായത്തെ തിരുത്താനും, ബാരിക്കേഡ് സമരത്തിന്റെ ആവശ്യകത സമ്മതിച്ചുകൊടുക്കാനും പൂർണ സന്നദ്ധത പ്രകടിപ്പിക്കുകയും ചെയ്തു.'

നേരെമറിച്ച് കമ്യൂണിസ്റ്റ് (മാർക്സിസ്റ്റ്) പാർട്ടി ഈ ലെനിനിസ്റ്റ് തത്ത്വങ്ങളെ ആസ്പദമാക്കിയ സമരമാർഗങ്ങളാണ് അംഗീകരിക്കുന്നത്. അവിഭക്ത കമ്യൂണിസ്റ്റ് പാർട്ടി 1951-ൽ അംഗീകരിച്ചതും കമ്യൂണിസ്റ്റ് (മാർക്സിസ്റ്റ്) പാർട്ടി ഇന്നും അംഗീകരിച്ച് നടപ്പിലാക്കാൻ ശ്രമിക്കുന്നതുമായ നയപ്രഖ്യാപനത്തിൽ വ്യക്തമാക്കിയതുപോലെ,

> തൊഴിലാളികളെയും ദരിദ്രകർഷകരെയും ആധാരമാക്കിക്കൊണ്ട് മുഴുവൻ ജനങ്ങളോടുമൊപ്പം കർഷകജനതയുമായി ഉറച്ച സമരസഖ്യത്തിൽ വർത്തിച്ചുകൊണ്ട് നാട്ടിൻപുറങ്ങളിലെയും നഗരങ്ങളിലെയും സമരങ്ങളെ സ്വാതന്ത്ര്യത്തിലേക്കും ഭൂമി, ഭക്ഷണം, തൊഴിൽ, സമാധാനം എന്നിവയിലേക്കും നയിക്കുന്നു.
>
> മഹത്തായ ഈ ചരിത്രപാഠം സഖാക്കളെ അറിയിക്കുവാൻ സിസി ആഗ്രഹിക്കുന്നു. ഈ പാഠം വെറുമൊരു റഷ്യൻമാർഗമല്ല: ഇത് ഒരു ചൈനീസ് മാർഗവുമല്ല; ഈ പാഠം ഇന്ത്യൻ പരിതഃസ്ഥിതിക്കനുസരിച്ചുള്ള ലെനിനിസത്തിന്റെ ഭാഗമത്രേ.
>
> നമ്മുടെ കാഴ്ചപ്പാടിനെക്കുറിച്ചുള്ള അത്തരമൊരു ധാരണ, നമ്മുടെ ബഹുജനപ്രസ്ഥാനവും നമ്മുടെ ട്രേഡ് യൂണിയനുകളും കിസാൻസഭകളും വളർത്തേണ്ടതെങ്ങനെയെന്ന കാര്യത്തിലും ഒരു പുതിയ വീക്ഷണഗതിയും പാർട്ടിയെ പടുത്തുയർത്തുന്നതിനൊരു പുതിയ മാർഗവും നമ്മുടെ മുമ്പിൽ വെക്കുന്നു.
>
> സായുധ സമരപരിപാടി അംഗീകരിക്കുന്നുണ്ടോ ഇല്ലയോ എന്നതല്ല പ്രധാന പ്രശ്നമെന്ന്, നമ്മുടെ പരിപാടി അക്രമരഹിതമോ അക്രമപരമോ ആയിരിക്കേണ്ടത് എന്നതല്ല പ്രധാനപ്രശ്നമെന്ന് ഈ ധാരണ സഖാക്കൾക്ക് കാണിച്ചുകൊടുക്കും. നമ്മുടെ കർമപരിപാടി അക്രമപരമോ അക്രമരഹിതമോ എന്ന ചോദ്യം നമ്മുടെ മുമ്പിലവതരിപ്പിക്കുന്നത് നമ്മുടെ എതിരാളികളാകുന്നു.

പ്രശ്നത്തെ അത്തരത്തിൽ അവതരിപ്പിക്കുന്നത് ഫലത്തിൽ ജനങ്ങളെ വഴിപിഴപ്പിക്കുന്ന ഗാന്ധിയൻ ആശയഗതിയുടെ അവതരണരീതിയാകുന്നു. പ്രശ്നത്തെ അത്തരത്തിൽ അവതരിപ്പിക്കാതിരിക്കുവാൻ സൂക്ഷിക്കണം. വളരെക്കാലമായി ലോകത്തിലെ സകലരാജ്യങ്ങളിലെയും ജനങ്ങൾക്കും പാർട്ടിക്കുംവേണ്ടി മാർക്സിസവും ചരിത്രവും എന്നെന്നേക്കുമായി ഈ പ്രശ്നം തീരുമാനിച്ചു കഴിഞ്ഞിട്ടുണ്ട്. തങ്ങളുടെ താൽപ്പര്യസംരക്ഷണത്തിനും മോചനസമ്പാദനത്തിനുംവേണ്ടിയുള്ള ബഹുജനങ്ങളുടെ സർവപ്രവർത്തനങ്ങളും പരിപാവനമാകുന്നു. പുരോഗതിയിലേക്കും സ്വാതന്ത്ര്യത്തിലേക്കുമുള്ള തങ്ങളുടെ മാർഗത്തിൽ അടിഞ്ഞുകൂടുന്ന പിന്തിരിപ്പത്തത്തിന്റെയും അധഃപതനത്തിന്റെയും കീറാമുട്ടികളെ തട്ടിത്തകർക്കുവാൻ ജനങ്ങൾ സ്വീകരിക്കുന്ന എല്ലാ മാർഗങ്ങളെയും ചരിത്രം അനുവദിക്കുന്നു.

നമ്മുടെ പഴയകാലത്തെ മുഴുവൻ ധാരണകളും ഏകപക്ഷീയവും പോരായ്മകളുള്ളവയുമെന്ന നിലയ്ക്ക് തള്ളിക്കളയണമെന്ന് ഇതിൽനിന്നും നാം പഠിക്കേണ്ടതാണ്.

എന്നാൽ ചരിത്രമനുവദിക്കാത്ത ഒരു പ്രവൃത്തിയുണ്ട്. അത് വ്യക്തിപരമായ ഭീകരപ്രവർത്തനമാകുന്നു.

വ്യക്തിപരമായ ഭീകരപ്രവർത്തനം, ഒരു വർഗത്തിലെയോ വ്യവസ്ഥയിലെയോ വ്യക്തികൾക്കെതിരായി വ്യക്തികളോ ഗ്രൂപ്പുകളോ സ്ക്വാഡുകളോ അഴിച്ചുവിടുന്നതാണ്. അങ്ങനെ ചെയ്യുന്ന വ്യക്തികൾ ധീരൻമാരും നിസ്വാർഥമതികളുമായിരിക്കാം; അവരെ ജനങ്ങൾ അഭിനന്ദിക്കുകയോ പ്രവൃത്തിരംഗത്തിലേക്ക് ക്ഷണിക്കുക തന്നെയോ ചെയ്തുവെന്നും വരാം; അതുപോലെതന്നെ അവരാർക്കെതിരായാണോ പ്രവർത്തിക്കുന്നത് അവർ ഏറ്റവും വെറുക്കപ്പെട്ടവരുമായിരിക്കാം; എന്നാൽപ്പോലും അത്തരം പ്രവർത്തനങ്ങൾക്ക് മാർക്സിസം അനുമതി നൽകുന്നില്ല. എന്തുകൊണ്ട്? അവയിലൊന്നിലും ജനങ്ങൾ പ്രവൃത്തിരംഗത്തിലില്ലെന്ന ലളിതമായ ഒരൊറ്റ കാരണംകൊണ്ടുമാത്രം; ജനങ്ങൾ ചെയ്യേണ്ടതൊക്കെ പ്രസ്തുത ധീരൻമാർ നിർവഹിച്ചുകൊള്ളുമെന്ന ധാരണ അതിലൂടെ വേരൂന്നുന്നു. അത്തരം ഒട്ടനവധി പ്രവർത്തനങ്ങൾ ശത്രുവർഗങ്ങളെയോ വ്യവസ്ഥയെയോ ഉൻമൂലനാശം ചെയ്തുകൊള്ളുമെന്ന വിശ്വാസം അതിലൂടെ പ്രബലമായിത്തീരാനിടയാകുന്നു. അവസാനമായി അത് ജനങ്ങളെ നിഷ്ക്രിയത്വത്തിലേക്കും അലസതയിലേക്കും നയിക്കുന്നു. അവരുടെ സ്വന്തം പ്രവർത്തനങ്ങളെയും വിപ്ലവത്തിലേക്കുമുള്ള വളർച്ചയെയും സ്തംഭിപ്പിക്കുകയും അവസാനം പരാജയത്തിൽ കലാശിപ്പിക്കുകയും ചെയ്യുന്നു. അതുകൊണ്ട് മാർക്സിസം, വ്യക്തിപരമായ ഭീകരപ്രവർത്തനങ്ങൾക്കെതിരായി താക്കീത് നൽകുകയും അതിനെ നിരോധിക്കുകയും ചെയ്യുന്നു.

ആറ്
ബഹുജനമുന്നേറ്റത്തിന്റെ വേലിയേറ്റവും ഇറക്കവും വിപ്ലവ പാർട്ടിയുടെ അടവുകൾ

1947–ൽ ബ്രിട്ടീഷ് സാമ്രാജ്യമേധാവികളിൽനിന്ന് ഇന്ത്യൻ ബൂർഷ്വാസിയുടെ കയ്യിലേക്ക് അധികാരം പകർന്നതോടെ ഇന്ത്യൻ വിപ്ലവത്തിന്റെ ഒരു (*സാമ്രാജ്യവിരുദ്ധ*) ഘട്ടമവസാനിച്ചു; മുഖ്യമായും *കാർഷികവിപ്ലവത്തെ ആസ്പദമാക്കിയ ജനകീയ ജനാധിപത്യവിപ്ലവത്തിന്റെ* കാലഘട്ടം തുടങ്ങി.

വിദേശീയ കുത്തകക്കാരുമായി കൂട്ടുകൂടി സ്വയം വളരാൻ ശ്രമിക്കുന്ന ഇന്ത്യൻ കുത്തകബൂർഷ്വാസിയുടെ നേതൃത്വത്തിൽ നിലനിന്നുവരുന്ന ബൂർഷ്വ–ഫ്യൂഡൽ വർഗങ്ങളുടെ ഭരണകൂടത്തെയും ഗവൺമെന്റിനെയും തകർത്ത് തൊഴിലാളിവർഗനേതൃത്വത്തിൽ തൊഴിലാളി–കർഷക സഖ്യത്തെ ആസ്പദമാക്കിയ ജനകീയ–ജനാധിപത്യ ഭരണകൂടവും ഗവൺമെന്റും സ്ഥാപിക്കുകയാണ് ഈ ഘട്ടത്തിലെ കടമ. ഒരു ചരിത്രകാലഘട്ടത്തിന് മുഴുവൻ ബാധകമായ ഒരു കടമയാണത്.

ഈ അർഥത്തിൽ ബൂർഷ്വാ–ഫ്യൂഡൽ വർഗങ്ങളുടേതായ ഗവൺമെന്റിനെ അധികാരഭ്രഷ്ടമാക്കി ജനങ്ങളുടേതായ ഗവൺമെന്റ് രൂപീകരിക്കുകയെന്ന മുദ്രാവാക്യം വിപ്ലവസമരതന്ത്രത്തിന്റെ കേന്ദ്രബിന്ദുവായി ഈ കാലഘട്ടത്തിലാകെ നിലകൊള്ളുന്നു. പക്ഷേ, ഉടൻ നടപ്പിലാക്കാൻ കഴിയുന്ന ഒരു മുദ്രാവാക്യമായി അത് മാറണമെങ്കിൽ അതിനാവശ്യമായ പല സാഹചര്യങ്ങളും വളർന്നുവരണം. ആ വളർച്ച പൂർത്തിയാകുന്നതുവരെ ഗവൺമെന്റ് മാറ്റമെന്ന പ്രായോഗിക കടമയെ ആസ്പദമാക്കിയ അടവുകൾ അംഗീകരിക്കാൻ വയ്യ.

1957–59–ൽ കേരളത്തിലും 1967–69–ൽ കേരളമടക്കം ഏതാനും സംസ്ഥാനങ്ങളിലും പരിമിതമായ നിലയിൽ ഗവൺമെന്റുമാറ്റമെന്ന പ്രായോഗിക മുദ്രാവാക്യം ഉയർന്നുവരികയുണ്ടായെന്നത് ശരിയാണ്. അത് പ്രയോഗത്തിൽ വരികപോലും ചെയ്തു. 1952, 1953–54 എന്നീ കാലഘട്ടങ്ങളിൽ അന്നത്തെ തിരു–കൊച്ചിയിലും അവിഭക്ത മദിരാശിയിലും പിന്നീട് ആന്ധ്രാപ്രദേശിലും ഗവൺമെന്റുമാറ്റമെന്ന ഈ പ്രായോഗിക മുദ്രാവാക്യം ഉയർന്നുവരികയുണ്ടായി,

പക്ഷെ, ഇതൊന്നുംതന്നെ ബൂർഷ്വ–ഫ്യൂഡൽ ഭരണകൂടത്തെയും ഗവൺമെന്റിനെയും തകർത്ത് രൂപീകരിക്കുന്ന ജനകീയ ജനാധിപത്യത്തിന്റെ ഭരണകൂടവും ഗവൺമെന്റുമായിരുന്നില്ല. ഇതിലെല്ലാംതന്നെ ഭരണകൂടത്തിന്റെ വർഗസ്വഭാവം പഴയതുപോലെതന്നെ നിലനിന്നു; ദൈനംദിന ഭരണത്തിന്റെ ചട്ടക്കൂട്ടിലും മൗലികമായ യാതൊരു മാറ്റവും വന്നില്ല. അതുകൊണ്ട് ഭരണാധികാരത്തിൽ പങ്കുകിട്ടിയെന്ന് കരുതപ്പെടുന്ന തൊഴിലാളിവർഗത്തിനും കർഷകജനസാമാന്യത്തിനും ബൂർഷ്വാ–ഫ്യൂഡൽ ഭരണകൂടത്തിനെതിരായ സമരം ഈ പുതിയ സാഹചര്യത്തിലും തുടരേണ്ടിയിരുന്നു. അതുകൊണ്ടാണ് കമ്യൂണിസ്റ്റ് (മാർക്സിസ്റ്റ്) പാർട്ടിയുടെ പരിപാടിയിൽ ഇത്തരം താൽക്കാലിക ഭര

ണമാറ്റങ്ങളിലൂടെ ജനകീയ ജനാധിപത്യവിപ്ലവത്തിന്റെ സമരസേനയെ വളർത്തി ശക്തിപ്പെടുത്തണമെന്നും, അതോടൊപ്പംതന്നെ ഇതൊന്നും, പക്ഷെ, ജനകീയ ജനാധിപത്യപരമായ മാറ്റങ്ങൾക്ക് പകരമല്ലെന്ന് ജനങ്ങളെ ധരിപ്പിച്ച് അവരെ ഭരണകൂടത്തിനെതിരായി അണിനിരത്തണമെന്നും നിർദേശിച്ചത്.

താൽക്കാലിക ഭരണമാറ്റത്തിന്റേതായ ഈ കാഴ്ചപ്പാടുതന്നെ കേന്ദ്രത്തെ സംബന്ധിച്ചിടത്തോളം ഇതേവരെ ഉയർന്നുവന്നിട്ടില്ലെന്നത് ശ്രദ്ധേയമാണ്. സംസ്ഥാനങ്ങളിൽത്തന്നെ ഒരിക്കൽ അതുയർന്നുവന്ന ആന്ധ്രാപ്രദേശിൽ പിന്നീടത് ഇല്ലാതായി. 1954–55 കാലത്ത് അന്നത്തെ അവിഭക്ത കമ്യൂണിസ്റ്റ് പാർട്ടിയിൽ പടർന്നുപിടിച്ച റിവിഷനിസ്റ്റ് വ്യാമോഹം, 1955–ലെ തിരഞ്ഞെടുപ്പിൽ ഭരണാധികാരിവർഗങ്ങൾ ഊട്ടിയുണ്ടാക്കിയ കമ്യൂണിസ്റ്റ് വിരുദ്ധ ഐക്യത്തിന്റെ ഫലമായി പറ്റിയ തിരഞ്ഞെടുപ്പ് പരാജയം; ഈ പരാജയത്തിന്റെ കാരണങ്ങൾ വിശകലനം ചെയ്തുകൊണ്ടെന്ന പേരിൽ റിവിഷനിസം നടത്തിയ കടന്നാക്രമണം, ഈ ആക്രമണത്തെ ചെറുക്കുന്നതിൽ മാർക്സിസ്റ്റുകാർക്ക് പറ്റിയ പരാജയവും, 'തീവ്രവാദ' ചിന്താഗതിയുടെ പ്രചാരവും–ഇതെല്ലാം ചേർന്ന് ആന്ധ്രയിലെ വിപ്ലവമുന്നേറ്റത്തെയും പാർട്ടിയെയും തകർത്തു.

പിന്നീട് 1957–ൽ മറ്റൊരു രൂപത്തിൽ ഗവൺമെന്റ് മാറ്റമെന്ന പ്രായോഗികമുദ്രാവാക്യം ഏതാനും സംസ്ഥാനങ്ങളിൽ ഉയർന്നുവന്നു. പക്ഷേ, 1969–70 ഓടുകൂടി കേരളവും ബംഗാളുമൊഴിച്ച് മറ്റെല്ലായിടത്തും അത് പ്രസക്തമല്ലാതായി. കേരളത്തിലും ബംഗാളിലുമാകട്ടെ, അത് ഇന്നും പ്രസക്തമാണ്. പക്ഷെ, അത് പ്രയോഗത്തിൽ വരുത്താൻ വിപ്ലവശക്തികളും തടയാൻ ഭരണവൃത്തങ്ങളും നടത്തുന്ന ശ്രമം രൂക്ഷമായ വർഗസമരങ്ങളിൽ ചെന്നെത്തിയിരിക്കുകയാണ്.

പരിമിതമായ ഭരണമാറ്റത്തിന്റെതന്നെ സ്ഥിതി ഇതാണെങ്കിൽ ഒരു കാലഘട്ടത്തിൽ മുഴുവൻ ബാധകമായ ഭരണകൂടത്തിന്റെ മാറ്റം–ചില വർഗങ്ങളെയാകെ ഭരണാധികാരത്തിൽനിന്ന് മാറ്റി മറ്റു ചില വർഗങ്ങളെയാകെ ഭരണാധികാരത്തിലെത്തിക്കുകയെന്ന മൗലികമാറ്റം–കേന്ദ്രത്തിലോ ഒരു സംസ്ഥാനത്തിൽ മാത്രമായിട്ടു പോലുമോ ഒരു പ്രായോഗികമുദ്രാവാക്യമായി ഉയർത്താൻ, അതിന്റേതായ അടവുകൾ ആവിഷ്കരിക്കാൻ–ഇന്ന് ശ്രമിക്കുന്നത് അസംബന്ധമാണെന്ന് പറയേണ്ടതില്ലല്ലോ. എന്നാൽ ഈ അസംബന്ധമാണ് 'തീവ്രവാദി'കളെന്നു പറയപ്പെടുന്നവർ തങ്ങളുടെ രാഷ്ട്രീയനയത്തിന് അടിസ്ഥാനമായി അംഗീകരിച്ചിട്ടുള്ളത്.

"തോക്കിൻകുഴലിൽനിന്നാണ് അധികാരം വരുന്നത്" എന്ന മൗസൂക്തത്തെ ആസ്പദമാക്കിയാണ് തങ്ങൾ പ്രവർത്തിക്കുന്നതെന്ന് 'തീവ്രവാദി'കൾ അവകാശപ്പെടുന്നു. എന്നാൽ തോക്കുമാത്രം കൊണ്ട് അധികാരം കിട്ടുമെന്ന ഇവരുടെ ധാരണയുടെ പരിപൂർണനിഷേധമാണ് മൗവിന്റെ ജീവിതകഥയും ചൈനീസ് വിപ്ലവത്തിന്റെ ചരിത്രവും.

ചരിത്രത്തിന്റെ ഗതിവിഗതികൾ നിർണയിക്കുന്നത് ആയുധങ്ങളുപയോഗിക്കുന്ന മനുഷ്യരാണ്, അവരുടെ സംഘടിതപ്രവർത്തനവും

സമരങ്ങളുമാണ്, എന്ന മാർക്സിസ്റ്റ്-ലെനിനിസ്റ്റ് സിദ്ധാന്തത്തെ ചൈനീസ് വിപ്ലവത്തിന്റെ സവിശേഷസാഹചര്യങ്ങളിൽ പ്രയോഗത്തിൽ വരുത്തിയതിലാണ് മൗ സിദ്ധാന്തത്തിന്റെ വിജയം കിടക്കുന്നത്. ഈ സമീപനത്തിന്റെ ഉജ്ജ്വലമായ ഉദാഹരണമാണ് "ആറ്റംബോംബ് ഒരു കടലാസ് പുലിയാണ്" എന്ന മൗവിന്റെ അഭിപ്രായപ്രകടനം. ഇതൊരു വെറും വീമ്പിളക്കലായിരുന്നില്ലെന്ന് അമേരിക്കൻ സാമ്രാജ്യ മേധാവികളെക്കൊണ്ട് അടിയറവ് പറയിക്കാൻ ചൈനയ്ക്ക് കഴിഞ്ഞതിൽനിന്ന് വ്യക്തമാകുന്നുണ്ട്.

അപ്പോൾ എല്ലാ കാലത്തും എല്ലായിടത്തും ഒരുപോലെ പ്രയോഗിക്കാവുന്ന പ്രായോഗികമുദ്രാവാക്യങ്ങളൊന്നും *ജനകീയജനാധിപത്യ*മെന്ന മൗലിക മുദ്രാവാക്യത്തിൽ നിന്നു ഉയർന്നു വരുന്നില്ല. ജനകീയ ജനാധിപത്യമെന്ന കാഴ്ചപ്പാടനുസരിച്ച് മുമ്പോട്ടു പോകേണ്ടത് ഇന്ത്യയിലെ ജനലക്ഷങ്ങളാണ്; തൊഴിലാളിവർഗനേതൃത്വത്തിൽ തൊഴിലാളി-കർഷകസമരസഖ്യത്തെ ആസ്പദമാക്കി മറ്റെല്ലാ വിപ്ലവജനാധിപത്യശക്തികളും രാജ്യത്തിന്റെ മൂന്നു പൊതുശത്രുക്കൾക്കെതിരായി അണിനിരന്ന് സുസംഘടിതമായ ഒരു വിപ്ലവസേനയായി രൂപം കൊള്ളുകയെന്നതാണ് ഇതിനുള്ള മുഖ്യോപാധി.

ഇതിന് പ്രയോജനപ്പെടുന്ന പ്രായോഗികമുദ്രാവാക്യങ്ങൾ ഈ വിപ്ലവകാലഘട്ടത്തിനിടയ്ക്ക് പലതവണ മാറേണ്ടിവരും. വിശാലമായ നമ്മുടെ രാജ്യത്തിന്റെ ഒരുഭാഗത്ത് ഉയർന്നുവരുന്ന പ്രായോഗികമുദ്രാവാക്യം മറ്റൊരു ഭാഗത്ത് അപ്രായോഗികമായെന്നു വരും. ഇതെല്ലാം സൂക്ഷ്മമായി പഠിച്ച് വിപ്ലവമുന്നേറ്റത്തെ സഹായിക്കുന്ന, വിപ്ലവതന്ത്രമനുസരിച്ച് സാധിക്കാനുള്ള മുഖ്യലക്ഷ്യം സാധിക്കാൻ സഹായിക്കുന്ന, പ്രായോഗികമുദ്രാവാക്യങ്ങൾ ആവിഷ്കരിക്കുകയാണ് നമ്മുടെ കടമ.

റഷ്യയിലെയും ചൈനയിലെയും മറ്റു സോഷ്യലിസ്റ്റ് രാജ്യങ്ങളിലെയും നേതാക്കൻമാർ ഈ സമീപനം അംഗീകരിച്ചു; അതിലവർ വിജയിച്ചു. എന്തുകൊണ്ടാണ് അവിടങ്ങളിലെല്ലാം സോഷ്യലിസ്റ്റ് വിപ്ലവവും അതിനെത്തുടർന്ന് സോഷ്യലിസ്റ്റ് നിർമാണവും വിജയകരമായി നടന്നത്? ലെനിന്റെ ഭാഷയിൽ:

"സാർവദേശീയ ബൂർഷ്വാസിയെ അധികാരഭ്രഷ്ടമാക്കാൻ വേണ്ടിയുള്ള ഒരു യുദ്ധം-രണ്ട് രാജ്യങ്ങൾ തമ്മിൽ നടക്കുന്ന യുദ്ധത്തിൽവെച്ച് ഏറ്റവും കഠിനമായതിന്റെ മൂന്നിരട്ടി വിഷമവും ദീർഘവും സങ്കീർണവും ആയ ഒരു യുദ്ധം-നടത്തുക; ഈ യുദ്ധത്തിനിടയുണ്ടാക്കുന്ന കുതിച്ചുകയറ്റത്തിന്റെ മധ്യത്തിൽ യാതൊരു മാറ്റവും വരുത്തുകയില്ലെന്നോ ശത്രുവിന്റെ അണികളിലുള്ള വൈരുധ്യങ്ങൾ (അവ, എത്ര ചഞ്ചലങ്ങളും താൽക്കാലികങ്ങളുമായിക്കൊള്ളട്ടെ) ഉപയോഗപ്പെടുത്തുകയില്ലെന്നോ താൽക്കാലികവും ചഞ്ചലവും ഉറപ്പില്ലാത്തതും സോപാധികവുമായ നിലയിലാണെങ്കിലും സഖ്യശക്തികളെ കിട്ടാൻ ശ്രമിക്കുകയില്ലെന്നോ മുൻകൂട്ടി ഉറപ്പിക്കുക-ഇത് അങ്ങേയറ്റം പരിഹാസ്യമല്ലേ? ഇതേവരെ മനുഷ്യർക്ക് പ്രവേശിക്കാൻ കഴിയാതിരുന്നതും, യാതൊരാളും ശരിക്കും കണ്ടിട്ടില്ലാത്തതുമായ ഒരു മല കയറുന്നതിനി

ടയ്ക്ക് വഴിയിലൊരിടത്തുവെച്ച് അങ്ങോട്ടുമിങ്ങോട്ടും തിരിഞ്ഞുപോവുകയോ ഒന്നുരണ്ടടികൾ പിന്നോക്കം വെക്കുകയോ, ഒരിക്കൽ പോയ വഴിവിട്ട് മറ്റൊരുവഴി പരീക്ഷിക്കുകയോ ചെയ്യുകയില്ലെന്ന് മുൻകൂട്ടി ഉറപ്പിക്കുന്നതുപോലെയല്ലേ ഇത്?"

ഈ ലെനിനിസ്റ്റ് സമീപനമനുസരിച്ച് മുഖ്യലക്ഷ്യം സാധിക്കുന്നതിന് പ്രയോജനപ്പെടുന്ന അടവുകൾ രൂപീകരിക്കാൻ പാർട്ടിക്ക് കഴിയണമെങ്കിൽ വിപ്ലവപ്രസ്ഥാനത്തിന്റെ മുന്നേറ്റവുമായി അഭേദ്യമാംവിധം ബന്ധപ്പെട്ട ചില യാഥാർഥ്യങ്ങൾ പാർട്ടി മനസിലാക്കണം.

ഒന്നാമത്: വിപ്ലവമുന്നേറ്റത്തെ, ബഹുജനമുന്നേറ്റത്തെ, ത്വരിതപ്പെടുത്തുകയും മന്ദീഭവിപ്പിക്കുകയും ചെയ്യുന്ന പല ശക്തികളും സാമ്പത്തിക–രാഷ്ട്രീയരംഗങ്ങളിൽ പ്രവർത്തിക്കുന്നുണ്ട്. ചിലപ്പോൾ ത്വരിതപ്പെടുത്തുന്ന ശക്തികൾക്ക് മുൻതൂക്കംവരും; അപ്പോൾ വിപ്ലവമുന്നേറ്റത്തിന് വേലിയേറ്റമാകും. മറ്റു ചിലപ്പോൾ മന്ദീഭവിപ്പിക്കുന്ന ശക്തികൾക്കായിരിക്കും മുൻതൂക്കം; അപ്പോൾ വേലിയിറക്കമായി. ഈ ഏറ്റിറക്കങ്ങൾ സൂക്ഷ്മതയോടെ പഠിച്ച് ഓരോന്നിന്റെ കാലഘട്ടത്തിനും പറ്റുന്ന അടവുകൾ തയാറാക്കുന്നത് പാർട്ടിയുടെ കടമയാണ്. 1848–51 കാലത്തെ അടവുകളിൽനിന്ന് വ്യത്യസ്തമായ അടവുകൾ മാർക്സും എംഗൽസും 1851–നുശേഷം അംഗീകരിച്ചത് ഇതിനുദാഹരണമാണ്. ലെനിനും 1905–1906 കാലത്ത് തുടർന്നതിൽനിന്ന് വ്യത്യസ്തമായ അടവുകളാണ് പിന്നീട് തയാറാക്കിയത്. 'തീവ്രവാദി'കൾ വാഴ്ത്തി സ്തുതിക്കുന്ന മൗ സ്ഥിതിഗതികളിൽ വന്ന മാറ്റത്തിനൊത്ത് അടവുകൾ മാറ്റിയതിന്റെ ചരിത്രത്തിൽ നിന്നും ഈ 'മൗഭക്തൻമാർ' ഒന്നും പഠിക്കുന്നില്ലല്ലോ എന്ന് ഖേദിക്കേണ്ടിയിരിക്കുന്നു.

രണ്ടാമത്: ഈ വേലിയേറ്റങ്ങൾക്കും വേലിയിറക്കങ്ങൾക്കും കാരണമായി പ്രവർത്തിക്കുന്ന ചില വസ്തുനിഷ്ഠസാഹചര്യങ്ങളുണ്ട്. സമ്പദ്വ്യവസ്ഥയുടെ വളർച്ചയ്ക്കിടയ്ക്ക് പ്രത്യക്ഷപ്പെടുന്ന സാമ്പത്തികക്കുഴപ്പങ്ങളും അതിൽനിന്നും കരകയറി താരതമ്യേന ഐശ്വര്യപൂർവമായ സ്ഥിതിഗതികൾ നിലവിൽവരുന്നതും ഇക്കൂട്ടത്തിൽപ്പെടും. കുഴപ്പങ്ങൾ പൊട്ടിപ്പുറപ്പെടുമ്പോൾ വിപ്ലവമുന്നേറ്റത്തിന്റെ വേലിയേറ്റം ഉണ്ടാകാനുള്ള സാഹചര്യങ്ങളാണ് നിലവിൽ വരുന്നത്. മറിച്ച്, താരതമ്യേന ഐശ്വര്യപൂർവമായ സ്ഥിതിഗതികളിൽ മുന്നേറ്റത്തിന് വേലിയിറക്കമാണുണ്ടാവുക. അതുകൊണ്ട് വസ്തുനിഷ്ഠമായി നടക്കുന്ന ഈ മാറ്റങ്ങൾ സൂക്ഷ്മമായി പഠിക്കാതെ വിപ്ലവമുന്നേറ്റത്തെ നേർവഴിക്കു നയിക്കാൻ പറ്റുന്ന അടവുകൾ തയാറാക്കുവാൻ കഴിയുകയില്ല.

മൂന്നാമത്: വസ്തുനിഷ്ഠശക്തികൾക്കുപുറമെ ആത്മനിഷ്ഠശക്തികളും പ്രവർത്തിക്കുന്നുണ്ട്. വിപ്ലവമുന്നേറ്റത്തെ തടഞ്ഞുനിർത്താൻ ബലപ്രയോഗത്തിനുപുറമെ വിപ്ലവകാരികളുടെ അണികളിൽ പിളർപ്പുണ്ടാക്കുകയെന്ന ഉദ്ദേശ്യത്തോടെ തന്ത്രപരമായ പല നീക്കങ്ങളും ഭരണാധികാരിവർഗങ്ങൾ അംഗീകരിക്കും. നേരെമറിച്ച്, ഭരണാധികാരിവർഗങ്ങൾക്കകത്ത് ഭിന്നിപ്പുണ്ടാക്കാൻ തൊഴിലാളിവർഗവും ശ്രമിക്കും. അങ്ങനെ തൊഴിലാളിവർഗത്തിന്റെയും കർഷകജനസാമാ

നൃത്തിന്റെയും അണികളെ തകർക്കാൻ ഭരണാധികാരിവർഗങ്ങളും യോജിപ്പിക്കാൻ കമ്യൂണിസ്റ്റ് പ്രസ്ഥാനവും ശ്രമിക്കുമ്പോൾ ഈ രണ്ട് തന്ത്രങ്ങൾ തമ്മിൽ ഏറ്റുമുട്ടും. ഇതിന്റെ ഫലമായി വിപ്ലവശക്തികളും പ്രതിവിപ്ലവശക്തികളും തമ്മിലുള്ള ബലാബലത്തിൽ മാറ്റംവരും. ഇതും മുന്നേറ്റത്തിന്റെ വേലിയേറ്റങ്ങൾക്കും ഇറക്കങ്ങൾക്കും ഇടയാകും.

ഉദാഹരണത്തിന്, അഭൂതപൂർവമായ ഒരു വിപ്ലവമുന്നേറ്റത്തിന്റെ വേലിയേറ്റം രണ്ടാം ലോകമഹായുദ്ധത്തിന്റെ അവസാനത്തിൽ (ലോകത്തിലെല്ലായിടത്തുമെന്നപോലെ ഇന്ത്യയിലും) പടർന്നുപിടിക്കുകയുണ്ടായി. പണിമുടക്കങ്ങളും പ്രകടനങ്ങളും മുതൽ പല സംസ്ഥാനങ്ങളിലും വൻതോതിലുള്ള കർഷകസമരങ്ങളടക്കം രാജ്യവ്യാപകമായി വളർന്ന ആ വിപ്ലവമുന്നേറ്റത്തിന്റെ ഏറ്റവും ഉയർന്ന രൂപമായിരുന്നു തെലങ്കാന. നൈസാംഭരണത്തിനും ദേശ് മുഖ് മേധാവിത്വത്തിനുമെതിരായ ആ സമരം ഇന്ത്യൻ വിപ്ലവത്തിന്റെ ഒരു (സാമ്രാജ്യത്വവിരുദ്ധ) ഘട്ടം അവസാനിച്ച് മറ്റൊരു (കാർഷികവിപ്ലവ) ഘട്ടം തുടങ്ങുന്നുവെന്നതിന്റെ പ്രഖ്യാപനമായിരുന്നു.

തെലങ്കാനാസമരം ഈ ഉയർന്ന രൂപത്തിലെത്തുന്നതിന് മുമ്പു തന്നെ ബംഗാളിലെ തേഭാഗാസമരം, തിരുവിതാംകൂറിലെ പുന്നപ്ര-വയലാർ സമരം എന്നിവയും നടന്നിരുന്നു. എല്ലാറ്റിനുംമീതെ, സാമ്രാജ്യാധിപത്യത്തിന്റെ മർദനോപകരണമായ സായുധസേനാവിഭാഗവും വിപ്ലവമുന്നേറ്റത്തിന്റെ ഭാഗമാവാൻ പോകുകയാണെന്ന് ആർ ഐ എൻ കലാപം വിളിച്ചറിയിച്ചു.

വിപ്ലവശക്തികളുടേതായ ഈ വേലിയേറ്റം കണ്ടു മനസിലാക്കി അതിനെ തടഞ്ഞുനിർത്താൻ ബ്രിട്ടീഷ് ഭരണാധികാരികൾ കരുപ്പിടിപ്പിച്ച പുതിയ അടവാണ് 1947-ലെ അധികാരക്കൈമാറ്റം. അതിനുള്ള ആദ്യത്തെ നീക്കങ്ങൾ തുടങ്ങിയത് ആർ ഐ എൻ കലാപം പൊട്ടിപ്പുറപ്പെട്ട ഉടനെയാണെന്ന് പ്രത്യേകം എടുത്തുപറയേണ്ടതുണ്ട്. ഇന്ത്യൻ ബൂർഷ്വാസിയെ അധികാരസ്ഥാനത്തിരുത്തിയും അതിന്റേതായ പുതിയ ഗവൺമെന്റിന് മുതലാളിത്തവികസനത്തിനാവശ്യമായ 'സഹായങ്ങൾ' നൽകിക്കൊണ്ടും മാത്രമേ തങ്ങളുടെ താൽപ്പര്യങ്ങൾ സംരക്ഷിക്കാൻ കഴിയുകയുള്ളൂവെന്ന് ബ്രിട്ടീഷ് ഭരണാധികാരികൾ മനസിലാക്കി.

ഇങ്ങനെ ബ്രിട്ടീഷ്-ഇന്ത്യൻ ബൂർഷ്വാവർഗസഹകരണം സ്ഥാപിക്കാനും അതിൽ ബ്രിട്ടീഷ് താൽപ്പര്യങ്ങൾ സംരക്ഷിക്കാനും പ്രയോജനപ്പെടുന്ന വ്യവസ്ഥകൾ അധികാരക്കൈമാറ്റത്തിൽ അവർ ഉൾക്കൊള്ളിക്കുകയും ചെയ്തു. നേരെമറിച്ച്, ഇന്ത്യൻ ബൂർഷ്വാ താൽപ്പര്യങ്ങൾ സംരക്ഷിക്കാനാവശ്യമായ വ്യവസ്ഥകൾ ഉൾക്കൊള്ളിച്ചു കിട്ടാൻ കോൺഗ്രസ് നേതാക്കൻമാരും ശ്രമിച്ചു. ഈ രണ്ട് താൽപ്പര്യങ്ങൾ തമ്മിലുള്ള ഏറ്റുമുട്ടലും അവസാനം രൂപംനൽകിയ ഒത്തുതീർപ്പുമാണ് 1947 ആഗസ്ത് 15-ന് അധികാരക്കൈമാറ്റത്തിൽ ചെന്നെത്തിയത്.

ഈ സംഭവവികാസങ്ങൾ ഇന്ത്യൻ ജനതയുടെ വിപ്ലവമുന്നേറ്റത്തിൽ പുതിയൊരു ഘട്ടത്തിന്റെ തുടക്കംകുറിച്ചു. രണ്ടുമൂന്നു കൊല്ലം തുടർച്ചയായി നിലനിന്ന വേലിയേറ്റമവസാനിച്ച് വേലിയിറക്കം തുടങ്ങി.

അധികാരക്കൈമാറ്റത്തോടുകൂടി അതേവരെ തുടർന്നുപോന്ന വിപ്ലവസമരമാർഗങ്ങളിലൂടെയല്ലാതെ തങ്ങളുടെ താൽപ്പര്യം സംരക്ഷിക്കാമെന്ന തോന്നൽ ബഹുജനങ്ങൾക്കുണ്ടാകാൻ തുടങ്ങി. തെലങ്കാന മറ്റു സംസ്ഥാനങ്ങളിലേക്കും പ്രദേശങ്ങളിലേക്കും വ്യാപിപ്പിക്കാൻ കഴിയുന്നതിനുപകരം തെലങ്കാനയിൽത്തന്നെ സമരംതുടരുന്നത് വിഷമമായിത്തീർന്നു. കേന്ദ്രത്തിൽനിന്ന് ബ്രിട്ടീഷ് ഭരണമേധാവികളും സംസ്ഥാനത്തുനിന്ന് നൈസാമും പോയതോടുകൂടി തെലങ്കാനാസമരത്തിന്റെ രാഷ്ട്രീയമായ അടിത്തറയിളകി.

ബഹുജനമുന്നേറ്റത്തിന്റെ കാര്യത്തിൽ വന്ന ഈ മാറ്റം കണക്കിലെടുക്കാതെ, വേലിയേറ്റകാലത്ത് തുടർന്ന അതേ അടവുകൾ തുടരുകയാണ് 1948–51 കാലത്തെ പാർട്ടിനേതൃത്വം ചെയ്തത്. ഇത് തിരുത്തി പുതിയ അടവുകൾ തയാറാക്കുന്നതിന്റെ തുടക്കമായിരുന്നു 1951–ൽ അംഗീകരിച്ച പുതിയ പാർട്ടിപരിപാടിയും നയപ്രഖ്യാപനവും. *ജനകീയ ജനാധിപത്യ*സംവിധാനം ഏർപ്പെടുത്താനുള്ള സമരത്തിൽ ജനങ്ങളെ സംഘടിപ്പിച്ചണിനിരത്തുന്നതിനുള്ള സമരമാർഗങ്ങളിൽ പ്രധാനപ്പെട്ട ഒന്നെന്ന നിലയ്ക്ക് തിരഞ്ഞെടുപ്പുകളും പാർലമെന്റ്–നിയമസഭാവേദികളും ഉപയോഗപ്പെടുത്തുക; ഈ മേഖലയിലുള്ള പ്രവർത്തനത്തെ തൊഴിലാളി–കർഷക ബഹുജനങ്ങളുടെയും മറ്റു ജനാധിപത്യശക്തികളുടെയും വിപ്ലവപ്രസ്ഥാനവുമായി ഘടിപ്പിക്കുക — ഇതാണ് പുതിയ കാഴ്ചപ്പാട്. ഇതനുസരിച്ച് പ്രവർത്തിക്കുന്നതിന്റെ തുടക്കമായി തെലങ്കാനാസമരം രാഷ്ട്രീയാധികാരത്തിനുള്ള സമരമെന്ന പഴയ കാഴ്ചപ്പാടുപേക്ഷിച്ച് ഭൂപ്രശ്നം പരിഹരിക്കാനുള്ള സമരമെന്ന നിലക്ക് അത് കൈകാര്യം ചെയ്യാൻ തീരുമാനിച്ചു.

ഈ പുതിയ സമീപനത്തിന് അതേവരെ പ്രതീക്ഷിക്കാൻ കഴിയാതിരുന്ന അനുകൂലഫലമാണുണ്ടായത്. 1948–51 കാലത്തെ തെറ്റായ നയം നിമിത്തം കമ്യൂണിസ്റ്റ് പാർട്ടി ജനങ്ങളിൽനിന്നൊറ്റപ്പെട്ടുവെന്ന അഭിപ്രായത്തിന്റെ പൊള്ളത്തരം വ്യക്തമായി. 'തെറ്റായ നയമനുസരിച്ച സമരങ്ങൾ' നടത്തിയ കേരളം, ആന്ധ്ര, ബംഗാൾ എന്നീ സംസ്ഥാനങ്ങളിലെ നിയമസഭകളിലും കേന്ദ്ര പാർലമെന്റിലും കോൺഗ്രസ് കഴിഞ്ഞാൽ ഏറ്റവും വലിയ പാർട്ടി കമ്യൂണിസ്റ്റ് പാർട്ടിയാണെന്നു വന്നു.

പാർട്ടിക്കും മറ്റു ജനാധിപത്യ പ്രതിപക്ഷശക്തികൾക്കും നേടാൻ കഴിഞ്ഞ വിജയവും കോൺഗ്രസ് ഭരണത്തിൻകീഴിൽ മൂർച്ഛിച്ചുകൊണ്ടിരുന്ന സാമ്പത്തികക്കുഴപ്പവും പുതിയൊരു വിപ്ലവമുന്നേറ്റത്തിനു വേണ്ട സാഹചര്യം സൃഷ്ടിച്ചു.

പക്ഷേ, 1945–47 കാലത്തെപ്പോലെ, തെലങ്കാനാസമരത്തിൽച്ചെന്ന് കലാശിച്ചതുപോലുള്ള വിപ്ലവസമരങ്ങളുടെ വേലിയേറ്റമായിരുന്നില്ല അത്. പിന്നെയോ? പാർലമെന്റിന്റെയും നിയമസഭകളുടെയും വേദി ഉപയോഗിച്ച് ഭരണകക്ഷിക്കെതിരായ ഒരു ജനാധിപത്യമുന്നണി രൂപീകരിച്ച് ഭരണമാറ്റം വരുത്തുകയെന്ന കാഴ്ചപ്പാടോടെ നടക്കുന്ന ബഹുജനപ്രവർത്തനത്തിന്റെ മുന്നേറ്റമായിരുന്നു.

ഈ സ്ഥിതിവിശേഷം നേരിടുന്നതിനുവേണ്ടിയാണ് 1953–നു ശേഷം ഭരണകക്ഷി പുതിയൊരടവ് എടുത്തത്. സോഷ്യലിസ്റ്റ് കോയ്മകളുമായി സഹകരിക്കുകയെന്ന വിദേശനയം, സോഷ്യലിസ്റ്റ് ലക്ഷ്യപ്രഖ്യാപനവും അതിനെത്തുടർന്ന് ഇടതുപക്ഷചായ്‌വുള്ള ആഭ്യന്തരനയവും — ഇതു രണ്ടുമംഗീകരിച്ച് ഒരു 'സോഷ്യലിസ്റ്റ് പാർട്ടി'യായി സ്വയം മാറുകയെന്നതായിരുന്നു ഈ അടവ്.

ഇതാകട്ടെ, ഒരതിരുവരെ ഫലിക്കുകയും ചെയ്തു. കമ്യൂണിസ്റ്റ് പാർട്ടിക്കകത്ത് ആശയക്കുഴപ്പവും ഭിന്നിപ്പും പ്രത്യക്ഷപ്പെട്ടു; മറ്റിടതുപക്ഷപാർട്ടികളെല്ലാം ക്ഷീണിക്കുകയോ തകരുകയോ ചെയ്തു.

ഈ സാഹചര്യത്തിൽപ്പോലും ഒരു സംസ്ഥാനത്തിൽ (കേരളത്തിൽ) കോൺഗ്രസിനെ അധികാരഭ്രഷ്ടമാക്കി, ഒരു കോൺഗ്രസിതര ജനാധിപത്യ ഗവൺമെന്റ് രൂപീകരിക്കാൻ കമ്യൂണിസ്റ്റ് പാർട്ടിക്ക് കഴിഞ്ഞത് ഭരണകക്ഷിയുടെ അടവുകൾക്കുണ്ടായ വിജയത്തിന്റെ പരിമിതിയെയാണ് കാണിക്കുന്നത്. രണ്ടുകൊല്ലം മുമ്പ് ആന്ധ്രയിൽ നടന്ന തിരഞ്ഞെടുപ്പിൽ ഊട്ടിയുണ്ടാക്കാൻ കഴിഞ്ഞതുപോലുള്ള കമ്യൂണിസ്റ്റ് വിരുദ്ധ ഐക്യം കേരളത്തിൽ കോൺഗ്രസിന് ഉണ്ടാക്കാൻ കഴിഞ്ഞില്ല (കഴിഞ്ഞിരുന്നുവെങ്കിൽ ഫലം മറിച്ചാകുമായിരുന്നില്ല; 1960–ലെ കേരള തിരഞ്ഞെടുപ്പ് ഇതു തെളിയിച്ചു). കൂടാതെ 28 മാസത്തെ ഭരണകാലത്ത് പ്രഖ്യാപിച്ചതും നടപ്പിലാക്കാൻ ശ്രമിച്ചതുമായ നയ–നടപടികൾനിമിത്തം കമ്യൂണിസ്റ്റ് പാർട്ടിക്ക് കേരളത്തിലും വെളിയിലും ജനാധിപത്യശക്തികളുടെ പിൻതുണ വർധിക്കാനും ഇതിടയാക്കി.

ഈ സന്ദർഭത്തിലാണ് ഭരണാധികാരിവർഗം മറ്റൊരു പുതിയ അടവ് എടുത്തത്: ഇന്ത്യ–ചൈന തർക്കത്തെ ആസ്പദമാക്കി കമ്യൂണിസ്റ്റ് പാർട്ടിക്കെതിരായി രൂക്ഷമായ ഒരു രാഷ്ട്രീയാക്രമണം സംഘടിപ്പിക്കുകയെന്ന അടവ്. ഇത് മുമ്പത്തെക്കാൾ കൂടുതൽ ഫലിച്ചു. കമ്യൂണിസ്റ്റ് പാർട്ടി പിളർന്നുതകർന്നു. ഈ തക്കമുപയോഗിച്ച് പാർട്ടി നേതൃത്വത്തിലൊരു വിഭാഗത്തെ മെരുക്കിയെടുക്കുകയും ബാക്കിയുള്ളവരെ അടിച്ചമർത്തുകയുമെന്ന അടവാണ് ഭരണാധികാരിവർഗം ഉപയോഗിച്ചത്.

ഇതിൽ ആദ്യത്തെ കാര്യത്തിൽ — പാർട്ടിയിലൊരു വിഭാഗത്തെ മെരുക്കിയെടുക്കുന്നതിൽ — ഭരണകക്ഷി വിജയിച്ചു. അതിന്റെ പ്രഖ്യാപനമാണ് വലതുകമ്യൂണിസ്റ്റ് പാർട്ടിയുടെ നിലനിൽപ്പും കോൺഗ്രസുമായി അതിനുള്ള കൂട്ടുകെട്ടും.

പക്ഷേ, രണ്ടാമത്തെ കാര്യത്തിൽ അവർ തികച്ചും പരാജയപ്പെട്ടു. തുടരെത്തുടരെ നടന്ന രാഷ്ട്രീയവും ഭരണപരവുമായ ആക്രമണങ്ങളെയെല്ലാം ചെറുത്തുകൊണ്ട് ഭരണകക്ഷിക്കെതിരായ സമരത്തിൽ പാർട്ടി മുന്നേറി. ഭരണകക്ഷിക്കെതിരായി ഫലപ്രദമായ സമരം നടത്തുന്ന ഏകകക്ഷിയെന്ന പദവിയിലേക്ക് പാർട്ടി ഉയർന്നു.

ഈ സംഭവവികാസങ്ങളിൽനിന്ന് വ്യക്തമായ ചില നിഗമനങ്ങൾ ഉയർന്നുവരുന്നു:

1. ഭരണാധികാരിവർഗങ്ങൾക്കും അവരുടെ പാർട്ടിക്കും ഗവൺമെന്റിനുമെതിരായ സമരമാണ് ഇന്ത്യൻ രാഷ്ട്രീയത്തിലെ കേന്ദ്രബി

ന്ദു. ആ സമരം നടത്തുന്നതിൽ വലത്തോട്ടോ ഇടത്തോട്ടോ പാളിപ്പോയി തെറ്റായ നയങ്ങൾ തുടർന്നവർക്ക് ജനങ്ങൾ മാപ്പു നൽകും. പക്ഷേ, ആ സമരം വിട്ടെറിഞ്ഞ് പ്രത്യക്ഷമായോ പരോക്ഷമായോ ഭരണകക്ഷിയെ സഹായിക്കുന്ന ഒരാൾക്കും മാപ്പുകിട്ടുകയില്ല.

2. ഇന്ത്യൻ രാഷ്ട്രീയത്തിലെ ഈ കേന്ദ്രബിന്ദുവിൽ ഉറച്ചുനിന്നതാണ് മുമ്പ് അവിഭക്ത കമ്യൂണിസ്റ്റ് പാർട്ടിക്കും പിന്നീട് കമ്യൂണിസ്റ്റ് (മാർക്സിസ്റ്റ്) പാർട്ടിക്കും ഉണ്ടാക്കാൻ കഴിഞ്ഞ നേട്ടങ്ങളുടെ കാരണം. അത് വിട്ടെറിഞ്ഞ് പോയതാണ് വലതുകമ്യൂണിസ്റ്റുകാരുടെയും മറ്റിടതുപക്ഷ പാർട്ടികളുടെയും പരാജയത്തിനിടയാക്കിയത്.

3. ഇന്ത്യൻ രാഷ്ട്രീയത്തിന്റെ കേന്ദ്രബിന്ദുവായ പ്രശ്നത്തിൽ ശരിയായ നിലപാടെടുത്തുവെങ്കിലും വിപ്ലവമുന്നേറ്റത്തിന്റെ വേലിയേറ്റവും വേലിയിറക്കവും സൂക്ഷ്മമായി പഠിച്ച് അതിനൊത്ത അടവുകൾ തയാറാക്കുന്നതിൽ അവിഭക്ത കമ്യൂണിസ്റ്റ് പാർട്ടിക്കും കമ്യൂണിസ്റ്റ് (മാർക്സിസ്റ്റ്) പാർട്ടിക്കും ചിലപ്പോഴെല്ലാം പരാജയം പറ്റിയിട്ടുണ്ട് (1948–51 ലെ ഇടതുപക്ഷ പാളിച്ച, 1954–55 നുശേഷം വലതുപക്ഷപാളിച്ച, ഈ വലതുപക്ഷ പാളിച്ചയെ എതിർക്കുന്നതിന്റെ പേരിൽ വീണ്ടും തലയുയർത്തിയ ഇടതുപക്ഷപാളിച്ച എന്നിവ പ്രസ്ഥാനത്തിന്റെ ഗതി മന്ദീഭവിപ്പിക്കുക മാത്രമല്ല ചെയ്തത്. കമ്യൂണിസ്റ്റ് പാർട്ടിയെ പിളർന്ന് റിവിഷനിസത്തിന്റെയും 'തീവ്രവാദ'ത്തിന്റേതുമായ ഗ്രൂപ്പുകൾക്ക് രൂപം നൽകുകകൂടി ചെയ്തു). ഈ പാളിച്ചകളില്ലായിരുന്നുവെങ്കിൽ ജനകീയ ജനാധിപത്യ പ്രസ്ഥാനവും പാർട്ടിയും ഇന്നത്തെക്കാൾ എത്രയോ കൂടുതൽ ശക്തിപ്പെടുമായിരുന്നു.

അതുകൊണ്ട്, ജനകീയജനാധിപത്യ വിപ്ലവത്തിന്റെ സമരതന്ത്രത്തിൽ ഉറച്ചുനിന്നുകൊണ്ട് അതനുസരിച്ച് പുരോഗമിക്കുന്ന വിപ്ലവമുന്നേറ്റത്തിന്റെ വേലിയേറ്റങ്ങളും ഇറക്കങ്ങളും സൂക്ഷ്മമായി പഠിച്ച് അതനുസരിച്ച് പ്രസ്ഥാനത്തെ പുരോഗമിപ്പിക്കുവാൻ ഏറ്റവുമധികം പ്രയോജനപ്പെടുന്ന അടവുകൾ തയാറാക്കുകയെന്ന കല അഭ്യസിച്ച് അതിൽ പ്രാവീണ്യം നേടുന്നത് പാർട്ടിക്ക് ഒഴിവാക്കാൻ വയ്യാത്ത കടമയാണ്.

ഏഴ്
സംഘടനയുടെ പ്രാധാന്യം

1917 നവംബർ 7–ാം തീയതി റഷ്യയിലും ഏതാണ്ട് ഒരു കൊല്ലത്തിനുശേഷം ജർമനിയിലും ഓരോ വിപ്ലവം നടക്കുകയുണ്ടായി. രണ്ടും *സോഷ്യലിസ്റ്റ് വിപ്ലവ*ങ്ങളായിരുന്നു. പക്ഷേ, അതിലൊന്നിന്റെ നേതൃത്വം വഹിച്ചിരുന്നത് തൊഴിലാളിവർഗ വിപ്ലവ സിദ്ധാന്തത്തിൽ അടിയുറച്ചുനിന്നിരുന്ന ബോൾഷെവിക് പാർട്ടിയാണ്. മറ്റേതിൽ വർഗവഞ്ചനക്ക് സോഷ്യലിസമെന്ന ആവരണമിട്ട വലതുപക്ഷ സോഷ്യൽ ഡമോക്രാറ്റിക് പാർട്ടിയാണ്.

ഫലമോ? ബോൾഷെവിക് നേതൃത്വത്തിൽ നടന്ന വിപ്ലവത്തിൽനിന്ന് ഒരു യഥാർഥ തൊഴിലാളിവർഗ ഭരണകൂടം ഉടലെടുത്തു.

എല്ലാത്തരം എതിർപ്പുകളെയും നേരിട്ടുകൊണ്ട് അവിടെ സോഷ്യലിസ്റ്റ് സമൂഹം കെട്ടിപ്പടുക്കാൻ അതിന്റെ നേതാക്കൻമാർക്ക് കഴിഞ്ഞു.

ജർമനിയിലാകട്ടെ, വിപ്ലവത്തിൽനിന്ന് ഉടലെടുത്ത തൊഴിലാളി വർഗ ഭരണകൂടംതന്നെ ബൂർഷ്വാസിക്ക് അടിയറവെക്കപ്പെട്ടു. റഷ്യയിൽ രൂപംകൊണ്ട ലോകത്തിലെ ആദ്യത്തെ തൊഴിലാളിവർഗ ഭരണകൂടത്തെ തകർക്കാൻ ലോകമുതലാളിത്തം ഊട്ടിയുണ്ടാക്കിയ നാസിപ്പടയ്ക്ക് ജൻമം നൽകിയത് ജർമനിയാണ്.

മാർക്സിനും എംഗൽസിനും ജൻമം നൽകിയ ജർമനി സംഘടിത തൊഴിലാളിപ്രസ്ഥാനത്തിന്റെ മാതൃകയായ ഒരു ബഹുജനതൊഴിലാളി പാർട്ടിക്കുകൂടി ജന്മം നൽകി. അതിന്റെ ആദ്യഘട്ടത്തിൽ അതിനെ താലോലിച്ചു വളർത്തിയെടുക്കാനുള്ള അവസരം മാർക്സിനും എംഗൽസിനും തന്നെ സിദ്ധിച്ചു. പക്ഷേ, ആ ആചാര്യന്മാരുടെ ജീവിതത്തിന്റെ അവസാനകാലത്തുതന്നെ വർഗവഞ്ചനാനയത്തിന്റെ പ്രാഥമികരൂപങ്ങൾ പ്രത്യക്ഷപ്പെടാൻ തുടങ്ങി. എംഗൽസിന്റെ മരണത്തിനുശേഷമാകട്ടെ, ഈ പ്രവണത വിശ്വരൂപത്തിൽത്തന്നെ പ്രത്യക്ഷപ്പെട്ടു. മറ്റെല്ലാ രാജ്യങ്ങളിലെയും വർഗവഞ്ചകന്മാരുടെ ആചാര്യനെന്ന പദവിയിലേക്ക് മാർക്സിന്റെയും എംഗൽസിന്റെയും അനന്തരാവകാശി എന്ന് അഭിമാനിച്ചിരുന്ന കാൾ കൗത്സ്കി 'ഉയർന്നു.'

ജർമനിയിലേതിനെക്കാൾ എത്രയോ ദുർബലമായ ഒരു പാർട്ടിയായിരുന്നു റഷ്യയിലേത്. പോരെങ്കിൽ, ജർമനിയിലുണ്ടായിരുന്ന ബൂർഷ്വാ രാഷ്ട്രീയസ്വാതന്ത്ര്യമൊന്നും റഷ്യയിലില്ലാതിരുന്നതുകൊണ്ട് റഷ്യൻപാർട്ടിക്കു നിയമവിരുദ്ധമായി പ്രവർത്തിക്കേണ്ടിയുമിരുന്നു. ഈ വിഷമതകളെയെല്ലാം നേരിടേണ്ടിയിരുന്ന റഷ്യൻ പാർട്ടിയിലും വർഗവഞ്ചകൻമാർ പ്രത്യക്ഷപ്പെട്ടു. കൗത്സ്കിയുടെ ശക്തരായ സഹായികൾ റഷ്യൻപാർട്ടിയിലുമുണ്ടായിരുന്നു. പക്ഷേ, അവർക്കെതിരായി വിട്ടുവീഴ്ച കൂടാതെ സമരം നടത്തിയിരുന്ന ഒരു നേതാവ് റഷ്യൻപാർട്ടിയിലുണ്ടായിരുന്നു–ലെനിൻ. പാർട്ടി ഭിന്നിച്ച് രണ്ടാകുകയെന്ന സ്ഥിതിവിശേഷത്തെ നേരിട്ടുകൊണ്ടുപോലും വിപ്ലവസിദ്ധാന്തത്തിന്റെ കൊടി ഉയർത്തിപ്പിടിക്കാനും അതിന് റഷ്യൻതൊഴിലാളിവർഗത്തിന്റെ പിന്തുണ നേടാനും അദ്ദേഹത്തിനു കഴിഞ്ഞു.

ഈ രണ്ട് ശക്തികൾ തമ്മിൽ ഉഗ്രവും സുദീർഘവുമായ ഒരു സമരം ഒന്നാംലോകമഹായുദ്ധത്തിനുമുമ്പുതന്നെ നടന്നിരുന്നു. യുദ്ധം അതിന് മൂർച്ചകൂട്ടി. അതേവരെ രണ്ട് പ്രവണതകളെയും ഏച്ചുകൂട്ടി നിർത്താൻ ശ്രമിച്ചിരുന്ന രണ്ടാം ഇന്റർനാഷണൽ യുദ്ധം പൊട്ടിപ്പുറപ്പെട്ടതോടെ തകർന്നു. അതിലെ വിപ്ലവകാരികൾ ലെനിന്റെയും വർഗവഞ്ചകൻമാർ കൗത്സ്കിപ്രഭൃതികളുടെയും നേതൃത്വത്തിലണിനിരന്നു–ഇവ തമ്മിലുള്ള ഏറ്റുമുട്ടലിന്റെ ബാഹ്യപ്രകടനമാണ് റഷ്യൻ–ജർമൻ വിപ്ലവങ്ങൾ തമ്മിലുള്ള വ്യത്യാസം.

അപ്പോൾ വിപ്ലവം വിജയിക്കണമെങ്കിൽ ഇതിനുമുമ്പ് ചൂണ്ടിക്കാണിച്ച തൊഴിലാളിവർഗനേതൃത്വം, തൊഴിലാളി–കർഷകസമരസഖ്യം, ഈ സഖ്യത്തെ ആസ്പദമാക്കിയ ജനകീയ ജനാധിപത്യ ഐക്യം

എന്നിവ മാത്രമുണ്ടായാൽപ്പോരാ. ഇതെല്ലാം വളർത്തിയെടുക്കാൻ വേണ്ടിയുള്ള പ്രവർത്തനത്തിൽ മാർക്സിസം – ലെനിനിസത്തിന്റെ അടിസ്ഥാന തത്ത്വങ്ങളിൽ ഉറച്ചുനിന്നുകൊണ്ട് സ്ഥലകാലഭേദമനുസരിച്ച് ഏറ്റവും നല്ല പ്രായോഗിക രാഷ്ട്രീയ നയങ്ങൾ (അടവുകൾ) രൂപീകരിക്കാൻ കെൽപ്പുള്ള ഒരു പാർട്ടിയുണ്ടാവണം. സ്റ്റാലിന്റെ ഭാഷയിൽ:

> ഒരു പുതിയ പാർട്ടി; സദാ സമരസന്നദ്ധമായ പാർട്ടി; വിപ്ലവപ്പാർട്ടി; തൊഴിലാളിവർഗത്തെ അധികാരത്തിനുവേണ്ടിയുള്ള സമരത്തിൽ നയിക്കാൻ ധൈര്യമുള്ള പാർട്ടി; വിപ്ലവപരിതഃസ്ഥിതിയുടെ കുഴഞ്ഞുമറിഞ്ഞ സാഹചര്യങ്ങൾക്കിടയിൽ സ്വന്തം നിലപാടിൽ ഉറച്ചുനിൽക്കത്തക്കവണ്ണം പരിചയസമ്പന്നമായ പാർട്ടി; വെള്ളത്തിനടിയിൽ ഒളിഞ്ഞുകിടക്കുന്ന പാറകളിലൊന്നും തട്ടിത്തകരാതെ വിപ്ലവക്കപ്പലിനെ ലക്ഷ്യത്തിലെത്തിക്കാൻ വേണ്ട അയവേറിയ രാഷ്ട്രീയനയങ്ങൾ അംഗീകരിക്കാൻ കഴിവുള്ള പാർട്ടി.

"ഇത്തരത്തിലുള്ള ഒരു പാർട്ടിയില്ലാതെ" സ്റ്റാലിൻ തുടരുന്നു: "സാമ്രാജ്യാധിപത്യത്തെ മറിച്ചിട്ട് തൊഴിലാളി വർഗസർവാധിപത്യം സ്ഥാപിക്കുന്ന കാര്യം ചിന്തിക്കുന്നത് വെറുതെയാണ്; ഈ പുതിയ പാർട്ടിയാണ് ലെനിനിസ്റ്റ് പാർട്ടി."

ഈ പാർട്ടിയുടെ പ്രധാന സവിശേഷതകൾ എന്തെന്ന് സ്റ്റാലിൻ വിവരിക്കുന്നു:

ഒന്നാമത്, "തൊഴിലാളിവർഗത്തിന്റെ മുന്നണി വിഭാഗമാണത്. തൊഴിലാളി വർഗത്തിൽനിന്ന് ഉയർന്നു വരുന്ന ഏറ്റവും നല്ല വ്യക്തികൾ, അവരുടെ അനുഭവസമ്പത്ത്, വിപ്ലവമനോഭാവം, നിസ്വാർഥമായ തൊഴിലാളി വർഗക്കൂറ് — ഇതെല്ലാംപാർട്ടി ഉൾക്കൊള്ളണം." കൂടാതെ, വിപ്ലവസിദ്ധാന്തം, സാമൂഹ്യചലനങ്ങൾ സംബന്ധിച്ച നിയമങ്ങളിൽ പരിജ്ഞാനം, വിപ്ലവത്തിന്റെ നിയമങ്ങളെക്കുറിച്ചുള്ള ജ്ഞാനം — ഇതെല്ലാം കൊണ്ട് പാർട്ടി സ്വയം ആയുധമണിയണം. എങ്കിൽ മാത്രമേ തൊഴിലാളി ജനസാമാന്യത്തിന്റേതിനേക്കാൾ ദീർഘദൃഷ്ടിയോടെ താൽക്കാലിക വികാരങ്ങളിൽ നിന്നുയർന്ന് ശാശ്വത താൽപ്പര്യങ്ങളുടേതായ വീക്ഷണത്തോടെ തൊഴിലാളിവർഗത്തെ മുമ്പോട്ടു നയിക്കാൻ പാർട്ടിക്ക് കഴിയുകയുള്ളൂ.

രണ്ടാമത്, "തൊഴിലാളി വർഗത്തിന്റെ സംഘടിത സേനാവിഭാഗമാണ് പാർട്ടി." ശത്രുവിനെതിരായി ആക്രമണം നടത്താൻ സ്ഥിതിഗതികൾ പക്വമാകുമ്പോൾ ആക്രമണത്തിനും പിൻവാങ്ങേണ്ട ഘട്ടങ്ങളിൽ പിൻവാങ്ങുന്നതിനും വേണ്ട കഴിവോടെ അസംഘടിതരായ ലക്ഷോപലക്ഷം തൊഴിലാളികളെ സംഘടനയ്ക്ക് വിധേയരാക്കാൻ പാർട്ടിക്ക് കഴിയണം. ഇതിനാവട്ടെ, പാർട്ടി സ്വയം സംഘടനയുടെയും അച്ചടക്കത്തിന്റെയും മൂർത്തീകരണമായിരിക്കണം.

മൂന്നാമത്, "തൊഴിലാളി വർഗത്തിനുള്ള വിവിധ സംഘടനാരൂപങ്ങളിൽവെച്ച് ഏറ്റവും ഉയർന്ന രൂപമാണ് പാർട്ടി. ട്രേഡ് യൂണിയനു

കൾ, കോ-ഓപ്പറേറ്റീവ് സൊസൈറ്റികൾ, ഫാക്ടറി സംഘടനകൾ, പാർലമെന്ററി ഗ്രൂപ്പുകൾ, മഹിളാസംഘടനകൾ, പത്രമാസികാദി പ്രസിദ്ധീകരണങ്ങൾ, സാംസ്കാരിക - വിദ്യാഭ്യാസ സംഘടനകൾ, യുവജനസംഘടനകൾ, പരസ്യമായ വിപ്ലവസമരങ്ങൾ നടക്കുമ്പോൾ രൂപം കൊള്ളുന്ന സമരസമിതികൾ, തൊഴിലാളി വർഗം അധികാരത്തിലെത്തിയ സാഹചര്യത്തിൽ ഭരണസ്ഥാപനങ്ങൾ — ഇവയെല്ലാം തൊഴിലാളി വർഗത്തിന്റെ സംഘടനകളാണ്." മുതലാളിത്തത്തിനെതിരായ സമരത്തിൽ അനിവാര്യമാണവ. ഇവയിൽ മിക്കതിലും മെമ്പർമാരായിട്ടുള്ളവരിൽ ഭൂരിപക്ഷവും പാർട്ടിക്ക് വെളിയിൽ ഉള്ളവരാണ്. ഈ സ്വഭാവം നിലനിർത്തിക്കൊണ്ടുതന്നെ 'അവയുടെയെല്ലാം പ്രവർത്തനത്തെ ഏകോപിപ്പിച്ച് ഒരൊറ്റ ലക്ഷ്യത്തിലേക്കെത്തിക്കാനുള്ള കഴിവ് പാർട്ടിക്ക് മാത്രമാണ് ഉള്ളത്.'

നാലാമത്, "തൊഴിലാളിവർഗസർവാധിപത്യത്തിന്റെ ഉപകരണമാണ് പാർട്ടി."

അഞ്ചാമത്, "തൊഴിലാളിവർഗത്തിനുണ്ടാകേണ്ട അഭിപ്രായ ഐക്യത്തിന്റെ പ്രതീകമാണ് പാർട്ടി. അതിനകത്ത് ഗ്രൂപ്പുകൾ രൂപീകരിക്കുന്നത് പാർട്ടിയുടെ അടിസ്ഥാനതത്ത്വങ്ങൾക്കെതിരാണ്."

ആറാമത്, "അവസരവാദപ്രവണത പ്രകടിപ്പിക്കുന്ന വ്യക്തികളെ പുറത്താക്കുന്നതുകൊണ്ട് പാർട്ടി ശക്തിപ്പെടുകയാണ് ചെയ്യുക."

ഈ ലെനിനിസ്റ്റ് മാതൃകയനുസരിച്ച് രൂപംകൊണ്ട ഇന്ത്യൻ കമ്യൂണിസ്റ്റ് പാർട്ടിയിൽ വലതുപക്ഷസ്വഭാവവും ഇടതുപക്ഷ സ്വഭാവവുമുള്ള അവസരവാദപ്രവണതകൾ പ്രത്യക്ഷപ്പെട്ടതിനാൽ മറ്റ് രാജ്യങ്ങളിലെ കമ്യൂണിസ്റ്റ് പാർട്ടികളിലെന്നപോലെ ഇവിടെയും രൂക്ഷമായ ഉൾപ്പാർട്ടി സമരം നടന്നു. ഇന്നാകട്ടെ, ആ രണ്ട് പ്രവണതകളും പാർട്ടിക്ക് പുറത്താണ്; വലത് കമ്യൂണിസ്റ്റ് പാർട്ടി, 'തീവ്രവാദ'ഗ്രൂപ്പുകൾ എന്നീ പേരുകളിലാണവ പ്രത്യക്ഷപ്പെടുന്നത്. അവയ്ക്കെതിരായ സമരത്തിൽ പാർട്ടി വളരെയേറെ വിജയിച്ചിട്ടുണ്ട്.

എന്നാൽ കേരള സ്റ്റേറ്റ് കമ്മിറ്റിയുടെ രാഷ്ട്രീയ സംഘടനാറിപ്പോർട്ടിൽ ചൂണ്ടിക്കാണിച്ചതുപോലെ, പാർട്ടി സംഘടനയുടെ രംഗത്ത് അവസരവാദ പ്രവണതകൾക്കെതിരായ സമരം വിജയിച്ചിട്ടില്ല, സംഘടനയുടെ ഏതെല്ലാം വശങ്ങളിൽ ഏതെല്ലാം രൂപത്തിലുള്ള അവസരവാദ പ്രവണതകളാണ് ഇന്നും നിലനിൽക്കുന്നതെന്നും അവ ഓരോന്നിനെയും എങ്ങനെ ഇല്ലാതാക്കാമെന്നും ആ റിപ്പോർട്ടിൽ ചൂണ്ടിക്കാണിച്ചിട്ടുണ്ട്. അതനുസരിച്ച് പാർട്ടിയാകെ വിപ്ലവാടിസ്ഥാനത്തിൽ പുനഃസംഘടിപ്പിച്ചുകൊണ്ട് മാത്രമെ ഇതിനുമുമ്പ് വിശദീകരിച്ച വിപ്ലവതന്ത്രവും അതിനൊത്ത അടവുകളും രൂപീകരിച്ച് *ജനകീയ ജനാധിപത്യവിപ്ലവം* വിജയിപ്പിക്കാൻ വേണ്ട പ്രവർത്തനം നടത്താൻ കഴിയൂ.

www.ingramcontent.com/pod-product-compliance
Lightning Source LLC
LaVergne TN
LVHW100803051026
849519LV00006B/1948
* 9 7 8 9 3 8 3 4 3 2 4 8 6 *